RÈN LUYỆN TÂM LINH TRONG NẾP SỐNG CƠ ĐỐC

DONALD S. WHITNEY

RESOURCE LEADERSHIP INTERNATIONAL - 2018

Originally published in English in the U.S.A under the title: *Spiritual Disciplines for the Christian Life*, second edition, by Donald S. Whitney.

Copyright © 1997, 2014 by Donald S. Whitney.

Vietnamese edition © 2018 by reSource Leadership International for Theological Education, with permission by NavPress. All rights reserved. Represented by Tyndale House Publishers, Inc.

Chuyển ngữ từ nguyên bản tiếng Anh có tựa đề: *Spiritual Disciplines for the Christian Life*, Phiên bản 2, tác giả Donald S. Whitney, © 1997, 2014 Donald S. Whitney.

Bản dịch bản quyền © 2018 reSource Leadership International for Theological Education.

Bảo lưu bản quyền. Không phần nào trong xuất bản phẩm này được phép sao chép hay phát hành dưới bất kỳ hình thức hoặc phương tiện nào mà không có sự cho phép bằng văn bản của nhà xuất bản giữ bản quyền, ngoại trừ các trích dẫn ngắn trong những bài phê bình sách.

Phần Kinh Thánh được trích dẫn từ Bản Truyền Thống Hiệu Đính, trừ những phần có ghi chú bản dịch cụ thể. Bản quyền © 2010 bởi Liên Hiệp Thánh Kinh Hội. Đã được phép sử dụng. Bản quyền được bảo lưu.

Bản dịch tiếng Việt (phiên bản 1): Bà Phạm Xuân Thiều

Hiệu đính và cập nhật theo phiên bản 2: Lan Khuê

Sửa bản in: Văn Phẩm Hạt Giống

Thiết kế bìa: Nguyễn Hiền Thư

Mã số ISBN (Canada): 978-0-9959447-7-0

Mã số ISBN (Việt Nam): 978-604-61-5386-3

Mục Lục

Lời Tựa 5

1 | Rèn luyện tâm linh để luyện tập lòng tin kính 7

2 | Tiếp thu lời Chúa (Phần 1) để luyện tập lòng tin kính 37

3 | Tiếp thu lời Chúa (Phần 2) để luyện tập lòng tin kính 59

4 | Cầu nguyện để luyện tập lòng tin kính 121

5 | Thờ phượng để luyện tập lòng tin kính 153

6 | Chứng đạo để luyện tập lòng tin kính 179

7 | Phục vụ để luyện tập lòng tin kính 211

8 | Quản lý để luyện tập lòng tin kính 239

9 | Kiêng ăn để luyện tập lòng tin kính 289

10 | Yên lặng và riêng tư để luyện tập lòng tin kính 333

11 | Viết nhật ký để luyện tập lòng tin kính 375

12 | Học hỏi để luyện tập lòng tin kính 409

13 | Kiên trì rèn luyện để luyện tập lòng tin kính 431

Giới thiệu về tác giả 459

Chú thích 463

Lời Tựa

Tôi được nhờ viết lời tựa cho quyển sách này trước khi nhìn thấy nó. Giờ đây, sau khi đã đọc sách, tôi xung phong làm công việc này để khuyên giục tất cả các Cơ Đốc nhân tìm đọc sách của Don Whitney, đúng hơn là, đọc kỹ quyển sách này ba lần, mỗi lần cách nhau một tháng (không hơn không kém). Đọc như thế không những giúp bạn hiểu rõ sách, mà còn cho bạn thấy rõ một thực tế rằng mình hiện có phải là môn đồ nghiêm túc của Chúa Giê-xu hay không. Lần đọc đầu tiên sẽ giúp bạn nhận thấy một số việc cụ thể cần bắt tay thực hiện. Lần đọc thứ hai và thứ ba (mỗi khi hoàn tất một lần đọc, bạn nên định ra ngày sẽ đọc cho lần tiếp theo) bạn sẽ thấy mình đang ôn lại những gì đã làm và làm tốt ra sao. Điều đó sẽ rất tốt cho bạn, mặc dù khám phá ấy lúc đầu sẽ khiến bạn bị sốc chút đỉnh.

Kể từ khi Richard Foster rung hồi chuông bằng tác phẩm *Celebration of Discipline* (1978), việc thảo luận về các cách rèn luyện tâm linh khác nhau đã trở thành nội dung chính trong cuộc trò chuyện giữa các Cơ Đốc nhân bảo thủ tại Bắc Mỹ. Đây là một tin vui. Tín lý về sự rèn luyện (tiếng La-tinh là *disciplinae*, nghĩa là 'các khóa học tập và huấn luyện') thật ra là trình bày và mở rộng sự dạy dỗ kinh điển của Tin Lành về các phương tiện của ân điển (Lời Chúa, sự cầu nguyện, thông công, Tiệc Thánh). Theo lời giải thích của tín đồ Thanh Giáo và những bậc thầy Tin lành lớn tuổi hơn, đôi chân thuộc linh của Don Whitney may mắn được đặt vững vàng trên sự khôn ngoan của Kinh Thánh, và ông vạch ra đường lối kỷ luật bằng một văn phong vững chãi. Những nền tảng ông đặt ra là Phúc âm chứ không phải luật pháp. Nói cách khác, ông kêu gọi chúng ta đeo đuổi sự tin kính qua việc rèn luyện vì lòng biết ơn đối với ân điển đã cứu chúng ta, chứ không phải cố gắng đạt được công bình riêng hay nỗ lực riêng để tiến thân. Công trình ông xây dựng trên những nền tảng này rất vững chắc và đem lại nhiều lợi ích. Quả thật, ông đang chỉ cho chúng ta con đường sự sống.

Vậy nếu bạn là một Cơ Đốc nhân và bạn muốn thực sự sống với Đức Chúa Trời, thoát ra khỏi tình trạng đùa giỡn với bản thân và với Chúa, thì quyển sách này sẽ là sự giúp đỡ thực tế dành cho bạn. Một trăm năm mươi năm về trước, "Rabi" Duncan người Scốt-len đã bảo các sinh viên của ông đọc tác phẩm của John Owen, một tín đồ Thanh Giáo. Tác phẩm của John Owen nói về tội lỗi trong lòng với lời khuyên: "Nhưng, thưa quý ông, *hãy mài dao.*" Khi tôi khuyên bạn đọc Don Whitney, tôi sẽ nói: "Các bạn ơi, *hãy chuẩn bị cho cuộc luyện tập.*" Và bạn sẽ thấy linh hồn mình được mạnh lành.

J.I. Packer

Chương 1

1 | Rèn Luyện Tâm Linh... Để Luyện Tập Lòng Tin Kính

Thời đại của chúng ta là thời đại vô kỷ luật. Những kỷ luật xưa cũ bị phá đổ... Hơn bao giờ hết, sự rèn tập ân điển thiêng liêng bị chế nhạo là câu nệ luật pháp hoặc hoàn toàn bị quên lãng bởi một thế hệ mù Kinh Thánh. Chúng ta cần sức mạnh gấn guốc của một tâm tính Cơ Đốc chỉ có thể có được nhờ rèn luyện.

V. Raymond Edman

Kỷ luật mà không có định hướng là lao khổ.

Thử hình dung cậu bé Kevin 6 tuổi, được bố mẹ ghi danh vào lớp nhạc. Mỗi buổi chiều sau giờ học, được mẹ nhắc, cậu lững thững bước vào phòng khách gảy gảy mấy bài hát trong khi lũ bạn chơi bóng chày trong công viên bên kia đường. Đó là kỷ luật không có định hướng. Đó là một công việc khổ sở.

Giờ thử tưởng tượng một buổi chiều nọ, một thiên sứ đến thăm Kevin vào giờ cậu tập đàn ghi-ta. Trong sự hiện thấy, cậu được đưa đến nhà hát Carnegie Hall, được xem một nghệ sĩ ghi-ta bậc thầy trình diễn. Thường cảm thấy chán nản với loại nhạc cổ điển, Kevin hết sức kinh ngạc trước những gì cậu thấy và nghe. Những ngón tay của người nhạc công như nhảy múa trên dây đàn, thật linh hoạt và duyên dáng. Kevin chợt nghĩ đến những ngón tay ngu ngốc vụng về của mình mỗi khi ngập ngừng vấp lên vấp xuống trên dây đàn. Người nghệ sĩ bậc thầy hòa quyện những nốt nhạc trong sáng, vút cao thành một mùi thơm đậm chất nhạc thoảng đưa từ cây ghi-ta của ông. Kevin nhớ đến thứ nhạc lạc điệu chói tai phát ra từ ngón đàn vụng về của mình. Nhưng Kevin rất say mê. Cậu nghiêng tai lắng nghe. Cậu uống từng nốt nhạc. Cậu chưa từng hình dung ra người nào có thể chơi ghi-ta hay đến như vậy.

Thiên sứ hỏi: "Con nghĩ gì vậy, Kevin?"

Cậu bé 6 tuổi chậm rãi và lí nhí trả lời: "Chao ôi!"

Khải tượng chấm dứt, thiên sứ lại đứng trước mặt Kevin trong phòng khách nhà cậu. Thiên sứ nói: "Kevin này, vị nhạc công tài hoa con thấy chính là con trong một vài năm tới". Rồi thiên sứ chỉ vào cây ghi-ta và nói: "Nhưng con phải luyện tập!"

Bất ngờ thiên sứ biến mất, chỉ còn lại Kevin với cây ghi-ta. Bạn có nghĩ rằng từ đó trở đi, thái độ của cậu bé đối với việc tập đàn sẽ thay đổi không? Miễn là cậu bé còn nhớ hình ảnh người mà mình sẽ trở thành, thì sự tập luyện của cậu sẽ có định hướng, có mục tiêu thúc đẩy cậu tiến đến tương lai. Vâng, sẽ phải nỗ lực nhiều, nhưng bạn không thể cho đó là công việc khổ sở.

Nói đến việc rèn luyện trong đời sống Cơ Đốc, nhiều tín hữu có cảm giác giống như cảm giác của Kevin đối với việc tập đàn ghi-ta –rèn luyện mà không có định hướng. Cầu nguyện có nguy cơ trở thành việc khổ nhọc và tẻ nhạt. Giá trị thực tiễn trong việc suy gẫm Lời Chúa dường như không chắc lắm. Mục tiêu thật sự của một hình thức kỷ luật, như kiêng ăn chẳng hạn, thường là điều huyền bí.

Trước hết chúng ta phải hiểu mình sẽ trở thành người như thế nào. Lời Chúa cho biết về những người được chọn của Đức Chúa Trời: "Vì những người Ngài đã biết trước thì Ngài cũng định sẵn cho họ trở nên giống như hình ảnh Con Ngài" (Rô-ma 8:29). Kế hoạch đời đời của Đức Chúa Trời bảo đảm rằng mỗi Cơ Đốc nhân cuối cùng sẽ trở nên giống với hình ảnh của Đấng Christ. Chúng ta sẽ được biến đổi "khi Ngài hiện đến" để "chúng ta sẽ giống như Ngài" (1 Giăng 3:2). Nếu bạn đã được sanh lại (xem Giăng 3:3-8) thì đây không phải là khải tượng mà là chính bạn, một Cơ Đốc nhân, ngay khi "Ngài hiện đến".

Vậy vì sao chúng ta toàn nói về việc rèn luyện? Nếu Đức Chúa Trời đã định cho chúng ta trở nên giống Đấng Christ thì rèn luyện làm gì? Tại sao chúng ta không ào một phát trở nên giống Đấng Christ như lời Chúa hứa và quên chuyện rèn luyện đi?

Dù Đức Chúa Trời sẽ khiến chúng ta trở nên giống Đấng Christ khi Chúa Giê-xu trở lại, nhưng từ giờ cho đến lúc ấy, Ngài muốn cho chúng ta tăng trưởng để đạt đến việc giống Đấng Christ. Không phải chúng ta chỉ ngồi chờ đợi được thánh khiết mà phải đeo đuổi nó. Hê-bơ-rơ 12:14 truyền cho chúng ta: "Hãy tìm cách sống hòa thuận với mọi người và đeo đuổi sự thánh khiết; vì nếu không thánh khiết thì chẳng ai thấy được Chúa." Hãy chú ý cẩn thận điều được nói ở đây: Nếu không thánh khiết – nghĩa là, không giống Đấng Christ hoặc không tin kính – thì chẳng ai thấy được Chúa, dù người đó đã đi nhà thờ bao nhiêu lần hay người đó thường xuyên tham gia các hoạt động tôn giáo như thế nào hay người đó cho rằng mình thuộc linh ra sao.

Điều *quan trọng* là chúng ta cần hiểu rằng chẳng phải đeo đuổi sự thánh khiết giúp chúng ta đạt đủ điều kiện để được thấy Chúa. Nhưng *nhờ chính Chúa*, chứ không bởi làm việc lành, mà chúng ta đủ tiêu chuẩn để thấy Ngài. Chúng ta sẽ chẳng thể nào kiếm cho đủ sự công bình đến nỗi khiến Đức Chúa Trời cảm động mà cho chúng ta vào thiên đàng. Thay vào đó, chúng ta có thể đứng trước mặt Đức Chúa Trời khi chúng ta ở trong sự công bình của duy một người đã kiếm được, là Chúa Giê-xu Christ. Duy nhất Chúa Giê-xu đã sống một cuộc đời đủ tốt, đủ để được Đức Chúa Trời chấp nhận và đủ xứng đáng bước vào thiên đàng. Ngài có khả năng làm được như vậy bởi Ngài là chính Đức Chúa Trời thành nhân. Nhờ một đời sống trọn vẹn, mà Chúa Giê-xu hội tụ đủ tiêu chuẩn đại diện cho những người vì tội lỗi đã mất đi tiêu chuẩn được vào thiên đàng cũng như được ở trong mối thông công với Đức Chúa Trời, để trở thành của tế lễ được Chúa Cha tiếp nhận. Bằng chứng cho chúng ta thấy Đức Chúa Trời bằng lòng nhận lấy cuộc đời và của lễ Chúa

Giê-xu đã dâng lên là việc Đức Chúa Trời khiến Ngài từ kẻ chết sống lại. Nói cách khác, Chúa Giê-xu đã sống một cuộc đời công bình trọn vẹn trong sự vâng phục hoàn toàn những mạng lệnh của Đức Chúa Trời. Ngài làm như vậy để những người đã không vâng giữ Luật pháp của Đức Chúa Trời được kể là vâng phục và công bình. Ngài đã chết thay họ trên thập tự giá, để nhận lấy hình phạt đáng dành cho những người phạm tội chống nghịch Luật pháp Đức Chúa Trời.

Nhờ đó, hết thảy những ai chạy đến cùng Đức Chúa Trời, đặt lòng tin vào thân vị và công việc của Chúa Giê-xu là Đấng khiến họ trở nên công bình trước Đức Chúa Trời, thì được ban cho Đức Thánh Linh (Êph 1:13-14). Đức *Thánh Linh* sẽ ngự trong lòng họ và khiến họ có những cơn đói khát *thánh khiết* mới mà trước đây họ chưa từng có. Chẳng hạn như họ sẽ đói khát Lời Chúa – là Kinh Thánh – cuốn sách mà họ từng cảm thấy nhàm chán hay không phù hợp. Rồi họ có những niềm khao khát thánh khiết mới, như ao ước sống trong một thân thể không phạm tội hay có một tâm trí không còn bị cám dỗ bởi tội lỗi. Họ khao khát sống trong một thế giới thánh khiết và toàn hảo với những người thánh trọn vẹn, và khao khát được chiêm ngưỡng Đấng đời đời ngày đêm được các thiên sứ ngợi khen "thánh thay, thánh thay, thánh thay" (Khải 4:8). Đây là những nhịp đập thánh trong lòng những người có Chúa Thánh Linh ngự trị. Vậy nên, khi Chúa Thánh Linh ở trong một người, thì người đó sẽ quý trọng và đeo đuổi sự thánh khiết. Như chúng ta đã đọc trong Hê-bơ-rơ 12:14 rằng những ai không đeo đuổi sự thánh khiết sẽ không thấy Chúa. Và lý do người đó chẳng thể thấy Chúa trong cõi đời đời là bởi hiện tại họ không biết Ngài. Còn những người biết Chúa, được nhận lãnh và được Thánh Linh cư ngụ trong lòng là những người sẽ buộc mình đeo đuổi sự thánh khiết.

Và vì vậy, câu hỏi cấp bách mà mỗi Cơ Đốc nhân nên đặt ra là: "Làm sao để tôi đeo đuổi sự thánh khiết, sự thánh khiết mà nếu không có thì tôi sẽ chẳng thấy được Chúa? Làm thế nào tôi có thể ngày càng trở nên giống Chúa Giê-xu hơn?"

Chúng ta tìm thấy câu trả lời rõ ràng trong 1 Ti-mô-thê 4:7: 'Hãy tự luyện tập lòng tin kính'. Nói cách khác, nếu mục tiêu của bạn là lòng tin kính, hay lòng tin kính là mục đích của bạn khi có Chúa Thánh Linh ngự trong lòng, bởi Ngài đã đặt để sự tin kính trở thành mục đích sống của bạn, thì bạn đeo đuổi mục tiêu này bằng cách nào? Và theo câu Kinh Thánh này, bạn 'hãy tự luyện tập lòng tin kính'.

Câu Thánh Kinh này là chủ đề của cả sách. Trong chương này, tôi sẽ cố gắng giải thích ý nghĩa của câu này; phần còn lại của sách là phần áp dụng bằng những phương cách thực tiễn. Tôi sẽ đề cập đến những phương cách phù hợp với Kinh Thánh mà các Cơ Đốc nhân dùng để tự rèn luyện theo mệnh lệnh của câu Kinh Thánh này, được biết đến dưới tên gọi Rèn Luyện Tâm Linh. Tôi sẽ giữ vững quan điểm cho rằng con đường duy nhất dẫn đến sự tin kính và trưởng thành Cơ Đốc (một thuật ngữ đồng nghĩa với cụm từ giống Đấng Christ và sự thánh khiết) là thông qua việc rèn luyện tâm linh. Tôi nhấn mạnh rằng sự tin kính là mục tiêu của việc rèn luyện tâm linh, và khi ghi nhớ điều đó, rèn luyện tâm linh trở thành niềm vui thích thay vì sự lao khổ.

Rèn Luyện Tâm Linh Là Gì?

Rèn luyện Tâm linh[1] là những cách rèn tập được nói đến trong Kinh Thánh, nhằm thúc đẩy sự tăng trưởng thuộc linh giữa vòng những người tin nơi Phúc âm của Chúa Giê-xu Christ. Đó là thói quen suy ngẫm và trải nghiệm nếp sống Cơ Đốc mà dân sự Đức Chúa Trời đã thực hành kể từ khi có Kinh Thánh. Rèn luyện tâm linh có thể được mô tả theo nhiều cách.

Trước tiên, Kinh Thánh quy định rèn luyện tâm linh trên phương diện *cá nhân lẫn với người khác*. Quyển sách này nói đến những cách rèn luyện tâm linh cá nhân, nhưng những cách này không phải là quan trọng hơn các cách rèn luyện tâm linh với người khác, cho dù chúng được nhấn mạnh thường xuyên hơn trong hầu hết các văn phẩm nói về tăng trưởng tâm linh.[2] Vì vậy mặc dù một số cách rèn luyện được thực hành một mình, nhưng một số khác phải được thực hành chung với người khác. Những cách đầu được gọi là rèn luyện tâm linh cá nhân, những cách sau gọi là rèn luyện tâm linh với người khác. Ví dụ Cơ Đốc nhân phải tự mình đọc và nghiên cứu Lời Chúa (rèn luyện tâm linh cá nhân), nhưng họ cũng phải nghe đọc Kinh Thánh và học hỏi với hội thánh (rèn luyện tâm linh với người khác). Cơ Đốc nhân phải thờ phượng Chúa cách riêng tư, nhưng họ cũng phải thờ phượng Chúa chung với dân sự của Ngài. Một số cách rèn luyện tâm linh về bản chất là được thực hành cách cá nhân, chẳng hạn ghi nhật ký, tách biệt (ND: ở một mình trong một nơi vắng vẻ, yên tĩnh), và kiêng ăn (mặc dù đôi khi kết hợp chung với hội thánh). Các cách rèn luyện khác về bản chất là mang tính hội chúng, chẳng hạn thông công, nghe giảng và dự Tiệc Thánh- tất cả đều đòi hỏi sự hiện diện của nhiều người.

Các cách rèn luyện cá nhân lẫn với người khác đều là những phương tiện nhằm mang lại phước hạnh cho môn đồ của Chúa Giê-xu và là một phần của sự tăng trưởng về lòng tin kính, vì Kinh Thánh dạy cả hai. Ngoài ra, Chúa Giê-xu cũng thực hành cả hai, và trở nên giống Ngài là mục đích của việc rèn luyện tâm linh. Vì vậy, ví dụ Kinh Thánh cho chúng ta biết rằng ít nhất có bốn lần Chúa Giê-xu cầu nguyện một mình (Mat 4:1; 14:3; Mác 1:35; Lu 4:42), và đó là rèn luyện tâm linh theo cách cá nhân. Ngược lại, trong Lu-ca 4:16 chúng ta được biết 'theo thói quen, vào ngày Sa-bát, Ngài[Chúa Giê-xu] đến nhà hội, đứng dậy để đọc', và đây là rèn luyện tâm linh với *người khác.*

Có lẽ mỗi chúng ta hơi nghiêng một chút về những cách rèn luyện được thực hành cá nhân hoặc tập thể. Ví dụ, một số người nghĩ rằng họ có thể hoàn toàn trở nên như Chúa muốn, cho dù không tham gia hội thánh địa phương, mà chỉ bởi trung tín rèn luyện tâm linh theo cá nhân. Một số khác cũng có thể bị lừa dối bởi suy nghĩ cho rằng họ sẽ có những tiến bộ đủ về thuộc linh nếu hết mình tham gia vào sinh hoạt của hội thánh, vì họ tin rằng việc tham gia vào những hoạt động có ý nghĩa của hội thánh sẽ bù đắp cho sự thiếu hụt trong đời sống tâm linh cá nhân. Tuy nhiên, quá nghiêng theo khuynh hướng cá nhân sẽ khiến chúng ta mất quân bình và làm biến dạng việc đeo đuổi sự thánh khiết. Cơ Đốc nhân là những cá nhân, nhưng đồng thời cũng là một phần trong thân thể Đấng Christ. Chúng ta kinh nghiệm Chúa và tăng trưởng trong ân điển của Ngài qua việc rèn luyện tâm linh cá nhân lẫn với người khác. Vì vậy mặc dù quyển sách này nói đến các hình thức rèn luyện tâm linh mang tính cá nhân, nhưng hãy hiểu rằng trở nên giống Đấng Christ cũng đòi hỏi sự đeo đuổi Đức Chúa Trời qua hình thức rèn luyện tâm linh mang với người khác.

Thứ hai, rèn luyện tâm linh là *những hoạt động, không phải thái độ*. Rèn luyện là thực hành, không phải phẩm chất cá tính, cách cư xử, hay 'trái Thánh Linh' (Ga 5:22-23). Rèn luyện là những việc bạn làm, chẳng hạn như đọc, suy ngẫm, cầu nguyện, kiêng ăn, thờ phượng, phục vụ, học tập, v.v.... Dĩ nhiên, mục tiêu khi thực hành một hình thức rèn luyện không nghiêng nhiều về *hành động* mà là *bản chất*, tức là giống Chúa Giê-xu. Nhưng cách tăng trưởng để trở nên giống Chúa Giê-xu hơn theo Kinh Thánh là qua việc *thực hành* các hình thức rèn luyện tâm linh theo Kinh Thánh với động cơ đúng đắn. Một lần nữa, cần lưu ý 'kỷ luật bản thân với mục tiêu là lòng tin kính' Sự tin kính - tức trở nên giống Chúa Giê-xu - là mục tiêu, nhưng con đường Chúa vạch ra để đi đến mục tiêu đó là qua một số hoạt động có trong Kinh Thánh, được biết đến với tên gọi rèn luyện tâm linh. Nói cách khác, có những hoạt động cụ thể mà thỉnh thoảng chúng ta phải làm để trau dồi hầu luôn luôn giống Chúa Giê-xu. Vì vậy, kiêng ăn là rèn luyện tâm linh, vì đó là điều bạn làm. Còn vui mừng, nói đúng ra không phải kỷ luật tâm linh, vì vui mừng là điều bạn trải nghiệm, không phải điều bạn thực hiện. Kiêng ăn tự thân nó không phải mục tiêu; nhưng vui mừng là một phần trong mục tiêu của kiêng ăn, vì vui mừng là phẩm chất giống Đấng Christ. Niềm vui không đến với bạn khi bạn thụ động tâm linh; ngược lại niềm vui được trau dồi, nhưng được trau dồi bởi những việc bạn làm. Và "những việc bạn làm" để trau dồi niềm vui giống Đấng Christ là các hình thức rèn luyện tâm linh.

Thứ ba, tôi muốn giới hạn chủ đề của quyển sách này, chỉ nói đến những cách rèn luyện tâm linh *theo Kinh Thánh*, tức là những thực hành được dạy dỗ hoặc làm gương trong Kinh Thánh. Nếu không giới hạn, chúng ta sẽ dễ gọi bất kỳ điều gì mình yêu thích là rèn luyện tâm linh. Do đó, một số người có thể tuyên bố 'với tôi làm vườn là rèn luyện tâm linh', hoặc 'tập thể dục là một trong những cách rèn luyện tâm linh của tôi', hoặc cho rằng một sở thích riêng hay thói quen đem lại cảm giác thích thú nào đó khác là cách rèn luyện tâm linh đúng đắn. Một trong những vấn đề của phương pháp này là nó có thể cám dỗ chúng ta quả quyết đại loại như 'có lẽ suy ngẫm Kinh Thánh hiệu quả với bạn, còn làm vườn hiệu quả với tôi'. Và kết quả là hầu như bất cứ việc gì cũng có thể được gọi là rèn luyện tâm linh, và tệ hơn nữa, điều đó có nghĩa là chúng ta tự quyết định hình thức nào hiệu quả nhất cho sức khoẻ thuộc linh và sự tăng trưởng của mình, thay vì chấp nhận những hình thức Đức Chúa Trời đã bày tỏ trong Kinh Thánh. Tôi tin rằng, dù ít dù nhiều, chúng ta có thể lập luận rằng các hình thức rèn luyện tâm linh cá nhân sau đây được Kinh Thánh chấp nhận: tiếp thu Kinh Thánh, cầu nguyện, thờ phượng, truyền giảng, phục vụ, quản lý, kiêng ăn, yên lặng và tách biệt, viết nhật ký, và học tập. Đây có phải là danh sách đầy đủ chưa? Không, tôi không có ý định trình bày danh sách đầy đủ. Một nghiên cứu từ tài liệu khác về đề tài này cho thấy có thêm những ứng viên cần được xem xét đối với việc rèn luyện tâm linh phù hợp với Kinh Thánh mà các Cơ Đốc nhân áp dụng. Nhưng tôi tin chúng ta có thể biện luận rằng những hình thức được trình bày ở đây nổi bật hơn trong Kinh Thánh.

Thứ tư, quyển sách này được viết theo quan điểm các cách rèn luyện tâm linh trong Kinh Thánh là *đủ* để biết và kinh nghiệm Chúa, và để tăng trưởng giống Đấng Christ. Nền tảng cho quan điểm này là câu 'cả Kinh Thánh đều được Đức Chúa Trời cảm thúc, có ích cho sự dạy dỗ, khiển trách, sửa trị, và huấn luyện trong sự công chính, để người của Đức Chúa Trời được toàn vẹn và sẵn sàng cho mọi việc lành' (2 Ti 3:16-17). Những câu này cho chúng ta biết vì được linh cảm, nên Kinh Thánh cung cấp sự hướng dẫn mà Cơ Đốc nhân cần để "được toàn vẹn, sẵn sàng cho mọi việc lành", bao gồm cả việc đeo đuổi "mục tiêu tin kính". Vì vậy, nếu ai đó khẳng định nhận được lợi ích thuộc linh nào đó từ sự rèn tập không có trong Kinh Thánh, thì ít ra chúng ta có thể nói là việc rèn luyện đó không cần thiết. Nếu cần thiết cho sự tăng trưởng tâm linh và tiến bộ trong nếp sống thánh khiết thì Kinh Thánh đã ghi lại và tán thành.

Thứ năm, các hình thức rèn luyện tâm linh là những thói quen *bắt nguồn từ Phúc âm, không phải tách rời khỏi Phúc âm*. Khi việc rèn luyện được thực hành cách đúng đắn, thì chúng dẫn chúng ta đi sâu hơn vào Phúc âm của Chúa Giê-xu và những vẻ đẹp của Phúc âm, chứ không phải tách ra khỏi như thể chúng ta đi tiếp lên các cấp độ cao hơn của Cơ Đốc giáo. Học giả Tân Ước là D. A. Carson trình bày ý này một cách thuyết phục như sau:

> Phúc âm không phải là chủ đề phụ bàn đến điểm bước vào cách sống Cơ Đốc, được tiếp nối bởi nhiều tài liệu thật sự làm cho cuộc đời được biến đổi. Phần lớn việc rao truyền Phúc âm hoàn toàn giả định điều này là đúng. Người ta biện luận rằng rao giảng Phúc âm là thông báo cách được cứu để không bị Đức Chúa Trời định tội; là tin rằng Phúc âm bảo đảm bạn sẽ không đi địa ngục. Nhưng để thật sự được biến đổi, bạn cần học nhiều khoá học rèn luyện tâm linh, bồi bổ tâm linh, các khóa rèn luyện tâm linh "Chuyên sâu" và những khoá học tương tự. Bạn cần học ghi nhật ký thuộc linh, hoặc hoặc khép mình vào kỷ luật, hoặc sống giản dị, hay học thuộc lòng Kinh Thánh; bạn cần tham gia nhóm nhỏ, nhóm cam kết chịu trách nhiệm với nhau, hoặc nhóm học Kinh Thánh. Hoàn toàn không phải tôi phản đối lợi ích tiềm năng của tất cả những khoá học này. Ngược lại, tôi đang chống lại khuynh hướng xem những

chương trình này là hình thức rèn luyện hậu Phúc âm, tách rời khỏi những việc Đức Chúa Trời đã làm trong Chúa Giê-xu Christ trong Phúc âm của một Cứu Chúa bị đóng đinh và phục sinh....

Không thấy được điểm này dẫn đến những hậu quả nặng nề và tai hại... Trước tiên, nếu Phúc âm trở thành điều mà nhờ đó chúng ta bước nhẹ vào vương quốc, nhưng toàn bộ tiến trình biến đổi tuỳ thuộc các hình thức rèn luyện và chiến lược hậu Phúc âm, thì chúng ta sẽ luôn luôn hướng sự chú ý của con người *ra khỏi* Phúc âm, *khỏi* thập tự giá và sự sống lại. Chẳng bao lâu Phúc âm sẽ là điều gì đó mà chúng ta âm thầm cho rằng cần thiết để được cứu, nhưng không phải là điều chúng ta háo hức, không phải điều chúng ta rao giảng, và không phải quyền năng của Đức Chúa Trời. Điều thật sự quan trọng là rèn luyện tâm linh. Dĩ nhiên, khi chúng ta chỉ ra điều này cho người nghĩ rằng phương pháp và hình thức rèn luyện là vô cùng quan trọng, thì chắc chắn sẽ bị phản đối ngay. Họ nói rằng *tất nhiên* tôi tin vào thập tự giá và sự sống lại của Chúa Giê-xu. Và chắc chắn là như vậy. Nhưng vấn đề còn lại là: họ thích thú về điều gì? Cơ sở cho lòng tin của họ là gì? Họ đặt hy vọng được biến đổi ở đâu? Ví dụ khi tôi đọc Julian of Norwich, tôi thấy có một ví dụ nói về mức độ theo đuổi cái được cho là đời sống tâm linh, theo hình thức thời trung cổ, hoàn toàn cố gắng kết nối với Đức Chúa Trời *mà không* ý thức sự phụ thuộc vào sự chết thay và sống lại của Chúa Giê-xu- chính là những vấn đề mà sứ đồ gọi là "quan trọng hàng đầu". Bất cứ ở đâu mà việc đeo đuổi đời sống tâm linh theo kiểu hiện đại tách rời khỏi Phúc âm, thì đó là một chiều hướng đầy nguy hiểm.[3]

Thứ sáu, rèn luyện tâm linh là *phương tiện*, không phải là *mục đích*. Mục đích tức là mục đích của việc rèn luyện tâm linh, đó là lòng tin kính. Tôi định nghĩa *lòng tin kính* vừa là sự gần gũi với Đấng Christ, vừa là giống với Đấng Christ. Đó là sự giống nhau cả bên trong lẫn bên ngoài, ngày càng trở nên giống với tấm lòng và cuộc đời của Đấng Christ. Trở nên giống Đấng Christ là mục tiêu, là lý do chúng ta nên rèn luyện tâm linh. Nếu không vì mục đích này, thì việc rèn tập là vô ích và chỉ là chiếc vỏ vô giá trị của sự tin kính, cho dù chúng ta có kiên định và mạnh mẽ như thế nào. Vì vậy, mặc dù không thể trở nên tin kính mà không thực hành rèn luyện tâm linh, nhưng chúng ta có thể rèn luyện tâm linh mà không trở nên tin kính, nếu xem việc thực hành là mục tiêu chứ không phải phương tiện. Phần tiếp theo của chương này được dành để triển khai khía cạnh thần học cốt yếu nằm sau việc rèn luyện tâm linh.

Thế nên, các cách rèn luyện tâm linh là những hoạt động cá nhân và giữa cá nhân với nhau được Đức Chúa Trời đưa ra trong Kinh Thánh như những phương tiện có thẩm quyền đủ, mà những người tin theo Chúa Giê-xu Christ phải áp dụng trong việc đeo đuổi sự tin kính theo đúng Phúc âm và đầy dẫy Đức Thánh Linh, tức là gần gũi với Đấng Christ và giống Đấng Christ.

Rèn Luyện Tâm Linh - Phương Tiện Để Đạt Đến Sự Tin Kính

Đặc điểm quan trọng nhất của bất kỳ hình thức rèn luyện tâm linh nào là mục đích của nó. Cũng giống như việc luyện gam trên đàn ghi-ta hay piano không có giá trị nhiều nếu không vì mục đích chơi nhạc thế nào, thì việc rèn luyện tâm linh cũng chẳng có mấy giá trị nếu tách khỏi mục đích duy nhất nối kết các cách rèn luyện tâm linh thế ấy (xem Côl 2:20-23; 1 Ti 4:8). Mục đích đó là sự tin kính. Vì vậy 1 Ti-mô-thê 4:7 dạy chúng ta phải khép mình vào kỷ luật để 'luyện tập *lòng tin kính*'.[4]

Đó là điều mà những anh hùng tin kính trong lịch sử Cơ Đốc đã làm. Từ thời Kinh Thánh được hình thành cho đến thời đại của chúng ta, những người tin kính luôn luôn là những người biết rèn luyện tâm linh. Hãy nhớ lại một số anh hùng trong lịch sử hội thánh như Augustine, Martin Luther, John Calvin, John Bunyan, George Whitefield, Lady Huntington, Jonathan và Sarah Edwards, Charles Spurgeon, George Müller, Dawson Trotman, Jim và Elisabeth Elliot, và Martyn Lloyd-Jones. Làm thế nào họ nổi tiếng về lòng tin kính đến như vậy? Phải chăng bằng cách nào đó Đức Chúa Trời đã xức dầu thánh khiết cho họ theo những cách Ngài không dành cho chúng ta? Có lẽ đúng là Ngài ban phước cho những tín hữu này về phương diện kết quả trong sự phục vụ theo những cách Ngài không ban cho nhiều người khác, nhưng về phương diện trở nên giống Đấng Christ, thì họ tiến bộ theo cách tương tự như mọi Cơ Đốc nhân khác, đó là qua sự rèn luyện tâm linh. Trong kinh nghiệm làm mục sư cũng như trong đời sống Cơ Đốc cá nhân, tôi có thể nói rằng tôi chưa từng gặp một người nào trưởng thành thuộc linh mà không cần rèn luyện. Lòng tin kính là kết quả của sự rèn luyện.

Thật vậy, Đức Chúa Trời dùng ba chất xúc tác chính để thay đổi chúng ta và khiến chúng ta trở nên giống Đấng Christ, nhưng chỉ có một chất ở dưới sự điều khiển của chúng ta. Chất xúc tác thứ nhất Chúa dùng để thay đổi chúng ta là con người, "Giống như sắt mài nhọn sắt, cũng vậy, con người mài giũa diện mạo bạn mình" (Châm 27:17). Thỉnh thoảng Đức Chúa Trời dùng những người bạn của chúng ta để mài giũa chúng ta cho giống Đấng Christ hơn, và đôi khi Ngài dùng kẻ thù của chúng ta để gọt giũa những góc cạnh gồ ghề, không tin kính trong chúng ta. Cha mẹ, con cái, bạn đời, đồng nghiệp, khách hàng, thầy cô giáo, hàng xóm, mục sư – Đức Chúa Trời dùng những người này để thay đổi chúng ta.

Một tác nhân khác trong đời sống chúng ta được Đức Chúa Trời dùng là hoàn cảnh. Câu Kinh Thánh kinh điển nói về điều này là Rô-ma 8:28, "Chúng ta biết rằng mọi sự hiệp lại làm ích cho những ai yêu mến Đức Chúa Trời, tức là cho những người được gọi theo ý định của Ngài". Áp lực tài chính, tình trạng sức khỏe, thậm chí thời tiết cũng được Đấng Quan Phòng Thiên thượng sử dụng để đưa những người được chọn của Ngài đến chỗ tin kính.

Chất xúc tác thứ ba là kỷ luật tâm linh. Chất xúc tác này khác với hai chất đầu ở chỗ, khi sử dụng các cách rèn luyện tâm linh, Đức Chúa Trời hành động từ bên trong. Khi Ngài dùng con người và hoàn cảnh để thay đổi chúng ta, tiến trình chủ yếu đi từ ngoài vào trong. Rèn luyện tâm linh cũng khác với hai phương pháp dẫn đến thay đổi trên ở chỗ Đức Chúa Trời cho chúng ta quyền chọn lựa có tham gia vào tiến trình hay không. Thường chúng ta có rất ít cơ hội tham gia khi Đức Chúa Trời sử dụng con người và hoàn cảnh, nhưng chúng ta có thể quyết định hôm nay sẽ đọc Kinh Thánh hay kiêng ăn.

Vậy thì, một mặt, chúng ta nhận biết rằng ngay cả việc tự kỷ luật với ý chí sắt thép nhất cũng sẽ không khiến chúng ta trở nên thánh khiết hơn, mà ngược lại, càng làm cho chúng ta giống người Pha-ri-si hơn. Tăng trưởng trong sự thánh khiết là một món quà từ Chúa (Giăng 17:17, 1 Tê 5:23, Hê 2:11). Mặt khác, điều đó không có nghĩa là chúng ta không phải làm gì để đeo đuổi sự tin kính, mà chỉ cần sống cuộc đời theo ý riêng cho đến khi và trừ khi Chúa quyết định khiến chúng ta trở nên thánh khiết. Điều chúng ta phải làm là tự kỷ luật để trở nên tin kính, áp dụng các cách rèn luyện tâm linh Chúa ban cho làm phương tiện để nhận lãnh ân điển và tăng trưởng để giống Đấng Christ hơn.

Trong Cô-lô-se 1:29, Sứ đồ Phao-lô minh họa làm thế nào hai điều này, tức nỗ lực của Cơ Đốc nhân và công việc của Đức Chúa Trời, có thể đồng thời diễn ra trong người có Đức Thánh Linh ngự. Trong phân đoạn Kinh Thánh này,

Phao-lô nói về công khó của ông để giúp các tín hữu 'trưởng thành trong Đấng Christ'. Ông tuyên bố "chính vì điều này mà tôi ra sức làm việc và chiến đấu với cả năng lực mà Ngài hành động cách mạnh mẽ trong tôi" (Côl 1:29). Lưu ý Phao-lô nói rằng chính ông ra sức làm việc, nhưng rồi ông khẳng định năng lực để chiến đấu đến từ Đấng Christ. Ao ước và năng lực của Phao-lô hoàn toàn là nhờ ân điển của Đức Chúa Trời (xem Phil 2:13). Và nếu công khó của ông có đem lại kết quả lâu dài nào, thì Phao-lô đều dâng mọi vinh quang cho Chúa. Nhưng đôi khi, chắc chắn có cảm giác như thể Phao-lô chịu mọi nỗi vất vả, và cuối cùng, ông là người kiệt sức.

Với rèn luyện tâm linh cũng vậy. Ao ước và sức lực rèn luyện tâm linh có được là nhờ ân điển của Chúa. Nhưng chính Cơ Đốc nhân phải thực hành. Ví dụ, niềm khao khát Lời Chúa một cách mãnh liệt và sâu xa là tặng phẩm từ Đức Chúa Trời, nhưng chúng ta là người phải mở các trang Kinh Thánh ra đọc. Đức Chúa Trời không kéo tấm thân thụ động của chúng ta đến bàn làm việc rồi khiến cho tay chúng ta lật Kinh Thánh ra, và kéo mắt chúng ta qua lại trên các trang giấy mà không có một nỗ lực nào từ phía chúng ta.

Kinh Thánh Tân Ước ban đầu được viết bằng tiếng Hy Lạp. Từ ngữ được dịch là 'luyện tập' trong bản Kinh Thánh NASB trong nguyên văn tiếng Hy Lạp là chữ *gumnasia*, nguyên gốc của từ *gymnasium* và *gymnastics* trong Anh ngữ. Chữ này có nghĩa là 'tập luyện' hay 'rèn luyện'. Đây là lý do bản Kinh Thánh KJV dịch 1 Ti 4:7 là 'hãy luyện tập sự tin kính', còn bản ESV dịch là 'hãy rèn luyện cho mình lòng tin kính', bản NIV thì dịch 'hãy tự rèn luyện để trở nên tin kính'. Đây là một từ đẫm mồ hôi với mùi vị thể thao. Vậy nên, hãy nghĩ đến rèn luyện tâm linh như những bài tập thuộc linh. Chẳng hạn, đi đến nơi bạn yêu thích để cầu nguyện hay ghi nhật ký tương đương với việc bước vào phòng tập thể hình và dùng máy nâng tạ. Những bài rèn luyện thể lực giúp tăng sức mạnh thể chất thế nào thì rèn luyện tâm linh cũng làm gia tăng lòng tin kính thế ấy.

Một câu chuyện Kinh Thánh minh họa một cách nghĩ khác về vai trò của rèn luyện tâm linh là Lu-ca 18:35-43. Đây là câu chuyện nổi tiếng về sự quy đạo của của một người thâu thuế tên là Xa-chê. Vì quá thấp, nên Xa-chê không thể nhìn thấy Chúa Giê-xu trong đám đông. Vì vậy, ông chạy trước và leo lên một cây sung để thấy Chúa khi Ngài đi ngang qua. Khi Chúa Giê-xu đến nơi, Ngài nhìn lên, gọi tên Xa-chê và bảo ông leo xuống. Hai người về nhà người thâu thuế, tại đây ông tin nhận Đấng Christ để được cứu rỗi và quyết định chia phân nửa tài sản cho người nghèo và vui lòng trả lại mọi phần tiền thuế ông đã lạm thu.

Hãy xem rèn luyện tâm linh là những phương cách mà nhờ đó chúng ta tìm cho mình chỗ đứng về phương diện thuộc linh trên con đường ân điển của Đức Chúa Trời và tìm kiếm Ngài hết lòng như Ba-ti-mê và Xa-chê đã tự tìm cho mình chỗ đứng trên con đường Chúa Giê-xu đi qua để tìm Ngài. Bởi Thánh Linh Ngài, Cứu Chúa vẫn còn đi xuống những con đường nào đó, những con đường mà chính Ngài đã chỉ định và bày tỏ trong Kinh Thánh. Chúng ta gọi chúng là rèn luyện tâm linh. Và nếu chúng ta đi trên những con đường này để tìm kiếm Ngài bằng đức tin, thì chúng ta có thể tin rằng sẽ gặp được Ngài. Ví dụ khi chúng ta đến với Kinh Thánh, hay khi tham gia bất kỳ hình thức rèn luyện nào trong Kinh Thánh–tức là bởi đức tin trông cậy vào Chúa qua sự rèn luyện tâm linh–thì chúng ta có thể biết chắc mình sẽ kinh nghiệm Chúa. Như với người thu thuế này, chúng ta sẽ thấy Ngài sẵn sàng tỏ lòng thương xót và có mối thông công với chúng ta. Và theo thời gian, chúng ta sẽ được Ngài biến đổi để ngày càng trở nên giống Đấng Christ nhiều hơn (xem 2 Cô 3:18). Vì vậy, một lần nữa, nhờ những hình thức rèn luyện đặt nền tảng trên Kinh Thánh, chúng ta đặt mình một cách có ý thức trước mặt Đức Chúa Trời với mong đợi được tận hưởng sự hiện diện của Ngài và nhận được ân điển đem lại sự biến đổi của Ngài.

Tom Landry, huấn luyện viên của đội bóng Dallas Cowboys trong suốt gần ba thập kỷ, đã nói: "Công việc của huấn luyện viên bóng bầu dục là khiến các học viên làm điều họ không muốn làm để đạt đến chỗ họ luôn muốn đạt đến".[5] Cũng vậy, Cơ Đốc nhân được kêu gọi để tự khiến họ làm điều họ vốn không hay làm nhờ quyền năng của Thánh Linh, đó là thực hành rèn luyện tâm linh, để trải nghiệm điều Thánh Linh ban cho họ, tức ao ước được ở với Đấng Christ và giống Đấng Christ. Thánh Kinh dạy: 'Hãy tự luyện tập lòng tin kính.'

Rèn Luyện Tâm Linh - Ý Muốn Của Chúa Cho Cơ Đốc Nhân

Câu 'hãy tự luyện tập lòng tin kính' trong nguyên ngữ cho thấy rõ đây là mạng lệnh của Đức Chúa Trời, không đơn thuần là một lời đề nghị. Sự thánh khiết không phải là một chọn lựa dành cho những người xưng mình là con cái của Đấng Thánh (1 Phi 1:15-16), và phương tiện dẫn đến sự thánh khiết, tức là rèn luyện tâm linh, cũng không phải là một lựa chọn.

Lời mời của Chúa Giê-xu được ghi lại ở Ma-thi-ơ 11:29 ngụ ý Ngài mong muốn chúng ta rèn luyện tâm linh: 'Hãy gánh lấy ách của Ta và học theo Ta'. Trong lời mời gọi môn đồ hoá cũng vậy: 'Ngài phán với mọi người: "nếu ai muốn theo Ta, phải từ bỏ chính mình, mỗi ngày vác thập tự giá mình mà theo Ta"' (Lu 9:23). Những câu Kinh Thánh này cho chúng ta biết rằng, ít ra trở thành môn đồ của Chúa Giê-xu nghĩa là học và theo Ngài. Đó là điều mà mười hai sứ đồ đã làm: họ đi theo Chúa, và khi đi như vậy, họ cũng học từ Ngài. Nhưng với họ, theo Chúa Giê-xu đòi hỏi kỷ luật; họ phải đi nơi Ngài đi và vào lúc Ngài đi. Ngày hôm nay theo Chúa Giê-xu và học từ Ngài vẫn đòi hỏi kỷ luật, vì bạn không thể tình cờ đi theo ai cả - ít nhất là không đi được xa - và bạn cũng không thể học được nhiều một cách cách ngẫu nhiên như học một cách có kỷ luật. Bạn có phải là một người theo Chúa cách có kỷ luật không?

Kỷ luật đó là trọng tâm của môn đồ hoá được 2 Ti-mô-thê 1:7 xác nhận: "Đức Chúa Trời không ban cho chúng ta tinh thần nhút nhát, nhưng tinh thần mạnh mẽ, có tình yêu thương và tự chủ". Yếu tố chính của tính tự chủ trong môn đồ của Chúa Giê-xu là tự rèn luyện tâm linh.[6] Ngoài ra, Ga-la-ti 5:22-23 tuyên bố rằng một bằng chứng của ảnh hưởng từ tinh thần tự chủ do Chúa ban cho là sự tự chủ nhiều hơn trong chính đời sống mình, đặc biệt là những người đi theo và học theo Chúa Giê-xu.

Cứu Chúa Giê-xu không chỉ mong đợi những người theo Ngài rèn luyện tâm linh theo Kinh Thánh, mà Ngài còn là gương mẫu cho sự rèn luyện này để trở nên tin kính. Và nếu chúng ta muốn giống Đấng Christ, thì chúng ta phải sống như Ngài đã sống–ở mức độ những con người tội lỗi có thể bắt chước. Chúng ta không thể làm những việc Chúa làm như Đức Chúa Trời, nhưng nếp sống Cơ Đốc có nghĩa là chúng ta phải cố gắng noi theo tấm gương của Ngài khi Ngài là con người về cách sống trong mối tương giao với Cha. Mặc dù Chúa Giê-xu không chỉ là gương mẫu cho chúng ta về đời sống tâm linh–vì Ngài cũng là Chúa, là Vua, là Cứu Chúa, là Đấng chết thay, là Sự Công chính, là Thẩm phán và nhiều vai trò khác nữa cho chúng ta–mà Ngài còn vượt xa hơn tấm gương về đời sống tâm linh. Và khi chúng ta nhìn Chúa Giê-xu chúng ta thấy tấm gương về lòng sùng đạo cá nhân có kỷ luật, về cách sống trong mối giao thông nhất quán với Đức Chúa Trời.

Mặc dù tấm gương của Chúa Giê-xu và lời dạy của Tân Ước cho thấy Cơ Đốc giáo là nếp sống rèn luyện tâm linh, nhiều người xưng mình là Cơ Đốc nhân lại thiếu kỷ luật tâm linh và dường như không sanh nhiều trái giống Đấng Christ và có ít năng lực trong đời sống. Tuy nhiên, nhiều người trong số họ lại hết sức kỷ luật trong những lĩnh vực khác của cuộc sống. Tôi từng thấy nhiều người tự rèn tập cách hăng say để thăng tiến trong nghề nghiệp nhưng có rất ít kỷ luật để 'rèn tập lòng tin kính'. Tôi chắc rằng bạn cũng nhìn thấy những người dành thời gian để học chơi nhạc cụ, biết rằng phải mất hàng giờ mới chơi thạo; những người luyện tập chăm chỉ để nâng cao thành tích trong thể thao, biết rằng phải tập luyện thì mới thành thạo; những người cam kết theo một chương trình học chuyên sâu dài hạn để có được bằng cấp, vì biết rằng phải hy sinh mới thành công. Vậy mà nhiều người trong số những người này nhanh chóng bỏ cuộc khi phát hiện rèn luyện tâm linh không hề dễ dàng, như thể trở nên giống Chúa Giê-xu không đòi hỏi nhiều nỗ lực.

Tôi đã thấy những Cơ Đốc nhân trung thành với hội thánh của Đức Chúa Trời, thường xuyên bày tỏ lòng nhiệt huyết chân thật đối với những điều thuộc về Đức Chúa Trời, những người tận tụy với việc rao giảng Lời Đức Chúa Trời, nhưng không đem lại hiệu quả lớn lao cho vương quốc Đức Chúa Trời chỉ vì thiếu kỷ luật. Một phụ nữ hơn sáu mươi tuổi từng đến gặp vợ tôi và tôi để được tư vấn. Suốt cuộc đời bà đi nhóm ở những nhà thờ bảo thủ tin vào Kinh Thánh.

Trong nhiều thập niên, người làm công trung thành này phục vụ trong hầu hết mục vụ tình nguyện mở ra cho bà. Nhưng qua hàng nước mắt, bà thừa nhận 'tôi biết làm mọi việc trong hội thánh, nhưng tôi không biết cách đọc Kinh Thánh và cầu nguyện'. Về phương diện thuộc linh, những người như vậy có chiều rộng mà không có chiều sâu. Không có ống dẫn về kỷ luật trong mối tương giao giữa họ với Chúa mà sâu sắc và bền vững theo thời gian. Họ học đòi mọi việc nhưng không kỷ luật bản thân trong bất kỳ việc gì.

Áp Dụng Thêm

Mối nguy khi lơ là rèn luyện tâm linh.

Nguy hiểm lớn nhất của việc lơ là rèn luyện tâm linh là nguy cơ không nhớ đến Chúa–mãi mãi; không phải vì lòng sùng đạo cá nhân giúp người đó kiếm được một chỗ trong thiên đàng, nhưng vì đó là đặc điểm của những người đang trên đường đến thiên đàng. Nói cách khác, những người không rèn luyện tâm linh xem thường việc rèn luyện này vì họ không khao khát chúng, và họ không khao khát chúng vì họ không thèm khát Đức Chúa Trời. Họ không biết Chúa, vì vậy những phương tiện được Chúa ban cho để kinh nghiệm và tận hưởng Ngài cách cá nhân không hấp dẫn được họ. Đối với họ, các hình thức rèn luyện tâm linh là những trách nhiệm tôn giáo nhạt nhẽo phải chịu đựng khi không bị lương tâm cắn rứt hay không cần nổi tiếng, chứ không phải bàn tiệc của Đức Chúa Trời mà trên đó linh hồn đang đói khát của họ ao ước được ăn càng nhiều càng tốt.

Đối với những người biết Chúa qua Phúc âm của Đấng Christ, còn có một nguy hiểm khác khi lơ là rèn luyện tâm linh. Một tuyển tập từ ngòi bút của một tác giả cách đây nhiều năm minh họa cho mối nguy luôn luôn đúng này. Nhận xét về sự khác biệt giữa có kỷ luật và không có kỷ luật, ông viết:

> Không thể đạt được bất cứ điều gì nếu không có kỷ luật. Nhiều vận động viên và nhiều người đã thất bại vì đã bỏ qua kỷ luật và cho phép mình chểnh mảng. Coleridge[7] là bi kịch thương tâm nhất của sự vô kỷ luật. Tài năng xuất chúng nhưng lại chẳng làm được trò trống gì. Anh rời trường Đại học Cambridge để nhập ngũ; nhưng anh giải ngũ vì dù học vấn uyên bác, nhưng anh không thể tắm cho ngựa. Anh trở lại Oxford và rời trường khi chưa tốt nghiệp. Anh mở một tòa soạn mang tên *The Watchman* (tạm dịch: *Người Canh Giữ*) xuất bản được 10 số rồi đóng cửa. Người ta nói: 'Anh ta đắm chìm trong những khải tượng về những công việc cần phải làm và chúng vẫn cứ là công việc cần phải làm. Coleridge có tất cả những tài năng thi ca, ngoại trừ một điều – khả năng duy trì và tập trung'. Trong đầu anh có tất cả các thể loại sách, như anh ta tự nhủ 'đã sẵn sàng cho ra tập bản thảo'. Anh nói: 'Tôi đang chuẩn bị cho xuất bản hai tập khổ tám'. Nhưng quyển sách ấy chẳng bao giờ xuất hiện ngoài tâm trí anh vì anh không chịu kỷ luật ngồi xuống viết. Không ai đạt đến chỗ xuất chúng, và không ai đã đạt đến và duy trì sự xuất chúng ấy nếu thiếu kỷ luật.[8]

Chắc chắn từ quan sát của chính bạn, bạn cũng có thể nêu tên những vận động viên, nhạc sĩ hay sinh viên rất có khả năng, nhưng không thể thể hiện tài năng Chúa ban cho chỉ vì họ không thể khép mình vào kỷ luật để tập luyện. Điều tương tự cũng có thể xảy ra với Cơ Đốc nhân trong lĩnh vực tâm linh. Mặc dù ít người trong chúng ta có tài năng thơ ca hay tri thức như Coleridge, nhưng tất cả tín hữu đều được ban cho ân tứ thuộc linh (xem 1 Cô 12:4-7). Tuy nhiên, chỉ sự hiện diện của các ân tứ thuộc linh không bảo đảm kết quả thuộc linh, cũng như tài năng về trí tuệ của Coleridge không bảo đảm sản sinh ra sách và thơ. Cũng như khả năng thể thao, âm nhạc hay trí tuệ, thì ân tứ thuộc linh cũng phải được trau dồi bằng sự rèn tập để sản sinh bông trái thuộc linh. Do đó, nguy hiểm của việc lơ là rèn luyện tâm linh là nguy cơ sản sinh ít trái thuộc linh–nghĩa là cuộc đời bạn không có giá trị nhiều cho vương quốc.

Rèn luyện tâm linh đem đến sự tự do.

Nhiều người nghe cụm từ *rèn luyện tâm linh* thì nghĩ đến nô lệ và gánh nặng, tức những điều họ phải làm, không phải sự tự do. Tuy nhiên, tự do trong đời sống Cơ Đốc không đến từ sự biếng nhác, mà từ việc rèn luyện.

Chúng ta có thể minh họa nguyên tắc này bằng cách quan sát sự tự do đến từ việc thông thạo bất kỳ một môn học nào. Ví dụ, xem một tay chơi ghi-ta cừ khôi gảy và đánh sáu dây đàn hầu như cho ta ấn tượng rằng người đó được sanh ra với nhạc cụ đó bên mình. Người đó quen thuộc và có sự tự do với cây đàn khiến việc chơi đàn có vẻ dễ dàng. Bất kỳ ai từng cố gắng chơi đàn đều nhận ra rằng sự tự do trong âm nhạc và khả năng chơi ghi-ta chỉ có được qua nhiều thập kỷ rèn tập trong kỷ luật. Cũng vậy, chúng ta nhìn thấy sự tự do qua việc rèn tập không chỉ ở những nhạc sĩ tài hoa, mà còn ở những cầu thủ ngôi sao chuyên chặng ngắn, ở thợ mộc lành nghề, những giám đốc điều hành thành công, thợ thủ công khéo léo, các sinh viên xuất sắc, và những bà mẹ mỗi ngày quán xuyến tốt nhà cửa và gia đình.

Tự do có được nhờ rèn luyện là ý tưởng nằm sau điều được biết đến với tên gọi 'quy tắc mười ngàn giờ'.[9] Đây là quan sát dựa trên nghiên cứu chỉ ra rằng để trở thành chuyên gia trong lĩnh vực gì đó, để điều gì đó trở thành bản tính thứ hai, bạn phải thực hiện hành động đó- chẳng hạn như chơi ghi-ta- ít nhất mười ngàn giờ. Đây không chỉ là vấn đề lặp đi lặp lại công việc như nhau - chẳng hạn như đàn cùng một bài hát - trong vòng bốn giờ mỗi ngày, mỗi tuần năm ngày, mỗi năm năm mươi tuần trong mười năm. Thay vào đó, phải cố gắng liên tục và có chủ tâm (thường dưới sự hướng dẫn của người khác) để cải thiện kỹ năng toàn diện. Do đó trong trường hợp của người nhạc sĩ, người ấy phải tập nhiều bài hát, phong cách và bài tập khác nhau một cách nhất quán và với độ phức tạp ngày càng nhiều đến nỗi người ấy ngày càng cảm thấy được tự do khi chơi loại nhạc cụ đó.

Trong một phương diện, chúng ta có thể gọi kỷ luật là 'giá' phải trả cho sự tự do. Nhưng Elisabeth Elliot chính xác hơn khi giải thích rằng 'tự do và kỷ luật được xem như loại trừ lẫn nhau, trong khi thật ra tự do không hề là điều đối lập, mà là *phần thưởng* sau cùng của kỷ luật'.[10] Vì vậy, mặc dù nhấn mạnh tự do đòi hỏi phải có kỷ luật, nhưng chúng ta đừng quên nhấn mạnh rằng kỷ luật mang lại cho chúng ta phần thưởng là sự tự do.

Sự tự do của lòng tin kính là gì? Hãy nhớ lại hình ảnh minh họa của chúng ta. Ví dụ một nghệ sĩ ghi-ta bậc thầy *thoải mái* chơi một bản nhạc khó của Segovia trong khi tôi làm không được. Vì sao vậy? Vì ông ấy đã tập luyện một cách có kỷ luật trong nhiều năm. Cũng vậy, những người "thoải mái" trích dẫn Kinh Thánh là những người đã chuyên cần ghi nhớ Lời Chúa. Có thể chúng ta kinh nghiệm một mức độ tự do khỏi tình trạng thờ ơ thuộc linh nhờ kỷ luật trong việc kiêng ăn. Chúng ta có thể cảm thấy sự giải phóng nào đó khỏi cái tôi khi thực hành các cách rèn luyện tâm linh như thờ phượng, phục vụ và truyền giảng. Tự do của lòng tin kính là tự do làm điều Chúa kêu gọi chúng ta thực hiện qua lời Kinh Thánh và tự do bày tỏ những phẩm chất của Đấng Christ thông qua nhân cách của chúng ta. Sự tự do này là 'phần thưởng' hay ơn phước Đức Chúa Trời ban cho chúng ta khi rèn luyện tâm linh.

Nhưng chúng ta phải nhớ rằng sự tự do trọn vẹn của lòng tin kính được nuôi dưỡng bằng kỷ luật không phát triển chỉ trong một lần đọc Kinh Thánh hoặc qua vài lần thử sức với các cách rèn luyện tâm linh khác. Kinh Thánh nhắc chúng ta rằng sự tiết độ, chẳng hạn sự tiết độ thể hiện qua việc rèn tâm linh, phải kiên trì trước khi nó chín mùi thành bông trái của lòng tin kính. Hãy nhìn kỹ trình tự phát triển trong thư 2 Phi-e-rơ 1:6 'thêm cho tiết chế tính kiên nhẫn, thêm cho kiên nhẫn lòng tin kính'. Chiếc cầu nối giữa sự tiết độ nhờ quyền năng của Thánh Linh và lòng tin kính là sự kiên trì. Sự tiết độ tùy hứng tạo ra lòng tin kính tùy hứng. Nhưng kết quả của sự tiết độ với lòng kiên trì là trở nên giống Đấng Christ ngày càng kiên định hơn. Tin kính thật không chỉ đòi hỏi mười ngàn giờ đeo đuổi, mà là sự kiên trì suốt đời.

Mọi Cơ Đốc nhân đều được mời gọi tận hưởng Đức Chúa Trời và những gì thuộc về Ngài qua các cách rèn luyện tâm linh.

Tất cả những ai có Thánh Linh của Đức Chúa Trời ngự trị đều được mời nếm thử niềm vui của lối sống có rèn luyện tâm linh dựa trên Phúc âm và lấy Đấng Christ làm trọng tâm.

Bạn còn nhớ Kevin với cây ghi-ta không? Sự khổ nhọc của việc luyện tập hằng ngày mang một tinh thần hoàn toàn mới một khi cậu nhận ra rằng ngày nào đó cậu sẽ chơi đàn cho một khán phòng đầy người tại Carnegie Hall. Kỷ luật trong tập luyện dần dần sẽ trở thành phương tiện dẫn đến với một trong những niềm vui lớn nhất trong cuộc đời của Kevin.

Bất cứ sự rèn luyện nào - từ việc tập luyện ghi-ta cho đến học thuộc Kinh Thánh - mà không có định hướng đều là công việc khổ nhọc và tẻ nhạt. Nhưng rèn luyện tâm linh hoàn toàn không phải như vậy, miễn là chúng ta rèn tập với mục tiêu trong trí là lòng tin kính (tức là sự thân mật và giống Đấng Christ). Nếu bức tranh về một Cơ Đốc nhân có kỷ luật bạn vẽ ra là một thứ nửa người nửa máy, ủ rũ, dữ tợn và chán nản, thì bạn đã sai lầm. Chúa Giê-xu là Con người có kỷ luật nhất từng sống trên đất, nhưng Ngài cũng là một người thật sự sống động và vui mừng nhất. Không chỉ là tấm gương, Ngài thật sự là gương mẫu về kỷ luật cho chúng ta noi theo. Chúng ta hãy theo gương Ngài để có được niềm vui trong việc rèn luyện tâm linh. Hãy tập trung vào thân vị và công tác của Chúa Giê-xu trong từng cách rèn luyện. Qua những cách đó, hãy học biết, chiêm ngưỡng và tận hưởng bản chất của Chúa Giê-xu và những việc Ngài đã làm. Qua các hình thức rèn luyện tâm linh, hãy để lẽ thật của Phúc âm khôi phục linh hồn bạn. Hãy thực hành các cách rèn luyện tâm linh có trong Kinh Thánh để bạn thấy rằng mình luôn luôn cần Chúa và thấy được nguồn cung ứng vô tận của ân điển và lòng thương xót mà bạn nhận lãnh bởi đức tin trong Chúa Giê-xu Christ.

Chương 2

2 | Tiếp Thu Lời Chúa (Phần 1)... Để Luyện Tập Lòng Tin Kính

Lựa chọn khác thay cho kỷ luật là thảm họa.

Vance Havner

Cách đây nhiều năm, tôi có vinh dự được tham gia chuyến truyền giáo đến đất nước kém văn minh thuộc Đông Phi. Bốn người chúng tôi, tôi và những anh em trong hội thánh nơi tôi quản nhiệm, sống trong những căn lều dựng ngay trước ngôi nhà thờ nhỏ xây theo kiểu "nhà tranh vách đất" còn chưa xong, nằm cách khu dân cư gần nhất khoảng gần 10 cây số.

Tôi đã ra nước ngoài nhiều lần, đủ để nhận ra rằng nhiều thói quen mà tôi nhận biết có liền quan đến Cơ Đốc giáo sẽ xung khắc với văn hóa địa phương ở một vài điểm. Kinh nghiệm đã dạy tôi lường trước việc phải ráng bỏ qua một số kỳ vọng (chưa kể một vài điều khác!) của người Mỹ chúng tôi về cách sống của tín đồ. Nhưng tôi chưa chuẩn bị tinh thần để gặp những người tự xưng là tín đồ trong môi trường gần xích đạo này. Nói dối, trộm cắp và vô luân nhan nhản và nói chung được chấp nhận, thậm chí cả trong dàn lãnh đạo hội thánh. Hiểu biết về thần học khan hiếm như nước, còn tín lý sai trật tràn lan như dịch sốt rét.

Tôi nhanh chóng phát hiện ra một trong những lý do chủ yếu mà hội thánh có vẻ như được thành lập bởi các giáo sĩ người Cô-rinh-tô đó là không một ai có Kinh Thánh – mục sư không có, chấp sự cũng không, không ai có Kinh Thánh cả. Mục sư chỉ có khoảng nửa tá bài giảng, tất cả đều được nướng nửa sống nửa chín trên đám than của một vài câu chuyện Kinh Thánh được hồi tưởng lại. Mỗi sáu tuần thì giảng lại bài cũ. Dịp duy nhất thực sự được tiếp xúc với Thánh Kinh là khi có giáo sĩ đến thăm (vị giáo sĩ gần nhất sống cách đó khoảng 160km) hoặc một người thuộc hệ phái nào đó đến giảng. Đối với hầu hết mọi người trong hội thánh, những dịp "đổi gió" Kinh Thánh không thường xuyên này là tất cả những gì họ từng biết. Chỉ một người trong hội thánh có một mức độ trưởng thành thuộc linh nào đó là vì đã sống gần như cả đời ở một nơi khác và từng nhóm ở một hội thánh có dạy lời Chúa.

Bốn người chúng tôi gom góp tiền mua những quyển Kinh Thánh rẻ phát cho nhiều thành viên trong hội thánh. Hằng ngày, sau khi thăm viếng để truyền giảng, chúng tôi hướng dẫn học Kinh Thánh cho hội thánh vào mỗi buổi chiều và buổi tối dưới ánh đèn pin. Chúng tôi rời khỏi nơi đó với lời cầu nguyện xin Đức Thánh Linh khiến Lời Đức Chúa Trời đâm rễ vững vàng trong hội chúng của vùng quê hẻo lánh khô cằn này.

Hầu hết đều lắc đầu thương cảm trước tình trạng đáng buồn đó. Thế nhưng, sự thật là nhiều người trong chúng ta còn có nhiều quyển Kinh Thánh ở nhà hơn tổng số Kinh Thánh của toàn bộ các hội thánh ở những vùng nghèo khó hay hẻo lánh trên thế giới. Nhưng không rành Kinh Thánh khi bạn không có Kinh Thánh là một chuyện; còn không biết Kinh Thánh trong khi ở nhà có đầy cả tủ lại là một chuyện khác.

Không có hình thức rèn luyện tâm linh nào quan trọng hơn việc tiếp thu Lời Đức Chúa Trời. Không gì có thể thay thế cho điều đó. Chẳng có đời sống Cơ Đốc lành mạnh nào lại đi kiêng sữa và thịt là Lời Chúa. Lý do rất rõ ràng. Trong Thánh Kinh, Đức Chúa Trời bày tỏ cho chúng ta biết về chính Ngài, nhất là về Chúa Cứu Thế Giê-xu, là Đức Chúa Trời nhập thể. Kinh Thánh trình bày luật pháp của Đức Chúa Trời cho chúng ta và cho chúng ta biết chúng ta đã vi phạm luật pháp ấy như thế nào. Trong Kinh Thánh, chúng ta học biết Đấng Christ, Đấng vô tội, đã sẵn sàng hi sinh chịu chết thay cho những kẻ vi phạm luật pháp của Đức Chúa Trời ra sao, và làm thế nào chúng ta phải ăn năn, tin nhận Ngài để được hòa thuận với Đức Chúa Trời. Chúng ta cũng học biết đường lối và ý muốn của Chúa trong Kinh Thánh. Kinh Thánh cho chúng ta biết cách Chúa muốn chúng ta sống, cũng như điều gì đem đến nhiều niềm vui và sự thỏa lòng trong cuộc sống nhất. Ta không thể tìm thấy ở bất cứ nơi đâu những thông tin quan trọng về cõi đời đời như thế ngoài Kinh Thánh. Vì thế, nếu muốn nhận biết Đức Chúa

Trời và trở thành người tin kính Chúa, chúng ta phải nhận biết Lời Chúa một cách mật thiết.

Tuy nhiên, nhiều người đã nghe nhàm tai và gật đầu đồng ý với những điều này không còn dành thì giờ đọc Lời Chúa hàng ngày giống như những người không có Kinh Thánh. Kinh nghiệm trong chức vụ của tôi xác nhận tính xác thực của những khảo sát cho thấy rằng phần đông những người xưng mình là Cơ Đốc nhân có hiểu biết Kinh Thánh nhiều hơn chút ít so với những Cơ Đốc nhân nghèo ở các vùng hẻo lánh trên thế giới chẳng có lấy một chút xíu Lời Kinh Thánh nào. Có người đã nói cách khôi hài rằng nếu tất cả tín hữu đồng loạt phủi bụi bám trên những quyển Kinh Thánh của mình thì sẽ có một cơn bão bụi tệ hại nhất trong lịch sử.

Cho nên, dù chúng ta tôn kính Lời Chúa bằng môi miệng, nhưng chúng ta cũng phải xưng nhận rằng tấm lòng, cũng như tay, tai, mắt và tâm trí chúng ta cách xa Lời Chúa lắm. Dù chúng ta bận bịu với những công tác Cơ Đốc cỡ nào đi nữa, thì vẫn phải nhớ rằng sự rèn luyện đem lại nhiều biến đổi nhất mà chúng ta đều làm được chính là tiếp thu Kinh Thánh một cách có kỷ luật.

Tiếp thu Kinh Thánh không chỉ là cách rèn luyện tâm linh quan trọng nhất mà còn là hình thức rộng nhất. Tiếp thu Kinh Thánh thật ra bao gồm nhiều phương cách rèn luyện bổ trợ khác nữa. Nó giống như một trường đại học với nhiều khoa, mỗi khoa chuyên về một ngành khác nhau, nhưng tất cả đều hợp nhất với nhau dưới cái tên chung là trường đại học.

Xin hãy cùng nhau khảo sát "các khoa", hay các phương cách rèn luyện bổ trợ khác, của tiếp thu Lời Chúa, bắt đầu từ điều dễ nhất đến điều khó nhất.

Nghe Lời Chúa

Điều dễ nhất trong những cách rèn luyện liên quan đến việc tiếp thu Lời Chúa đơn giản là nghe. Sao lại xem đó là một sự rèn luyện? Vì nếu chúng ta không rèn tập để thường xuyên nghe Lời Chúa, có thể chúng ta chỉ nghe cách ngẫu nhiên, hoặc chỉ nghe khi mình thấy thích, hoặc chẳng bao giờ chúng ta nghe cả. Đối với nhiều người trong chúng ta, kỷ luật bản thân để nghe Lời Chúa trước hết có nghĩa là luyện tập thói quen thường xuyên đến nhóm tại một hội thánh tin vào Kinh Thánh, nơi Lời Chúa được trung tín rao giảng.

Chúa Giê-xu từng phán rằng: "Những kẻ nghe và giữ lời Đức Chúa Trời còn có phước hơn!" (Lu 11:28). Ý ở đây muốn nói không phải chỉ lắng nghe Lời được Chúa linh cảm. Mục đích của tất cả các phương pháp tiếp thu Kinh Thánh là để 'giữ' điều Chúa dạy, tức là làm điều Chúa bảo và nhờ đó càng ngày càng giống Chúa hơn. Nhưng phương pháp tiếp thu mà Chúa Giê-xu khích lệ trong câu này là nghe Lời Chúa.

Một phân đoạn khác nhấn mạnh tầm quan trọng của việc nghe là Rô-ma 10:17 "Như vậy, đức tin đến bởi sự người ta nghe, mà người ta nghe, là khi lời của Đấng Christ được rao giảng". Điều này không có nghĩa là phương cách duy nhất để một người có thể đặt đức tin vào Đấng Christ là nhờ nghe Kinh Thánh, vì có vô số người trở thành tín hữu nhờ đọc Thánh Kinh, như Jonathan Edwards và nhiều người khiếm thính chẳng hạn. Mặc dù vậy, câu này lại chú trọng đến chuyện nghe. Tuy nhiên, chúng ta có thể nói thêm rằng, đa số những người tin Chúa trong khi đọc Kinh Thánh như Edwards cũng giống ông ở chỗ họ từng nghe công bố Lời Đức Chúa Trời trước khi quy đạo. Hơn nữa, mặc dù phân đoạn này dạy rằng đức tin khởi sự từ việc nghe Lời được linh cảm nói về Chúa Giê-xu Christ, nhưng phân đoạn này cũng đúng đối với Cơ Đốc nhân ở chỗ phần lớn đức tin chúng ta cần để sống mỗi ngày sau khi tin Chúa đến từ việc nghe sứ điệp Thánh Kinh. Một gia đình đang đối diện với nan đề tài chính có thể thêm lên đức tin từ Lời Kinh Thánh nói đến sự chu cấp của Đức Chúa Trời. Nghe một bài giảng nói về tình yêu thương của Đấng Christ dựa trên nền tảng là Kinh Thánh có thể là phương tiện Chúa dùng để nâng đỡ niềm tin cho tín hữu đang nản lòng. Gần đây tôi nghe một bài giảng qua băng thu âm được Chúa dùng để thêm đức tin cho tôi nhằm giúp tôi kiên trì trước vấn đề khó khăn. Ân tứ đức tin thường được ban cho những người tự rèn luyện mình để nghe Lời Chúa.

Ngoài phương cách quan trọng nhất là đến nhà thờ nghe giảng, chúng ta còn có những phương cách khác để rèn luyện bản thân trong việc nghe Lời Chúa. Một trong những phương cách rõ ràng nhất là qua hình thức thu âm nội dung dựa trên Kinh Thánh. Có thể sử dụng các cách này theo nhiều kiểu sáng tạo và thời điểm khác nhau, như khi thay quần áo, nấu ăn, khi đang di chuyển, v.v... Nếu bạn không thể truy cập Internet hoặc không có thiết bị di động để nghe Lời Chúa tải từ Internet, thì hãy thử dùng ra-đi-ô có làn sóng ngắn.[1]

Một phân đoạn khác đáng chú ý về chủ đề này là 1 Ti-mô-thê 4:13. Tại đây sứ đồ Phao-lô hướng dẫn người bạn trẻ của ông trong chức vụ: "Con hãy chú trọng đến việc đọc Kinh Thánh trong các buổi nhóm, việc khuyên bảo và dạy dỗ cho đến khi ta đến". Dù có thể giải thích thêm nhiều, nhưng chỉ cần nói rằng cho con cái Chúa nghe Lời Chúa là điều rất quan trọng trong chức vụ của Phao-lô cũng như quan trọng đối với Chúa, Đấng cảm thúc những lời ấy. Vì vậy, việc nghe Lời Chúa cần được chúng ta ưu tiên rèn tập. Nếu có ai nói rằng: "Tôi không cần đến nhà thờ để thờ phượng Đức Chúa Trời; tôi có thể thờ phượng Ngài trên sân gôn, hay bên bờ hồ, những nơi đó cũng giống như, nếu không muốn nói là tốt hơn, trong nhà thờ," thì chúng ta có thể đồng ý rằng họ có thể thờ phượng Đức Chúa Trời tại những nơi đó. Nhưng sự thờ phượng đang nói đến ở đây không thể thiếu Lời Đức Chúa Trời. Bạn không thể đọc Lời Chúa lớn tiếng hay nghe giảng trên sân gôn hoặc bên bờ hồ. Chúng ta phải rèn luyện bản thân để đi nghe Lời Chúa.

Nhân tiện cũng nói thêm, nếu bạn được vinh dự đọc Lời Chúa cho dân sự Ngài- dù là trước toàn thể hội chúng hay trong nhóm nhỏ- thì hãy tập đọc cho rõ ràng. Có thể bạn không có giọng nói hay, nhưng bạn có thể tập đọc Kinh Thánh một cách diễn cảm. Đây là kỹ năng phải luyện tập, vì không ai tự nhiên có thể đọc lớn tiếng một cách diễn cảm được. Rất nhiều người đọc Kinh Thánh chỗ đông người với giọng ngang phè phè, thiếu sức sống đến nỗi có cảm giác như đây là quyển sách mà không ai muốn đọc cả. Hãy đọc Kinh Thánh đúng như bản chất của Kinh Thánh: Lời sống động của một Đức Chúa Trời hằng sống. Hãy tập đọc Kinh Thánh lớn tiếng. Hãy nghe Lời Chúa bằng thiết bị thu âm bạn yêu thích. Dùng thì giờ đọc Kinh Thánh trong giờ gia đình lễ bái như một cách để luyện đọc cho rõ ràng. Tôi vừa tra cứu trên Internet về cách đọc lớn tiếng cho hay. Có nhiều lời khuyên cũng như nguồn tài liệu có sẵn. Hãy quyết định làm sáng danh Chúa bằng cách trở thành người đọc Lời Chúa xuất sắc trước công chúng. Dù ít người làm được điều này, nhưng nó sẽ tạo sự khác biệt.

Một đôi lời ngắn gọn về việc chuẩn bị tinh thần để nghe Lời Chúa. Nếu bạn đến một nhà thờ tin lành điển hình sớm khoảng hai phút trước giờ thờ phượng, bạn sẽ có cảm giác như bước vào phòng tập thể dục sớm hai phút trước một trận đấu bóng rổ. Là mục sư, một phần, tôi rất trân trọng việc tín đồ vui vẻ gặp gỡ trò chuyện chào hỏi nhau vì điều đó tạo không khí thân mật hiệp một khi gia đình của Đức Chúa Trời nhóm họp lại với nhau. Nhưng tôi nghĩ mong ước lớn hơn của tôi là những người đến nghe Lời Chúa có lòng tôn kính và tìm kiếm Đức Chúa Trời.

Có thời gian một hội thánh Hàn Quốc đã mượn nhà thờ của chúng tôi để tổ chức buổi nhóm giữa tuần. Tôi rất ấn tượng trước phong cách của họ khi bước vào nơi thờ phượng. Dù đến trước hay sau khi giờ nhóm bắt đầu, việc đầu tiên họ làm khi ngồi xuống băng ghế là cúi đầu cầu nguyện vài phút trước khi sắp xếp đồ đạc, cởi nút áo khoác hay chào hỏi người khác. Điều đó nhắc nhở chính bản thân họ và những người khác mục đích chính của việc họ đến nhà thờ là gì. Đa số những hội thánh tôi quen biết có thể chấp nhận còn hơn thế nữa. Một trong những cách đó là để cho mọi người vui vẻ "sum họp gia đình". Vài phút trước khi bắt đầu buổi thờ phượng sẽ kêu gọi dành thì giờ tĩnh lặng và tập trung.

Tương tự, Jeremiah Burroughs, một người Anh theo Thanh giáo, trước khi mất năm 1646 đã viết xuống những lời khuyên nhủ về việc tập chuẩn bị lắng nghe Lời Chúa:

> Trước hết, khi đến lắng nghe Lời Chúa, nếu muốn tôn thánh danh Đức Chúa Trời, bạn phải gắn kết linh hồn mình với thực chất của với điều bạn sẽ nghe, mà điều bạn sẽ nghe là Lời Đức Chúa Trời... Vì vậy bạn thấy rằng sứ đồ Phao-lô, khi viết thư cho các tín hữu Tê-sa-lô-ni-ca, đã cho họ biết vì sao Lời Chúa tác động trên đời sống họ như vậy. Đó là vì họ đã nghe Lời Chúa. "Bởi vậy, chúng tôi không ngớt cảm tạ Đức Chúa Trời, vì khi anh em nghe và tiếp nhận lời Đức Chúa Trời từ chúng tôi, anh em không tiếp nhận lời ấy như lời của loài người, nhưng đích thực là lời của Đức Chúa Trời" (1Tê 2:13).[2]

Vậy nghe Lời Đức Chúa Trời không chỉ là nghe một cách thụ động mà là một kỷ luật cần được trau dồi.

Đọc Lời Chúa

Nếu vẫn không tin rằng các Cơ Đốc nhân cần được khuyên giục rèn luyện bản thân trong việc đọc Kinh Thánh thì hãy suy nghĩ về điều này: Theo báo cáo của USA Today, cuộc thăm dò cho thấy chỉ có 11% người Mỹ có đọc Kinh Thánh mỗi ngày. Hơn một nửa mỗi tháng đọc chưa được một lần hoặc không đọc.[3]

Dĩ nhiên, chúng ta cố trấn an bản thân bằng cách lưu ý rằng cuộc thăm dò ấy bao gồm toàn bộ dân Mỹ, không phải chỉ những người xưng mình là Cơ Đốc nhân. Đáng thương thay, chẳng an tâm được bao nhiêu. Chưa đầy một năm trước, Barna Research Group đã làm một cuộc khảo sát giữa những người tự nhận là "Cơ Đốc Nhân đã được tái sinh" và thu được kết quả đáng buồn như sau: chỉ có 18% - tức trong 10 người có chưa tới 2 người – đọc Kinh Thánh mỗi ngày. Tệ nhất là 23% - tức gần ¼ các Cơ Đốc nhân tự xưng – nói rằng họ chưa bao giờ đọc Lời Chúa.[4] Thăm dò và khảo sát rồi sẽ thay đổi, nhưng không có nhiều lý do để tin rằng những con số này sẽ dao động đáng kể theo thời gian. Hãy xem xét những con số thống kê này dưới ánh sáng của 1 Ti-mô-thê 4:7 "Hãy tự luyện tập lòng tin kính."

Chúa Giê-xu thường hỏi về sự hiểu biết Kinh Thánh của mọi người, bắt đầu bằng câu: "Các ngươi chưa từng đọc ...?" (Mat 19:4; Mác 12:10). Ngài cho rằng những người tự nhận là con cái Đức Chúa Trời hẳn phải đọc Lời Ngài. Và rất có thể câu hỏi này ngụ ý sự quen thuộc với *toàn bộ* Lời Đức Chúa Trời.

Khi Chúa Giê-xu phán: "Người ta sống chẳng phải chỉ nhờ bánh mà thôi, nhưng cũng nhờ mọi lời nói từ miệng Đức Chúa Trời" (Mat 4:4), chắc chắn Ngài muốn ít nhất chúng ta phải đọc "mọi lời", vì làm sao chúng ta có thể "sống....nhờ mọi lời nói từ miệng Đức Chúa Trời" nếu chúng ta thậm chí không bao giờ đọc "mọi lời nói từ miệng Đức Chúa Trời"?

Vì "Cả Kinh Thánh đều được Đức Chúa Trời cảm thúc, có ích cho sự dạy dỗ, khiển trách, sửa trị và huấn luyện trong sự công chính" (2 Ti 3:16), thì lẽ nào chúng ta lại không đọc sao?

Khải Huyền 1:3 cho biết: "Phước cho người đọc cùng những người nghe lời tiên tri nầy và vâng giữ những điều đã ghi chép trong đó, vì thì giờ đã gần rồi." Đức Chúa Trời hứa rằng những ai đọc và lưu tâm đến Lời Ngài sẽ được phước. Nhưng chỉ những ai rèn tập bản thân để làm như vậy mới nhận được những ơn phước ấy.

Xin nhớ rằng lý do chính để kỷ luật bản thân là lòng tin kính. Chúng ta đã học biết rằng rèn luyện tâm linh là phương cách phù hợp với Kinh Thánh, nơi chúng ta có thể mong đợi gặp gỡ ân điển biến đổi của Đức Chúa Trời. Cách rèn luyện quan trọng nhất là tiếp thu Lời Đức Chúa Trời. Không có nhân tố nào ảnh hưởng đến việc khiến chúng ta trở nên giống Con Ngài hơn là Thánh Linh Đức Chúa Trời hành động qua Lời Ngài. Nếu bạn muốn được thay đổi, nếu muốn trở nên giống Chúa Cứu Thế Giê-xu hơn, hãy rèn luyện bản thân trong việc đọc Kinh Thánh.

Chúng ta nên đọc Kinh Thánh thường xuyên ở mức nào? Trong quyển *How to Enjoy Your Bible* (tạm dịch: *Đọc Kinh Thánh Cách Thích Thú*) nhà giảng đạo người Anh John Blanchard đã trả lời:

> "Chắc chắn chúng ta chỉ phải thực tế và thành thật với bản thân để biết mình cần đọc Kinh Thánh thường xuyên ở mức độ nào. Chúng ta đối diện với nan đề, cám dỗ và áp lực bao lâu một lần? *Mỗi ngày!* Vậy bạn cần được dạy dỗ, hướng dẫn và khích lệ bao lâu một lần? *Mỗi ngày!* Gom hết tất cả những nhu cầu này vào một vấn đề quan trọng hơn, đó là bạn cần nhìn thấy mặt Đức Chúa Trời, nghe tiếng Ngài, cảm nhận sự rờ chạm của Ngài, nhận biết quyền năng Ngài bao lâu một lần? Câu trả lời cho tất cả những câu hỏi ấy đều như nhau: *mỗi ngày!* Như lời nhà truyền giáo người Mỹ D. L. Moody đã nói: "Người ta không thể nhận lãnh ân điển cho tương lai cũng như không thể ăn trước cho sáu tháng tới, hoặc hít không khí đầy phổi để dành dùng cho cả tuần. Chúng ta phải đến cửa hàng ân điển vô biên của Đức Chúa Trời và nhận lấy ân điển mà chúng ta cần cho mỗi ngày."[5]

Sau đây là ba đề nghị thực tiễn nhất giúp bạn luôn thành công trong việc đọc Kinh Thánh. Thứ nhất, chọn *thời gian*. Có lẽ một trong những lý do chủ yếu khiến các Cơ Đốc nhân chưa bao giờ đọc hết Kinh Thánh là do nản chí. Hầu hết mọi người trước giờ chưa từng đọc quyển sách

1000 trang nào nên họ cảm thấy nản chí trước độ dài của Kinh Thánh. Bạn có nhận ra rằng những băng đĩa đọc Kinh Thánh đã chứng minh bạn có thể đọc hết Kinh Thánh trong vòng 71 giờ không? Còn ít hơn cả lượng thời gian trung bình mà người Mỹ ngồi trước truyền hình mỗi tháng.[6] Nói cách khác, nếu mọi người thay vì xem tivi, hãy dành thời gian đó đọc Kinh Thánh, thì họ sẽ đọc xong toàn bộ Kinh Thánh trong bốn tuần hoặc ít hơn. Nếu không khả thi, hãy suy nghĩ điều này: Chỉ cần dành 15 phút mỗi ngày, không cần hơn, thì bạn có thể đọc cả Kinh Thánh trong vòng chưa tới một năm. Chỉ với năm phút mỗi ngày bạn có thể đọc cả Kinh Thánh trong vòng chưa tới ba năm. Thế nhưng phần lớn các Cơ Đốc nhân chưa từng đọc cả Kinh Thánh lần nào trong đời. Vậy chúng ta trở lại với ý cho rằng đây chủ yếu là vấn đề về kỷ luật và động cơ.

Hãy kỷ luật bản thân để chọn *thời gian*. Hãy cố gắng mỗi ngày đọc Kinh Thánh vào cùng một giờ. Nếu được, đừng chọn thời gian ngay trước khi đi ngủ. Đọc Kinh Thánh trước khi thiu thiu ngủ vẫn tốt nhưng nếu đây là thời gian duy nhất trong ngày bạn đọc Kinh Thánh thì bạn nên tìm một thời điểm khác. Có ít nhất hai lý do. Thứ nhất, khi đang mệt và buồn ngủ bạn gần như sẽ chẳng nhớ được những gì mình đọc. Và thứ hai, có lẽ trong khi ngủ bạn làm rất ít điều xấu. Bạn cần gặp gỡ Đấng Christ trong Kinh Thánh khi Lời Ngài vẫn còn thời gian tác động đến một ngày của bạn.

Đề nghị thực tiễn thứ hai là tìm một *lịch* đọc Kinh Thánh. Chẳng có gì ngạc nhiên khi một người ngày nào cũng mở đại Kinh Thánh ra đọc sẽ sớm bỏ cuộc. Có nhiều lịch đọc Kinh Thánh trên Internet. Nhiều quyển sách học Kinh Thánh có cả lịch đọc Kinh Thánh. Hầu hết các hội thánh địa phương cũng có thể cung cấp cho bạn một quyển sách hướng dẫn đọc Kinh Thánh mỗi ngày.

Ngoài lịch đọc Kinh Thánh cụ thể, mỗi Chúa nhật đọc 3 hoặc 5 chương sẽ giúp bạn đọc hết Kinh Thánh trong vòng 1 năm. Đọc 3 chương trong Cựu Ước và 3 chương Tân Ước mỗi ngày, bạn sẽ đọc hết Cựu Ước 1 lần và hết Tân Ước 4 lần trong vòng 12 tháng.

Lịch đọc Kinh Thánh tôi yêu thích là mỗi ngày đọc năm phần khác nhau. Tôi bắt đầu đọc Sáng-thế Ký (Luật pháp), Giô-suê (Lịch sử), Gióp (Thơ ca), Ê-sai (Tiên tri) và Ma-thi-ơ (Tân Ước), với số chương bằng nhau ở mỗi phần. Biến thể của lịch đọc này là mỗi ngày đọc ba phần, bắt đầu đọc theo thứ tự Sáng Thế Ký, Gióp, và Ma-thi-ơ. Ba phần này có độ dài xấp xỉ bằng nhau nên bạn sẽ hoàn thành trong cùng một thời gian. Lợi ích lớn của lịch đọc này là sự đa dạng của nó. Nhiều người có ý định đọc xuyên suốt Kinh Thánh cảm thấy lộn xộn khi đọc Lê-vi Ký, chán nản khi đọc Dân Số Ký và hoàn toàn bỏ cuộc khi đọc Phục Truyền Luật Lệ Ký. Nhưng sự đa dạng khi mỗi ngày bạn đọc nhiều phần khác nhau trong Kinh Thánh sẽ giúp bạn dễ giữ đà.

Dù bạn không đọc hết Kinh Thánh trong vòng 1 năm, cũng hãy ghi lại những sách bạn đã đọc. Đánh dấu bên cạnh chương bạn đọc hoặc bên cạnh tiêu đề của sách trong phần mục lục khi đã đọc xong. Với cách này, dù bạn đọc trong bao lâu hay theo thứ tự nào đi nữa, bạn vẫn biết mình đã đọc hết các sách trong Kinh Thánh hay chưa.

Đề nghị thứ ba là hãy tìm ít nhất một từ, cụm từ hay câu để *suy ngẫm* mỗi lần bạn đọc. Chúng ta sẽ nói rõ hơn việc suy ngẫm trong chương tiếp theo, nhưng bây giờ, bạn nên biết rằng nếu không suy ngẫm, bạn có thể đóng Kinh Thánh lại mà chẳng nhớ nổi một điều gì. Và nếu vậy, Kinh Thánh không thể thay đổi bạn. Dù có một lịch đọc tốt, nhưng điều đó cũng có thể trở thành một việc trần tục và chán phèo thay vì là kỷ luật đem lại niềm vui. Hãy chọn ít nhất một điều bạn đã đọc để suy ngẫm trong ít phút. Bạn sẽ hiểu Lời Chúa cách sâu sắc hơn và biết cách áp dụng lời ấy vào đời sống. Và càng áp dụng chân lý của Kinh Thánh, bạn càng trở nên giống Chúa Giê-xu hơn.

Tất cả chúng ta nên có lòng say mê đọc Lời Chúa như nhân vật trong câu chuyện sau đây. Trong quyển *The Wonder of the Word of God* (tạm dịch: *Điều Kỳ Diệu của Lời Chúa*), Robert L. Sumner kể về một người ở thành phố Kansas bị thương nặng trong một vụ nổ. Gương mặt ông bị biến dạng khủng khiếp, mắt bị mù và mất hai bàn tay. Ông vừa mới tin nhận Chúa thì tai nạn xảy ra và một trong những nỗi thất vọng lớn nhất của ông là không còn đọc Kinh Thánh được nữa. Rồi ông nghe nói về một phụ nữ ở Anh đọc chữ Braille bằng môi. Hi vọng làm được như vậy, ông đặt mua Kinh Thánh bằng chữ Braille. Nhưng ông phát hiện ra rằng các đầu dây thần kinh trên môi ông đã bị hỏng nặng đến mức không phân biệt được các ký tự. Ngày nọ, khi đưa trang sách chữ Braille lên môi, tình cờ lưỡi ông chạm vào một vài ký tự nổi ấy và ông cảm nhận được chúng. Một ý nghĩ chợt lóe lên: *"Mình có thể đọc Kinh Thánh bằng lưỡi."* Vào thời điểm Robert Sumner viết quyển sách ấy, nhân vật nọ đã đọc qua toàn bộ Kinh Thánh đến 4 lần.[7] Nếu ông ấy làm được vậy, thì bạn có thể khép mình vào kỷ luật để đọc Kinh Thánh được không?

Học Lời Chúa

Nếu đọc Kinh Thánh được ví như cuộc dạo chơi băng ngang mặt hồ sáng lấp lánh bằng thuyền máy, thì học Kinh Thánh giống như chậm rãi băng qua mặt hồ ấy bằng chiếc thuyền có đáy trong suốt. Đi bằng thuyền máy cho ta cái nhìn toàn cảnh về hồ cũng như thấy sơ qua độ sâu của nó. Tuy nhiên, chiếc thuyền có đáy trong suốt của việc nghiên cứu đưa bạn đi xuống bên dưới bề mặt của Kinh Thánh để bạn thong thả ngắm xem sự rõ ràng và chi tiết thường bị những người chỉ đọc văn mạch bỏ qua. Như lời tác giả Jerry Bridge đã nói: "Đọc cho ta biết chiều ngang, còn học giúp ta thấy được chiều sâu."[8]

Chúng ta hãy cùng nhìn xem ba tấm gương ham thích học hỏi Lời Chúa. Thứ nhất là nhân vật E-xơ-ra trong Cựu Ước: "Vì E-xơ-ra chuyên tâm nghiên cứu luật pháp của Đức Giê-hô-va, tuân giữ và dạy cho dân Y-sơ-ra-ên biết luật pháp và các quy định" (Era 7:10). Trình tự trong câu này dạy chúng ta một điều quan trọng. E-xơ-ra (1) 'chuyên tâm', (2) 'nghiên cứu luật pháp của Đức Giê-hô-va' (3) 'tuân giữ' và

(4) 'dạy cho dân Y-sơ-ra-ên biết luật pháp và các quy định'. Trước khi dạy Lời Chúa cho dân sự của Đức Chúa Trời, ông thực hành điều ông đã học. Ông học những điều đó nhờ nghiên cứu Kinh Thánh. Tuy nhiên, ông 'chuyên tâm' nghiên cứu. Nói cách khác, E-xơ-ra kỷ luật bản thân để học hỏi Lời Chúa.

Tấm gương thứ hai là ở Công Vụ Các Sứ Đồ 17:11. Các giáo sĩ Phao-lô và Si-la vừa thoát chết từ thành Tê-sa-lô-ni-ca sau khi công tác truyền giáo thành công của họ kích động lòng ganh ghét của những người Do Thái tại đó. Khi họ thực hiện cũng công tác truyền giáo đó tại Bê-rê, những người Do Thái tại đây phản ứng hoàn toàn khác: "Những người Do Thái ở đây có tinh thần cởi mở hơn những người ở Tê-sa-lô-ni-ca; họ nhiệt thành tiếp nhận đạo, ngày nào cũng nghiên cứu Kinh Thánh để xét xem lời giảng có đúng không." Câu tiếp theo cho biết kết quả là: "Vì thế, có nhiều người trong số họ tin Chúa". Ở đây, việc họ sẵn sàng tra xem Kinh Thánh được gọi là tinh thần cởi mở.

Tấm gương nghiên cứu lẽ thật của Đức Chúa Trời mà tôi thích nhất được chép trong 2 Ti-mô-thê 4:13. Sứ đồ Phao-lô bị giam trong ngục và đang viết chương cuối cho bức thư tín cuối cùng của mình. Biết trước người bạn trẻ Ti-mô-thê sẽ đến, ông viết: "Khi con đến, nhớ đem chiếc áo choàng mà ta để lại tại nhà Ca-bút, thành Trô-ách, và sách vở nữa, nhất là những cuộn sách bằng giấy da". Sách vở và những cuộn sách bằng giấy da mà Phao-lô yêu cầu Ti-mô-thê đem đến chắc chắn là có cả những bản sao Kinh Thánh. Trong cảnh giam cầm lạnh lẽo, khổ sở, vị sứ đồ tin kính yêu cầu hai thứ: một chiếc áo choàng để mặc cho ấm và Lời Chúa để nghiên cứu hầu sưởi ấm tâm trí và tấm lòng. Phao-lô đã thấy Thiên đàng (2 Cô 12:1-6) và Đấng Christ phục sinh (Công 9:5), ông đã kinh nghiệm năng quyền Thánh Linh qua những phép lạ (Công 14:10) và thậm chí còn viết Kinh Thánh (2 Phi 3:16).Tuy vậy, ông vẫn tiếp tục học Lời Chúa cho đến khi qua đời. Nếu Phao-lô, dù đã trực tiếp nhìn thấy thiên đàng, Chúa Giê-xu, các phép lạ, và nhiều điều khác mà vẫn cần học Lời Chúa thì chắc chắn bạn và tôi cũng cần và nên tự kỷ luật bản thân để học Lời Chúa.

Nhưng vì sao chúng ta không học Lời Chúa? Vì sao có quá nhiều Cơ Đốc nhân lơ là học Lời Chúa? R. C. Sproul đã nói quá đúng: "Vấn đề thực sự ở đây là tính lơ đễnh của chúng ta. Chúng ta không hoàn thành nhiệm vụ học Lời Chúa không hẳn là vì lời ấy khó hiểu, cũng không phải vì lời ấy tẻ nhạt và chán ngắt mà vì học Lời Chúa là làm việc. Vấn đề của chúng ta không phải là thiếu trí hiểu hay thiếu đam mê mà là sự lười biếng".[9]

Ngoài sự lười biếng, đối với một số người, nan đề của họ có thể một phần là sự thiếu tự tin về cách học Kinh Thánh của mình hoặc không biết bắt đầu từ đâu. Thật ra, khởi đầu không khó đến thế. Sự khác biệt cơ bản giữa đọc Kinh Thánh và học Kinh Thánh chỉ đơn giản là cây viết chì và tờ giấy (hoặc phương tiện nào khác để ghi lại ý nghĩ của bạn). Ghi xuống những điều bạn quan sát được trong phân đoạn Kinh Thánh bạn đọc và ghi lại những câu hỏi hiện ra trong trí bạn. Nếu Kinh Thánh của bạn có phần tham chiếu,[10] hãy xem những câu tham chiếu liên quan đến các câu Kinh Thánh khiến bạn thắc mắc, rồi ghi lại những gì bạn hiểu được. Tìm từ khóa trong phân đoạn bạn đọc và dùng mục lục phía sau Kinh Thánh để xem từ ngữ đó được dùng ở chỗ khác như thế nào, và ghi lại những phát hiện của bạn. Một cách bắt đầu khác là lập bố cục của một chương, mỗi lần một phân đoạn. Khi xong chương đó, lập bố cục chương tiếp theo cho đến khi bạn lập xong bố cục của cả sách. Không bao lâu bạn sẽ hiểu rõ một phần Kinh Thánh hơn là chỉ đọc qua.

Khi tiến bộ trong việc nghiên cứu Kinh Thánh, bạn sẽ thấy được giá trị của việc học kỹ từng từ, học theo nhân vật, học theo đề tài và học theo sách. Bạn sẽ khám phá sự phong phú mới mẻ trong Kinh Thánh khi hiểu thêm về cách ngữ pháp, lịch sử, văn hóa và địa lý quanh ngữ cảnh tác động đến việc giải nghĩa phân đoạn ấy.

Đừng để cảm giác mình không đủ khả năng ngăn cản bạn cảm nhận niềm vui khi tự học Kinh Thánh. Có rất nhiều sách, dày mỏng khác nhau, viết về cách học Kinh Thánh. Những quyển sách ấy cung cấp cho bạn nhiều hướng dẫn về phương pháp và công cụ học Kinh Thánh hơn tôi có thể cung cấp cho bạn trong chương này. Xin đừng chỉ dừng lại ở những thực phẩm thuộc linh "đã được chế biến." Hãy kinh nghiệm niềm vui khám phá những hiểu biết sâu sắc về Kinh Thánh qua việc tự học Kinh Thánh!

Áp Dụng Thêm

Nếu mức độ trưởng thành trong sự tin kính được đo lường bằng chất lượng của việc tiếp thu Lời Chúa, thì kết quả thế nào?

Đây là câu hỏi quan trọng, vì sự thật là mức độ trưởng thành trong sự tin kính của bạn phần lớn chịu tác động bởi chất lượng của việc bạn tiếp thu Lời Chúa. Trong lời cầu nguyện như thầy tế lễ thượng phẩm của Chúa Giê-xu ở Giăng 17, Ngài đã cầu xin Cha cho chúng ta: "Xin Cha dùng chân lý thánh hóa họ. Lời của Cha là chân lý" (17:17). Kế hoạch thánh hoá chúng ta của Đức Chúa Trời, tức là khiến chúng ta trở nên thánh khiết và tin kính, được thực hiện bởi phương tiện là 'chân lý' – Lời của Ngài. Nếu chúng ta chấp nhận sự tiếp thu kém chất lượng trong việc nghe, đọc và học Lời Chúa, là chúng ta đang giới hạn nghiêm trọng ân điển thánh hóa Đức Chúa Trời đang tuôn đổ vào lòng chúng ta.

Như đã nói, tôi nhận ra rằng chúng ta (kể cả tôi) rất dễ cảm thấy có lỗi vì những thất bại trong việc tiếp thu Lời Chúa trong quá khứ. Trên hết mọi sự, hãy nhớ rằng cửa Thiên đàng mở ra cho chúng ta không phải dựa trên việc làm của chúng ta (như việc tiếp thu Lời Chúa chẳng hạn), mà bởi công tác của Đức Chúa Trời trong Chúa Cứu Thế Giê-xu. Ngoài ra, chúng ta hãy áp dụng sứ điệp trong Phi-líp 3:13 vào việc thiếu kiên định trước đây trong việc tiếp nhận Lời Chúa và bắt đầu "quên đi những gì ở đằng sau, vươn tới những gì ở đằng trước" trong lĩnh vực này.

Điều này dẫn đến câu hỏi áp dụng cuối cùng.

Một điều bạn có thể làm để cải thiện việc tiếp thu Lời Chúa là gì?

Nếu không bị cản trở khách quan, ít nhất mỗi tuần một lần hãy tham gia nhóm với các tín hữu có cùng tâm tình để lắng nghe Lời Chúa. Nhiều hội thánh tin vào thẩm quyền Kinh Thánh cho ta nhiều cơ hội để lắng nghe lời Chúa mỗi tuần. Nghe đọc Kinh Thánh, cũng như nghe dạy Kinh Thánh trên internet hoặc trên ra-đi-ô cũng là những lựa chọn giúp bạn thêm cơ hội nghe Lời Chúa. Hãy đặt mục tiêu nghiêm túc cố gắng đọc Kinh Thánh hằng ngày và đọc hết cả Kinh Thánh. Ngoài ra, những sách bài tập và sách hướng dẫn học Kinh Thánh theo từng sách trong Kinh Thánh cũng như theo vô số chủ đề cũng đã được bày bán trong các hiệu sách Cơ Đốc với giá không quá mắc. Bên cạnh việc tự học Kinh Thánh cá nhân, hãy tham gia nhóm học Kinh Thánh trong hội thánh hay cộng đồng của bạn, thậm chí có thể tự thành lập một nhóm học Kinh Thánh.

Dù chọn cách nào, cũng hãy tự rèn luyện để đạt được sự tin kính bằng cách cam kết thực hiện ít nhất một phương cách cải thiện việc tiếp nhận Lời Thánh của Đức Chúa Trời. Vì người ít động đến Kinh Thánh thật ra cũng chẳng hơn gì người không có Kinh Thánh.

Chúng ta hãy kết thúc chương này bằng lời khích lệ quan trọng, được trích từ quyển sách nhỏ nhan đề *Reading the Bible* (tạm dịch: *Đọc Kinh Thánh*) của tác giả Geoffrey Thomas, một mục sư người xứ Wales. Những chỗ có chữ "đọc" xin cũng áp dụng cho cả việc 'nghe' và 'học':

Đừng mong đợi nắm vững Kinh Thánh trong một ngày, một tháng, hay một năm. Thà mong rằng thường xuyên cảm thấy nội dung Kinh Thánh làm cho mình bối rối thì hơn. Không phải tất cả các câu Kinh Thánh đều rõ ràng như nhau. Khi đọc Kinh Thánh, những anh hùng của Đức Chúa Trời thường cảm thấy mình như những người không có kinh nghiệm. Sứ đồ Phi-e-rơ nói rằng có vài điều khó hiểu trong các thư tín của Phao-lô (2 Phi 3:16). Tôi rất mừng khi ông viết những lời ấy vì chính tôi cũng thường cảm thấy như vậy. Cho nên, đừng nghĩ rằng lúc nào đọc Kinh Thánh cũng nhận được cảm xúc dâng trào hay cảm giác bình an tĩnh lặng. Bởi ân điển của Đức Chúa Trời, bạn có thể mong đợi đó là trải nghiệm thường xuyên của mình, nhưng thường thì bạn sẽ chẳng có sự đáp ứng nào về mặt cảm xúc cả đâu.

Hãy để Lời Chúa thâm nhập vào tấm lòng và tâm trí bạn dần dần theo năm tháng, rồi sẽ có những thay đổi lớn về thái độ, quan điểm và cách cư xử mà bạn không cảm nhận được. Có lẽ bạn là người cuối cùng nhận ra những thay đổi ấy. Thông thường, bạn sẽ cảm thấy rất, rất nhỏ bé, vì dần dần, Đức Chúa Trời của Kinh Thánh sẽ trở nên vĩ đại tuyệt vời trong mắt bạn. Vì thế, hãy tiếp tục đọc cho đến khi không còn đọc được nữa và rồi bạn sẽ không cần đến Kinh Thánh nữa, vì khi nhắm mắt xuôi tay, không còn đọc Lời Chúa trong Kinh Thánh được nữa, bạn sẽ thấy Lời Chúa bằng xương bằng thịt, tức là Chúa Giê-xu trong Kinh Thánh mà bạn đã biết từ lâu, Đấng đứng trước mặt bạn để đưa bạn về sống với Ngài trong nhà vĩnh cửu.[11]

Chương 3

3 | Tiếp Thu Lời Chúa (Phần 2)... Để Luyện Tập Lòng Tin Kính

Tăng trưởng Cơ Đốc đòi hỏi sự rèn luyện. Mức độ nhanh chóng cũng như quy mô tăng trưởng thuộc linh của một người phụ thuộc vào sự rèn luyện này. Đó là sự rèn luyện về phương tiện.

Richard Halverson

Vì bạn đang đọc quyển sách này, nên chắc chắn, ít nhất ở mức độ nào đó, bạn là người đã nghe, đọc và học Lời Chúa như đã được khuyến khích trong chương trước. Dẫu vậy, cũng rất có thể bạn không nhận biết nhiều kết quả đang được sản sinh trong đời sống mình từ những cách rèn luyện này. Điều bạn trải nghiệm không đáp ứng được mong muốn của bạn, vì vậy có lẽ bạn kết luận rằng bạn có vấn đề, rằng có thể bạn là Cơ Đốc nhân hạng hai.

Thực tế là vấn đề có thể không hề nằm ở bạn, mà đơn giản là ở *phương pháp* của bạn. Ví dụ, tôi biết nhiều người đọc Kinh Thánh mỗi ngày. Họ thậm chí có thể đọc nhiều phân đoạn vào mỗi buổi sáng. Nhưng ngay khi đóng Kinh Thánh lại, đa phần họ đều thừa nhận không thể nhớ một điều gì vừa đọc.

Họ thở dài kết luận "tôi thật sự không có trí nhớ tốt". Hoặc có thể họ tin rằng họ không thể nhớ điều họ đã đọc vì không có chỉ số thông minh (IQ) cao, hoặc không có trình độ, hay là họ quá già. Vâng, một số thiên tài hai mươi hai tuổi trong các lớp tôi dạy trong chủng viện cũng gặp vấn đề tương tự. Vì vậy, tôi dám chắc rằng trong hầu hết các trường hợp, lý do người ta không thể nhớ đã đọc gì trong Kinh Thánh không phải vì tuổi tác, khả năng trí tuệ hay quá trình đào tạo, mà là phương pháp họ sử dụng.

Ngoài ra, có ai muốn tranh cãi rằng người bình thường- tức người có trí tuệ và trình độ học vấn trung bình, thì không thể nhận được lợi ích mỹ mãn khi đọc Kinh Thánh thường xuyên không? Chắc chắn là không, nhất là kết quả quan sát xác nhận rằng điều sứ đồ Phao-lô nói về các Cơ Đốc nhân ở Cô-rinh-tô cũng đúng với Cơ Đốc nhân ở khắp mọi nơi: "Thưa anh em, hãy suy nghĩ lúc anh em được kêu gọi, trong anh em không có mấy người khôn ngoan theo tiêu chuẩn đời này, không mấy ai có quyền thế, cũng chẳng có mấy người thuộc dòng quý tộc" (1 Cô 1:26). Nói cách khác, vì đa số những người Đức Chúa Trời kêu gọi không phải là người "khôn ngoan theo tiêu chuẩn đời này", nên phải chăng hầu hết Cơ Đốc nhân đều không thể nhận được ích lợi nhiều từ Kinh Thánh ở mức độ cá nhân? Không phải vậy, vì chắc chắn Đức Chúa Trời muốn mọi con cái Ngài tăng trưởng trong ân điển và trong sự hiểu biết Ngài qua Lời Ngài.

Vậy thì vấn đề nằm ở đâu? Tại sao lời Kinh Thánh có thể đi qua tai hoặc mắt rồi sau đó thường nhanh chóng ra khỏi tâm trí chúng ta, cho dù chúng ta hết lòng yếu mến Lời Chúa? Vấn đề là tự thân việc nghe và đọc Kinh Thánh thường chưa đủ để chúng ta nhớ điều mình đã nhận được. Chúng là những cách rèn luyện vô giá và không thể thay thế được, nhưng chúng chưa đầy đủ nếu không có các cách rèn luyện khác. Trong khi việc nghe và đọc gieo hạt giống Kinh Thánh xuống mảnh đất tâm hồn chúng ta, thì các hình thức rèn luyện tâm linh khác là nước và mặt trời mà Đức Chúa Trời dùng để đem lại sự tăng trưởng và sinh trái giống Đấng Christ trong đời sống chúng ta. Như đã nói ở phần trước, học Kinh Thánh là một cách tưới nước và làm ấm hạt giống được gieo qua việc nghe và đọc Lời Chúa. Chương này đề cập đến ba hình thức rèn luyện tâm linh quan trọng hơn giúp tiếp nhận Lời Chúa, mà khi bạn thực hành đúng đắn, chúng sẽ giúp bạn gia tăng hiểu biết về Đức Chúa Trời và trở nên giống Đấng Christ hơn.

Học Thuộc Lời Chúa – Lợi Ích Và Phương Pháp

Nhiều Cơ Đốc nhân xem ghi nhớ Lời Chúa là cách rèn luyện tâm linh giống như tuận đạo trong thế giới hiện đại. Yêu cầu họ học thuộc các câu Kinh Thánh thì họ quyết liệt phản đối như thể đang được yêu cầu tình nguyện đối mặt với những con sư tử của hoàng đế Nê-rô. Vì sao như vậy? Có lẽ là vì nhiều người liên tưởng việc học thuộc Kinh Thánh với cách học thuộc lòng như hồi còn đi học. Nó đòi hỏi công sức và đa phần chẳng có gì thú vị cũng như không có giá trị nhiều. Người ta cũng hay biện minh rằng mình có trí nhớ kém. Nhưng nếu tôi cho bạn 1.000 đô-la cho mỗi câu Kinh Thánh bạn học thuộc trong 7 ngày tới thì sao? Bạn có nghĩ rằng thái độ đối với việc học thuộc Lời Chúa và khả năng học thuộc lòng của bạn sẽ được cải thiện không? Bất cứ phần thưởng tài chính nào cũng vô cùng nhỏ bé khi so sánh với giá trị to lớn của kho báu Lời Đức Chúa Trời được tích lũy trong tâm trí bạn.

Học thuộc Lời Chúa cung cấp năng quyền thuộc linh

Khi Kinh Thánh được lưu giữ trong tâm trí, Đức Thánh Linh sẽ có lời Chúa để nhắc nhở bạn khi bạn cần nhất. Đó là lý do tác giả Thi Thiên 119 đã viết: "Con giấu lời Chúa trong lòng con để con không phạm tội cùng Chúa" (119:11). Chẳng hạn, xem hoặc nghĩ về một điều mình biết là không nên là một chuyện, nhưng để có thêm sức lực chống lại cám dỗ khi nhớ đến một câu Kinh Thánh cụ thể như Cô-lô-se 3:2 "Hãy chú tâm vào những điều ở trên trời, đừng chú tâm đến những điều ở dưới đất" là một chuyện khác.

Khi Đức Thánh Linh nhắc nhở bạn một câu Kinh Thánh cụ thể như thế, điều đó minh họa cho ý nghĩa của câu Ê-phê-sô 6:17: "gươm của Thánh Linh, là lời Đức Chúa Trời". Một chân lý Kinh Thánh được Thánh Linh nhắc nhở đúng nơi, đúng lúc, có thể trở thành thứ vũ khí xoay chuyển tình thế trong cuộc chiến thuộc linh.

Không có ví dụ minh họa nào hay hơn câu chuyện Chúa Giê-xu đối đầu với Sa-tan trong đồng vắng cô quạnh xứ Giu-đê (Mat 4:1-11). Mỗi lần kẻ thù cám dỗ Chúa, Ngài dùng gươm Thánh Linh để chống đỡ. Chính nhờ Thánh Linh nhắc lại những phân đoạn Kinh Thánh cụ thể đã giúp Chúa Giê-xu đắc thắng cám dỗ. Một trong những phương cách giúp ta kinh nghiệm chiến thắng thuộc linh nhiều hơn đó là bắt chước Chúa Giê-xu–ghi nhớ Kinh Thánh để Đức Thánh Linh có thể khơi dậy trong lòng chúng ta khi chúng ta cần.

Học thuộc Lời Chúa giúp đức tin thêm mạnh mẽ

Cơ Đốc nhân nào lại không muốn đức tin của mình được mạnh mẽ? Một cách để củng cố đức tin là rèn luyện bản thân để ghi nhớ Lời Chúa. Hãy cùng xem qua Châm Ngôn 22:17-19: "Hãy lắng tai nghe lời người khôn ngoan, hãy chú tâm vào sự tri thức của ta. Vì con sẽ vui thích khi giữ nó trong lòng, và tập trung nó trên đôi môi con. Ngày nay ta đã dạy cho con hiểu biết các điều đó, để con có lòng tin cậy Đức Giê-hê-va." Việc 'chú tâm vào' 'lời người khôn ngoan' nói đến ở đây và việc 'giữ nó trong lòng' chắc chắn có liên quan đến việc học thuộc lòng Lời Chúa. Hãy lưu ý lý do để giữ lời người khôn ngoan trong lòng và 'tập trung nó trên môi' mà Kinh Thánh cho biết ở đây. Đó là 'để con có lòng tin cậy Đức Giê-hô-va'. Ghi nhớ Lời Chúa làm cho đức tin của bạn thêm mạnh mẽ vì lời ấy liên tục củng cố chân lý, thường là khi bạn cần được nghe lại.

Hội thánh tôi quản nhiệm muốn xây dựng một nơi thờ phượng mới. Chúng tôi tin rằng trong hoàn cảnh của chúng tôi, chúng tôi sẽ tôn cao danh Chúa nếu xây mà không phải mắc nợ. Có những lúc đức tin của tôi đặt nơi sự chu cấp của Đức Giê-hô-va bắt đầu lung lay. Thường những lúc như vậy, điều khiến đức tin của tôi tươi mới lại là khi tôi được nhắc nhở về lời hứa của Đức Chúa Trời trong 1 Sa 2:30: "Ai coi trọng Ta sẽ được Ta coi trọng". Ghi nhớ Kinh Thánh giống như thanh thép chống đỡ cho một đức tin đang sụp lún.

Học thuộc Lời Chúa chuẩn bị chúng ta cho công tác làm chứng và tư vấn

Vào ngày Lễ Ngũ tuần (ngày lễ đang được người Do Thái kỷ niệm thì Đức Thánh Linh với quyền năng lớn giáng xuống trên những người theo Chúa Giê-xu), sứ đồ Phi-e-rơ bất ngờ được Đức Chúa Trời cảm thúc đã đứng lên giảng cho đám đông về Chúa Giê-xu. Phần lớn những gì ông nói là những lời trích dẫn từ Kinh Thánh Cựu Ước (xem Công 2:14-40). Mặc dù có sự khác nhau về chất giữa bài giảng được Thánh Linh cảm thúc cách độc nhất vô nhị của Phi-e-rơ và những cuộc trò chuyện được Thánh Linh dẫn dắt của chúng ta, nhưng kinh nghiệm của ông cho thấy việc ghi nhớ Lời Chúa có thể giúp chúng ta sẵn sàng cho những cơ hội làm chứng hay tư vấn bất ngờ xảy ra.

Gần đây, khi tôi đang nói chuyện với một người về Chúa Giê-xu, thì người ấy nói điều gì đó khiến tôi chợt nhớ lại câu Kinh Thánh mình đã thuộc. Tôi trích câu đó ra và đó chính là bước ngoặt đã đưa người ấy đến chỗ tin nhận Đấng Christ. Nhiều trường hợp như vậy xảy ra trong khi tôi tư vấn. Nếu không giấu những câu Kinh Thánh ấy trong lòng, chúng ta không thể có sẵn trên môi để nói.

Học thuộc Lời Chúa là phương tiện chỉ dẫn của Chúa

Tác giả Thi Thiên viết: "Các chứng ước Chúa là niềm vui thích của con, cũng là những cố vấn cho con" (Thi 119:24). Đức Thánh Linh lấy lẽ thật Kinh Thánh từ bộ nhớ của chúng ta để dùng khi tư vấn người khác thể nào, thì Ngài cũng sẽ nhắc chúng ta nhớ lẽ thật ấy để cho chúng ta sự hướng dẫn đúng lúc thể ấy.

Nhiều khi tôi phân vân không biết có nên nói ra suy nghĩ của mình trong một tình huống nào đó hay không, thì Chúa nhắc tôi câu Kinh Thánh Ê-phê-sô 4:19: "Chớ có một lời độc ác nào ra từ miệng anh em, nhưng khi đáng nói, hãy nói những lời tốt đẹp, có tính xây dựng để đem ơn phước đến cho người nghe". Chắc chắn thỉnh thoảng tôi hiểu sai sự hướng dẫn của Thánh Linh, nhưng không có sự chỉ dẫn nào của Ngài rõ ràng hơn là khi Ngài nhắc tôi nhớ đến một câu Kinh Thánh như thế! Để có được điều này là kết quả của việc rèn luyện ghi nhớ Lời Chúa.

Học thuộc Lời Chúa kích thích việc suy ngẫm

Một trong những lợi ích bị xem thường nhất trong việc ghi nhớ Lời Chúa là nó cung cấp chất liệu để suy ngẫm. Khi bạn ghi nhớ một câu Kinh Thánh, bạn có thể suy ngẫm câu đó bất cứ khi nào và bất cứ nơi đâu, bất kể ngày đêm. Nếu bạn yêu mến Lời Chúa đủ để học thuộc Lời Ngài, bạn có thể giống như tác giả Thi Thiên, thốt lên rằng: "Con yêu mến luật pháp Chúa biết bao! Trọn ngày con suy gẫm luật pháp ấy". Dù bạn đang xếp hàng, đang đi bộ, đang lái xe, đi xe lửa, đang chờ tại phi trường, đang lau nhà, đang cắt cỏ, đang ru con, hay đang ăn, bạn đều có thể nhận được lợi ích từ việc suy ngẫm như một cách rèn luyện tâm linh nếu bạn gửi các câu Kinh Thánh ghi nhớ trong tài khoản.

Lời Đức Chúa Trời là "gươm Thánh Linh," nhưng nếu bạn không có quyển Kinh Thánh vật lý bên cạnh, thì thứ vũ khí này phải có trong kho quân dụng của tâm trí bạn để Thánh Linh sử dụng. Thử tưởng tượng bạn đang phân vân và cần sự hướng dẫn, hay đang tranh chiến với một sự cám dỗ và cần phải đắc thắng. Đức Thánh Linh vội vàng vào kho vũ khí trong tâm trí bạn, tìm kiếm những vũ khí có sẵn, nhưng những gì Ngài thấy chỉ là Giăng 3:16, Sáng Thế Ký 1:1 và Đại Mạng lệnh. Đó đều là những lưỡi gươm sắc bén, nhưng không thích hợp cho mọi trận chiến. Làm thế nào để chúng ta làm đầy kho vũ khí thuộc linh cá nhân bằng những thanh gươm để Đức Thánh Linh sử dụng?

Bạn có thể học thuộc Kinh Thánh

Hầu hết mọi người cho rằng họ không có trí nhớ tốt, nhưng không phải vậy. Như chúng ta đã biết, đa phần ghi nhớ chủ yếu là vấn đề động cơ. Nếu bạn biết ngày sinh của mình, số điện thoại, địa chỉ, và có thể nhớ tên bạn bè, thì bộ nhớ của bạn vẫn đang hoạt động và bạn có thể thuộc Kinh Thánh. Câu hỏi đặt ra là liệu bạn có chịu kỷ luật bản thân để làm điều đó hay không.

Khi Dawson Trotman, nhà sáng lập tổ chức Cơ Đốc có tên gọi The Navigators, tin nhận Chúa vào năm 1926, ông bắt đầu học thuộc mỗi ngày một câu Kinh Thánh. Lúc ấy ông đang hành nghề lái xe tải cho một vựa gỗ ở Los Angeles. Trong khi lái xe quanh thành phố, ông suy gẫm câu Kinh Thánh ấy cả ngày hôm đó. Trong suốt ba năm đầu của đời sống Cơ Đốc, ông đã thuộc 1.000 câu Kinh Thánh đầu tiên. Nếu ông có thể ghi nhớ trên 300 câu mỗi năm trong khi lái xe, thì chắc chắn chúng ta cũng có thể tìm ra cách để học thuộc vài câu.

Lập kế hoạch

Có nhiều tài liệu học thuộc lòng Kinh Thánh soạn sẵn rất hay dưới dạng bản in truyền thống hoặc ở dạng kỹ thuật số. Nhưng có lẽ bạn thích tự chọn những câu Kinh Thánh theo một chủ đề cụ thể, phù hợp với việc Chúa đang làm trong đời sống bạn ngay lúc này. Nếu đức tin của bạn chưa mạnh mẽ lắm, hãy học thuộc những câu nói về đức tin. Nếu bạn đang tranh chiến với một thói quen, hãy tìm những câu giúp bạn kinh nghiệm sự đắc thắng. Có một người đến nói với Dawson Trotman rằng ông ta sợ nếu bắt chước Trotman học thuộc Kinh Thánh, ông sẽ trở nên kiêu ngạo. Trotman trả lời: "Vậy trước tiên ông hãy học 10 câu nói về sự khiêm nhường!" Một chọn lựa khác là ghi nhớ một phân đoạn Kinh Thánh, chẳng hạn như một Thi Thiên, thay vì chỉ một câu đơn lẻ.

Nếu bạn đang sử dụng nguồn tài liệu kỹ thuật số để học thuộc lòng, thì có lẽ bạn có được nhiều sự chỉ dẫn về cách sử dụng. Nếu không, hoặc để bổ sung thêm ngoài tài liệu kỹ thuật số, thì những lời khuyên dưới đây sẽ hữu ích cho bạn

Viết ra câu Kinh Thánh

Viết ra giấy hoặc trên màn hình danh sách các câu Kinh Thánh, chừa khoảng cách giữa mỗi câu chừng 3cm, hoặc viết từng câu trên một tấm bìa cứng.

Vẽ hình

Không cần phải vẽ chi tiết, chỉ cần một vài đường nét hay dùng thuật vẽ đơn giản bên cạnh mỗi câu Kinh Thánh, hoặc dùng hình ảnh hay hình mẫu vi tính nếu thực hiện trên máy tính. Làm như thế sẽ khiến câu Kinh Thánh "bắt mắt" hẳn lên và khiến nguyên tắc "hình ảnh đáng giá ngàn từ ngữ" phát huy hiệu quả cho bạn. Một hình ảnh đơn giản có thể nhắc bạn nhớ hai hai ba chục từ. Điều này đặc biệt đúng nếu hình vẽ minh họa một hành động câu Kinh Thánh đó mô tả. Chẳng hạn, với Thi Thiên 119:11, bạn có thể vẽ sơ sơ một trái tim với quyển Kinh Thánh bên trong để nhắc bạn về việc cất giữ Lời Chúa trong lòng. Hay hình phác họa một thanh gươm sẽ giúp bạn nhớ câu Ê-phê-sô 6:17. Phương pháp này đặc biệt hữu dụng khi cần ghi nhớ một phân đoạn gồm nhiều câu liên tiếp. Tôi nghĩ chắc cũng như tôi, các bạn cũng không phải là hoạ sĩ gì, nhưng chúng ta không vẽ cho người khác xem, mà chúng ta vẽ nhằm giúp chúng ta dễ ghi nhớ Lời Chúa hơn.

Học thuộc làu làu các câu Kinh Thánh

Chúng ta rất dễ bị cám dỗ hạ tiêu chuẩn xuống, nhất là khi học câu Kinh Thánh lần đầu tiên. Đừng miễn cưỡng chấp nhận khi chỉ mới gần thuộc hay nắm được "ý chính". Hãy học thuộc từng từ và học cả hàm ý của câu Kinh Thánh ấy. Nếu không có tiêu chuẩn đo lường khách quan, mục tiêu không rõ ràng, bạn sẽ có khuynh hướng tiếp tục hạ thấp tiêu chuẩn cho đến khi bỏ cuộc hẳn. Hơn nữa, nếu không học thuộc lòng chính xác câu Kinh Thánh, bạn sẽ thiếu tự tin khi sử dụng trong lúc trò chuyện và làm chứng. Vì thế, dù lúc đầu việc ghi nhớ "từng li từng tí" hơi khó, nhưng về lâu về dài, bạn sẽ thấy dễ dàng và hiệu quả càng tăng. Thêm vào đó, những câu Kinh Thánh bạn đã thuộc làu sẽ dễ ôn lại hơn những câu bạn không biết chắc lắm.

Tìm một phương cách để giải trình

Vì khuynh hướng lười biếng của mình nên đa số chúng ta cần có trách nhiệm đối với việc rèn luyện ghi nhớ Lời Chúa hơn những cách rèn luyện tâm linh khác. Càng bận rộn, chúng ta càng có khuynh hướng biện hộ cho bản thân về việc không học câu gốc. Một số người giống như Dawson Trotman, áp dụng phương cách giải trình cá nhân với cách rèn luyện tâm linh này, nhờ đó họ luôn trung tín. Tuy nhiên, hầu hết các Cơ Đốc nhân sẽ trung tín hơn khi thường xuyên gặp gỡ hay nói chuyện với người khác–không nhất thiết phải là một Cơ Đốc nhân–là người sẽ giúp họ ôn lại các câu Kinh Thánh đã học.

Ôn lại và suy ngẫm mỗi ngày

Không có nguyên tắc ghi nhớ Kinh Thánh nào quan trọng bằng nguyên tắc ôn lại. Nếu không có cách ôn lại thích hợp, dần dần bạn sẽ quên gần hết những gì đã học. Nhưng một khi đã học thuộc một câu, bạn có thể nhẩm lại trong đầu trong tích tắc. Và khi đã thuộc lòng, bạn không phải ôn lại thường xuyên nhưng chỉ cần mỗi tuần một lần, mỗi tháng một lần, thậm chí mỗi sáu tháng một lần, để giữ độ sắc bén cho nó. Tuy nhiên, chẳng có gì bất thường khi bạn đạt đến ngưỡng dành 80% thời gian ghi nhớ Kinh Thánh để ôn lại. Đừng khó chịu vì phải dành nhiều thời gian để đánh bóng gươm của mình. Ngược lại, hãy vui vì bạn có nhiều gươm đến thế!

Vừa làm những công việc thường ngày vừa nhẩm lại các câu Kinh Thánh đã thuộc sẽ giúp ích cho bạn trong việc duy trì thói quen học biết Kinh Thánh ngày càng nhiều hơn. Vì vậy, có thể bạn muốn kết hợp vài phút ôn lại vào thời gian tĩnh nguyện mỗi ngày. Hoặc bạn thấy có thể ôn lại các câu Kinh Thánh khi đang đánh răng, đi làm, hay khi đang di chuyển trên phương tiện công cộng mỗi ngày. Thời điểm tốt nhất để ôn lại những câu Kinh Thánh bạn nhớ nhất là lúc chuẩn bị đi ngủ. Vì bạn không cần để trước mặt một bản viết tay các câu Kinh Thánh, nên bạn có thể đọc lại và suy ngẫm trong khi thiu thiu ngủ hoặc thậm chí khi bạn khó ngủ. Và nếu không thể thức nổi, cũng chẳng sao cả, vì dù sao bạn cũng phải ngủ mà. Nếu không ngủ được, thì bạn đang nạp vào tâm trí những thông tin hữu ích và bình an nhất, cũng như đã tận dụng thời gian một cách hiệu quả.

Để kết thúc phần nói về kỷ luật trong việc học thuộc Kinh Thánh, hãy nhớ rằng học thuộc lòng không phải là mục tiêu. Mục tiêu không phải là xem chúng ta có thể học thuộc bao nhiêu câu Kinh Thánh, mà mục tiêu là lòng tin kính. Mục tiêu là ghi nhớ Lời Đức Chúa Trời để Lời ấy biến đổi tâm trí và đời sống chúng ta.

Jerry Bridges đã nói về vấn đề này như sau:

> Tôi biết rõ việc học thuộc lòng Kinh Thánh phần lớn đã không còn tiếp tục trong thời đại chúng ta....Nhưng để tôi nói cách nhẹ nhàng mà nghiêm khắc rằng: Chúng ta không thể theo đuổi sự thánh khiết cách hữu hiệu nếu không có Lời Chúa được cất giữ trong tâm trí để Đức Thánh Linh có thể dùng để biến đổi chúng ta... Tôi biết việc này đòi hỏi công sức và đôi khi khiến chúng ta nản chí khi không thể nhớ lại cách chính xác một câu chúng ta đã vất vả học thuộc. Tuy nhiên, sự thật là mọi hình thức rèn luyện tâm linh đều đòi hỏi công sức và thường khiến

nản lòng. Nhưng người kiên trì rèn luyện, dẫu vất vả và có lúc chán nản, sẽ gặt hái phần thưởng mà kỷ luật đem lại.[1]

Suy Ngẫm Lời Chúa – Lợi Ích Và Phương Pháp

Một điều khá buồn trong văn hóa hiện đại của chúng ta đó là người ta đồng nhất việc suy ngẫm với những hệ tư tưởng phi Cơ Đốc hơn là Cơ Đốc giáo đặt trên nền tảng Kinh Thánh. Ngay cả trong vòng các tín hữu, việc suy ngẫm thường bị liên tưởng với yoga, thiền, liệu pháp thư giãn hay Phong trào Thời đại Mới hơn là với đời sống tâm linh Cơ Đốc. Vì suy ngẫm quá nổi bật trong nhiều nhóm và phong trào thuộc linh giả mạo nên một số Cơ Đốc nhân bị "dị ứng" với chủ đề đó và nghi ngại đối với những người dự phần vào việc suy ngẫm. Nhưng chúng ta phải nhớ rằng suy ngẫm là mạng lệnh của Chúa, đồng thời cũng là điều được những người tin kính trong Kinh Thánh làm gương. Chỉ vì một tín ngưỡng dùng thập tự giá làm biểu tượng không có nghĩa là Hội thánh không nên dùng đến nó nữa. Cũng vậy, chúng ta không nên loại bỏ hay e ngại cách suy ngẫm phù hợp với Kinh Thánh chỉ vì thế gian đã tham gia vào hình thức gọi là suy ngẫm.

Kinh Thánh khuyến khích một hình thức suy ngẫm khác biệt với những hình thức suy ngẫm khác trong nhiều phương diện. Trong khi một số người tán thành hình thức suy ngẫm trong đó bạn cố gắng hết sức để làm cho tâm trí mình trống rỗng, thì suy ngẫm Cơ Đốc đòi hỏi bạn phải lấp đầy tâm trí bằng những tư tưởng về Đức Chúa Trời và lẽ thật. Đối với một số người, suy ngẫm là nỗ lực nhằm làm cho tinh thần hoàn toàn thụ động, còn suy ngẫm theo Thánh Kinh dạy đòi hỏi hoạt động tinh thần có tính chất xây dựng. Suy ngẫm trần tục sử dụng những kỹ năng tưởng tượng để "tạo nên thực tại của riêng bạn". Dù trong lịch sử Cơ Đốc, chúng ta được khuyến khích sử dụng trí tưởng tượng Chúa ban để suy ngẫm nhưng trí tưởng tượng này là công cụ giúp chúng ta suy ngẫm về những điều chân thật (Phil 4:8). Hơn nữa, thay vì "tạo nên thực tại riêng" bằng khả năng mường tượng, chúng ta kết nối suy ngẫm với cầu nguyện cùng Chúa và hành động có trách nhiệm, đầy dẫy Thánh Linh của con người với những thay đổi hiệu quả.

Ngoài những đặc điểm riêng biệt này, chúng ta hãy xem suy ngẫm là suy nghĩ sâu sắc những lẽ thật và thực tại thuộc linh được bày tỏ trong Kinh Thánh, hoặc suy nghĩ về cuộc sống từ góc nhìn của Kinh Thánh, để hiểu, áp dụng và cầu nguyện. Là một phương tiện tiếp thu Lời Chúa, suy ngẫm không chỉ là nghe, đọc, học, thậm chí ghi nhớ. Một hình ảnh tương tự đơn giản là hình ảnh tách trà. Tâm trí bạn là tách nước sôi và việc tiếp thu Lời Chúa giống như túi trà. Nghe Lời Chúa giống như nhúng túi trà vào tách nước một lần. Một ít hương vị trà hòa vào trong nước, nhưng không nhiều bằng việc ngâm cả túi trà hoàn toàn vào trong tách. Đọc, học và ghi nhớ Lời Chúa giống như nhúng túi trà nhiều lần vào trong tách nước. Càng nhúng nhiều càng hiệu quả.

Tuy nhiên, suy ngẫm giống như ngâm cả túi trà vào trong nước hoàn toàn và cứ để như thế cho đến khi hương vị trà hoàn toàn hòa quyện vào nước và nước biến thành sắc nâu đỏ. Suy ngẫm Kinh Thánh là để cho Thánh Kinh dầm thấm trong tâm trí. Do đó chúng ta có thể nói rằng trà làm nước đổi màu thế nào, thì suy ngẫm cũng làm "đổi màu" suy nghĩ của chúng ta thế ấy. Khi chúng ta suy ngẫm Kinh Thánh, Kinh Thánh sẽ tô màu suy nghĩ của chúng ta về Đức Chúa Trời, về đường lối và thế giới của Ngài, và về chính chúng ta. Cũng vậy, túi trà làm tăng thêm mùi vị cho nước thế nào, thì qua sự suy ngẫm chúng ta cũng "thêm mùi vị" cho hoặc trải nghiệm hiện thực mà bản văn dạy dỗ. Thông tin trên trang giấy trở thành trải nghiệm trong tấm lòng, tâm trí và đời sống chúng ta. Ví dụ đọc Kinh Thánh cho tín hữu biết về tình yêu thương của Đức Chúa Trời. Suy ngẫm chắc chắn giúp cá nhân người đó nhận ra điều này và, theo cách thích hợp của Kinh Thánh, khiến người đó cảm thấy được Chúa yêu.

Giô-suê 1:8 và lời hứa ban thành công

Giô-suê 1:8 cho thấy mối liên hệ cụ thể theo Kinh Thánh giữa thành công và việc thực hành suy ngẫm Lời Chúa. Khi Chúa giao cho Giô-suê nhiệm vụ tiếp nối Môi-se lãnh đạo dân sự, Ngài phán với ông: "Quyển sách luật pháp nầy chớ xa miệng con, hãy suy gẫm ngày và đêm, để cẩn thận làm theo mọi điều đã chép trong đó. Vì như thế, con mới được thịnh vượng trong con đường mình và mới thành công."

Chúng ta phải nhớ rằng thịnh vượng và thành công Chúa phán ở đây là sự thịnh vượng và thành công trong mắt Ngài, chứ không hẳn là theo cái nhìn của thế gian. Từ quan điểm của Tân Ước, chúng ta biết lời hứa này chủ yếu nói đến của cải đời đời và thành công mà Đấng Christ là trọng tâm, tức là sự thịnh vượng của linh hồn và thành công thuộc linh (dù khi chúng ta sống theo sự khôn ngoan của Đức Chúa Trời, những nỗ lực của con người cũng cho chúng ta thành công ở một mức độ nào đó). Tuy nhiên, khi được như vậy, chúng ta đừng quên mối liên hệ giữa suy ngẫm Lời Chúa và sự thành công.

Thành công thật là lời hứa dành cho những ai suy ngẫm Lời Chúa, suy nghĩ cặn kẽ Kinh Thánh, không chỉ mỗi ngày một lần, mà là từng giây phút, cả ngày lẫn đêm. Họ suy ngẫm nhiều đến nỗi Lời Chúa thấm nhuần trong lời ăn tiếng nói hằng ngày của họ. Bông trái của sự suy ngẫm là hành động. Họ làm theo điều họ tìm thấy trong Lời Chúa và kết quả là Đức Chúa Trời ban cho họ sự thịnh vượng và thành công. Vì sao vậy? Vì cố gắng "làm theo mọi điều được chép" trong Lời Chúa chỉ là một trong những cách Kinh Thánh mô tả điều Tân Ước gọi là theo đuổi việc trở nên giống Đấng Christ, và Đức Chúa Trời thích ban phước cho người trở nên giống Con Ngài. Từ rất lâu, Đức Chúa Trời đã định trước rằng tất cả những ai ở trong Đấng Christ sẽ được trở nên giống như Đấng Christ (xem Rô 8:29). Trong cõi tương lai đời đời, tất cả những ai ở trong Đấng Christ sẽ được vinh hiển (xem Rô 8:30), tức là "chúng ta sẽ giống như Ngài" (1

Giăng 3:2)- những con người vô tội, toàn vẹn phản chiếu vinh quang của Đức Chúa Trời mãi mãi. Vì vậy, trong suốt hành trình của chúng ta trên đất này, chúng ta càng vâng giữ Lời Chúa - chúng ta càng trở nên giống Chúa Giê-xu hơn - thì chúng ta càng hoàn tất kế hoạch đời đời của Đức Chúa Trời là khiến chúng ta trở nên giống Con Ngài. Đó là lý do Đức Chúa Trời thích ban phước cho người vâng lời. Suy ngẫm dẫn đến vâng lời thế nào, thì sự vâng lời dẫn đến phước lành của Chúa thể ấy. Chúng ta không được biết bao nhiêu phần của phước lành đó thuộc về đời này hay đời sau, nhưng chúng ta biết Đức Chúa Trời ban phước cho sự vâng lời.

Làm sao để việc suy ngẫm thay đổi chúng ta và đem chúng ta vào con đường phước hạnh của Chúa? Trong Thi Thiên 39:3, vua Đa-vít cho biết: "Khi con suy ngẫm, lửa bùng cháy lên". Chữ Hê-bơ-rơ được dịch là 'suy ngẫm' ở đây có liên hệ mật thiết với chữ được dịch là 'suy ngẫm' trong Giô-suê 1:8. Tương tự với sự suy ngẫm khiến ngọn lửa tức giận của Đa-vít cháy cao hơn, hễ khi nào chúng ta nghe, đọc, học hay ghi nhớ ngọn lửa là Lời Đức Chúa Trời (Giê 23:29), thì sự suy ngẫm trở nên giống như ống thổi gió thổi lên điều chúng ta tiếp thu, khiến nó cháy dữ dội hơn trong kinh nghiệm của chúng ta ngay lúc đó. Và khi ngọn lửa bùng cháy cho ta ánh sáng và sức nóng như thế nào, thì khi chúng ta đem ống thổi suy ngẫm vào ngọn lửa của Lời Chúa, chúng ta cũng nhận được thêm ánh sáng (nhận thức sâu sắc và sự hiểu biết) và cảm thấy nóng hơn (niềm khao khát hành động trong sự vâng phục) thể ấy. Chúa phán: "Vì như thế con mới thịnh vượng trong con đường mình và mới thành công".

Ngoài ống thổi gió để thổi lửa, suy ngẫm cũng có thể được ví với việc nấn ná bên ngọn lửa. Hãy tưởng tượng bạn đi ngoài đường một ngày giá lạnh, sau đó về nhà. Trong nhà có lò sưởi với ngọn lửa ấm áp đang nổ lách tách. Khi bước đến lò sưởi, bạn còn đang rất lạnh. Bạn giơ hai tay hướng đến ngọn lửa và chà mạnh hai bàn tay vào nhau. Rồi bạn mất hai giây đi ngang qua ngọn lửa soi sáng và ấm áp. Khi đến bức tường bên kia của căn phòng, bạn nhận ra *Tôi vẫn còn lạnh*. Có gì không ổn với bạn phải không? Có phải bạn chỉ là "người sưởi ấm" hạng hai không? Không phải vậy, vấn đề không nằm ở bạn. Vấn đề nằm ở phương pháp. Bạn không ở bên cạnh ngọn lửa. Nếu bạn muốn được ấm, bạn phải nấn ná bên ngọn lửa cho đến khi ngọn lửa làm cho da bạn, rồi các cơ và xương của bạn ấm lên cho đến khi bạn hoàn toàn cảm thấy ấm.

Không nán lại là lý do nhiều người không nhớ hay không thấy lòng mình được sưởi ấm bởi ngọn lửa Lời Chúa. Đôi mắt phải mất hai giây để đi qua ngọn lửa của câu một trong đoạn Kinh Thánh đang đọc ngày hôm đó. Rồi phải mất hai giây hoặc khoảng đó để đọc câu hai. Rồi hai giây nữa để đi qua câu ba, và tiếp tục như thế cho đến hết đoạn. Bạn cần bao nhiêu lần hai giây không quan trọng. Bạn sẽ hiếm khi ghi nhớ hay cảm động vì điều gì đó mà bạn chỉ nhìn có hai giây. Do đó vấn đề có lẽ không phải là bộ nhớ của bạn hay sự lạnh lẽo của tấm lòng, mà là ở phương pháp. Vậy tại sao bạn lại không nhớ điều mình đã đọc trong Kinh Thánh? Phải chăng chỉ là vì bạn không để cho tâm trí mình nấn ná lại trên điều bạn đã đọc? Và tại sao việc tiếp thu Lời Chúa thường để lại cho chúng ta sự lạnh nhạt và vì sao chúng ta không thành công lắm trong đời sống thuộc linh? Thomas Watson, một mục sư Thanh giáo, trả lời như vầy: "Lý do chúng ta thấy lạnh nhạt sau khi đọc Lời Chúa là vì chúng ta không tự sưởi ấm chính mình bằng ngọn lửa của sự suy ngẫm".[2]

Thi Thiên 1:1-3 – những lời hứa

Những lời hứa của Đức Chúa Trời trong Thi Thiên 1:1-3 về sự suy ngẫm cũng rộng rãi về mọi mặt như lời Ngài hứa trong Giô-suê 1:8

> Phước cho người nào
>
> Chẳng đi theo mưu kế của kẻ ác,
>
> Chẳng đứng trong đường tội nhân,
>
> Không ngồi chỗ của kẻ nhạo báng.
>
> Nhưng vui thích về luật pháp của Đức Giê-hô-va
>
> Và suy gẫm luật pháp ấy ngày và đêm.
>
> Người ấy sẽ như cây
>
> trồng gần dòng nước,
>
> Sinh bông trái đúng mùa đúng tiết,
>
> Lá nó cũng chẳng tàn héo.
>
> Mọi việc người làm đều sẽ thịnh vượng.

Chúng ta nghĩ đến điều mình vui thích. Một cặp tình nhân tìm thấy niềm vui lãng mạn nơi người bạn tình của mình khi họ nghĩ về nhau suốt cả ngày. Và khi chúng ta tìm thấy niềm vui trong Lời Chúa (vì đó là sự mặc khải của Đức Chúa Trời), chúng ta sẽ nghĩ về lời ấy, tức là, chúng ta suy ngẫm lời ấy mọi lúc mọi nơi, cả ngày lẫn đêm. Theo Thi Thiên 1, kết quả của sự suy ngẫm ấy là trạng thái vững vàng, kết nhiều quả, kiên định và thịnh vượng. Một văn sĩ đã quả quyết: "Người suy ngẫm nhiều nhất thường là người thịnh vượng nhất".[3]

Cây đời sống thuộc linh của bạn phát triển mạnh mẽ nhất khi bạn suy ngẫm vì điều đó giúp bạn hút nước từ Lời Đức Chúa Trời (Êph 5:26). Chẳng hạn, chỉ nghe hay đọc Kinh Thánh giống như một cơn mưa rào trên mảnh đất khô cứng. Dù trận mưa ấy to đến đâu, thì nước đa phần cũng chỉ chảy trên bề mặt và chỉ một ít ngấm xuống đất. Ngược lại, suy ngẫm làm tơi xốp mảnh đất tâm linh và giúp nước từ Lời Chúa thấm sâu vào lòng đất, khiến cho trĩu quả và thịnh vượng thuộc linh một cách phi thường.

Hãy ngẫm nghĩ lại. Nhiều người đọc quyển sách này là những người phần lớn nghe đọc Kinh Thánh ở nhà thờ và có lẽ nghe lần nữa trong buổi học Kinh Thánh giữa tuần. Có thể bạn cũng thường học Kinh Thánh qua băng thu âm và nghe nhạc Cơ Đốc nữa. Có thể bạn đọc Kinh Thánh hầu như mỗi ngày, và cả những sách Cơ Đốc giống quyển này. Kết quả là bạn ồ ạt gặp phải lượng lẽ thật của Chúa (đó là chưa nói đến dòng sông của mọi thông tin khác xô vào mắt và tai của bạn) mỗi tuần. Nhưng nếu không hấp thu được một ít nước của Lời Chúa mà bạn nhận được, thì bạn sẽ không trở nên tốt hơn chút nào. Nghe và đọc Kinh Thánh là cách tiếp xúc với Kinh Thánh. Điều đó là cần thiết, nhưng chỉ là khởi điểm. Sau khi tiếp xúc với Kinh Thánh chúng ta cần hấp thu. Suy ngẫm là cách hấp thu Kinh Thánh. Và chính điều này dẫn đến kinh nghiệm với Chúa và đời sống được biến đổi mà chúng ta ao ước khi đến với Kinh Thánh. Phải, chúng ta muốn nghe và đọc Kinh Thánh thường xuyên và nhiều, nhưng nếu không suy ngẫm thêm thì George Müller, con người vĩ đại về sự cầu nguyện và đức tin, cảnh báo: "chỉ đọc Lời Chúa" có thể trở thành thông tin "chỉ đi qua tâm trí giống như nước chảy qua ống".[4]

Tác giả Thi Thiên 119 tự tin rằng ông khôn ngoan hơn mọi kẻ thù (câu 98). Ngoài ra, ông còn nói: "Con thấu hiểu hơn tất cả những người dạy con, vì con suy gẫm các chứng ước Chúa" (câu 99). Có phải vì ông nghe hay đọc hay học hay ghi nhớ Lời Chúa hơn tất cả những kẻ thù và những người dạy ông không? Chắc chắn không phải vậy. Tác giả Thi Thiên khôn ngoan hơn không hẳn vì ông tiếp thu nhiều hơn, mà là vì ông thấu hiểu hơn. Nhưng làm sao ông có sự khôn ngoan và thấu hiểu hơn bất cứ người nào khác? Ông giải thích lý do qua lời cầu nguyện:

Các điều răn Chúa làm cho con khôn ngoan hơn kẻ thù con,

Vì các điều răn ấy ở cùng con luôn luôn.

Con thấu hiểu hơn tất cả những người dạy con,

Vì con suy gẫm các chứng ước Chúa. (Thi 119:98-99)

Tôi tin trong thời đại chúng ta, suy ngẫm thậm chí còn quan trọng đối với việc kết quả và thịnh vượng hơn trong thời của người Y-sơ-ra-ên khi xưa. Ngay cả nếu tổng lượng Lời Đức Chúa Trời mà chúng ta và những người trong thời của tác giả thi thiên có được là như nhau, và khi kết hợp kinh nghiệm tiếp thu Kinh Thánh mà chúng ta có ngày nay, thì chúng ta sẽ nhận được lượng thông tin lớn lao mà có lẽ tác giả Thi Thiên 119 không hình dung ra trong thời điểm đó. Kết hợp điều này với một số trách nhiệm của thời hiện đại và hậu quả là sự xao nhãng và mất tập trung trong tâm trí ngăn cản chúng ta hấp thu Lời Chúa. Vì ngày nay thông tin dồn dập, nên cứ vài phút chúng ta lại có thêm nhiều thông tin mới hơn so với lượng thông tin Jonathan Edwards có được suốt cuộc đời ông ở thế kỷ mười tám. Cứ cho là như vậy, ông ấy còn có những trách nhiệm tiêu tốn nhiều thời gian (chẳng hạn như chăm sóc ngựa) mà ngày nay hầu hết chúng ta không phải lo tới. Mặt khác, suốt đời ông không phải trả lời điện thoại lấy một lần! Dù bất tiện, nhưng tâm trí ông, giống như tác giả Thi Thiên, không bị xao lãng bởi tin tức và trò tiêu khiển ở khắp nơi được cập nhật ngay tức thì như chúng ta. Chính vì những điều này mà chúng ta ngày hôm nay khó tập trung suy nghĩ, nhất là suy ngẫm về Đức Chúa Trời và Kinh Thánh hơn bao giờ hết.

Vậy thì chúng ta phải làm gì? Chúng ta không thể quay lại thời của Edwards, trừ khi đi vào những khu rừng nhiệt đới ở Papua New Guinea. Và dầu có đi thì chúng ta cũng đã sống quá lâu trong thời đại thông tin đến nỗi khó mà thoát khỏi ảnh hưởng của nó. Tuy nhiên, chúng ta có thể lập lại trật tự trong cách suy nghĩ và tìm lại một phần khả năng tập trung nhất là tập trung vào chân lý thuộc linh - thông qua việc suy ngẫm Kinh Thánh. Nhưng điều đó đòi hỏi phải rèn luyện.

Thật vậy, đây chính là cách mà những người như Edwards tự rèn luyện bản thân. Trong phần tiểu sử hấp dẫn viết về Sarah, vợ của Edwards, Elisabeth Dodds đã nói như sau về quyết tâm thực hành sự suy ngẫm của Jonathan:

> Khi còn trẻ, Edwards đã nghĩ cách làm sao để sử dụng hiệu quả thời gian trong những chuyến hành trình. Sau khi chuyển đến Northampton, ông lên kế hoạch gắn một mẩu giấy nhỏ lên một vị trí nhất định trên chiếc áo choàng, đánh số lên mẩu giấy và bắt tâm trí liên tưởng một đề tài với mẩu giấy ấy. Sau ba ngày dài lái xe từ Boston trở về, chiếc áo choàng của ông đầy những mẩu giấy. Khi quay về trường, ông gỡ các mẩu giấy ra một cách cẩn thận, rồi viết xuống dòng tư tưởng mà mỗi mẩu giấy gợi lại cho ông.[5]

Chúng ta không cần phải đi vòng quanh như một con nhím bằng giấy, nhưng chúng ta có thể được biến đổi bởi sự đổi mới của tâm trí mình (Rô 12:2) qua việc rèn tập suy ngẫm Lời Chúa. Có thể chúng ta không đạt được nhiều thành quả hay thành công về mặt thuộc linh như Jonathan Edwards. Nhưng chúng ta có thể khôn ngoan hơn kẻ thù, thấu hiểu hơn những người thầy của chúng ta, kinh nghiệm mọi lời hứa trong Giô-suê 1:8 và Thi Thiên 1, đồng thời trở nên tin kính hơn nếu chúng ta chịu suy ngẫm Lời Chúa.

Gia-cơ 1:25- Lời hứa trong Tân Ước

Những lời hứa của Chúa dành cho người suy ngẫm Lời Ngài mở rộng từ Cựu Ước sang Tân Ước. Ví dụ, đây là lời bảo đảm: "Nhưng người nào xem xét kỹ càng luật pháp toàn hảo này, là luật pháp đem lại sự tự do, và bền tâm suy xét, không phải chỉ nghe rồi quên đi, nhưng thực hành luật đó, thì sẽ được phước trong công việc mình" (Gia-cơ 1:25). Lời hứa trước tiên không phải chỉ dành cho người xem xét 'luật pháp toàn hảo' của Đức Chúa Trời như một độc giả vô tình, mà dành cho người 'bền tâm suy xét'. Đó chính là suy ngẫm.

Chú ý rằng ngược với người biết suy ngẫm là 'người hay quên'. Không có nhiều sự khác biệt giữa 'trở thành người nghe Lời Chúa nhưng hay quên' và người đọc Lời Chúa cũng hay quên, điều mà nhiều người đọc Kinh Thánh phải thừa nhận. Vì vậy, theo câu này, tại sao chúng ta quên điều chúng ta đọc trong Kinh Thánh? Có phải chỉ vì trí nhớ kém không? Không phải, đó là vì không chịu suy ngẫm.

Tiếp theo, Gia-cơ 1:25 dạy chúng ta rằng xem Kinh Thánh trong tinh thần suy ngẫm khiến bạn trở thành 'người làm theo' Kinh Thánh 'một cách hiệu quả'. Hãy nhớ rằng đây chính là mục tiêu. Vâng phục Chúa, tức trở nên giống Đấng Christ, là đích đến. Suy ngẫm chỉ là một trong những phương cách để đạt mục đích đó. Nói cách khác, mục đích chính của chúng ta không phải là ngày càng suy ngẫm thành thạo hơn hay có kỷ luật hơn. Mục đích của chúng ta là lòng tin kính.

Rồi sau đó 'người làm theo' Lời Chúa cách hiệu quả, người ngày càng trở nên giống Chúa Giê-xu - tức là người vâng phục trọn vẹn 'luật pháp toàn hảo' của Đức Chúa Trời - 'sẽ được phước trong công việc mình'. Nghe quen thuộc nhỉ? Nghe rất giống lời hứa ở Thi Thiên 1:3 dành cho những người suy ngẫm Lời Đức Chúa Trời: 'Mọi việc người làm đều sẽ thịnh vượng'. Chúng ta thấy rằng sự suy ngẫm dẫn đến sự vâng phục thể nào, thì sự vâng phục cũng dẫn đến phước hạnh của Chúa thể ấy. Bạn có muốn nhận được phước hạnh của Chúa cho cuộc đời mình không? Tất nhiên là muốn. Theo những câu Kinh Thánh chúng ta đã xem xét, phước hạnh củaeChúa gắn liền với sự vâng lời của chúng ta. Không phải chúng ta vâng lời để được Chúa ban phước, vì ơn phước của Ngài luôn luôn là bởi ân sủng. Thật vậy, đôi khi Chúa ban phước cho chúng ta ngay trong lúc chúng ta không vâng lời và cho dù chúng ta bất tuân. Nhưng chúng ta biết rằng chúng ta không thể *mong đợi* Chúa ban phước nếu không vâng lời. Vậy thì vấn đề là điều gì khiến chúng ta ngày càng vâng phục Chúa hơn? Có phải chỉ bởi đọc Kinh Thánh thôi không? Như chúng ta đã thấy, người ta có thể đọc Kinh Thánh mỗi ngày mà bản chất vẫn không được thay đổi. Thường không phải chỉ nhờ đọc Kinh Thánh mà có thể khiến chúng ta trở thành 'người làm theo Lời Chúa cách hiệu quả', nhưng là suy ngẫm.

Vậy thì làm thế nào để suy ngẫm theo cách Cơ Đốc?

Chọn một phân đoạn thích hợp

Cách dễ nhất để quyết định nên suy ngẫm điều gì là chọn câu Kinh Thánh, cụm từ hay từ ngữ nào bạn thấy ấn tượng nhất từ phân đoạn Kinh Thánh bạn vừa đọc. Vì vậy, sau khi đọc, hãy quay lại điều khiến bạn chú ý và suy ngẫm điều đó. Đây rõ ràng là một phương pháp chủ quan, nhưng phương pháp nào cũng sẽ có sự chủ quan trong đó. Ngoài ra, về bản chất, suy ngẫm là hoạt động chủ quan, nhấn mạnh tầm quan trọng của việc nương trên Lời Chúa, là nguồn lực khách quan hoàn hảo.[6]

Những câu Kinh Thánh liên quan rõ ràng đến những điều chúng ta đang quan tâm cũng như những nhu cầu cá nhân của chúng ta chính là những mục tiêu để suy ngẫm. Mặc dù chúng ta không muốn đến với Thánh Kinh như đến với một tập san chứa đựng những lời khuyên khôn ngoan, đến với một bộ sưu tập những lời hứa hay đến với 'sách giải đáp', nhưng Chúa muốn chúng ta lưu tâm đến những điều Ngài đã viết ra, những điều liên quan trực tiếp với hoàn cảnh của chúng ta. Nếu bạn đang tranh chiến với đời sống tư tưởng và bạn đọc thư Phi-líp, chắc hẳn bạn cần suy ngẫm 4:8: "Cuối cùng, thưa anh em, hễ điều gì chân thật, điều gì đáng trọng, điều gì công chính, điều gì thanh sạch, điều gì đáng yêu chuộng, điều gì đáng biểu dương; nói chung là điều gì đức hạnh, đáng khen ngợi thì anh em phải nghĩ đến". Bạn có nghĩ đến một người bạn hay một người thân nào chưa được cứu không? Nếu đọc Giăng 4, chắc hẳn bạn thấy hữu ích khi suy ngẫm về cách giao tiếp của Chúa Giê-xu và rút ra những điều tương tự cho hoàn cảnh của riêng mình. Bạn đang cảm thấy xa cách Chúa hay khô hạn thuộc linh ư? Sự chọn lựa tốt nhất là tìm kiếm những manh mối về bản tính của Đức Chúa Trời và tập trung vào chúng.

Một trong những cách hữu ích giúp lựa chọn phân đoạn Kinh Thánh suy ngẫm là nhận biết sứ điệp chính của phần Kinh Thánh bạn đọc để suy ngẫm về ý nghĩa và cách áp dụng phần Kinh Thánh đó. Ví dụ, gần đây tôi đọc Lu-ca 11. Trong bản dịch tôi dùng, chương ấy có cả thảy 10 phân đoạn. Tôi chọn một đoạn, từ câu 5-13. Chủ đề chính của phân đoạn đó là kiên trì cầu nguyện. Tôi suy ngẫm ý đó, nhất là từ câu 9-10, nói về việc cầu xin, tìm kiếm và gõ cửa.[7]

Hoặc bạn có thể giới hạn lại trọng tâm để xác định câu hoặc những câu trọng tâm của phân đoạn bạn vừa đọc. Chọn một trong những ý này làm đề tài suy ngẫm giúp bạn có thể thấy rõ chủ đề chính - ý chính - của Kinh Thánh. Vì cho dù câu Kinh Thánh trọng tâm có quen thuộc ra sao, thì chúng ta cũng không bao giờ hoàn toàn dò được chiều sâu của những chân lý vĩ đại của Kinh Thánh. Ví dụ: chúng ta không bao giờ có thể suy nghĩ quá nhiều về những đề tài như thân vị và công việc của Chúa Giê-xu, phương diện nào đó của Phúc âm, hoặc các thuộc tính của Đức Chúa Trời.

Vậy thì, nguyên tắc chung cho việc tiếp thu Kinh Thánh cá nhân mỗi ngày là vừa đọc vừa suy ngẫm. Đọc nhiều, chẳng hạn một chương hoặc hơn nữa - rồi đọc lại và chọn ý cụ thể trong chương đó làm ý chính để suy ngẫm. Đọc nhiều, nhưng suy ngẫm ít.

Chọn phương pháp suy ngẫm

Suy ngẫm không phải là khoanh tay, dựa lưng vào ghế và nhìn chằm chằm lên trần nhà. Đó là mơ mộng, không phải suy ngẫm. Mơ mộng không phải lúc nào cũng là lãng phí thời gian; mà có thể là sự nghỉ ngơi hết sức cần thiết, và đáng có cho tâm trí, và cũng quan trọng như sự thư giãn cho cơ thể. Cha nhân từ của chúng ta không phải lúc nào cũng thúc giục chúng ta "sản xuất", và như tôi đã viết, chúng ta có thể mơ mộng, "Không làm gì cả - và làm điều đó vì sự vinh hiển của Đức Chúa Trời".[8]

Ngược với mơ mộng là khi bạn để cho tâm trí đi lang thang, còn tập trung tư tưởng là suy ngẫm. Bạn chú ý đến câu, cụm từ, từ ngữ hay lời dạy trong Kinh Thánh mà bạn đã chọn. Thay vì để cho tâm trí bâng quơ, khi suy ngẫm tâm trí bạn sẽ phải suy nghĩ - phải đi đâu đó, tức là có định hướng. Hướng đi đó được quyết định bởi phương pháp suy ngẫm mà bạn chọn.

Dưới đây là mười bảy phương pháp suy ngẫm Kinh Thánh. Có lúc tôi dùng cả mười bảy phương pháp, nhưng không bao giờ không dùng một phương pháp nào. Tại sao tôi trình bày nhiều như vậy?[9] Vì bạn chắc chắn sẽ thích một số phương pháp nhiều hơn những phương pháp khác, trong khi người khác có thể có khuynh hướng hoàn toàn ngược lại với bạn. Và cũng như tôi, có lẽ bạn muốn có sự đa dạng.

Phương pháp suy ngẫm #1: Nhấn mạnh các từ ngữ khác nhau trong bản văn

Phương pháp này chọn một câu hay một cụm từ trong Kinh Thánh và xoay nó như một viên kim cương để xem xét mọi mặt.

Suy gẫm lời Chúa Giê-xu phán ở phần đầu Giăng 11:25 như sau:

"*Ta* là sự sống lại và sự sống."

"Ta *là* sự sống lại và sự sống."

"Ta là *sự sống lại* và sự sống."

"Ta là sự sống lại *và* sự sống."

"Ta là sự sống lại và *sự sống*."

Dĩ nhiên, vấn đề không phải chỉ là lặp đi lặp lại một cách vô nghĩa từng từ trong câu cho đến khi tất cả được nhấn mạnh. Mục đích là suy nghĩ sâu xa về ánh sáng (chân lý) lóe lên trong tâm trí bạn mỗi khi viên kim cương được xoay. Phương pháp này đơn giản nhưng hiệu quả. Tôi thấy phương pháp này đặc biệt hữu dụng khi tôi không thể tập trung vào một phân đoạn.

Phương pháp suy ngẫm #2: Viết lại bản văn bằng từ ngữ của bạn

Ngay từ khi bắt đầu đến trường, cha của Jonathan Edwards đã dạy ông ghi lại những suy nghĩ của mình, một thói quen ông đã giữ suốt cả cuộc đời. Suy ngẫm với cây viết trong tay hoặc với ngón tay trên bàn đánh chữ giúp bạn tập trung chú ý vào vấn đề trước mắt, trong khi vẫn kích thích dòng tư tưởng của bạn. Với phương pháp này, hãy tưởng tượng bạn đang gửi đi câu Kinh Thánh bạn chọn cho một ai đó. Làm thế nào bạn chuyển tải nội dung câu Kinh Thánh cách chính xác mà không lặp lại từ ngữ trong câu đó?

Diễn giải câu Kinh Thánh bạn đang xem xét cũng là một cách tốt để bảo đảm rằng bạn hiểu ý nghĩa của nó. Một người bạn của tôi đã nói rằng diễn giải các câu Kinh Thánh theo bản dịch *Kinh Thánh Mở Rộng* (Amplified Bible) là phương pháp hiệu quả nhất giúp anh hiểu một phân đoạn. Chính việc suy nghĩ đến những từ đồng nghĩa cũng như những phương cách khác để trình bày lại ý nghĩa của phân đoạn Kinh Thánh tự thân nó đã là một cách suy ngẫm.

Phương pháp suy ngẫm # 3: Phát biểu một nguyên tắc rút ra từ bản văn- bản văn dạy điều gì?

Mặc dù phương pháp này có thể hiệu quả khi bạn đang suy ngẫm phần Kinh Thánh ngắn chừng một câu hoặc dài cỡ một chương, nhưng nó cũng đặc biệt hiệu quả khi bạn tập trung nhiều hơn một câu. Hãy xem phương pháp này như một dạng tóm tắt sứ điệp chính của phân đoạn Kinh Thánh. Phương pháp này có thể được so sánh với việc trình bày một câu chính đề cho phần Kinh Thánh bạn vừa đọc. Do đó, nguyên tắc được rút ra từ Ma-thi-ơ 6:9-13 có thể được phát biểu như sau: "Chúa Giê-xu dạy các môn đồ cầu nguyện", còn nguyên tắc từ phân đoạn dài như Lu-ca 8:19-56 có thể được phát biểu như sau: "Chúa Giê-xu có thẩm quyền trên sự sáng tạo, trên ma quỷ, bệnh tật và sự chết".

Nguyên tắc bạn phát biểu càng dễ nhớ càng tốt. Đó là điều Tiến sĩ R. G. Lee đã làm trong một trong những bài giảng nổi tiếng nhất của người Mỹ ở thế kỷ hai mươi. Ông đã cô đọng câu chuyện của Na-bốt, A-háp và Giê-sa-bên trong Cựu Ước thành một dòng không thể nào quên được "Pay-Day _Someday!" (tạm dịch: Ngày đền tội- Sẽ đến!) Một khi bạn đã rút ra được nguyên tắc, bước tiếp theo là nghĩ cách phát biểu lại nguyên tắc đó trong một cụm từ hoặc một dòng sao cho dễ nhớ để có thể trả lời câu hỏi: "câu mà tôi đang suy ngẫm sáng nay là gì?"

Phương pháp suy ngẫm # 4: Suy nghĩ minh họa cho bản văn - hình ảnh nào giải thích bản văn?

Minh họa là cách diễn tả sinh động bằng từ ngữ nhằm giải thích, nói rõ hoặc xác nhận điều bạn đang suy ngẫm. Đó có thể là một giai thoại cá nhân, một sự kiện trong bản tin hoặc trong lịch sử, một câu trích dẫn, một hình ảnh tương tự, một bài hát- bất kỳ điều gì làm cho bản văn trở nên dễ hiểu. Minh họa là phần kết cho câu có phần mở đầu là "Điều đó giống như...."

Chúa Giê-xu thường dùng minh hoạ khi dạy dỗ. Trong Lu-ca 13:18-21 chép:

> Vậy, Đức Chúa Jêsus phán: "Vương quốc Đức Chúa Trời giống như gì? Ta sẽ lấy gì mà so sánh với nó? Vương quốc ấy giống như một hạt cải mà người kia lấy gieo trong vườn, nó mọc thành cây, và chim trời làm tổ trên cành nó." Ngài lại phán: "Ta sẽ so sánh vương quốc Đức Chúa

Trời với gì? Vương quốc ấy giống như men mà người phụ nữ kia lấy ủ vào ba đấu bột, cho đến chừng bột dậy cả lên."

Rõ ràng vào lúc nào đó trước sự kiện này, trong nhân tánh của mình, Chúa Giê-xu đã suy ngẫm về tính chất của vương quốc Đức Chúa Trời và đi đến hai hình ảnh tương tự, nếu không Ngài đã làm ngược lại. Một lần trong khi quan sát tổ chim trên cây, và một lần khi nhìn thấy men được cho vào đống bột, Ngài đã tự hỏi mình từng hình ảnh đó minh họa cho lẽ thật nào trong Kinh Thánh. Sứ đồ Phao-lô đã dùng minh họa trong 1 Tê-sa-la-ni-ca 5:2-3, như Gia-cơ đã làm trong Gia-cơ 1:6.

Điều đầu tiên phải làm khi bạn muốn mô tả một phân đoạn là xem xét có câu chuyện nào trong Kinh Thánh minh họa cho ý chính của câu Kinh Thánh bạn đang suy ngẫm không, hoặc nếu bạn đang suy ngẫm một câu chuyện thì xem xem có câu nào trong Kinh Thánh tóm tắt ý chính của câu chuyện không. Nếu câu Kinh Thánh bạn đang xem xét không có trong các sách Phúc âm, thì hãy suy nghĩ liệu câu đó có minh họa cho điều gì Chúa Giê-xu đã phán hay làm không.

Một cách khác để sử dụng phương pháp này là làm ngược lại: tìm xem bản văn cụ thể này có thể minh họa điều gì. Ví dụ: có phải bản văn minh họa cho một phân đoạn Kinh Thánh khác hoặc cho điều gì đó trong lời nói hay việc làm của Chúa Giê-xu không?

Phương pháp suy ngẫm # 5: Tìm kiếm áp dụng của phân đoạn

Áp dụng phải là kết quả của suy ngẫm. Giống như nhai mà không nuốt, suy ngẫm không thể đầy đủ nếu thiếu áp dụng. Điều này quan trọng đến nỗi chúng tôi dành trọn phần kế tiếp để nói về việc áp dụng Lời Chúa. Hãy tự hỏi: "Tôi đáp ứng thế nào với phân đoạn này? Đức Chúa Trời muốn tôi làm gì sau khi học phân đoạn Kinh Thánh này? Kinh Thánh bảo chúng ta phải là 'người làm theo lời' (Gia 1:22); vậy tôi phải làm sao? Có điều gì cần bắt đầu, dừng lại, xưng ra, cầu nguyện, tin, hay nói với ai đó không?"

Nếu bạn nói với chính mình "Tôi sẽ đóng Kinh Thánh lại cho đến khi tôi biết ít nhất một điều Chúa muốn tôi làm khi đọc câu này", ấy là bạn đang suy ngẫm.

Phương pháp suy ngẫm #6: Tìm xem bản văn chỉ về Luật pháp hoặc Phúc âm như thế nào

Một cách nghĩ về Kinh Thánh là Kinh Thánh giới thiệu cho chúng ta biết Luật pháp của Đức Chúa Trời và Phúc âm của Ngài. Luật pháp (cơ bản là Cựu Ước) bao gồm những điều mà Đức Chúa Trời công chính và thánh khiết của chúng ta đòi hỏi ở dân sự để họ có được sự công bình cần thiết mà sống với Ngài trên thiên đàng. Phúc âm (cơ bản là Tân Ước) là tin tốt lành về cách Đức Chúa Trời yêu thương và hay thương xót cung ứng sự công bình mà Ngài đòi hỏi trong Luật pháp qua Chúa Giê-xu. Với phương pháp suy ngẫm này, bạn tìm xem bản văn bạn đang suy ngẫm chỉ về khía cạnh nào đó của Luật pháp, của Phúc âm, hoặc cả hai như thế nào.

Ví dụ với câu Kinh Thánh như Thi Thiên 23:1 "Đức Giê-hô-va là Đấng chăn giữ tôi", chúng ta có thể nói rằng câu này chỉ về Phúc âm khi Chúa Giê-xu phán về chính Ngài "Ta là người chăn nhân lành. Người chăn nhân lành vì bầy chiên hy sinh mạng sống mình" (Giăng 10:11). Nhưng tại sao chúng ta cần người chăn, và tại sao Người chăn Nhân lành phải hy sinh mạng sống vì bầy chiên? Bởi vì hết thảy chúng ta đều như chiên xây bỏ Luật pháp của Đức Chúa Trời như Ê-sai 53:6 cho biết "Tất cả chúng ta đều như chiên đi lạc, Ai theo đường nấy; Đức Giê-hô-va đã làm cho tội lỗi của tất cả chúng ta đều chất trên Người." Ở đây Thi Thiên 23:1 có thể cũng gián tiếp chỉ về Luật pháp.

Thường không dễ dàng chỉ ra các phân đoạn khác hoặc tìm ra mối liên hệ với Luật pháp và Phúc âm như ở Thi Thiên 23. Nhưng với một chút thực hành bạn sẽ trở nên nhạy bén hơn nhiều với các chủ đề chính của Kinh Thánh ngay cả khi bạn đang suy ngẫm một phần rất nhỏ của Kinh Thánh.

Phương pháp suy ngẫm # 7: Tìm xem bằng cách nào bản văn hướng đến điều gì đó về Chúa Giê-xu

Tương tự với phương pháp trước, phương pháp này tập trung hoàn toàn vào thân vị và công việc của Chúa Giê-xu Christ. Sau khi sống lại, khi Chúa Giê-xu đang đi đường đến Em-ma-út với hai tín hữu, chúng ta biết rằng "Rồi Ngài bắt đầu từ Môi-se đến tất cả các nhà tiên tri mà giải thích cho họ những lời chỉ về Ngài trong cả Kinh Thánh" (Lu 24:27). Về bản chất, phương pháp suy ngẫm rày cố gắng làm điều tương tự; tức là nghiên cứu phân đoạn Kinh Thánh để xem bằng cách nào phân đoạn hướng đến điều gì đó về Chúa Giê-xu hoặc việc Ngài đã làm.

Vì vậy, bạn có thể tìm xem Chúa Giê-xu đã làm ứng nghiệm hoặc là hình ảnh thu nhỏ của bản văn như thế nào (như chúng ta đã thấy ở Thi thiên 23:1), hoặc ngược lại, Ngài hoàn toàn trái ngược với bản văn ra sao (nếu bản văn nói về tội lỗi). Tìm xem điều bạn đang suy ngẫm có giống khía cạnh nào đó mà Chúa Giê-xu đã hoàn tất trong đời sống và bởi sự chết của Ngài không, hoặc ngày nào đó sẽ hoàn tất khi Ngài trở lại. Như Chúa Giê-xu dạy chúng ta, hãy rèn luyện cho mình cách suy nghĩ phân đoạn Kinh Thánh theo hướng lấy Đấng Christ làm trọng tâm.

Phương pháp suy ngẫm # 8: Tìm xem bản văn trả lời câu hỏi gì hoặc giải quyết vấn đề gì

Trong phương pháp này, bạn xem bản văn trước mặt như là câu trả lời cho một câu hỏi hoặc giải pháp cho một vấn đề. Với giả định như vậy, bạn đặt câu hỏi: "Câu hỏi là gì?" hoặc "Vấn đề là gì?" Nếu bạn đang suy ngẫm cụm từ "Chúa Giê-xu khóc" (Giăng 11:35), thì cụm từ này trả lời cho câu hỏi gì? Có phải câu hỏi là "Phải chăng Chúa Giê-xu là con người hoàn toàn?" Phải, "Chúa Giê-xu khóc". Câu này không trả lời câu hỏi cách đầy đủ, nhưng cho chúng ta biết điều gì đó quan trọng về nhân tính của Ngài. Nếu bạn đang suy ngẫm Giăng 3:16 và bạn xem câu đó là giải pháp cho vấn đề, vậy thì vấn đề là gì? Có thể vấn đề là "Kế hoạch của Đức Chúa Trời trong việc cung ứng sự sống đời đời là gì?"

Phương pháp suy ngẫm #9: Cầu nguyện theo phân đoạn Kinh Thánh

Phương pháp này đặc biệt có thể giúp bạn bày tỏ tinh thần của tác giả thi thiên trong Thi Thiên 119:18: "Xin Chúa mở mắt con, để con thấy sự diệu kỳ trong luật pháp của Chúa". Đức Thánh Linh là vị Giáo sư lớn dẫn chúng ta vào chân lý (Giăng 14:26). Ngoài ra, suy ngẫm Cơ Đốc không chỉ là thu hút sự tập trung của con người hay năng lượng sáng tạo của trí óc. Cầu nguyện theo một câu Kinh Thánh là phương cách giúp tâm trí bạn thuận phục sự soi dẫn của Thánh Linh đối với bản văn và để Ngài làm tăng nhận thức thuộc linh của bạn. Kinh Thánh được viết ra dưới sự mặc khải của Đức Thánh Linh; hãy cầu xin Ngài soi dẫn trong khi bạn suy ngẫm Lời Chúa.

Gần đây tôi suy ngẫm Thi Thiên 119:50: "Lời Chúa làm cho con được sống lại, đó là nguồn an ủi con trong cơn hoạn nạn." Tôi cầu nguyện theo câu Kinh Thánh này như sau:

> Lạy Chúa, Ngài biết cơn hoạn nạn con đang trải qua. Lời Ngài hứa sẽ an ủi con trong cơn hoạn nạn. Lời Ngài có thể làm cho con sống lại trong cơn hoạn nạn. Con thật sự tin vào điều đó. Lời Ngài đã phục hồi con qua những cơn hoạn nạn trong quá khứ, và con tin cậy nơi Ngài, tin rằng Lời Ngài sẽ làm cho con sống lại ngay trong trải nghiệm này. Con cầu xin Chúa khiến con được tươi mới qua sự yên ủi của Lời Ngài.

Khi tôi cầu nguyện theo câu Kinh Thánh này, Đức Thánh Linh bắt đầu nhắc tôi nhớ đến những chân lý trong

Kinh Thánh liên quan đến sự tể trị của Đức Chúa Trời trên Hội Thánh Ngài, sự chu cấp của Ngài trong mọi hoàn cảnh của cuộc đời tôi, quyền năng của Ngài, sự hiện diện và tình yêu của Ngài, v.v. Trong thời gian suy ngẫm và cầu nguyện thêm, linh hồn tôi được tươi mới lại và tôi cảm nhận được sự yên ủi của Đấng An Ủi.

Suy ngẫm Kinh Thánh luôn cần đến hai đối tượng – Cơ Đốc nhân và Đức Thánh Linh. Cầu nguyện theo Kinh Thánh[10] là lời Cơ Đốc nhân *mời* gọi Đức Thánh Linh chiếu ánh sáng thiêng liêng của Ngài trên lời Kinh Thánh để chỉ cho bạn thấy điều bạn không thể thấy nếu thiếu Ngài.

Phương pháp suy ngẫm #10: Học thuộc Kinh Thánh

Như đã nói ở phần trước của chương, "học thuộc lòng kích thích sự suy ngẫm". Nói cách đơn giản, khi bạn học thuộc một câu Kinh Thánh, bạn sẽ suy nghĩ về câu đó. Việc lặp đi lặp lại trong đầu câu Kinh Thánh khi học thuộc lòng sẽ đồng thời thúc đẩy việc suy ngẫm câu Kinh Thánh đó. Và sau khi đã học thuộc, bạn có thể suy ngẫm trong lúc bạn di chuyển trên các phương tiện công cộng, trong khi đi bộ, lúc đang nấu ăn, khi sắp đi ngủ hoặc bất cứ lúc nào bạn muốn.

Người siêng năng và kiên định học thuộc Kinh Thánh nhất mà tôi biết là Tiến sĩ Andrew Davis. Ông cho biết: "Không có cách rèn luyện nào hữu ích cho quá trình suy ngẫm cẩn thận từng câu Kinh Thánh hơn là học thuộc lòng. Học thuộc lòng không giống như suy ngẫm, nhưng hầu như không ai học thuộc một phân đoạn Kinh Thánh mà không hiểu biết thêm chút nào về những câu Kinh Thánh đó. Hơn nữa, một khi đã thuộc lòng phân đoạn Kinh Thánh thì có thể suy ngẫm suốt cả đời".[11]

Phương pháp suy ngẫm #11: Diễn đạt bản văn theo cách nghệ thuật

Phương pháp này bao gồm việc thể hiện cách cụ thể những điều bạn suy ngẫm bằng một phác họa hoặc bằng hình thức biểu lộ suy nghĩ theo cách hữu hình nào đó. Bạn có thể sáng tác một bài hát hoặc bài thơ dựa trên bản văn. Như Thi thiên 96:1 thúc giục chúng ta "Hãy hát cho Đức Giê-hô-va một bài ca mới". Bài ca không cần phải phức tạp hay dài dòng, hoặc thậm chí chỉ có hơn một nốt nhạc, và do đó giống bài hát nhịp điệu đều đều. Đa phần bài hát như vậy hoàn toàn ngẫu hứng. Jonathan Edwards cho biết đây là điều ông thường làm: "đi bộ một mình trong rừng, và trong những nơi vắng vẻ, để suy ngẫm, độc thoại, cầu nguyện và đối thoại với Đức Chúa Trời; ... những lúc như vậy, tôi luôn hát lên những điều tôi suy nghĩ".[12] Bạn cũng có thể làm như thế. Hãy ngẫu hứng sáng tác một giai điệu và hát theo phân đoạn Kinh Thánh và/ hoặc theo điều bạn suy nghĩ về bản văn như "một bài ca mới" cho Đức Giê-hô-va khi bạn suy gẫm Lời Ngài.

Phương pháp suy ngẫm # 12: Đặt câu hỏi về phân đoạn Kinh Thánh theo Phi-líp 4:8

Gần đây tôi suy ngẫm Phi-líp 4:8: "Cuối cùng, thưa anh em, hễ điều gì chân thật, điều gì đáng trọng, điều gì công chính, điều gì thanh sạch, điều gì đáng yêu chuộng, điều gì đáng biểu dương; nói chung là điều gì đức hạnh, đáng khen ngợi thì anh em phải nghĩ đến". Tôi chợt nảy ra ý nghĩ rằng những hướng dẫn đưa ra tại đây để suy ngẫm "những điều này" có thể áp dụng để suy ngẫm bất kỳ câu Kinh Thánh nào, cũng như để suy ngẫm về "cuộc sống". Kết quả là (và sau khi tham khảo nhiều bản dịch Phi-líp 4:8), tôi có được một loạt câu hỏi dựa trên "những điều này".

- Điều này có gì *đúng*, hay điều này minh hoạ cho sự thật gì?
- Điều này có gì *đáng trân trọng*?
- Điều này có gì *công chính hay công bình*?
- Điều này có gì *thanh sạch*, hay điều này minh hoạ cho sự thanh sạch *như thế nào*?
- Điều này có gì *đáng yêu chuộng*?
- Điều này có gì *đáng biểu dương*?
- Điều này có gì *xuất sắc* (tức là vượt trội hơn những điều khác cùng loại)?
- Điều này có gì *đáng khen ngợi*?

Vì vậy, cho dù suy ngẫm một câu hay một câu chuyện Kinh Thánh, hay điều gì đó trong cuộc sống - hoàn cảnh, sự kiện, trải nghiệm, cuộc gặp gỡ với ai đó, một phần công trình sáng tạo- thật vậy, khi suy nghĩ về *bất kỳ điều gì*, thì những câu hỏi theo Phi-líp 4:8 cũng có thể là những chỉ dẫn hữu ích.

Phương pháp suy ngẫm #13: Đặt câu hỏi về bản văn theo cách của Joseph Hall

Joseph Hall (1574-1656) là giám mục Anh quốc giáo tận tụy tại Norwich, Anh quốc. Quyển sách thứ 1606 của ông nhan đề *The Art of Divine Meditation* là một trong những sách bán chạy nhất và có ảnh hưởng nhất vào thời đó. Trong tác phẩm tĩnh nguyện kinh điển của Thanh giáo này, ông trình bày và minh họa cách sử dụng mười câu hỏi hữu ích khi suy ngẫm Kinh Thánh. Tôi thấy những câu hỏi của Hall kích thích tôi suy nghĩ rất nhiều mỗi khi tôi soạn bài giảng hoặc viết hoặc trình bày điều gì đó, nhưng đặc biệt trong khi tĩnh nguyện suy ngẫm Kinh Thánh. Tôi đã chỉnh sửa và mở rộng chút ít để những câu hỏi này được rõ ràng hơn với độc giả ngày nay.

- Bạn đang suy ngẫm *điều gì* (định nghĩa và/ hoặc mô tả điều đó)
- Điều đó được *phân chia* ra sao hoặc có các phần nào?
- *Nguyên nhân* dẫn đến điều đó là gì?
- Điều đó gây ra điều gì, tức là *kết quả và ảnh hưởng* của điều đó là gì?
- Địa điểm, vị trí của điều đó là gì, hoặc điều đó được sử dụng ra sao?
- Những *nét đặc biệt* và những ý liên quan của điều đó là gì?

- Điều gì *tương phản, mâu thuẫn hay khác biệt* với điều bạn đang suy ngẫm?
- Điều đó được *so sánh* với gì?
- Điều đó có *tựa đề hay tên gọi* là gì?
- Có lời *chứng hay ví dụ* nào trong Kinh Thánh về điều đó không?

Câu hỏi đầu tiên là câu khó nhất, nhưng cũng là câu quan trọng nhất, vì câu trả lời chính là "điều" được nói đến trong các câu hỏi tiếp theo. Vì vậy giả sử câu bạn đang suy ngẫm là Rô-ma 8:28, thì câu trả lời cho câu hỏi đầu tiên đại khái sẽ là "Đức Chúa Trời kiểm soát mọi việc vì lợi ích của con dân Ngài". Như vậy, điều đó được phân chia hay có các phần (câu hỏi số 2) như sau "Đức Chúa Trời kiểm soát", "mọi việc", "lợi ích", "con dân Ngài", vì đây là "sự phân chia hoặc các phần" của "điều" đã được xác định trong câu trả lời của câu hỏi 1.

Bạn sẽ thấy ích lợi khi chép lại những câu hỏi này vào Kinh Thánh và bằng phương tiện kỹ thuật số để ở nơi bạn luôn nhìn thấy.

Mười câu hỏi có quá nhiều cho một lần suy ngẫm hay không? Nếu có thì mỗi ngày chọn một hoặc hai câu, có lẽ dùng phương pháp này để suy ngẫm một câu cho cả tuần. Dù nhiều hay ít, thường sẽ dễ suy ngẫm hơn nhiều khi trả lời những câu hỏi cụ thể về bản văn hơn là suy nghĩ mà không có sự hướng dẫn nào. Vì thế, ngoài những câu hỏi ở trên, bạn có thể nghĩ ra danh sách các câu hỏi khác để suy ngẫm. Khi bạn buồn ngủ, hay mệt mỏi hoặc bị phân tâm, việc tìm câu trả lời cho những câu hỏi cụ thể sẽ giúp bạn giảm thiểu việc suy nghĩ lung tung thường xảy ra khi không có phương pháp cụ thể nào giúp bạn tập trung vào bản văn.

Phương pháp suy ngẫm #14: Đặt ra và khám phá số lượng tối thiểu những hiểu biết sâu sắc về bản văn

Với phương pháp này, bạn xác định ngay từ đầu rằng sẽ cứ tiếp tục suy ngẫm bản văn cho đến khi bạn khám phá ít nhất một số lượng nào đó những hiểu biết sâu sắc từ bản văn. Lần đầu tiên tôi làm điều này là lúc tôi đang suy ngẫm Hê-bơ-rơ 12:29: "Vì Đức Chúa Trời chúng ta là ngọn lửa thiêu đốt". Tôi quyết định tiếp tục nghiền ngẫm câu này cho đến khi tìm thấy tối thiểu mười hiểu biết sâu sắc. Trong trường hợp này, tôi quyết định nghĩ đến mười hình ảnh so sánh giữa Đức Chúa Trời và lửa. Hình ảnh đầu tiên khá dễ: "Đức Chúa Trời là sự sáng", Kinh Thánh chép trong 1 Giăng 1:5 và lửa phát ra ánh sáng. Tiếp theo, Đức Chúa Trời là Thẩm phán tối cao, và trong Kinh Thánh lửa đôi khi là phương tiện đoán phạt của Chúa. Nhưng sau khoảng bốn hình ảnh so sánh nhanh giữa Chúa và lửa, tôi gặp khó khăn hơn. Đó là lúc tôi bắt đầu đi xa hơn những điều khá đơn giản hoặc rõ ràng để đến với những hình ảnh đòi hỏi phải suy nghĩ nhiều hơn. Chỉ khi đó tôi mới cảm nhận rằng tôi đang vượt qua những gì quen thuộc. Nếu tôi không đưa ra chuẩn mười, thì chắc tôi đã dừng lại ở khoảng bốn hình ảnh, vì đó là lúc đối diện với thách thức của tâm trí. Nhưng tôi thường cần loại thách thức này để suy ngẫm sâu hơn Lời Đức Chúa Trời.

Tôi có ít nhất bốn người bạn xác nhận bài tập huyền thoại mà từng người trải nghiệm trong lớp học của giáo sư Howard Hendricks tại chủng viện về phương pháp nghiên cứu Kinh Thánh ở Viện Thần học Dallas. Ông bảo sinh viên tiết học tới họ sẽ đến lớp với ít nhất hai mươi lăm câu quan sát về Công Vụ 1:8. Rồi tiết học tiếp theo nữa họ phải đến lớp với hai mươi lăm quan sát khác về câu Kinh Thánh đó. Cuối cùng, họ được giao bài tập đưa ra càng nhiều quan sát càng tốt ngoài năm mươi câu trước đó. Hầu hết sinh viên đều nghĩ rằng họ gần như đã moi hết những gì có trong Công Vụ 1:8, cho đến khi Hendricks khuyến khích cả lớp rằng: "Tiện thể tôi nói cho các bạn biết kỷ lục từ trước tới nay là hơn sáu trăm quan sát".

Không phải mọi câu trong Kinh Thánh đều phong phú như Công vụ 1:8. Tuy nhiên, phương pháp này được dựa trên niềm tin cho rằng một trí tuệ vô hạn đã linh cảm cho từng bản văn Kinh Thánh, và vì lý do đó, luôn luôn có nhiều điều mà bạn chưa nhìn thấy, cho dù bạn nghĩ rằng bạn biết câu Kinh Thánh đó tường tận đến thế nào. Có thể đó là một sự quan sát, một hiểu biết sâu sắc, hoặc một áp dụng- nhưng hầu như chắc chắn có điều gì đó mà trước đây bạn chưa chú ý hoặc chưa nói ra rõ ràng.

Phương pháp suy ngẫm #15: Tìm ra mối liên kết hoặc sợi dây chung giữa các phân đoạn hay các chương bạn đã đọc

Nếu bạn đọc một đoạn Kinh Thánh có ba phân đoạn thì hãy tìm mối liên hệ giữa cả ba. Ví dụ Lu-ca 15 nói đến con chiên bị lạc, đồng xu bị mất, và người con trai hoang đàng. Tất cả đều tìm lại được, và mang đến niềm vui mừng. Trong Mác 5, chúng ta đọc thấy Chúa Giê-xu phô bày thần tính của Ngài bằng cách thể hiện thẩm quyền trên lĩnh vực thuộc linh, trên bệnh tật và sự chết.

Nếu bạn đọc nhiều sách trong Kinh Thánh, hãy tìm sợi dây chung giữa các sách đó. Ví dụ, bạn có thể nhìn thấy Chúa Giê-xu trong các đoạn Kinh Thánh khác nhau bạn đã đọc không? Hay mỗi đoạn có liên quan thế nào với Phúc âm? Hoặc mỗi đoạn nói thế nào với "khủng hoảng hiện tại" trong đời sống bạn? Cuối cùng, bạn có thể kết luận từ một hay nhiều đoạn Kinh Thánh bạn đã đọc rằng bạn không thể nhìn thấy bất kỳ áp dụng nào cho khủng hoảng hiện tại của bạn. Nhưng cho dù có như vậy, thì cũng hữu ích khi sục sạo Kinh Thánh, nghiên cứu và suy ngẫm theo kiểu suy nghĩ sâu sắc hơn là chỉ đọc qua.

Phương pháp suy ngẫm #16: Tìm hiểu xem bản văn nói về vấn đề hay thắc mắc hiện tại của bạn như thế nào

Giả sử vấn đề hiện tại trong đời sống bạn là tài chính. Sau khi đã đọc Kinh Thánh, hãy ôn lại điều bạn đã đọc và tìm kiếm bất kỳ phân đoạn nào nói đến hoặc có thể áp dụng vào lĩnh vực tài chính. Sau đó hãy xem bản văn nói gì, có lẽ cầu nguyện theo bản văn hoặc dùng một trong những phương pháp đã được nói đến để suy ngẫm thêm. Nếu mối quan tâm gần nhất trong đời sống bạn liên quan đến gia đình, hãy tìm những câu Kinh Thánh nói đến mối quan hệ. Nếu bạn đang vật lộn với thắc mắc dai dẳng, hãy quay lại với những gì bạn đã đọc trong mấy phút vừa qua và tìm xem điều Đức Thánh

Linh có thể soi sáng liên quan đến câu trả lời. Khi bạn cầu xin Tác giả Kinh Thánh "Xin Chúa mở mắt tôi, để tôi thấy sự lạ lùng trong luật pháp của Ngài" (Thi 119:18), có thể bạn sẽ ngạc nhiên với những bản văn Ngài sử dụng để cho bạn sự hiểu biết sâu sắc, hoặc sự áp dụng liên quan đến vấn đề hay thắc mắc của bạn.

Phương pháp suy ngẫm # 17: Dùng bản đồ suy ngẫm

Bản đồ suy ngẫm áp dụng nguyên tắc bản đồ tư duy để ghi lại điều ta suy ngẫm về phân đoạn Kinh Thánh. Nếu bạn không quen thuộc với bản đồ tư duy hoặc các phương pháp tương tự, bạn có thể nghiên cứu ngắn gọn đề tài này trên Internet. Cũng nhanh thôi, nhất là nếu bạn tìm các ví dụ về bản đồ tư duy cơ bản.[13] Về cơ bản, bản đồ tư duy là biểu đồ phác thảo thông tin thu hút thị giác và dễ nhớ hơn là từ ngữ. Ý bạn muốn xem xét được đặt ở giữa trang giấy. Rồi khi các ý nghĩ xuất hiện, chúng được nối bằng các đường vẽ đến với hình ảnh trung tâm, phát ra từ hình ảnh trung tâm. Các ý con được kết nối tương tự bởi những đường nét mảnh hơn với ý chính, và cứ tiếp tục như thế. Việc sử dụng hình vẽ đơn giản, biểu tượng, và màu sắc rất được khuyến khích.

Giả sử bạn phải dùng phương pháp này để suy ngẫm Rô-ma 8:28. Bạn bắt đầu bằng cách viết ra câu này ở giữa trang giấy, có lẽ vẽ một vòng tròn, một chiếc hộp hay "đám mây" xung quanh. Nhánh chính đầu tiên ra từ vòng tròn này có lẽ là 'Chúng ta biết', và khi bạn nghĩ đến cách 'chúng ta biết', cũng như đến mối liên hệ giữa câu này với ngữ cảnh trước mắt, bạn sẽ nối những hiểu biết của bạn bằng những đường vẽ hoặc những nhánh mảnh hơn với nhánh đầu tiên. Nhánh lớn thứ hai có thể là 'những ai yêu mến Đức Chúa Trời'. Các nhánh phụ chỉ về 'họ là ai?' và 'yêu Đức Chúa Trời' sẽ ra từ tầng nhánh ban đầu. Kế đến, bạn có thể có một nhánh chính khác là 'mọi sự', một nhánh khác là 'hiệp lại', và tiếp tục. Càng suy ngẫm, mỗi nhánh chính càng sinh ra nhiều trái.

Đây là một trong những phương pháp cá nhân tôi yêu thích. Đó không phải là cách suy nghĩ khác, mà chỉ là cách viết xuống điều bạn suy nghĩ. Nhưng cũng như những hiểu biết mới mẻ thường theo sau các phương pháp mới mẻ, tôi thấy phương pháp suy ngẫm Kinh Thánh này giúp tôi tập trung vào bản văn Kinh Thánh trong khi vẫn kích thích tôi suy nghĩ về điều tôi đang nhìn thấy.

Đừng vội – cứ từ từ!

Có giá trị gì chăng khi đọc một, ba hay nhiều chương Kinh Thánh để rồi sau khi đọc xong bạn chẳng nhớ được gì? Thà đọc một phần nhỏ và suy ngẫm về nó còn hơn đọc cả một phân đoạn dài mà không suy ngẫm.

Maurice Roberts người Scốt-len đã viết:

> Đáng buồn là thời đại chúng ta thiếu mất cái gọi là sự vĩ đại thuộc linh. Căn nguyên là do căn bệnh hời hợt đương đại. Chẳng ai đủ kiên nhẫn để suy ngẫm về niềm tin mình đã tuyên xưng...Không phải bận rộn lướt qua những trang sách bồi linh hay vội vàng thực hiện những bổn phận tôn giáo là có được một đức tin mạnh mẽ. Ngược lại, chính

việc từ từ suy ngẫm những chân lý Phúc âm và mở rộng tâm trí đón nhận những chân lý ấy mới là điều sản sinh bông trái của một tính cách được thánh hóa.[14]

Nếu cần, hãy đọc ít lại để có thể suy ngẫm nhiều hơn. Mặc dù có nhiều Cơ Đốc nhân cần tìm thời gian để đọc Kinh Thánh nhiều hơn, nhưng có thể một số người đã dành trọn thời gian có thể để đọc Kinh Thánh. Nếu không thể thêm thời gian cho giờ tĩnh nguyện để suy gẫm Lời Chúa, thì hãy đọc ít lại để có thêm thời gian mà từ từ suy ngẫm. Mặc dù trong ngày có thể cũng có những lúc bạn suy ngẫm lời Chúa (xem Thi 119:97), nhưng sự suy ngẫm hiệu quả nhất thường vẫn là thời giờ bạn dành riêng để đọc Kinh Thánh.

Nguyện kinh nghiệm suy ngẫm Lời Chúa của chúng ta đầy dẫy niềm vui và kết quả như kinh nghiệm của Jonathan Edwards, người đã viết lại những dòng này trong nhật ký ngay sau khi tin Chúa: "Dường như tôi thường thấy nhiều ánh sáng tỏa ra và vật thực tươi mới xuất hiện qua từng câu đến nỗi không thể chỉ đọc qua là được, mà phải nấn ná lại ở câu ấy để thấy được những điều lạ lùng hàm chứa trong đó, và hầu như mỗi câu Kinh Thánh đều đầy dẫy những điều kỳ thú".[15]

Áp Dụng Lời Chúa–Lợi Ích và Phương Pháp

Đức Chúa Trời làm cho tất cả những yếu tố cần thiết của Kinh Thánh, tức là những điều thiết yếu để nhận biết Ngài, trở nên vô cùng rõ ràng. Tuy nhiên, trong Kinh Thánh cũng có những phần khó hiểu. Ngay cả sứ đồ Phi-e-rơ cũng đã nói về các thư tín của Phao-lô rằng "Các thư của ông có một vài điều khó hiểu" (2 Phi 3:16). Cho dù thỉnh thoảng chúng ta phải ráng hết sức để hiểu một vài chỗ trong Kinh Thánh, nhưng hiểu Kinh Thánh không phải là vấn đề chính của chúng ta. Thường khó khăn nằm ở chỗ làm sao để áp dụng những phần Kinh Thánh chúng ta đã hiểu rõ vào đời sống hàng ngày. Kinh Thánh nói gì về việc nuôi dạy con cái? Kinh Thánh ảnh hưởng thế nào đến những quyết định và những mối quan hệ trong công việc của tôi? Quan điểm của Kinh Thánh về sự lựa chọn sắp tới của tôi là gì? Làm sao tôi có thể biết Chúa rõ hơn? Đây là những câu hỏi những người đọc Kinh Thánh thường hỏi; qua đó cho thấy tính cấp thiết của việc rèn luyện áp dụng Lời Chúa.

Giá trị của việc áp dụng Lời Chúa

Kinh Thánh hứa Đức Chúa Trời sẽ ban phước cho những người áp dụng Lời Ngài vào đời sống. Lời tuyên bố kinh điển trong Tân Ước về giá trị của việc kết hợp cái thuộc linh với cái cụ thể là Gia-cơ 1:22-25:

> "Hãy làm theo lời, chớ lấy nghe làm đủ mà lừa dối mình. Vì nếu người nào nghe lời mà không làm theo thì giống như người kia soi mặt mình trong gương, ngắm rồi bỏ đi và quên ngay mặt mình như thể nào. Nhưng người nào xem xét kỹ càng luật pháp toàn hảo này, là luật pháp đem lại sự tự do, và bền tâm suy xét, không phải chỉ nghe rồi quên đi, nhưng thực hành luật đó, thì sẽ được phước trong công việc mình".

Chúa Giê-xu cũng có một lời tuyên bố mạnh mẽ và súc tích tương tự: "Nếu các con biết những điều nầy và làm theo thì được phước" (Giăng 13:17).

Những câu Kinh Thánh này cho chúng ta biết trong việc nghe lời Chúa, chúng ta cũng có thể có ảo tưởng nghiêm trọng. Nếu không đánh giá thấp hoặc tính đầy đủ của Kinh Thánh, hoặc quyền năng Thánh Linh hành động qua một cuộc chạm trán tình cờ nhất với Kinh Thánh, thì chúng ta có thể thường xuyên bị đánh lừa về tác động của Kinh Thánh trên đời sống mình. Theo Gia-cơ 1:22-25, chúng ta có thể kinh nghiệm chân lý của Đức Chúa Trời cách mạnh mẽ đến nỗi điều Chúa muốn chúng ta thực hiện trở nên rõ ràng như thể chúng ta soi mặt mình trong gương vào buổi sáng. Nhưng nếu không áp dụng chân lý đã biết, thì chúng ta tự lừa dối mình nếu nghĩ rằng chúng ta sẽ được phước vì có chú ý đến Kinh Thánh vào những dịp đó, cho dù kinh nghiệm khám phá chân lý tuyệt vời đến đâu. Người 'sẽ được phước trong công việc mình' là người *làm* theo lời Kinh Thánh dạy.

Vì người 'được phước trong công việc mình' tương đương với lời hứa ban phước lành, sự thành công và thịnh vượng cho những người suy gẫm lời Chúa trong Giô-suê 1:8 và Thi Thiên 1:1-3. Đó là do suy gẫm phải dẫn đến áp dụng, đến sự vâng phục giống như Đấng Christ. Khi Đức Chúa Trời phán bảo Giô-suê suy ngẫm Lời Ngài ngày và đêm, Ngài cho ông biết mục đích của việc suy ngẫm là 'để cẩn thận làm theo mọi điều đã chép trong đó'. Lời hứa 'vì như thế, con mới được thịnh vượng trong con đường mình và mới thành công' sẽ được ứng nghiệm, không phải chỉ là kết quả của sự suy ngẫm, mà còn là phước hạnh Chúa ban đối với việc áp dụng nhờ suy gẫm.

Mong đợi khám phá được áp dụng

Vì Đức Chúa Trời muốn bạn trở thành người làm theo Lời Ngài, nên bạn có thể tin rằng Ngài muốn bạn tìm ra hướng áp dụng mỗi khi đến với Lời Ngài. Vì vậy, bạn có thể tin rằng Đức Thánh Linh sẵn sàng giúp bạn biết cách thực hành những gì bạn học được. Do đó, hãy mở Kinh Thánh với lòng trông đợi. Hãy mong đợi khám phá cách đáp ứng thực tiễn với chân lý của Đức Chúa Trời. Đến với Kinh Thánh với lòng tin rằng bạn sẽ tìm ra cách áp dụng tạo sự khác biệt lớn so với việc không tin như vậy.

Thomas Watson, một mục sư kiêm nhà văn thuộc giáo hội Thanh Giáo, một người có tầm ảnh hưởng lớn đến nỗi ông được Charles Spurgeon gọi là "vú nuôi của những nhà thần học Tin lành vĩ đại,"[16] đã khích lệ tinh thần trông đợi việc áp dụng Lời Chúa bằng những lời sau:

> Hãy xem mọi lời Chúa phán như Ngài đang phán với chính bạn. Khi lời ấy quở trách tội lỗi, hãy nghĩ: "ý Chúa muốn nói đến tội lỗi của tôi"; khi lời ấy trình bày một bổn phận, "Đức Chúa Trời dự định đặt để tôi vào chỗ này". Nhiều người khi đọc Kinh Thánh thường "chừa" mình ra, như thể lời ấy chỉ liên quan đến những người sống trong thời Kinh Thánh được viết ra; nhưng nếu muốn nhận được ích lợi từ Kinh Thánh, thì hãy áp dụng cho bản thân

bạn: một viên thuốc chẳng có ích lợi gì nếu bạn không chịu uống.¹⁷

Vì cớ Kinh Thánh được Đức Chúa Trời linh cảm, nên hãy tin rằng điều bạn đang đọc là dành cho bạn - ít nhất là theo cách nào đó có liên hệ với Đấng Christ - cũng như cho những người đầu tiên lãnh nhận sứ điệp ấy. Nếu không đọc Kinh Thánh bằng thái độ ấy, bạn sẽ hiếm khi biết cách áp dụng một phân đoạn Kinh Thánh vào đời sống cá nhân.

Hiểu bản văn

Hiểu sai ý nghĩa câu Kinh Thánh sẽ dẫn đến việc áp dụng sai câu Kinh Thánh ấy. Chẳng hạn, một số người áp dụng lời huấn thị trong Cô-lô-se 2:21 – "Chớ lấy! Chớ nếm! Chớ sờ!" – là lệnh cấm đối với tất cả những sự vật có thể hình dung được. Và dẫu có thể có những lý do chính đáng để kiêng khem một số điều người ta thường dùng câu Kinh Thánh này để nói đến, nhưng bản văn đã bị áp dụng sai khi dùng theo cách đó vì họ đã hiểu sai nghĩa của nó. Khi xem xét trong ngữ cảnh, rõ ràng đó là câu khẩu hiệu của một nhóm tu khổ hạnh mà sứ đồ Phao-lô lên án như kẻ thù của Phúc âm. Vậy nếu bạn đang đọc câu này và nghĩ rằng có thể áp dụng nó vào nhu cầu giảm cân của bạn, có thể bạn sẽ vui khi biết rằng đó là một sự áp dụng không có cơ sở do giải thích không chính xác. (Tuy nhiên, một chế độ ăn uống khác có thể là cách áp dụng riêng mà Đức Thánh Linh hướng dẫn bạn từ 1Cô 9:27).

Watson đã đúng khi nói rằng "Hãy xem mọi lời Chúa phán như Ngài đang phán với chính bạn". Nhưng chúng ta không thể làm thế nếu chưa hiểu Chúa muốn nói gì với những người đầu tiên nghe những lời ấy. Nếu xem lời Chúa kêu gọi Áp-ram trong Sáng 12:1-7 như Chúa đang phán với bạn, bạn sẽ nhanh chóng chuyển đến đất nước Y-sơ-ra-ên. Nhưng nếu bạn hiểu lời kêu gọi đặc biệt đó dành riêng cho Áp-ram, thì bạn vẫn có thể khám phá những chân lý vượt thời gian trong lời kêu gọi ấy và áp dụng cho bản thân mình. Bạn đã nghe thấy lời Đức Chúa Trời mời gọi đến với Đấng Christ chưa? Bạn đã sẵn sàng vâng theo tiếng Chúa đi bất cứ nơi đâu Ngài kêu gọi bạn – chuyển sang một công việc mới, một nơi ở mới, một cánh đồng truyền giáo mới,...- chưa?

Chúng ta phải hiểu cách áp dụng phân đoạn ấy cho những độc giả đầu tiên trước khi chúng ta có thể hiểu cách áp dụng phân đoạn ấy ngày nay. Khi Chúa Giê-xu phán: "Hôm nay con sẽ được ở với Ta trong Pa-ra-đi" (Lu 23:43), câu ấy áp dụng trước tiên cho tên trộm bị đóng đinh trên cây thập tự. Tuy nhiên, vì những lời ấy là một phần của Kinh Thánh, và vì "cả Kinh Thánh đều là bởi Đức Chúa Trời soi dẫn, và có ích," nên Chúa muốn lời ấy áp dụng cho hết thảy các tín đồ. Hiển nhiên, cách áp dụng ngày nay không phải là mỗi Cơ Đốc nhân sẽ chết ngay hôm nay và được ở với Chúa Giê-xu trên thiên đàng. Nhưng câu này có thể áp dụng về phương diện chuẩn bị sẵn sàng cho cái chết. Chúng ta nhận biết rằng cái chết có thể đến với chúng ta ngay hôm nay để rồi tra xét xem mình có sẵn sàng để đón nhận nó hay chưa.

Chúng ta cũng có thể áp dụng câu này khi nói đến sự hiện diện của Đấng Christ. Vì chúng ta tin Chúa, nên Chúa luôn hiện diện trong chúng ta, vì thế, Ngài đang ở với chúng ta ngay hôm nay dù chúng ta chưa lên thiên đàng. Nhận thức mới về sự hiện diện của Đấng Christ tác động thế nào đến lời cầu nguyện hay quan điểm của bạn về thời gian còn lại trong ngày?

Lời Chúa Giê-xu hứa với tên trộm là một ví dụ cho thấy không phải lời hứa nào cũng có cách áp dụng như trong ngữ cảnh ban đầu. Nhưng nhiều lời hứa khác có cách áp dụng chung, phổ quát và liên tục. Một ví dụ dễ thấy là Giăng 3:16. Một câu khác là 1 Giăng 1:9. Làm sao chúng ta biết được câu nào nên áp dụng khác với ngữ cảnh ban đầu của nó? Đây là lúc chúng ta thấy ích lợi của việc hiểu biết Kinh Thánh ngày càng nhiều nhờ nghe, đọc, và đặc biệt là học Kinh Thánh. Vì càng hiểu Kinh Thánh, thì chúng ta càng áp dụng Lời Chúa đúng đắn hơn.

Nói vậy nhưng tôi vẫn cho rằng đa phần Kinh Thánh đều rõ ràng và dễ hiểu về ý nghĩa cơ bản. Vấn đề của chúng ta vẫn là không làm theo Kinh Thánh hơn là hiểu Kinh Thánh. Phải hiểu Lời Kinh Thánh thì mới áp dụng được, nhưng chúng ta sẽ không thực sự hiểu nếu không áp dụng.

Suy ngẫm để nhìn thấy cách áp dụng

Chúng ta đã biết rằng suy ngẫm không phải là mục tiêu. Suy nghĩ sâu xa về những chân lý và thực tại thuộc linh của Kinh Thánh là chìa khóa để áp dụng nhưng lại thường bị xao lãng. Chính nhờ suy ngẫm mà những thông tin trong Kinh Thánh được biến đổi thành áp dụng thực tiễn.

Nếu chúng ta đọc, nghe, hay học Lời Đức Chúa Trời mà không suy ngẫm, thì đừng ngạc nhiên khi gặp khó khăn trong việc áp dụng Kinh Thánh vào những tình huống cụ thể. Chúng ta thậm chí có thể dạy một con vẹt nhớ mọi câu Kinh Thánh chính chúng ta đã học thuộc, nhưng nếu không áp dụng những câu ấy vào đời sống, thì cũng như con vẹt, những câu Kinh Thánh ấy chẳng có giá trị gì nhiều đối với chúng ta. Làm sao để Lời được ghi nhớ trở thành Lời được áp dụng? Ấy là nhờ suy ngẫm.

Hầu hết kiến thức, kể cả kiến thức Kinh Thánh, đều đi qua tâm trí chúng ta như nước trôi qua một cái rây. Thông thường mỗi ngày có rất nhiều thông tin đến với chúng ta đến nỗi chúng ta chỉ có thể nhớ được chút ít. Nhưng khi suy ngẫm, chân lý được giữ lại và thẩm thấu vào lòng chúng ta. Chúng ta có thể ngửi thấy mùi thơm của nó cách đầy đủ hơn và nếm trải nó cách ngọt ngào hơn. Khi Lời Chúa lưu ủ trong não bộ chúng ta, sự thấu hiểu sẽ đến. Trái tim nóng lên nhờ suy ngẫm và chân lý lạnh lùng tan chảy thành hành động nhiệt thành.

Thi Thiên 119:15 chép: "Con sẽ suy ngẫm kỷ cương Chúa, chú tâm vào đường lối của Ngài". Nhờ suy ngẫm Lời Chúa mà tác giả Thi Thiên biết cách áp dụng đường lối Chúa vào đời sống, tức là, biết cách làm theo lời Chúa. Chúng ta cũng vậy. Suy ngẫm Kinh Thánh là cách để xác định làm thế nào áp dụng một phân đoạn Kinh Thánh vào tình huống cụ thể trong cuộc sống.

Đặt những câu hỏi hướng đến việc áp dụng

Như đã lưu ý, đặt câu hỏi về phân đoạn Kinh Thánh là một trong những cách tốt nhất để suy ngẫm. Càng đặt và trả lời nhiều câu hỏi về câu Kinh Thánh đó, bạn càng hiểu và càng thấy rõ cách áp dụng.

Đây là một số ví dụ về câu hỏi hướng đến việc áp dụng có thể giúp bạn trở thành người áp dụng Lời Chúa:

- Phân đoạn này có bày tỏ điều gì về Đức Chúa Trời mà tôi phải tin không?

- Phân đoạn này có bày tỏ điều gì để tôi phải ngợi khen, cảm tạ hay tin cậy Đức Chúa Trời không?

- Phân đoạn này có bày tỏ điều gì đó tôi cần phải cầu nguyện cho chính mình hay người khác không?

- Phân đoạn này có bày tỏ điều gì mà tôi phải thay đổi thái độ về điều đó không?

- Phân đoạn này có bày tỏ điều gì khiến tôi phải đưa ra quyết định về điều đó không?

- Phân đoạn này có bày tỏ điều gì tôi nên làm vì Đấng Christ, vì người khác hay vì bản thân tôi không?

Có khi câu Kinh Thánh sẽ cho bạn thấy rõ cách áp dụng vào đời sống đến mức nó gần như nhảy ra khỏi trang giấy và nài nỉ bạn làm theo sự dạy dỗ trong đó. Tuy nhiên, thường thì bạn phải đối chất với câu Kinh Thánh ấy, kiên trì đặt câu hỏi cho đến khi bạn thấy rõ cách áp dụng.

Đáp ứng cụ thể

Cuộc gặp gỡ với Đức Chúa Trời qua Lời Ngài ít nhất phải dẫn đến một đáp ứng cụ thể. Nói cách khác, sau khi kết thúc giờ học Kinh Thánh, ít nhất bạn phải xác định được một cách đáp ứng cụ thể đối với điều bạn học được. Đáp ứng đó có thể là một hành động rõ ràng của đức tin, của sự thờ phượng, ngợi khen, cảm tạ hay cầu nguyện. Đáp ứng ấy có thể là xin ai đó tha thứ hoặc nói một lời khích lệ. Đáp ứng ấy có thể là từ bỏ một tội lỗi hoặc bày tỏ một hành động yêu thương. Dù đáp ứng đó là gì, hãy cam kết thực hiện một cách có ý thức ít nhất một hành động sau khi đã tiếp thu Lời Chúa.

Điều này quan trọng như thế nào? Đã bao nhiêu lần bạn gấp Kinh Thánh lại và bất chợt nhận ra mình chẳng nhớ gì về phân đoạn vừa đọc? Bạn đã tham gia bao nhiêu buổi học Kinh Thánh và nghe bao nhiêu bài giảng để rồi ra về mà không hề có chút ảnh hưởng nào của Kinh Thánh trong đời sống? Tôi biết có những người tham gia học Kinh Thánh sáu buổi một tuần, nhưng họ chỉ có thêm kiến thức chứ không giống Đấng Christ hơn vì họ không áp dụng điều mình đã học. Đời sống cầu nguyện của họ chẳng mạnh mẽ, họ chẳng gây được ảnh hưởng gì bằng Phúc âm đối với những người hư mất, đời sống gia đình của họ rất căng thẳng. Nếu chúng ta bắt đầu kỷ luật bản thân để đưa ra ít nhất một đáp ứng cụ thể đối với phân đoạn Kinh Thánh vừa học trước khi đứng dậy, thì chúng ta sẽ tăng trưởng nhanh hơn trong ân điển. Không có sự áp dụng này, chúng ta không phải là người thực hành Lời Chúa.

Áp Dụng Thêm

Bạn sẽ bắt đầu kế hoạch học thuộc lòng Lời Chúa chứ?

Nếu là Cơ Đốc nhân lâu năm, chắc hẳn bạn thuộc nhiều câu Kinh Thánh hơn bạn nghĩ. Một trong những câu có thể bạn đã biết là Phi-líp 4:13: "Tôi làm được mọi sự nhờ Đấng ban năng lực cho tôi". Bạn có tin câu Kinh Thánh đó không? Bạn có tin rằng 'mọi sự' ở đây bao gồm cả việc học thuộc lòng Lời Chúa không? Vì bạn *có thể* làm điều đó, vậy bạn có chịu làm không? Khi nào bạn bắt đầu?

Bạn có đang trau dồi kỷ luật suy ngẫm Lời Chúa không?

Đôi khi những tư tưởng hướng về Chúa không phải là suy ngẫm hay suy niệm gì cả. William Bridge cho biết: "Người ta có thể nghĩ về Chúa mỗi ngày, mà không hề suy ngẫm về Ngài".[18] Qua Thánh Kinh, Đức Chúa Trời kêu gọi chúng ta cứ ở trong Ngài trong những suy nghĩ của chúng ta.

Giờ đây, tôi biết chắc bạn đã nhận ra rằng trau dồi kỷ luật suy ngẫm cần hi sinh thời gian. Bridge, một trong những tác giả Tin lành viết về đề tài suy ngẫm hay nhất, tuy đã lớn tuổi, đã thấy trước vấn nạn trong việc dành thời giờ để suy gẫm.

Có người nói: "Tôi sẽ nghĩ về Đức Chúa Trời, và tôi sẽ hết lòng suy ngẫm về Ngài, nhưng suy ngẫm là việc cần thời gian mà tôi thì không có thời gian; tôi nhiều việc lắm, tôi không có thời gian để suy ngẫm. Suy ngẫm không phải là một suy nghĩ thoáng qua, mà là việc đòi hỏi phải có thời gian, mà tôi thì lại không có thời gian". Vậy hãy lưu ý điều Đa-vít nói trong Thi Thiên [119]: "Xin khiến lòng con hướng về chứng ước Chúa", bằng cách nào? "không hướng về lợi lộc bất chính". Phương cách để một người hướng lòng về chứng ước Chúa là đừng hướng về những lợi lộc bất chính bên ngoài. Vậy, bạn có sẵn lòng suy ngẫm về Chúa và những điều thuộc về Ngài, và chú ý để lòng hay tay mình không vướng bận quá nhiều việc đời này không?

Các bạn thân mến, có một nghệ thuật, một kỹ năng thiêng liêng của sự suy ngẫm mà ngoài Chúa, chẳng ai có thể dạy bạn được. Nếu bạn muốn có nó, hãy đến với Chúa và xin Ngài ban cho bạn điều đó.[19]

Liên quan đến vấn đề này, đây là câu hỏi chúng ta thường đặt ra: "Có đáng để cam kết dành thời gian rèn luyện việc suy ngẫm Lời Chúa không?" Có lẽ Bridge trả lời hay hơn tôi.

Rèn luyện là điều hữu ích trong việc trau dồi kiến thức, nhờ đó kiến thức của bạn thêm lên và trí nhớ được tăng cường, lòng bạn được sưởi ấm. Nhờ đó bạn được giải thoát khỏi những tư tưởng tội lỗi. Rồi lòng bạn sẽ hòa nhịp với từng bổn phận. Nhờ đó bạn sẽ tăng trưởng trong ân điển. Nhờ đó bạn sẽ lấp đầy mọi khe hở trong đời sống, biết cách sử dụng thời gian rảnh rỗi và tận dụng thời gian ấy cho Đức Chúa Trời. Nhờ đó bạn sẽ biết rút ra điều ích lợi từ cái xấu xa. Và nhờ đó bạn sẽ chuyện trò với Đức Chúa Trời, có mối giao thông với Ngài và vui hưởng Ngài. Và tôi cầu nguyện rằng chẳng lẽ những lợi ích trên chưa đủ làm cho chuyến hành trình tư tưởng trong sự suy gẫm của bạn trở nên ngọt ngào sao?[20]

Khi bạn xem xét điều Kinh Thánh dạy về suy ngẫm, và khi bạn xem xét lời làm chứng của một vài trong số những người tin kính nhất trong lịch sử Hội thánh, bạn sẽ không thể phủ nhận tầm quan trọng và giá trị của việc suy ngẫm của Cơ Đốc nhân đối với sự tăng trưởng thuộc linh.

Hãy cùng suy nghĩ một lời trích dẫn nữa về đề tài này. Đây là một lời thách thức về sự suy ngẫm của Richard Baxter, người thực tiễn nhất trong tất cả các tác giả Thanh giáo. Cũng như ông, tôi đưa ra cho bạn lời thách thức liên quan đến việc trau dồi kỷ luật suy ngẫm:

> Nếu qua những phương tiện này mà bạn không thấy mình tấn tới trong ân điển và không tăng trưởng vượt trổi hơn vóc giạc của một Cơ Đốc nhân bình thường, và không hữu ích hơn trong chỗ Chúa đặt để bạn, và cũng không đáng giá hơn trong mắt của tất cả những người sáng suốt; nếu linh hồn bạn không càng ngày càng tận hưởng mối thông công với Đức Chúa Trời và đời sống bạn không ngập tràn sự yên ủi, và bạn không sẵn sàng cho giờ phút lìa đời, thì hãy vứt bỏ những chỉ dẫn này đi và hãy tố cáo tôi là kẻ lừa gạt để tôi mang tiếng suốt đời.[21]

Bạn có chứng tỏ mình là người áp dụng Lời Chúa không?

Bạn đã đọc nhiều câu Kinh Thánh trong chương này. Bạn sẽ làm gì để đáp ứng những câu Kinh Thánh này?

Hầu hết chúng ta đều cho rằng mình là những người làm theo Lời Chúa chứ không chỉ nghe mà thôi. Nhưng, "hãy chứng minh", như một bản dịch Kinh Thánh (NASB) được nhiều người đánh giá cao đã dịch phần đầu của Gia-cơ 1:22 là: "hãy chứng tỏ mình là người làm theo lời". Bằng cách nào bạn sẽ chứng tỏ rằng bạn là người làm theo Lời Đức Chúa Trời như đã được trình bày cho bạn tại đây?

Rèn luyện để tiếp thu Lời Chúa, nhất là rèn luyện trong việc áp dụng Lời Chúa, thường không dễ và vì nhiều lý do, trong đó chống đối thuộc linh không hề là lý do nhỏ nhất. J. I. Packer nói lên ý này cách nghiêm túc:

> Nếu tôi là ma quỷ, một trong những mục tiêu đầu tiên của tôi sẽ là ngăn chặn người ta đào sâu Kinh Thánh. Vì biết đó là Lời Chúa, dạy con người nhận biết, yêu mến và phục vụ Đức Chúa Trời của Kinh Thánh, nên tôi sẽ làm đủ mọi cách để bao vây nó bằng những cái bẫy, những hàng rào kẽm gai và các loại cạm bẫy của loài người mang dáng vẻ thuộc linh để người ta sợ mà tránh đi... Bằng mọi giá, tôi sẽ ngăn cản họ kỷ luật tâm trí để đánh giá sứ điệp.[22]

Cho dù có những khó khăn và chống đối thuộc linh, bạn có sẵn sàng, bằng mọi giá, dùng tâm trí mình 'một cách có kỷ luật' để ăn nuốt Lời Chúa 'hầu cho đạt đến sự tin kính' không?

Chương 4

4 | Cầu Nguyện...
Để Luyện Tập Lòng Tin Kính

*Người Tin Lành chúng ta là những con người vô kỷ luật.
Đó là lý do khiến chúng ta rất thiếu hiểu biết thuộc linh và
cực kỳ thiếu năng lực tinh thần.*

Albert Edwards Day

Trạm thu sóng vô tuyến lớn nhất thế giới tọa lạc tại New Mexico. Các phi hành gia gọi nó là "Tai nấm". Tên thật của nó là Mạng Ăng-ten Cực Khủng Karl G. Jansky (VLA. Đây là đài quan sát thiên văn vô tuyến Karl G. Jansky, được đặt theo tên của nhà vật lý học người Mỹ Karl G. Jansky lần đầu tiên khám phá ra sóng vô tuyến năm 1931). "VLA" là một loạt hai mươi bảy đĩa vệ tinh khổng lồ được lắp đặt trên 61km đường sắt. Các đĩa này kết hợp với nhau tạo thành một chiếc kính viễn vọng có kích thước bằng cả Thủ đô Washington. Các nhà thiên văn từ khắp nơi trên thế giới đến để phân tích những hình ảnh quang học của các tầng trời do VLA truyền về từ sóng vô tuyến nhận được từ không gian. Vì sao phải cần đến một thiết bị khổng lồ như vậy? Vì thường được phát ra từ những nguồn cách trái đất hàng triệu năm ánh sáng nên sóng vô tuyến rất yếu. Toàn bộ năng lượng của tất cả các làn sóng vô tuyến từng được thu nhận hiếm khi bằng lực chạm của một chiếc bông tuyết rơi xuống mặt đất.

Con người cất công đi một quãng đường dài để tìm kiếm một thông điệp yếu ớt phát ra từ không gian trong khi Đức Chúa Trời đã phán rõ ràng qua Con Ngài và Lời Ngài! Cố sức nhìn qua đôi mắt của chiếc kính viễn vọng và qua đôi tai điện tử của VLA, con người tìm kiếm một lời có thể phát ra từ bóng tối vô tận của vũ trụ. Trong khi "lời tiên tri chúng ta có càng được xác quyết hơn. Anh em nên chú ý vào lời nầy như ngọn đèn soi sáng nơi tối tăm, cho đến khi ban ngày lộ ra và sao mai mọc trong lòng anh em" (2 Phi 1:19).

Nhưng Đức Chúa Trời không chỉ phán với chúng ta cách rõ ràng và mạnh mẽ qua Đấng Christ và Kinh Thánh, "vành tai cực khủng" của Ngài luôn luôn hướng về phía chúng ta. Ngài nghe thấy mọi lời cầu nguyện của con cái Ngài, ngay cả khi những lời cầu nguyện của chúng ta còn yếu ớt hơn cả một bông tuyết. Đó là lý do trong tất cả các cách rèn luyện tâm linh, cầu nguyện có tầm quan trọng thứ hai sau việc tiếp thu Lời Chúa.

Tuy nhiên dù cầu nguyện có tầm quan trọng thứ nhì, nhưng các khảo sát thống kê và kinh nghiệm dường như đồng ý rằng tỷ lệ lớn phần trăm những người xưng mình là Cơ Đốc nhân dành rất ít thời gian cho việc cầu nguyện lâu. Mặc dù thỉnh thoảng trong ngày họ có thể cầu nguyện một câu, nhưng họ hiếm khi dành hơn một vài phút – nếu đúng như vậy – để trò chuyện với một mình Chúa.

Rất dễ làm cho người khác cảm thấy có lỗi khi thất bại trong sự cầu nguyện, và đó không phải là ý định của tôi trong chương này. Nhưng chúng ta phải hiểu một điều là để giống Chúa Giê-xu thì chúng ta phải cầu nguyện.

Chúa Mong Đợi Chúng Ta Cầu Nguyện

Tôi biết nếu nói rằng Chúa muốn chúng ta cầu nguyện có thể sẽ khiến những người thuộc thời đại không thích gò bó và chống lại sự độc tài cảm thấy hơi bất bình. Tuy nhiên, những người đã được quy phục dưới thẩm quyền của Đấng Christ và Kinh Thánh đều biết rằng Đức Chúa Trời muốn chúng ta cầu nguyện ngay hôm nay. Và chúng ta cũng tin rằng ý muốn của Ngài là tốt lành.

Chúa Giê-xu mong đợi chúng ta cầu nguyện

Đừng nghĩ cầu nguyện là một đòi hỏi bâng quơ. Cần nhận biết rằng Chúa Cứu Thế Giê-xu, một Thân vị với tất cả thẩm quyền và tình yêu, mong muốn chúng ta cầu nguyện. Những trích dẫn dưới đây từ lời của Ngài cho thấy Ngài mong đợi chúng ta cầu nguyện:

- Ma-thi-ơ 6:5, "Khi các con cầu nguyện..."
- Ma-thi-ơ 6:6, "Nhưng khi con cầu nguyện..."
- Ma-thi-ơ 6:7, "Khi các con cầu nguyện..."
- Ma-thi-ơ 6:9, "Các con hãy cầu nguyện như thế này..."

- Lu-ca 11:9, "Vậy Ta bảo các con: Hãy xin...Hãy tìm...Hãy gõ cửa..."
- Lu-ca 18:1, "Đức Chúa Giê-xu kể cho các môn đồ nghe một ẩn dụ để cho họ thấy cần phải cầu nguyện luôn."

Giả sử Chúa Giê-xu hiện ra với riêng bạn, giống như khi Ngài hiện ra với sứ đồ Giăng trên đảo Bát-mô trong Khải Huyền 1, và phán rằng Ngài mong chờ bạn cầu nguyện. Chẳng phải bạn sẽ trung tín hơn trong việc cầu nguyện, ý thức một cách đặc biệt rằng Chúa Giê-xu mong muốn điều đó nơi bạn sao? Vâng, những lời của Chúa Giê-xu được trích dẫn bên trên chính là ý muốn Ngài dành cho bạn, như thể Ngài gọi tên bạn và phán trực tiếp những lời ấy với bạn.

Lời Đức Chúa Trời Cho Thấy Rõ Điều Đó

Ngoài lời phán của Chúa Giê-xu, cả phần còn lại của Tân Ước cũng cho thấy một cách rõ ràng không thể nhầm lẫn rằng Ngài mong đợi bạn cầu nguyện.

Cô-lô-se 4:2: "Phải bền đổ... trong sự cầu nguyện" (BTT). Những người 'bền đổ trong sự cầu nguyện' tận hiến đời mình để đeo đuổi nếp sống giống như Đấng Christ, là nếp sống luôn xem cầu nguyện là điều ưu tiên. Khi bạn đặt ưu tiên cho một điều gì đó, khi bạn hi sinh vì nó, khi bạn dành thời gian cho nó, tức là bạn đã tận hiến cho nó. Đức Chúa Trời muốn Cơ Đốc nhân tận hiến cho sự cầu nguyện.

1 Tê-sa-lô-ni-ca 5:17: "Cầu nguyện không thôi". Nếu 'bền đỗ cầu nguyện' nhấn mạnh cầu nguyện là một hoạt động, thì 'cầu nguyện không thôi' nhắc chúng ta rằng cầu nguyện còn là một mối quan hệ. Về một phương diện, cầu nguyện là cách bày tỏ mối quan hệ bền chặt với Cha.

Vậy, câu này không có nghĩa là chúng ta không làm gì cả, chỉ cầu nguyện mà thôi, vì Kinh Thánh bảo chúng ta làm nhiều điều khác bên cạnh sự cầu nguyện, kể cả thời gian nghỉ ngơi khi chúng ta không thể cầu nguyện liên tục. Nhưng câu Kinh Thánh ấy có nghĩa là, nếu chúng ta không thể đặt việc trò chuyện với Chúa và nghĩ về Ngài lên trước hết trong tâm trí, thì nó cũng phải luôn ở ngay bên lề và sẵn sàng thế chỗ cho điều chúng ta đang quan tâm. Bạn có thể nghĩ rằng cầu nguyện không thôi giống như truyền thông với Chúa trên một đường dây trong khi nhận những cuộc gọi từ đường dây khác. Dù bạn đang nói chuyện trên đường dây khác, bạn cũng không bao giờ quên nhu cầu phải quay lại với Chúa. Vậy cầu nguyện không thôi có nghĩa là bạn không khi nào thực sự ngưng trò chuyện với Đức Chúa Trời; chỉ là có những lúc gián đoạn mà thôi.

Tôi có thể chọn những phân đoạn Kinh Thánh Tân Ước khác cho thấy rằng Đức Chúa Trời mong muốn chúng ta cầu nguyện, nhưng hai câu này có ý nghĩa đặc biệt vì đó là những mạng lệnh trực tiếp. Những mạng lệnh này có nghĩa là, quá ít thời gian, quá nhiều trách nhiệm, quá nhiều con cái, quá nhiều công việc, quá ít khát khao, quá ít kinh nghiệm, v.v. không phải là lý do để chúng ta thoái thác việc cầu nguyện. Đức Chúa Trời ban cho chúng ta những "kỳ" trong cuộc đời, là lúc thứ tự ưu tiên lẫn thời gian dành cho từng kỳ cũng thay đổi;[1] tuy nhiên trong từng kỳ Chúa mong mỗi Cơ Đốc nhân tận hiến cầu nguyện và cầu nguyện không thôi.

Martin Luther, một con người thành tâm cầu nguyện và là nhà cải chánh giáo hội, đã nói về việc Đức Chúa Trời mong chờ chúng ta cầu nguyện như sau: "Việc của thợ may là may quần áo và thợ vá giày là khâu giày, thì việc của Cơ Đốc nhân là cầu nguyện".[2]

Nhưng chúng ta không nên xem việc Chúa mong đợi chúng ta cầu nguyện chỉ như một lệnh triệu tập, mà đó còn là lời mời của một vị vua. Như lời tác giả thư Hê-bơ-rơ cho biết: "Vậy, chúng ta hãy vững lòng đến gần ngôi ân điển, để nhận được sự thương xót và tìm được ân điển giúp đỡ chúng ta kịp thời" (4:16). Chúng ta có thể trở thành kẻ bi quan trong sự cầu nguyện và xem việc Chúa mong đợi chúng ta cầu nguyện hoàn toàn như một bổn phận, hoặc chúng ta có thể trở thành những người lạc quan, xem mạng lệnh cầu nguyện là cơ hội để tiếp nhận ơn thương xót và ân điển của Đức Chúa Trời.

Caffy, vợ tôi luôn muốn tôi gọi về cho cô ấy mỗi khi tôi đi xa. Nhưng sự mong đợi ấy là sự mong đợi của tình yêu. Cô ấy muốn tôi gọi điện về vì cô ấy muốn biết tin của tôi. Việc Đức Chúa Trời mong đợi chúng ta cầu nguyện cũng giống như vậy. Mệnh lệnh cầu nguyện là mệnh lệnh của tình yêu.

Trong tình yêu của Ngài, Ngài mong muốn giao thông với chúng ta và ban phước cho chúng ta.

Đức Chúa Trời mong đợi chúng ta cầu nguyện giống như vị tướng mong chờ tin tức từ chiến sĩ nơi sa trường. Một tác giả đã nhắc nhở chúng ta rằng: "Cầu nguyện là chiếc điện đài xách tay ngoài sa trường chứ không phải hệ thống liên lạc trong nhà chỉ để thêm phần tiện lợi cho chúng ta."[3] Đức Chúa Trời mong muốn chúng ta dùng chiếc điện đài xách tay của sự cầu nguyện vì đó là phương tiện Ngài chỉ định không chỉ để chúng ta luyện tập lòng tin kính, mà còn dùng trong cuộc chiến thuộc linh giữa vương quốc của Ngài và vương quốc của kẻ thù. Bỏ qua sự cầu nguyện, nếu may mắn lắm thì là chiến đấu bằng sức riêng và tồi tệ nhất là thua trận trong cuộc chiến.

Đừng quên rằng mong đợi cầu nguyện là mong đợi của Phúc âm. Nói cách khác, cầu nguyện không phải là bổn phận mà là đặc ân, và không phải là đặc ân mà là cách bày tỏ sức sống. Chúng ta mong con cái trò chuyện–cho dù chúng chỉ có thể khóc-vì chúng đang sống động. Vì vậy Đức Chúa Trời mong đợi con cái Ngài trò chuyện vì chúng được ban cho sự sống đời đời và "nhận lấy tinh thần làm con nuôi, và nhờ đó chúng ta gọi rằng "A-ba! Cha!" (Rô 8:15). Sứ đồ Phao-lô đã nhắc lại ý này ở Ga-la-ti 4:6 "Vì anh em là con, nên Đức Chúa Trời đã sai Thánh Linh của Con Ngài ngự vào lòng chúng ta kêu lên: 'A-ba! Cha!'" Con cái Đức Chúa Trời, bởi sự thôi thúc của Đức Thánh Linh, muốn nói chuyện với Cha trên trời của mình.

Ngoài ra, chúng ta đều biết rằng Chúa Giê-xu cầu nguyện. Lu-ca cho biết: "Nhưng Ngài lánh vào nơi thanh vắng để cầu nguyện" (Lu 5:16). Nếu Chúa Giê-xu cần cầu nguyện thì chúng ta càng cần phải cầu nguyện nhiều hơn dường bao! Sở dĩ Đức Chúa Trời mong đợi chúng ta cầu nguyện vì đó là điều cần thiết cho chúng ta. Chúng ta sẽ không thể giống Chúa Giê-xu nếu không cầu nguyện.

Vậy, vì sao nhiều tín đồ thú nhận rằng họ không cầu nguyện như đáng phải làm? Đôi khi, nguyên nhân chính là do thiếu kỷ luật: Không bao giờ lên kế hoạch cầu nguyện; không bao giờ dành thời gian chỉ để cầu nguyện. Trong khi miệng thì nói phải ưu tiên cho sự cầu nguyện, nhưng trên thực tế dường như sự cầu nguyện luôn bị bỏ ra ngoài bởi những việc cấp thiết hơn.

Thông thường, chúng ta không cầu nguyện để xem có gì thực sự xảy ra nếu mình cầu nguyện hay không. Dĩ nhiên, chúng ta không công khai thừa nhận điều này. Nhưng nếu mỗi lần cầu nguyện mà cảm nhận được một kết quả hữu hình nào đó trong vòng 60 giây, thì chắc trên khắp thế giới chiếc quần nào của người Cơ Đốc cũng có vết rách ngay đầu gối! Rõ ràng Kinh Thánh chưa bao giờ hứa hẹn điều này, dù Đức Chúa Trời hứa sẽ đáp lời cầu nguyện của chúng ta. Cầu nguyện bao gồm sự giao thông trong lĩnh vực thuộc linh. Nhiều lời cầu nguyện được nhậm không theo phương cách ta có thể thấy trên phương diện vật chất. Nhiều lời cầu nguyện được nhậm theo những cách hoàn toàn khác với điều chúng ta cầu xin. Vì nhiều lý do khác nhau, sau khi mở mắt ra, không phải lúc nào chúng ta cũng thấy ngay kết quả của lời cầu nguyện mình. Nếu không cảnh giác, điều này sẽ cám dỗ chúng ta nghi ngờ quyền năng của Đức Chúa Trời qua sự cầu nguyện.

Cảm thấy Chúa dường như ở xa cũng có thể khiến chúng ta nản lòng trong sự cầu nguyện. Có những khoảnh khắc tuyệt vời khi chúng ta cảm thấy Chúa gần gũi đến độ chúng ta nghĩ rằng mình nghe rõ tiếng Ngài. Trong những lúc cảm thấy thân mật đáng quý với Đức Chúa Trời như thế, chẳng cần thúc đẩy người ta cũng cầu nguyện. Nhưng chúng ta thường không cảm thấy như thế. Trên thực tế, đôi khi chúng ta chẳng hề cảm thấy sự hiện diện của Đức Chúa Trời. Dẫu đúng là sự cầu nguyện (cũng như tất cả những lĩnh vực khác trong đời sống người Cơ Đốc) cần được chân lý của Lời Chúa điều khiển chứ không phải cảm xúc, nhưng cảm xúc yếu đuối thường bào mòn khao khát cầu nguyện của chúng ta. Khi niềm khao khát cầu nguyện bị suy yếu, chúng ta sẽ tìm thấy nhiều việc khác để làm ngoài việc cầu nguyện.

Khi thiếu nhận thức về nhu cầu thực sự thì sẽ thiếu cầu nguyện. Một số hoàn cảnh buộc chúng ta phải quỳ gối xuống. Nhưng có những giai đoạn dường như ta có thể kiểm soát cuộc đời mình. Dù Chúa Giê-xu phán rằng: "Ngoài Ta các con chẳng làm gì được" (Giăng 15:5), nhưng dường như chân lý này chỉ tác động mạnh mẽ hơn trong một vài hoàn cảnh chứ không phải tất cả. Trong sự kiêu ngạo và tự phụ, chúng ta sống như thể cầu nguyện chỉ cần thiết khi gặp nan đề quá lớn mà chúng ta không thể tự giải quyết. Cho đến khi thấy được hiểm họa và sự ngu dại của thái độ này thì chúng ta mới nhận ra Đức Chúa Trời mong muốn chúng ta cầu nguyện là điều hợp lý.

Khi nhận thức của chúng ta về sự vĩ đại của Đức Chúa Trời và Phúc âm bị lu mờ, thì đời sống cầu nguyện của chúng ta cũng bị thu hẹp lại. Càng ít nghĩ về bản chất và bản tính của Đức Chúa Trời, và càng ít được nhắc nhở về điều Chúa Cứu Thế Giê-xu đã làm cho chúng ta trên thập tự giá, thì chúng ta càng ít muốn cầu nguyện. Hôm nay, tôi nghe một chương trình phát thanh trong khi đang lái xe. Vị khách mời trong chương trình, một nhà vật lý thiên văn, nói về hàng tỉ dải ngân hà trong vũ trụ. Trong một khoảnh khắc suy ngẫm về điều này, tôi tự động thầm nguyện và ngợi khen Chúa. Vì sao? Tôi ý thức một cách mới mẻ về sự vĩ đại thực sự của Đức Chúa Trời. Và khi tôi nghĩ về án phạt mà tôi đã được giải thoát qua Đấng Christ, khi tôi nhớ lại sự hổ nhục Ngài đã bằng lòng gánh chịu vì tôi, khi tôi nhớ lại toàn bộ ý nghĩa của sự cứu rỗi, thì cầu nguyện thật không khó chút nào. Nếu không thường xuyên nghĩ về những vấn đề đó, chúng ta cũng sẽ không thường xuyên có một đời sống cầu nguyện thực sự ý nghĩa.

Cần Phải Học Cầu Nguyện

Một lý do khác khiến nhiều Cơ Đốc nhân ít cầu nguyện đó là họ không học cầu nguyện. Nếu mệnh lệnh cầu nguyện khiến bạn nản lòng vì cảm thấy không biết cầu nguyện thế nào cho hay, thì thực tế cầu nguyện là việc cần phải học sẽ cho bạn thêm hi vọng. Điều đó có nghĩa là không có gì đáng lo ngại khi bạn bắt đầu đời sống Cơ Đốc với hiểu biết hay kinh nghiệm ít ỏi về sự cầu nguyện. Dù đời sống cầu nguyện hiện nay của bạn yếu hay mạnh, bạn đều có thể học tập để ngày càng mạnh mẽ hơn.

Trên một phương diện, con cái Đức Chúa Trời không cần học cầu nguyện cũng như một em bé không cần học khóc. Nhưng khóc vì những nhu cầu cơ bản chỉ là cách truyền đạt tối thiểu, và chúng ta phải sớm lớn lên, không còn là trẻ sơ sinh nữa. Kinh Thánh dạy chúng ta phải cầu nguyện cho sự vinh hiển của Đức Chúa Trời, cầu nguyện theo ý Ngài, cầu nguyện bằng đức tin, trong danh Chúa Giê-xu, cầu nguyện kiên trì và hơn thế nữa. Một người con của Chúa từ từ học cầu nguyện giống như cách một đứa trẻ đang phát triển học nói. Để cầu nguyện đúng, để cầu nguyện như một Cơ Đốc nhân trưởng thành và cầu nguyện cách hiệu quả, chúng ta phải thưa với Chúa như các môn đồ đã thưa với Ngài trong Lu-ca 11:1: "Lạy Chúa, xin dạy chúng con cầu nguyện."

Bằng cách cầu nguyện

Nếu đã từng học một ngoại ngữ, bạn sẽ biết rằng cách học tốt nhất là bạn phải thực sự dùng đến nó. "Ngoại ngữ" cầu nguyện cũng vậy. Có rất nhiều nguồn tài liệu hay dạy cách cầu nguyện, nhưng cách tốt nhất chính là cầu nguyện.

Andrew Murray,[4] mục sư người Nam Phi và cũng là tác giả của quyển *With Christ in the School of Prayer* (tạm dịch

Với Đấng Christ Trong Trường Cầu Nguyện), đã viết: "Đọc sách viết về sự cầu nguyện, nghe bài giảng và nói về sự cầu nguyện là điều rất tốt, nhưng điều đó không dạy bạn cầu nguyện. Bạn sẽ chẳng đạt được gì nếu không tập luyện, không thực hành. Tôi có thể dành cả năm nghe một giáo sư dạy nhạc chơi những giai điệu tuyệt vời nhất, nhưng điều đó không giúp tôi biết chơi nhạc cụ."[5]

Đức Thánh Linh dạy những con người biết cầu nguyện cách cầu nguyện hiệu quả hơn. Đó là một trong những hàm ý trong Giăng 16:13, lời Chúa Giê-xu phán: "Khi Thần Chân lý đến, Ngài sẽ dẫn các con vào mọi chân lý". Cũng như chiếc máy bay dễ dàng được điều khiển khi nó bay trên không hơn là khi nó đáp dưới đất với động cơ đã tắt thế nào, thì Đức Thánh Linh cũng hướng dẫn chúng ta cầu nguyện cách hiệu quả hơn khi chúng ta đang bay trong sự cầu nguyện thế ấy.

Bằng cách suy ngẫm Lời Chúa

Đây là một trong những khái niệm hấp dẫn nhất về sự cầu nguyện mà tôi từng học. Và khái niệm này củng cố tầm quan trọng cũng như giá trị của sự suy ngẫm được trình bày trong chương trước. Đây là chân lý đơn giản nhưng vô cùng mạnh mẽ: Suy ngẫm là mắt xích bị mất giữa việc tiếp thu Lời Chúa và cầu nguyện. Hai việc này thường bị tách rời trong khi lẽ ra phải được kết hiệp. Thường thì chúng ta đọc Kinh Thánh, gấp lại rồi sang số lao thẳng vào sự cầu nguyện. Nhưng nhiều lần dường như số giữa hai việc ấy không khớp nhau.

Trên thực tế, sau một hồi đọc Lời Chúa, việc chuyển qua cầu nguyện đôi khi giống như bất ngờ lùi lại về số không hoặc thậm chí trở lại từ đầu. Ngược lại, nên có một sự chuyển tiếp nhẹ nhàng, hầu như không nhận ra giữa việc học Lời Chúa và cầu nguyện, để chúng ta có thể đến gần với Chúa hơn trong những khoảnh khắc ấy. Để làm được vậy ta cần thêm vào mắt xích suy ngẫm ở giữa.

Có ít nhất hai phân đoạn Kinh Thánh dạy về việc này. Lời cầu nguyện của vua Đa-vít trong Thi Thiên 5:1: "Lạy Đức Giê-hô-va, xin lắng tai nghe lời con, xem xét sự thở than của con". Từ Hê-bơ-rơ được dịch là 'thở than' cũng có thể được dịch là 'suy ngẫm'. Trên thực tế, cũng từ này với ý nghĩa này được dùng trong một phân đoạn khác là Thi Thiên 19:14: "Lạy Đức Giê-hô-va là Vầng Đá và là Đấng Cứu Chuộc của con, nguyện lời nói của miệng con, và sự suy ngẫm của lòng con được đẹp ý Ngài". Xin lưu ý rằng cả hai câu trên đều là lời cầu nguyện, lời cầu xin với Đức Chúa Trời, bao gồm 'lời' của Đa-vít (như phải có trong lời cầu nguyện), nhưng chúng cũng bao gồm 'sự suy ngẫm'. Trong từng trường hợp, sự suy ngẫm là chất xúc tác giúp Đa-vít chuyển từ chân lý của Đức Chúa Trời sang việc trò chuyện với Ngài. Trong 5:1, ông đã suy ngẫm và giờ đây ông cầu xin Chúa lắng nghe và xem xét sự suy ngẫm ấy. Trong Thi Thiên 19, chúng ta thấy một trong những câu nói nổi tiếng nhất về Kinh Thánh được viết ở khắp nơi, bắt đầu bằng những lời nổi tiếng trong câu 7: "Luật pháp của Đức Giê-hô-va là trọn vẹn, bổ dưỡng linh hồn". Phần này tiếp tục sang câu 11, và lời cầu nguyện của

Đa-vít trong câu 14 là kết quả của những lời này và sự suy ngẫm của ông.

Tiến trình ấy như sau: Sau khi học một phân đoạn Kinh Thánh, việc suy ngẫm cho phép chúng ta tiếp thu những gì Chúa phán với chúng ta và suy nghĩ sâu xa về nó, lĩnh hội nó và rồi thưa với Đức Chúa Trời về những điều đó trong lời cầu nguyện đầy ý nghĩa. Kết quả là chúng ta cầu nguyện về điều chúng ta học được trong Kinh Thánh, mà bây giờ được cá nhân hóa qua sự suy ngẫm. Và như thế, không những chúng ta có điều gì đó có thực để nói trong khi cầu nguyện cũng như biết chắc rằng mình đang cầu nguyện theo ý Ngài, mà chúng ta còn chuyển sang cầu nguyện cách nhẹ nhàng và cầu nguyện cách tha thiết hơn.

Khi được làm cho sinh động bởi sự suy ngẫm, cầu nguyện trở nên giống như cuộc trò chuyện thật sự với người có thật. Đây chính là bản chất của sự cầu nguyện. Đức Chúa Trời phán với chúng ta trong Lời Ngài, và chúng ta nói với Ngài qua việc đáp lại điều Ngài đã phán.[6] Sau đó, khi kết thúc, chúng ta lắng nghe người kia đáp lại - giống như một cuộc trò chuyện thật - tức là mong chờ Chúa phán những điều tiếp theo trong Lời Ngài. Và tiến trình cứ tiếp tục như thế, mỗi phần được hướng dẫn bởi Lời Kinh Thánh luôn tươi mới và không có việc lặp lại những cụm từ đã được nói đi nói lại trong những lời cầu nguyện trước, cho đến khi chúng ta kết thúc thì giờ cầu nguyện.[7]

Dường như những người nắm vững bí quyết này nhất là các tín đồ Thanh giáo người Anh, sống trong khoảng thời gian 1550 đến 1700. Cho phép tôi trích dẫn lời của một vài cây bút Thanh giáo, không chỉ để cho các bạn thấy mối liên hệ hiếm thấy trong hiện tại nhưng lại rất phổ biến thời bấy giờ giữa suy ngẫm và cầu nguyện trong vòng các tín đồ Thanh giáo, mà còn để buộc chặt chân lý của mối liên hệ này vào đời sống cầu nguyện của bạn. Có nhiều điều để bám vào bộ sưu tập những lời nói như đinh đóng cột này.

Richard Baxter, mục sư và là tác giả của quyển sách kinh điển đến nay vẫn được tái bản *The Reformed Pastor* (tạm dịch *Vị Mục sư Cải Chánh*), đã viết:

> Theo tôi hiểu, khi chúng ta suy ngẫm, sự pha trộn giữa độc thoại và cầu nguyện: đôi lúc nói với lòng mình, đôi lúc thưa chuyện với Đức Chúa Trời, là bước cao nhất chúng ta có thể đạt đến trong công tác thiên thượng này. Chúng ta cũng không nên tưởng rằng chỉ cầu nguyện không thôi là đủ mà gạt suy ngẫm qua một bên; vì đó là hai nhiệm vụ riêng biệt và cả hai đều phải được thực hiện. Chúng ta cần cái này cũng như cần cái kia, và vì thế, chỉ cần bỏ qua một nhiệm vụ là bản thân chúng ta đã làm sai. Bên cạnh đó, giống như âm nhạc, việc phối hợp hai nhiệm vụ ấy sẽ càng làm tăng thêm phần hấp dẫn, vì nhiệm vụ này thổi hồn vào nhiệm vụ còn lại. Và việc nói với bản thân đang khi suy ngẫm nên được thực hiện trước khi thưa chuyện với Đức Chúa Trời trong sự cầu nguyện.[8]

John Owen, giáo sĩ của Oliver Cromwell và là nhà thần học có ảnh hưởng nhất của Thanh giáo, đã nói: "Hãy thưa với Chúa những điều bạn nghĩ. Hết lòng theo đuổi từng tia sáng và chân lý đến trong tâm trí bạn. Hãy cảm tạ Đức Chúa

Trời và cầu nguyện về mọi điều tác động mạnh mẽ đến bạn".[9]

Mục sư Thanh giáo kiêm nhà giải Kinh Matthew Henry nhận xét về Thi Thiên 19:14: "Trong sự cầu nguyện của Vua Đa-vít không chỉ có lời nói của ông mà còn có sự suy ngẫm; suy ngẫm là cách chuẩn bị tốt nhất cho việc cầu nguyện thế nào, thì cầu nguyện là kết quả tốt nhất của sự suy ngẫm thế ấy. Suy ngẫm và cầu nguyện đi đôi với nhau".[10]

Một trong những giảng viên – nhà văn Thanh giáo cho ra đời nhiều tác phẩm nhất là Thomas Manton. Trong một bài giảng nói về việc Y-sác ra đồng suy ngẫm (Sáng 24:63), ông thẳng thắn cho thấy suy ngẫm là mắt xích nối giữa việc tiếp thu Lời Chúa và cầu nguyện. Ông viết:

> Suy ngẫm là nhiệm vụ ở giữa việc tiếp thu Lời Chúa và cầu nguyện. Suy ngẫm liên quan đến cả hai. Lời Chúa cung cấp đề tài cho suy ngẫm và suy ngẫm cung cấp thông tin cho việc cầu nguyện. Những nhiệm vụ này luôn phải đi chung với nhau; suy ngẫm phải theo sau việc nghe Lời Chúa và đi trước việc cầu nguyện. Nghe mà không suy ngẫm thì không kết quả. Chúng ta có thể nghe hoài nghe mãi nhưng điều đó giống như cất đồ trong túi lủng... Cầu nguyện mà không suy ngẫm là cẩu thả. Điều chúng ta tiếp thu từ Lời Chúa, được tiêu hóa bằng sự suy ngẫm và cho ra ngoài qua việc cầu nguyện. Ba nhiệm vụ này phải được thực hiện theo đúng trình tự để cái này không đẩy cái kia ra ngoài. Sở dĩ người ta cảm thấy đời sống cầu nguyện của mình khô hạn, không kết quả và thiếu sinh lực là do

thiếu rèn luyện bản thân suy nghĩ đến những điều thánh khiết.[11]

William Bates, một mục sư Thanh giáo có "tài năng lỗi lạc và lòng sùng đạo"[12], đã nói: "Vì lẽ gì mà lòng khao khát của chúng ta giống như một mũi tên được bắn đi từ cây cung yếu ớt không thể chạm mục tiêu? Không chỉ vậy, chúng ta còn không chịu suy ngẫm trước khi cầu nguyện... Lý do chủ yếu khiến cho sự cầu nguyện của chúng ta không hiệu quả là vì chúng ta không chịu suy ngẫm trước".[13]

Trong số những tác phẩm thực tiễn hay nhất của Thanh giáo có ngòi bút của William Bridge. Khi nói về việc suy ngẫm, ông khẳng định như sau:

> Suy ngẫm là chị em của sự đọc Lời Chúa và là mẹ của sự cầu nguyện. Dù trong lòng có không muốn cầu nguyện đến đâu đi nữa, nhưng nếu người ấy có thể suy ngẫm về Đức Chúa Trời và những điều thuộc về Ngài, thì lòng người ấy sẽ nhanh chóng hướng đến sự cầu nguyện... Bắt đầu bằng việc đọc hoặc nghe Lời Chúa. Tiếp tục bằng việc suy ngẫm; và kết thúc bằng sự cầu nguyện... Đọc mà không suy ngẫm thì không kết quả; suy ngẫm mà không đọc thì có hại; suy ngẫm và đọc mà không cầu nguyện dựa trên cả hai thì sẽ không được phước.[14]

Trong quyển *From Mind to Heart* (tạm dịch *Từ Tâm Trí đến Tấm Lòng*), tác giả hiện đại người Anh, Peter Toon, tóm tắt sự dạy dỗ của người Thanh giáo về những điều này như sau:

> Đọc Kinh Thánh mà không suy ngẫm được xem là một bài tập không hiệu quả: thà đọc một chương và suy ngẫm còn

hơn đọc một vài chương mà không suy ngẫm. Tương tự, suy ngẫm mà không cầu nguyện cũng giống như chuẩn bị chạy đua mà không bao giờ rời vạch xuất phát. Ba bổn phận đọc Kinh Thánh, suy ngẫm và cầu nguyện luôn thuộc về nhau và dù thỉnh thoảng có thể thực hiện riêng từng bổn phận nhưng là những bổn phận chính thức đối với Đức Chúa Trời, tốt nhất nên thực hiện cả ba chung với nhau.[15]

Khoảng 200 năm sau khi người Thanh giáo xuất hiện, có một người được công nhận là một trong những người cầu nguyện được Đức Chúa Trời xức dầu nhiều nhất từng có mặt trên thế giới. Đó là George Müller. Suốt 2/3 sau của thế kỷ mười chín, ông điều hành một trại mồ côi tại Bristol, Anh Quốc. Chỉ bằng sự cầu nguyện và đức tin, không hề quảng bá nhu cầu của mình, cũng không vay nợ, ông đã nuôi nấng và dạy dỗ hơn mười ngàn trẻ mồ côi - gấp hai ngàn lần lúc đó - và hỗ trợ công tác truyền giáo trên khắp thế giới. Hàng triệu đô-la (tính theo giá trị ngày hôm nay) được gửi đến tay ông mà ông không cần xin, và hàng chục ngàn lời cầu nguyện của ông được nhậm mà người ta ghi lại là một huyền thoại.

Bất cứ ai đã nghe câu chuyện về George Müller đều suy nghĩ về bí quyết để có lời cầu nguyện hiệu nghiệm. Mặc dù có nhiều ý kiến khác nhau về "bí quyết" của Müller, nhưng tôi tin, suy cho cùng, sự thành công phi thường trong đời sống cầu nguyện của ông là do quyền tể trị của Đức Chúa Trời. Nhưng nếu muốn học được điều gì đó từ đời sống của ông, thì tôi đồng tình với điều tôi chưa bao giờ nghe, được gọi là "bí quyết".

Vào mùa xuân năm 1841, George Müller đã có một khám phá liên quan đến mối liên hệ giữa suy ngẫm và cầu nguyện đã thay đổi đời sống thuộc linh của ông. Müller mô tả nhận thức sâu sắc mới mẻ của ông theo cách này:

> Ít nhất mười năm trước, thói quen hằng ngày của tôi là cầu nguyện mỗi sáng sau khi thay quần áo. Bây giờ, tôi thấy rằng việc quan trọng nhất là đọc Lời Đức Chúa Trời, và *suy ngẫm lời ấy*, nhờ đó lòng tôi được yên ủi, khích lệ, cảnh báo, khiển trách, dạy dỗ; và từ đó, nhờ Lời Chúa, trong khi *suy ngẫm về lời ấy*, lòng tôi trải nghiệm mối giao thông thực nghiệm[16] với Chúa.
>
> Vì thế, mỗi sáng sớm, tôi bắt đầu *suy ngẫm* từ đầu Thánh Kinh Tân Ước. *Việc đầu tiên tôi làm*, sau khi cầu xin Ngài chúc phước cho Lời quý báu của Ngài, là *suy ngẫm Lời Đức Chúa Trời*, tìm kiếm trong từng câu chữ, có thể nói như vậy, để thu nhặt ơn phước từ trong đó; tôi làm thế không phải vì chức vụ, cũng không phải để giảng về điều tôi đã suy ngẫm, mà là để tìm thức ăn cho linh hồn mình.
>
> Sau vài phút, gần như lần nào tôi cũng thu được kết quả giống nhau, ấy là linh hồn tôi được dẫn dắt đến chỗ xưng tội, hoặc cảm tạ, hoặc cầu thay hoặc cầu xin; để rồi, dù tôi không cầu nguyện, có thể nói như vậy, mà *suy ngẫm*, thì dù ít dù nhiều cuối cùng tôi cũng cầu nguyện. Do đó, khi tôi xưng tội, cầu thay, cầu xin hay cảm tạ, tôi lại suy ngẫm đến câu kế tiếp và biến tất cả thành lời cầu nguyện cho bản thân hoặc cho người khác theo sự dẫn dắt của Lời Chúa. Dù vậy, tôi vẫn biết rằng thức ăn cho linh hồn tôi

mới chính là mục tiêu tôi *suy ngẫm. Kết quả là luôn có rất nhiều lời xưng tội, cảm tạ, cầu xin hoặc cầu thay hòa lẫn vào sự suy ngẫm của tôi*, và con người bề trong của tôi gần như lúc nào cũng được nuôi dưỡng và thêm sức. Và đến giờ ăn sáng, hiếm khi có ngoại lệ, nếu không vui thỏa thì tôi cũng luôn thấy lòng bình an.

Vậy, khác biệt giữa thói quen khi trước và bây giờ của tôi là: Trước đây, khi thức dậy, tôi bắt đầu cầu nguyện ngay, và nói chung là đã dành toàn bộ, hoặc gần hết, thời gian trước bữa ăn sáng để cầu nguyện. Tại mọi sự kiện, tôi gần như đều bắt đầu bằng sự cầu nguyện...Nhưng kết quả thế nào? Tôi thường dành 15 phút, nửa tiếng hoặc cả tiếng để cầu nguyện trước khi ý thức được sự yên ủi, khích lệ, khiêm cung trong tâm hồn, v.v.; và thường thì sau khi tâm trí lang thang trong mười, mười lăm phút đầu, thậm chí cả nửa tiếng, lúc đó tôi mới thật sự bắt đầu cầu nguyện.

Giờ thì hiếm khi tôi bị như vậy. Vì lòng tôi được nuôi dưỡng bởi chân lý, được đưa vào mối thông công thực nghiệm với Đức Chúa Trời, tôi nói chuyện với Cha và với Bạn tôi (dù tôi hèn mọn và chẳng xứng đáng) về mọi điều Ngài đã bày ra trước mắt tôi trong Lời quý báu của Ngài. Tôi thường ngạc nhiên không hiểu sao mình không nhận ra điều này sớm hơn...Nhưng giờ đây, kể từ khi Đức Chúa Trời dạy tôi điều này, thì nó trở nên rõ ràng đối với tôi rằng điều đầu tiên một người con của Đức Chúa Trời phải làm vào mỗi buổi sáng là cho con người bề trong dùng bữa.

Thức ăn cho con người bề trong là gì? *Không phải cầu nguyện mà là Lời Đức Chúa Trời; và một lần nữa, thức ăn* cho người bề trong không chỉ là đọc Lời Đức Chúa Trời, để rồi Lời ấy trôi qua trong tâm trí chúng ta như nước trôi qua cái rây, nhưng phải xem xét điều chúng ta đọc, suy ngẫm và áp dụng điều đó vào lòng mình.

Khi cầu nguyện là chúng ta thưa chuyện với Chúa. Bây giờ, để kéo dài thời gian cầu nguyện ngoài những lúc cầu nguyện bình thường, cầu nguyện nói chung đòi hỏi một mức độ sức mạnh hay niềm khao khát với lòng tin kính và do đó thời điểm thực hiện bài tập dành cho linh hồn này được thực hiện cách hiệu quả nhất là sau khi con người bề trong đã được no nê nhờ *suy ngẫm Lời Chúa*, là khi chúng ta nghe tiếng Cha phán với mình, để khích lệ, an ủi, hướng dẫn, khiến chúng ta trở nên khiêm nhường, và khiển trách chúng ta. Vậy chúng ta có thể *suy ngẫm* một cách hiệu quả phước hạnh Chúa ban dù chúng ta yếu đuối về mặt thuộc linh; đúng hơn, càng yếu đuối, chúng ta càng cần *suy ngẫm* để thêm sức mạnh cho con người bê trong của mình. Nhờ đó, chúng ta bớt e ngại bị phân tâm khi cầu nguyện do không dành thời gian *suy ngẫm* trước.

Tôi đặc biệt trình bày hơi nhiều về điểm này vì lợi ích và sự tươi mới thuộc linh lớn lao mà tôi đã nhận được cho bản thân mình và, với lòng yêu mến, tôi xin chân thành khuyên anh em tín hữu của tôi suy nghĩ đến vấn đề này. Nhờ ơn Chúa, nhờ phương thức này mà tôi nhận được sự giúp đỡ và sức lực từ nơi Chúa để bình an vượt qua những thử thách nặng nề hơn trước bằng nhiều phương cách khác nhau; và qua hơn 14 năm sử dụng phương cách này, trong sự kính sợ Đức Chúa Trời, tôi hầu như hoàn toàn có thể đề nghị phương pháp này.[17]

Chúng ta học cầu nguyện như thế nào? Làm thế nào để chúng ta biết cách cầu nguyện như Đa-vít, như những người Thanh giáo và như George Müller? Chúng ta học cầu nguyện bằng cách suy ngẫm Kinh Thánh, vì suy ngẫm là mắt xích nối giữa việc tiếp thu Lời Chúa và cầu nguyện.

Bằng cách cầu nguyện với những người khác

Các sứ đồ học cầu nguyện không chỉ bằng cách nghe Chúa Giê-xu dạy về sự cầu nguyện mà còn qua việc ở bên cạnh Ngài khi Ngài cầu nguyện. Xin chúng ta đừng quên rằng câu "Lạy Chúa, xin dạy chúng con cầu nguyện" không phải là một ý tưởng bất chợt. Họ nói ra câu này sau một thời gian dài cùng cầu nguyện với Chúa Giê-xu (Lu 11:1). Tương tự, chúng ta có thể học cầu nguyện qua việc cầu nguyện với những người có thể làm gương cho chúng ta về sự cầu nguyện thật.

Tôi không có ý nói chỉ nhặt lấy những từ ngữ và cụm từ mới khi cầu nguyện. Cũng như với mọi hình thức học hỏi bằng cách bắt chước, chúng ta có thể tiếp thu những thói quen xấu cũng như tốt. Tôi nghe nói có những người dường như không có lấy một lời cầu nguyện của riêng mình. Họ lặp lại cùng một nội dung mỗi khi cầu nguyện. Và rõ ràng họ chỉ nói ra những cụm từ bóng bẩy lượm lặt từ người này người kia qua nhiều năm tháng. Chúa Giê-xu phán "đừng dùng những lời sáo rỗng" khi cầu nguyện (Mat 6:7). Những lời cầu nguyện chứa đầy nhưng cụm từ trống rỗng thường không xuất phát từ tấm lòng. Đức Chúa Trời không phải là thính giả họ nhắm đến. Thật ra, những lời cầu nguyện này chỉ là để gây ấn tượng với người nghe hoặc để hoàn thành nhiệm vụ.

Những tín hữu khác có thể dạy chúng ta nhiều điều khi chúng ta cầu nguyện với họ. Nhưng chúng ta cầu nguyện với họ để học những nguyên tắc trong sự cầu nguyện chứ không phải học những từ ngữ họ dùng để cầu nguyện. Chúng ta có thể bắt chước người bạn Cơ Đốc này trong việc đưa ra với Chúa những lập luận dựa trên Kinh Thánh lý do của lời cầu nguyện được đáp lời. Chúng ta có thể bắt chước người khác cách cầu nguyện dựa trên các phân đoạn Kinh Thánh. Nhờ cầu nguyện với một người trung tín cầu thay, chúng ta có thể học được cách cầu nguyện cho công tác truyền giáo. Thường xuyên cầu nguyện với người khác là một trong những cuộc phiêu lưu giúp đời sống Cơ Đốc của bạn phong phú thêm nhiều. Nhiều phong trào vĩ đại của Đức Chúa Trời đều bắt nguồn từ một nhóm nhỏ những người được Ngài kêu gọi họp nhau lại để cầu nguyện.

Bằng Cách Đọc Sách Về Sự Cầu Nguyện

Đọc sách nói về sự cầu nguyện thay vì cầu nguyện sẽ không hiệu quả. Nhưng đọc sách nói về sự cầu nguyện *bên cạnh* cầu nguyện sẽ giúp bạn hiểu biết thêm về sự cầu nguyện. Châm Ngôn 27:17 cho biết: "Giống như sắt mài nhọn sắt, cũng vậy, con người mài dũa diện mạo bạn mình". Hãy đọc những bài học kinh nghiệm của những người từng trải trong sự cầu nguyện và để những bài học ấy mài dũa vũ khí chiến đấu của bạn trên chiến trường cầu nguyện. Châm Ngôn 13:20 nhắc chúng ta: "Ai giao tiếp với người khôn sẽ trở nên khôn ngoan". Đọc các tác phẩm những người nam người nữ khôn ngoan viết về sự cầu nguyện chính là đặc ân được "cùng đi" với họ và học hỏi những tư tưởng sáng suốt về sự cầu nguyện mà Chúa ban cho họ.

Chúng ta học từ kinh nghiệm cách những người khác có thể nhìn thấy những sự dạy dỗ mà chúng ta không thấy trong Kinh Thánh, hoặc cách họ có thể giải thích một tín lý quen thuộc theo cách mới mẻ, khiến chúng ta hiểu thêm về tín lý ấy. Cũng vậy, đọc những điều người khác học được về sự cầu nguyện khi họ học Kinh Thánh và từ cuộc hành trình của họ trong ân điển có thể là phương tiện Chúa dùng để dạy chúng ta điều tự thân chúng ta chưa từng học. Có ai không học được gì về sự cầu nguyện bởi đức tin sau khi đọc về đời sống cầu nguyện của George Müller, hay có ai không được thôi thúc để cầu nguyện sau khi đọc tiểu sử của David Brainerd không? Hi vọng rằng khi đọc chương nói về kỷ luật của sự cầu nguyện, bạn sẽ tin rằng mình có thể học được cách cầu nguyện nhờ đọc tài liệu về sự cầu nguyện!

Một lời khích lệ gửi đến bạn. Dù hiện tại đối với bạn sự cầu nguyện khó đến đâu đi nữa, nếu bạn kiên trì học cách cầu nguyện, bạn sẽ luôn có thể hi vọng rằng một đời sống cầu nguyện kết quả và mạnh mẽ hơn đang chờ bạn ở phía trước.

Cầu Xin Thì Được Nhậm

Tôi thích cách vua Đa-vít thưa với Chúa trong Thi Thiên 65:2: "Lạy Chúa là Đấng lắng nghe lời cầu nguyện."

Có lẽ không có nguyên tắc cầu nguyện nào được nhiều người xem là chuyện đương nhiên như nguyên tắc này – cầu xin thì sẽ được nhậm. Xin hãy cố gắng đọc lời hứa sau đây của Chúa Giê-xu như thể bạn mới thấy lần đầu: "Hãy xin sẽ được; hãy tìm sẽ gặp; hãy gõ, cửa sẽ mở cho các con. Vì hễ ai xin thì được, ai tìm thì gặp và ai gõ cửa, cửa sẽ được mở" (Mat 7:7-8).

Andrew Murray đưa ra lời bình rất mạnh mẽ, nhưng tôi cho là đúng, về lời hứa của Đấng Christ.

> "Hãy xin, sẽ được; vì hễ ai xin thì được". Đây là luật lệ đời đời không đổi dời của Nước Trời: nếu bạn xin mà không nhận được thì hẳn là vì trong lời cầu nguyện của bạn có gì đó sai hay thiếu. Khoan đã! Hãy để Lời Chúa và Thánh Linh dạy bạn cầu nguyện cho đúng, nhưng đừng đánh mất lòng tin cần thiết để Ngài thức tỉnh chúng ta: Vì hễ ai xin thì được...Mỗi học sinh trong trường của Đấng Christ cần hiểu lời Thầy một cách đơn giản...Chúng ta hãy cảnh giác đừng làm giảm sức mạnh của Lời Chúa bằng sự khôn ngoan riêng của mình.[18]

Vì Đức Chúa Trời nhậm lời cầu nguyện, nên khi chúng ta 'xin mà không nhận được' chúng ta phải xem xét khả năng có 'điều gì đó sai hay thiếu' trong lời cầu nguyện của mình. Có thể Đức Chúa Trời đã nhậm lời nhưng không theo cách ta nhìn thấy. Và cũng có thể không có gì sai sót trong sự cầu nguyện của chúng ta, nhưng sở dĩ chúng ta chưa thấy câu trả lời chỉ vì Đức Chúa Trời muốn chúng ta kiên nhẫn cầu nguyện thêm một thời gian nữa về vấn đề ấy. Nhưng chúng ta cũng phải biết cách tra xét những lời cầu nguyện của mình. Phải chăng chúng ta cầu xin không theo ý muốn Đức Chúa Trời hay những điều chúng ta cầu xin không làm vinh hiển danh Ngài? Phải chăng chúng ta cầu xin với những động cơ vị kỷ? Phải chăng chúng ta không giải quyết một tội lỗi rành rành nào đó khiến Đức Chúa Trời chậm trả lời? Tuy nhiên, dù lời cầu nguyện chúng ta được đáp ứng ra sao, chúng ta đừng trở nên quen thuộc với những thiếu sót trong sự cầu nguyện và có tư tưởng cho rằng cầu xin mà không được nhậm khiến ta đánh mất niềm tin vào sức mạnh trong lời hứa của Chúa Giê-xu. Cầu xin *thì* được nhậm.

Vợ tôi, Caffy, là một họa sĩ. Cô ấy hành nghề tự do, vẽ tranh minh họa trong một xưởng vẽ nhỏ tại nhà. Dù cô ấy đã vẽ hàng trăm bức họa cho nhiều tổ chức Cơ Đốc, nhưng thi thoảng cô ấy mới có việc. Chúng tôi thường xin Chúa mở đường cho cô ấy cơ hội làm việc. Vì cô ấy chẳng có gì để vẽ, nên gần đây tôi nói với cô ấy rằng chúng tôi nên xin Chúa cho một số dự án mới. Sáng hôm sau, ngay trước khi ăn trưa, Caffy gọi cho tôi và nói: "Anh đừng cầu nguyện xin Chúa cho em có việc nữa! Sáng nay em nhận được rất nhiều cuộc gọi mời làm việc đến nỗi mất nhiều tháng mới xong!" Vợ tôi chưa bao giờ nhận được nhiều việc nhanh như vậy. Có nhiều điều tôi cầu xin Chúa (không chỉ cho riêng mình, mà cho cả hội thánh và người khác) mà Ngài có thể nhậm lời. Nhưng tôi không hiểu tại sao Ngài lại thích chọn nhậm lời cầu xin cụ thể ấy. Những cơ hội này có thực sự là sự đáp lời cầu nguyện hay chỉ là trùng hợp ngẫu nhiên? Chỉ có Chúa mới biết! Nhưng tôi đồng ý với người nói rằng "nếu đó là sự trùng hợp, chắc tôi nhận được nhiều sự trùng hợp khi tôi cầu nguyện hơn là khi không cầu nguyện".

Đức Chúa Trời không lừa chúng ta khi hứa rằng Ngài sẽ nhậm lời cầu xin của chúng ta. C. H Spurgeon đã nói:

> Tôi không thể hình dung có ai trong các bạn trêu ngươi con cái mình bằng cách hứa với nó một điều mà bạn không có ý định thực hiện. Thật tàn nhẫn khi bố thí cho người nghèo, rồi khi họ đưa tay ra nhận, bạn lại chế nhạo cái nghèo của họ bằng cách nuốt lời. Thật độc ác khi đưa người ốm đến bệnh viện rồi bỏ mặc cho chết hoặc không chăm sóc họ. Đức Chúa Trời hướng dẫn bạn cầu nguyện cho vấn đề nào, Ngài sẽ nhậm lời cầu nguyện của bạn.[19]

Bằng những câu Kinh Thánh nói về sự cầu nguyện và bởi Thánh Linh Ngài, Đức Chúa Trời thực sự hướng dẫn chúng ta cầu nguyện. Ngài không hướng dẫn chúng ta cầu nguyện để làm chúng ta thất vọng bằng cách đóng sầm cửa thiên đàng trước mặt chúng ta. Chúng ta hãy tự rèn luyện trong sự cầu nguyện và học biết về sự cầu nguyện để rồi chúng ta có thể giống Chúa Giê-xu hơn trong việc kinh nghiệm niềm vui khi lời cầu nguyện được nhậm.

Áp Dụng Thêm

Vì Chúa mong đợi chúng ta cầu nguyện, vậy bạn có sẵn sàng cầu nguyện không?

Tôi hoàn toàn thách thức bạn điều này vì tôi nghĩ chúng ta cần đưa ra một số quyết định một cách có ý thức về đời sống cầu nguyện của mình. Đây là lúc biến những ý định chung chung về sự cầu nguyện thành các kế hoạch cụ thể. Một mục sư đã viết:

> Nếu tôi không lầm, một trong những lý do chính mà rất nhiều con cái Chúa không có một đời sống cầu nguyện có ý nghĩa không phải là vì chúng ta không muốn, mà là vì chúng ta không có kế hoạch cầu nguyện. Nếu muốn thực hiện một kỳ nghỉ 4 tuần, bạn sẽ không thức dậy vào một buổi sáng mùa hè nào đó và nói rằng: "nào, hôm nay chúng ta lên đường!" Bạn chưa sẵn sàng. Bạn sẽ không biết đi đâu. Chưa có kế hoạch gì cả. Nhưng đó lại là cách chúng ta đang làm đối với việc cầu nguyện. Mỗi ngày chúng ta thức dậy và nhận thấy rằng chúng ta nên dành thời giờ quan trọng cho sự cầu nguyện, nhưng chúng ta chưa chuẩn bị gì cả. Chúng ta không biết đi đâu, không có kế hoạch nào, không có thời gian, không có địa điểm, không có lịch trình. Và chúng ta đều biết rằng không có kế hoạch thì không thể có những trải nghiệm tự nhiên sâu sắc tuyệt vời trong sự cầu nguyện. Không có kế hoạch, chúng ta sẽ đi theo lối mòn. Nếu không lên kế hoạch cho một kỳ nghỉ, chắc chắn bạn sẽ ở nhà xem tivi. Dòng chảy tự nhiên, không hoạch định của đời sống thuộc linh trở nên thiếu sinh lực. Ta có một cuộc đua phải hoàn thành, một cuộc chiến phải chiến đấu. Nếu muốn có sự đổi mới

trong đời sống cầu nguyện, bạn phải lên kế hoạch để đạt được mục tiêu đó.[20]

Để có được lòng tin kính, bạn có sẵn sàng cầu nguyện không? Bạn sẽ cầu nguyện ngay hôm nay chứ? Hay ngày mai bạn sẽ lên kế hoạch cầu nguyện? Hay là hôm sau nữa?

Vì cầu nguyện cần phải được học, vậy bạn có sẵn sàng học cách cầu nguyện không?

Học biết nhiều hơn về sự cầu nguyện sẽ giúp bạn cải thiện đời sống cầu nguyện. Nhưng, cũng như thực hành cầu nguyện, học cách cầu nguyện cũng cần lên kế hoạch. Bạn có chịu học cầu nguyện bằng cách liên kết việc đọc Kinh Thánh với cầu nguyện thông qua mắt xích suy ngẫm không? Bạn có kế hoạch cầu nguyện với những người khác không? Bạn có sẵn sàng học biết thêm về sự cầu nguyện qua việc tìm đọc các tài liệu nói về sự cầu nguyện không? Bạn sẽ đọc những tài liệu nào? Có rất nhiều sách nói về đề tài cầu nguyện, cũng như những bài tiểu sử viết về những chiến sĩ cầu nguyện vĩ đại. Ngoài việc xem xét những tư liệu trích trong chương này, hãy nhờ mục sư hoặc người bạn Cơ Đốc có tinh thần cầu nguyện giới thiệu tài liệu bạn nên đọc. Khi nào bạn bắt đầu?

Vì cầu nguyện thì được đáp lời, vậy bạn có sẵn lòng kiên trì cầu nguyện không?

Xin nhớ rằng những từ *xin, tìm* và *gõ cửa* trong Ma-thi-ơ 7:7-8 theo nguyên văn là những động từ ở thì hiện tại tiếp diễn. Điều đó có nghĩa là chúng ta phải cầu nguyện kiên trì trước khi Chúa nhậm lời. Ngay đầu Lu-ca 18:1, Chúa Giê-xu kể một ẩn dụ "để cho chúng ta thấy rằng chúng ta nên cầu nguyện luôn, đừng nản lòng". Đôi khi sự không kiên trì cầu nguyện chứng tỏ chúng ta không nghiêm túc ngay trong sự cầu xin của mình. Cũng có khi, Đức Chúa Trời muốn chúng ta kiên trì cầu nguyện để củng cố đức tin của chúng ta nơi Ngài. Đức tin sẽ không bao giờ lớn lên nếu mọi lời cầu nguyện đều được nhậm ngay lập tức. Kiên trì cầu nguyện cũng giúp ta thêm lên lòng biết ơn sâu sắc. Giống như niềm vui sinh con luôn lớn hơn sau những tháng ngày chờ đợi thế nào, thì niềm vui khi được Chúa nhậm lời sau thời gian dài kiên trì cầu nguyện cũng thế ấy. Và cũng như thế hệ tính thời gian bằng giây nano ghét phải thừa nhận sự cần thiết của nó ra sao, thì Đức Chúa Trời cũng uốn nắn sự kiên nhẫn bên trong chúng ta khi Ngài đòi hỏi chúng ta kiên trì cầu nguyện thế ấy.

George Müller nhận xét:

> Sai lầm lớn của con cái Đức Chúa Trời đó là họ không liên tục cầu nguyện; họ không tiếp tục cầu nguyện; họ không kiên trì. Nếu khao khát một điều gì đó vì sự vinh hiển của Đức Chúa Trời, họ nên cầu nguyện cho đến khi đạt được điều ấy. Ôi thật tốt lành, nhân từ, đầy ơn và hạ mình thay là Đấng có mối quan hệ với chúng ta! Ngài đã ban cho tôi, dù tôi không xứng đáng, vượt quá mọi điều tôi đã cầu xin hoặc suy tưởng![21]

Phải chăng chúng ta không còn thường xuyên nghe những lời chứng như thế này vì có quá ít người kiên trì cầu nguyện. Thế nhưng, việc kiên trì đeo đuổi Đức Chúa Trời trong sự cầu nguyện hứa hẹn nhận được phần thưởng để bù đắp cho bất kỳ sự nản lòng và thất vọng nào trong lúc cầu nguyện. Đừng để kẻ thù cám dỗ bạn rơi vào trạng thái im lặng hoài nghi sự sẵn lòng cũng như khả năng nhậm lời của Đức Chúa Trời. Hãy để tình yêu đối với Chúa khiến bạn kiên trì cầu nguyện với Ngài, Đấng yêu thương bạn, ngay cả khi bạn không thấu hiểu sự phán xét của Ngài và không thể nhìn thấy đường lối Ngài (Rô 11:33).

Hãy dừng lại để xác định phương hướng. Dù Đức Chúa Trời nghe mọi điều, kể cả từng lời cầu xin và từng suy nghĩ, nhưng Ngài không nghe chúng ta cầu nguyện để nhậm lời (xem Ê-sai 59:2) cho đến chừng nào chúng ta ăn năn và đến với Ngài qua đức tin nơi Chúa Giê-xu Christ và qua những gì Ngài đã làm (xem Giăng 14:6). Thay vì cậy vào lòng thành thật hoặc tâm linh để xoay chuyển tai của Chúa, chúng ta hãy tin cậy vào sự công bình của Đấng Christ. Phúc âm dạy chúng ta rằng Chúa nghênh đón chúng ta "trong Con yêu dấu Ngài" (Êph 1:6). Vì vậy chúng ta luôn luôn đến với Cha chúng ta trong danh của Con Ngài, cầu nguyện với sự giúp đỡ của Đức Thánh Linh. Cầu nguyện vẫn phải là một sự rèn luyện, vì cho dù với khao khát cầu nguyện từ Chúa ban cho, thói quen cầu nguyện của chúng ta cũng dễ bị chi phối bởi quá nhiều trách nhiệm. Nhưng nhờ ân điển của Chúa trong Phúc âm, lời cầu nguyện của chúng ta luôn được lắng nghe.

Dầu vậy, cuối cùng thì lời kêu gọi tự rèn luyện trong sự cầu nguyện là 'để luyện tập lòng tin kính'. Nơi nào có tinh thần cầu nguyện, nơi đó có sự tin kính. Spurgeon nói về điều này cách sinh động như sau: "Mặt trăng tác động đến thủy triều như thế nào, thì sự cầu nguyện cũng tác động đến những cơn thủy triều của lòng tin kính như thế ấy".²²

Những người có tinh thần cầu nguyện trở thành những người tin kính, vì tinh thần cầu nguyện trau dồi lòng tin kính trong mọi mặt của cuộc sống. Từ kinh nghiệm mục vụ của mình, tôi đồng ý với J.C. Ryle: "Lý do gì khiến một số tín hữu trông sáng sủa và thánh khiết hơn những người khác? Tôi tin rằng, 19/20 trường hợp, sự khác biệt xuất phát từ thói quen khác nhau trong sự cầu nguyện riêng tư. Tôi tin rằng những người không thánh khiết lắm là những người *ít* cầu nguyện, còn những người thực sự thánh khiết là những người cầu nguyện *nhiều*".²³

Bạn có muốn giống Đấng Christ không? Vậy hãy làm như Ngài – kỷ luật bản thân để trở thành người cầu nguyện.

Chương 5

5 | Thờ Phượng...
Để Luyện Tập Lòng Tin Kính

Tự rèn luyện tâm linh đúng đắn giữ người tín hữu trong chừng mực chứ không phải trong sự ràng buộc; sự rèn luyện ấy có tác dụng khuyếch trương, mở rộng và giải phóng.

D. G. Kehl

Một trong những trải nghiệm đau buồn nhất thời thơ ấu của tôi xảy ra vào sinh nhật lần thứ 10. Trước đó nhiều ngày, tôi đã gửi thiệp mời cho tám người bạn. Đó sẽ là ngày sinh nhật tuyệt vời nhất từ trước đến nay của tôi. Cả tám người bạn đều đến nhà tôi ngay sau giờ tan học. Chúng tôi chơi đá bóng, bóng rổ ở ngoài sân cho đến khi trời tối. Bố tôi nướng hot dog và bánh mì kẹp trong khi mẹ tôi trang trí chiếc bánh sinh nhật. Sau khi chúng tôi đã ăn hết lớp đường, kem và gần hết chiếc bánh thì đến giờ mở quà. Thành thật mà nói, giờ tôi không thể nhớ nổi một món nào trong những món quà ấy, nhưng tôi nhớ thời gian tuyệt vời có được bên những người bạn đã tặng quà cho mình. Vì tôi không có anh em trai, nên phần vui nhất trong ngày sinh nhật ấy là được chơi cùng mấy bạn nam khác.

Đỉnh điểm của bữa tiệc sinh nhật là món quà tôi tặng cho họ. Họ xứng đáng nhận món quà tốt nhất. Giá cả không quan trọng. Tôi sẽ đưa họ đến xem sự kiện thú vị nhất trong thành phố, đó là giải đấu bóng rổ của các trường trung học. Tôi vẫn còn nhớ như in, chúng tôi ùa ra khỏi chiếc xe của bố mẹ trong buổi tối tuyệt vời ấy, vừa cười vừa chạy lên sân vận động. Đứng ở cửa sổ, trả tiền mua chín chiếc vé, mỗi chiếc giá 25 xu, với đám bạn đứng xung quanh – đó là một trong những khoảnh khắc tuy đơn giản nhưng là khoảnh khắc vàng trong đời tôi. Tôi hình dung trong đầu một cái kết hoàn hảo cho bữa tiệc sinh nhật của một cậu bé mười tuổi: tôi ngồi giữa tám đứa bạn trong khi chúng tôi nhai bắp rang, thụi nhau và cổ vũ cho các anh hùng của trường chúng tôi. Khi vào bên trong, tôi nhớ mình cảm thấy hạnh phúc hơn cả Jimmy Stewart trong cảnh cuối của bộ phim *Cuộc sống Tươi đẹp*.

Thế rồi khoảnh khắc vàng ấy tan biến. Khi đã vào trong sân rồi, tất cả các bạn tôi đều biến đâu hết và cả đêm đó tôi chẳng nhìn thấy họ đâu. Chẳng có ai cảm ơn tôi một câu vì đã cho họ một ngày thật vui, đầy thức ăn ngon hay cho họ vé xem đấu bóng. Ngay cả câu "Chúc mừng sinh nhật, nhưng tớ sẽ qua ngồi với bạn tớ nhé" cũng không có. Không một lời cảm ơn hay tạm biệt, cả đám bỏ đi mà không một lần nhìn lại. Vậy là tôi ngồi lại một mình trên khán đài suốt thời gian còn lại trong ngày sinh nhật lần thứ mười của mình, mừng tuổi mới một mình. Khi nhớ lại, tôi thấy đó là một trận đấu bóng chẳng vui vẻ gì.

Tôi kể câu chuyện này không phải để bạn đồng cảm với ký ức tuổi thơ đau buồn, mà vì nó nhắc tôi nhớ lại cách mình đối xử với Đức Chúa Trời trong sự thờ phượng. Dù chúng ta đến tham dự sự kiện nơi Ngài là Khách mời Danh dự, nhưng chúng ta cứ dâng cho Ngài một món quà quen thuộc, hát một vài bài hát quen thuộc, rồi quên béng mất Ngài, chỉ chú tâm đến những người khác và dõi theo những người phía trên cử hành buổi lễ. Giống như những người bạn mười tuổi của tôi, chúng ta có thể ra về mà không cắn rứt lương tâm, không ý thức được sự vô cảm của mình, vẫn tin rằng mình đã hoàn thành tốt bổn phận.

Chính Chúa Giê-xu đã nhiều lần nhấn mạnh và vâng phục mệnh lệnh trong Cựu Ước "Ngươi phải thờ phượng Chúa là Đức Chúa Trời ngươi" (Mat 4:10). Nhiệm vụ (và cũng là đặc ân) của tất cả mọi người là thờ phượng Đấng Tạo Hóa của mình. Thi Thiên 95:6 kêu gọi: "Hãy đến cúi xuống mà thờ lạy Đức Giê-hô-va; hãy quỳ gối xuống trước Đấng Tạo Hóa của chúng ta!" Rõ ràng Đức Chúa Trời muốn chúng ta thờ phượng Ngài. Đó là mục đích của chúng ta! Không thể có sự tin kính mà không thờ phượng Đức Chúa Trời. Nhưng những người theo đuổi lòng tin kính phải nhận biết rằng hoàn toàn có thể thờ phượng Chúa một cách vô ích. Chúa Giê-xu trích dẫn một phân đoạn khác trong Cựu Ước để cảnh cáo việc thờ phượng Đức Chúa Trời một cách vô ích: "Dân nầy lấy môi miệng tôn kính Ta; Nhưng lòng chúng nó cách xa Ta lắm. Việc chúng thờ phượng Ta là vô ích" (Mat 15:8-9). Lưu ý Chúa gọi hành động của họ là 'thờ phượng'. Và 'dân nầy' tin rằng họ đang tôn kính Đức Chúa Trời. Nhưng Chúa không chấp nhận sự thờ phượng của họ. Đó là sự thờ phượng 'vô ích'.

Làm thế nào để chúng ta không thờ phượng Chúa cách vô ích? Làm sao để chúng ta 'dâng cho Chúa sự thờ phượng được Ngài chấp nhận' (Hê 12:28)? Chúng ta phải học một điều quan trọng cần thiết cho việc trở nên giống Chúa Giê-xu, đó là rèn luyện tâm linh trong sự thờ phượng.

Thờ Phượng Là...Tập Trung Vào Và Đáp Ứng Với Đức Chúa Trời

Rất khó định nghĩa một cách rõ ràng thờ phượng là gì. Trước tiên, chúng ta hãy cùng quan sát. Trong Giăng 20:28, khi Chúa Giê-xu phục sinh hiện ra với Thô-ma và cho ông thấy những vết sẹo trên bàn tay và nơi hông Ngài, sự thờ phượng đã xảy ra khi Thô-ma thưa với Chúa: "Lạy Chúa của con và Đức Chúa Trời con!" Trong Khải Huyền 4:8, chúng ta thấy bốn sinh vật đứng chung quanh ngôi ngày đêm thờ phượng Đức Chúa Trời, không ngừng tung hô: "Thánh thay, thánh thay, thánh thay! Chúa là Đức Chúa Trời Toàn Năng, Đấng đã có, hiện có và đang đến". Rồi trong câu 11, hai mươi bốn trưởng lão chung quanh ngôi Đức Chúa Trời trên thiên đàng cũng thờ phượng Ngài bằng cách gỡ bỏ mão triều thiên đặt dưới chân Ngài, phủ phục trước mặt Ngài và thưa rằng: "Lạy Đức Chúa Trời là Chúa của chúng con, Chúa đáng được vinh quang, tôn trọng và uy quyền, vì Chúa đã tạo dựng muôn vật, và do ý muốn của Chúa mà muôn vật hiện hữu và được tạo dựng". Trong chương kế tiếp, vô số thiên sứ, trưởng lão và những sinh vật xung quanh ngôi của Chúa Cứu Thế Giê-xu trên thiên đàng, là Chiên Con của Đức Chúa Trời, kêu lớn tiếng lên trong sự thờ phượng: "Chiên Con đã bị giết xứng đáng được uy quyền, giàu có, khôn ngoan, uy lực, tôn trọng, vinh quang và ca ngợi" (5:12). Tiếp theo sau là sự thờ phượng của 'mọi tạo vật': "Chúc cho Đấng ngồi trên ngai và Chiên Con được ca ngợi, tôn trọng, vinh quang và uy lực cho đến đời đời!" (5:13).

Bây giờ, hãy mô tả điều chúng ta đã nhìn thấy. Chữ thờ phượng (worship) bắt nguồn từ tiếng Saxon *weorthscype*, về sau trở thành *worthship*. Thờ phượng Đức Chúa Trời là gán cho Đức Chúa Trời giá trị xứng đáng với Ngài, tán dương Ngài vì Ngài xứng đáng được ngợi khen, hay tốt hơn nữa là đến với Đức Chúa Trời vì Ngài xứng đáng. Là Đức Chúa Trời Thánh khiết và Toàn năng, Đấng Tạo Hóa và Đấng Duy trì cõi vũ trụ, là vị Thẩm phán Tối cao mà chúng ta có trách nhiệm phải giải trình, Ngài xứng đáng với mọi sự ngợi khen và tôn vinh chúng ta có thể dâng lên cho Ngài và còn hơn thế nữa. Chẳng hạn, xin lưu ý trong Khải Huyền 4:11 và 5:12, ta thấy những nhân vật xung quanh ngai Đức Chúa Trời ca ngợi Ngài là 'xứng đáng' nhận được rất nhiều điều.

Càng tập trung vào Đức Chúa Trời, chúng ta càng hiểu và đánh giá đúng giá trị vô hạn của Ngài. Khi hiểu và đánh giá đúng điều này, chúng ta không thể không đáp ứng với Ngài. Giống như cảnh hoàng hôn tuyệt đẹp không sao tả xiết, hay cảnh tượng ngoạn mục khi đứng từ trên đỉnh núi phóng tầm mắt ra xa gợi lên phản ứng bộc phát thế nào, thì chúng ta cũng không thể đối diện với sự xứng đáng của Đức Chúa Trời mà không đáp ứng bằng sự thờ phượng thế ấy. Nếu bạn có thể thấy Chúa ngay lúc này, hẳn bạn sẽ hoàn toàn hiểu Ngài xứng đáng được thờ phượng đến nỗi, theo bản năng, bạn sẽ cúi đầu xuống và thờ phượng Ngài. Đó là lý do khi đọc sách Khải Huyền chúng ta thấy những nhân vật xung quanh ngôi, những người nhìn thấy Ngài, đều cúi đầu xuống thờ phượng Ngài và những sinh vật đứng gần Ngài nhất, kinh ngạc trước sự xứng đáng của Ngài đến nỗi đời đời họ không ngừng thờ phượng Ngài bằng câu "Thánh thay, thánh thay, thánh thay". Vậy thờ phượng là tập trung vào và đáp ứng với Đức Chúa Trời.

Nhưng chúng ta chưa được lên thiên đàng để thấy Chúa bằng mắt như thế này và để tập trung vào Ngài. Vậy làm thế nào một Đức Chúa Trời vô hình bày tỏ chính Ngài cho chúng ta trên đất này để chúng ta có thể tập trung vào Ngài? Trước nhất, Ngài đã bày tỏ chính Ngài một cách tổng quát qua công trình sáng tạo (xem Rô 1:20), do đó, đáp ứng đúng đắn nhất trước cảnh hoàng hôn tuyệt đẹp hay cảnh núi non hùng vĩ là thờ phượng Đấng dựng nên vẻ đẹp và sự hùng vĩ đó. Thứ hai, và cụ thể hơn, Đức Chúa Trời đã bày tỏ chính Ngài một cách hoàn hảo qua Lời thành văn của Ngài là Kinh Thánh (2 Ti 3:16, 2 Phi 1:20-21), và Ngôi Lời nhập thể của Ngài là Chúa Cứu Thế Giê-xu (Giăng 1:1,14; Hê 1:1-2). Để đáp lại, chúng ta phải tìm kiếm Đức Chúa Trời qua Đấng Christ như được bày tỏ trong Kinh Thánh. Khi đó và khi

Đức Thánh Linh mở mắt cho chúng ta, chúng ta sẽ thấy Đức Chúa Trời được bày tỏ qua Kinh Thánh và đáp ứng bằng sự thờ phượng.

Ví dụ, chúng ta vừa đọc trong Kinh Thánh (Khải 4:8) chép rằng Đức Chúa Trời là thánh. Khi suy ngẫm điều này và bắt đầu khám phá nhiều hơn về sự thánh khiết của Đức Chúa Trời, Đức Thánh Linh sẽ khiến khao khát được thờ phượng Ngài tràn ngập trong chúng ta. Nhưng chính xác là làm thế nào chúng ta sẽ khám phá nhiều hơn ý nghĩa sự thánh khiết của Đức Chúa Trời? Kinh Thánh, nguồn tài liệu đáng tin cậy và có thẩm quyền nhất trên đất này, sẽ cho chúng ta biết. Để học thêm từ Kinh Thánh bản chất sự thánh khiết của Đức Chúa Trời, chúng ta phải xem những phân đoạn nói về Chúa Giê-xu, vì Đức Chúa Trời thánh khiết được bày tỏ cách rõ ràng nhất trong Chúa Giê-xu Christ, là Đức Chúa Trời bằng xương bằng thịt. Nếu nhờ suy ngẫm, chúng ta sẽ tập trung vào Thân vị và công tác của Đấng Christ được nói đến trong Kinh Thánh, thì chúng ta sẽ hiểu hơn nữa về Đức Chúa Trời thánh khiết, vì Chúa Giê-xu đã "bày tỏ Cha cho chúng ta biết" (Giăng 1:18). Chúng ta sẽ đáp ứng bằng sự thờ phượng tùy theo mức độ hiểu biết của chúng ta về Đức Chúa Trời.

Đó là lý do mọi hình thức thờ phượng Đức Chúa Trời - tập thể, gia đình,[1] và cá nhân - đều phải dựa trên và nói nhiều về Kinh Thánh. Kinh Thánh bày tỏ Đức Chúa Trời cho chúng ta để chúng ta có thể tập trung vào Ngài, tập trung vào Ngài đến mức chúng ta sẽ thờ phượng Ngài. Vì vậy, nếu có ít sự bày tỏ về Đức Chúa Trời, thì sự tập trung vào Ngài cũng ít ỏi. Mà nếu ít tập trung vào Đức Chúa Trời, thì sự thờ phượng Ngài cũng ít. Ngược lại, bày tỏ nhiều về Đức Chúa Trời thúc đẩy sự tập trung vào Ngài nhiều hơn, và điều này dẫn đến sự thờ phượng Chúa nhiều hơn.

Đọc và giảng Kinh Thánh là phần chính trong sự thờ phượng chung vì đó là cách chúng ta giới thiệu về Đức Chúa Trời rõ ràng nhất, trực tiếp nhất và bao quát nhất. Cũng vì những lý do đó, việc tiếp nhận Lời Chúa và suy ngẫm là trọng tâm của sự thờ phượng riêng tư. Khi thờ phượng, chúng ta cũng nên hát những bài hát thấm nhuần lời Kinh Thánh[2] vừa như là lời tuyên bố lẽ thật của Chúa bằng âm nhạc, vừa là đáp ứng theo Kinh Thánh (ngợi khen và cảm tạ) trước sự bày tỏ của Đức Chúa Trời. Cầu nguyện thể hiện, theo cách phù hợp với Kinh Thánh, lòng yêu mến trong tinh thần thờ phượng và sự phụ thuộc của chúng ta vào Đức Chúa Trời như được bày tỏ trong Kinh Thánh; và dâng hiến cũng vậy. Đức Chúa Trời đã quy định thánh lễ báp-têm và Tiệc Thánh là những tiết mục trong sự thờ phượng chung, và với cách thực hiện có thể nhìn thấy bằng mắt, hai thánh lễ này cũng công bố và nhắc chúng ta về lẽ thật thiên thượng được bày tỏ ra. Mọi chi tiết trong sự thờ phượng được mô tả trong Kinh Thánh giúp chúng ta tập trung vào Đức Chúa Trời.

Vì thờ phượng là tập trung vào và đáp ứng với Đức Chúa Trời, bất kể chúng ta đang làm gì, nên nếu không nghĩ về Chúa tức là chúng ta đang không thờ phượng Ngài. Có thể bạn đang nghe một bài giảng đúng theo Kinh Thánh, nhưng nếu bạn không quan tâm bài giảng nói gì về Đức Chúa Trời hoặc Chúa nói gì với bạn, thì không phải bạn đang thờ phượng Chúa. Có thể bạn hát "Thánh thay, thánh thay, thánh thay," nhưng nếu không nghĩ đến Chúa trong khi hát, thì không phải bạn đang thờ phượng Ngài. Có thể bạn nghe một ai đó cầu nguyện, nhưng nếu bạn không nghĩ về Đức Chúa Trời và hòa lòng với họ, thì không phải bạn đang thờ phượng. Về một phương diện, có thể nói rằng mọi việc bạn làm với tinh thần vâng theo lời Chúa, ngay cả những việc làm thường ngày ở công sở hoặc nhà riêng, đều là hành động thờ phượng. Nhưng những điều đó không thay thế cho sự thờ phượng trực tiếp hướng về Chúa, độc nhất và dựa theo Kinh Thánh.

Thờ phượng thường bao gồm cả lời nói lẫn hành động, và còn hơn thế nữa. Thờ phượng là sự tập trung của tâm trí và tấm lòng. Thờ phượng là tập trung vào một mình Đức Chúa Trời và đáp ứng của linh hồn; thờ phượng là bận tâm về Đức Chúa Trời. Vậy bất kể bạn nói, hát hay làm gì vào bất cứ lúc nào, bạn chỉ thờ phượng Đức Chúa Trời khi bạn tập trung suy nghĩ về Ngài. Nhưng hễ khi nào bạn thực sự tập trung vào giá trị vô hạn của Đức Chúa Trời, bạn sẽ đáp ứng bằng tinh thần thờ phượng giống như mặt trăng phản chiếu ánh sáng của mặt trời. Sự thờ phượng này không vô ích. Thờ phượng cũng không vô ích khi....

Thờ Phượng Bằng Tâm Linh Và Chân Lý

Phân đoạn Kinh Thánh sâu sắc nhất về sự thờ phượng trong Tân Ước là Giăng 4:23-24. Chúa Giê-xu phán: "Giờ sắp đến và đã đến rồi, khi những người thờ phượng chân thật sẽ thờ phượng Cha bằng tâm linh và chân lý; ấy là những người thờ phượng mà Cha tìm kiếm. Đức Chúa Trời là thần linh, nên những người thờ phượng Ngài phải thờ phượng bằng tâm linh và chân lý".

Trước khi có thể thờ phượng bằng tâm linh và chân lý, trong lòng chúng ta phải có một Đấng là "Thần Chân lý" (Giăng 14:17), tức là Đức Thánh Linh. Ngài chỉ sống trong những người bởi đức tin đến với Đấng Christ để ăn năn xưng tội. Không có Ngài, sự thờ phượng thật không thể xảy ra. 1 Cô-rinh-tô 12:3 tuyên bố "Nếu Đức Thánh Linh không hướng dẫn thì cũng không ai xưng 'Đức Chúa Giê-xu là Chúa!'" Nói như vậy không có nghĩa là nếu không bởi Đức Thánh Linh thì không ai có thể nói "Đức Chúa Giê-xu là Chúa" vì bất kỳ ai nói được đều có thể nói ra những từ đó, mà có nghĩa là nếu không bởi quyền năng tái sinh và sự hiện diện bên trong của Đức Thánh Linh thì không ai có thể nói "Đức Chúa Giê-xu là Chúa" như một lời xưng tội chân thành trong tinh thần thờ phượng thật. Ngài là Đấng bày tỏ Đức Chúa Trời cho chúng ta, cáo trách chúng ta về tội phạm với Đức Chúa Trời, và khiến Đấng Christ cùng quyền năng cứu rỗi của Ngài trở nên hấp dẫn không thể chống lại được. Đức Thánh Linh mở trí để chúng ta hiểu lẽ thật của Kinh Thánh và làm sống lại những tấm lòng đã chết đối với

Đức Chúa Trời. Ngài khiến những linh hồn nguội lạnh trong sự thờ phượng bùng cháy ngọn lửa đam mê đối với Đấng Christ.

Việc có Đức Thánh Linh ngự trong lòng không bảo đảm rằng chúng ta *sẽ* luôn thờ phượng bằng tâm linh và chân lý, nhưng sự hiện diện của Ngài có nghĩa là chúng ta *có thể* làm được điều đó. Thờ phượng Đức Chúa Trời bằng tâm linh nghĩa là tinh thần thờ phượng được thể hiện từ bên trong ra bên ngoài. Điều đó đòi hỏi sự chân thành trong hành động thờ phượng. Bất kể ca khúc bạn đang hát thiêng liêng ra sao, bất kể lời cầu nguyện của bạn bay bướm như thế nào, nếu không chân thành, thì đó không phải là sự thờ phượng mà là đạo đức giả.

Tương ứng với thờ phượng bằng tâm linh là thờ phượng bằng chân lý. Thờ phượng bằng chân lý là thờ phượng dựa theo chân lý của Kinh Thánh. Trước tiên, chúng ta thờ phượng Đức Chúa Trời như được bày tỏ trong Kinh Thánh, chứ không theo hình ảnh chúng ta muốn thấy ở Ngài. Chúng ta thờ phượng Ngài theo lẽ thật Ngài nói về chính Ngài: đó là một Đức Chúa Trời vừa thương xót vừa công bình, yêu thương và thịnh nộ, Đấng vừa chào đón con người vào thiên đàng vừa có thể định tội họ trong hỏa ngục. Thứ hai, chúng ta thờ phượng theo lẽ thật nghĩa là thờ phượng Đức Chúa Trời theo cách Ngài phê chuẩn trong Kinh Thánh. Nói cách khác, chúng ta nên thờ phượng Đức Chúa Trời theo điều Ngài phán dạy chúng ta phải làm trong Kinh Thánh.[3]

Sau khi trình bày lý do phải thờ phượng Đức Chúa Trời trong tinh thần đáp ứng với lẽ thật của Kinh Thánh, tôi muốn đi tiếp và nói thêm một chút ở tại đây về việc thờ phượng bằng tâm linh. Dù chúng ta thờ phượng tập thể, thờ phượng ở gia đình hay thờ phượng cá nhân, chúng ta cũng cần biết rằng nếu không để lòng mình vào sự thờ phượng, thì chúng ta chẳng có năng lượng để thờ phượng. Một mục sư kiêm tác giả đương thời đã thẳng thắn nói: "Sự thờ phượng chết khi ta không có cảm xúc đối với Đức Chúa Trời."[4] Ông minh họa điều đó như sau:

> Thờ phượng là phản chiếu lại vinh quang của bản chất Đức Chúa Trời. Điều này không thể được thực hiện như những bổn phận đơn thuần, mà chỉ khi tình cảm tự nhiên nảy sinh trong lòng.
>
> Lấy lễ kỷ niệm ngày cưới làm ví dụ. Kỷ niệm ngày cưới của tôi là 21 tháng 12. Giả sử hôm đó tôi đem về nhà một tá hoa hồng cho Noel. Khi vợ tôi đón tôi ở cổng, tôi chìa bó hoa ra và nàng nói: "Ôi anh yêu, hoa đẹp quá! Cám ơn anh," rồi ôm tôi thật chặt. Giả sử tôi giơ tay lên và nói một cách thản nhiên: "Có gì đâu em, bổn phận của anh mà".
>
> Chuyện gì xảy ra? Hành động vì bổn phận không đáng quý sao? Chúng ta không tôn trọng những người chúng ta có bổn phận phục vụ sao? Không hề, nếu điều chúng ta làm không xuất phát từ tấm lòng. Những bông hoa được tặng vì bổn phận bộc lộ một điều trái ngược. Nếu tôi không được thôi thúc bởi tình yêu tự nhiên dành cho vợ, thì những bông hoa ấy không bày tỏ lòng tôn trọng của tôi đối với nàng. Trên thực tế, chúng xúc phạm nàng. Hành động

đó là sự che đậy vụng về một thực tế rằng trong mắt tôi nàng không xứng hay không đẹp đủ để khơi dậy tình yêu nơi tôi. Tôi làm thế chỉ vì nghĩ đến việc phải thực hiện bổn phận trong hôn nhân...

Bổn phận thờ phượng thực sự không phải là bổn phận nói hay làm theo lễ nghi bên ngoài. Đó là bổn phận bên trong, là mệnh lệnh – "Cũng hãy vui thỏa nơi Đức Giê-hô-va!" (Thi 37:4)...

Lý do đây là bổn phận thờ phượng thật sự là vì điều này làm vinh hiển danh Đức Chúa Trời, trong khi kiểu thực hiện nghi thức một cách trống rỗng không làm vinh hiển danh Chúa. Nếu tôi đưa vợ ra ngoài ăn tối nhân dịp kỷ niệm ngày cưới và nàng hỏi: "Sao anh làm thế?" câu trả lời khiến nàng cảm thấy được tôn trọng nhất là: "Vì không có điều gì khiến anh hạnh phúc hơn là được ở bên em đêm nay."

"Vì đó là bổn phận của anh" sẽ khiến nàng cảm thấy bị xem thường.

"Vì đó là niềm vui của anh," sẽ khiến nàng cảm thấy mình được tôn trọng.

Làm thế nào để chúng ta tỏ lòng tôn kính Chúa trong sự thờ phượng? Bằng cách thưa với Ngài rằng "Đó là bổn phận của con?" hay "Đó là niềm vui của con"?[5]

Vậy chúng ta phải thờ phượng bằng cả tâm thần và lẽ thật, bằng cả tấm lòng lẫn tâm trí, bằng cả cảm xúc lẫn tư tưởng. Nếu chúng ta thờ phượng chỉ bằng tâm thần, chúng ta sẽ yếu kém về chân lý, thờ phượng chủ yếu bằng cảm xúc. Điều có sẽ dẫn bạn đi đến bất cứ đâu từ sự dung túng lười biếng, thiếu cân nhắc về mọi thứ trong sự thờ phượng đến thái cực đối lập là sự bùng cháy không kiểm soát nổi về thuộc linh. Nhưng nếu chúng ta chỉ thờ phượng bằng chân lý mà đánh giá thấp sự thờ phượng bằng tâm thần, thì có thể đoán trước sự thờ phượng của chúng ta sẽ rất căng thẳng, chán nản và lạnh lẽo.

Thật vậy, những lẽ thật về sự thờ phượng quân bình giữa tâm thần và chân lý bổ sung cho nhau. Thật hữu ích khi nhận biết điều này vì thật tình mà nói, mọi Cơ Đốc nhân đôi lúc cố gắng dâng của lễ thờ phượng nhưng chẳng thấy có lửa trên bàn thờ của lòng mình. Suy ngẫm về chân lý một cách đúng đắn có thể nhen lên những cảm xúc cần có trong sự thờ phượng và giúp chúng ta thờ phượng bằng tâm thần. Ngược lại, tấm lòng thật sự dành cho Chúa, sẵn sàng thờ phượng bằng tâm thần, thì yêu mến lẽ thật của Chúa và khao khát được lẽ thật dẫn dắt. Vì vậy ngay cả nếu cá nhân chúng ta có khuynh hướng chỉ thờ phượng bằng tâm thần hoặc bằng chân lý, thì chúng ta cũng phải kết hợp cả hai. Trong Mác 12:30, Chúa Giê-xu cũng đã nói điều tương tự khi Ngài tuyên bố điều răn lớn nhất là hết lòng hết trí mà kính mến Chúa. Sự thờ phượng xuất phát từ tấm lòng được nhen nhúm bởi lẽ thật và được thể hiện bằng những ý nghĩ chân thành đối với Đức Chúa Trời sẽ không bị khước từ như sự thờ phượng vô ích.

Sẽ ra sao nếu chúng ta phải chịu đựng sự khô hạn thuộc linh trong một thời gian dài, khi mà trên thực tế mỗi một điều được cho là kinh nghiệm thờ phượng dường như chẳng khác gì hành động đạo đức giả? Sao phải tiếp tục nếu chúng ta cảm thấy bản thân bị mắc kẹt trong guồng máy của sự thờ phượng vô ích? Liệu chúng ta có nên ngừng thờ phượng hay từ bỏ giờ tĩnh nguyện hằng ngày nếu thấy không thể duy trì sự cân bằng hợp lý giữa tâm thần và chân lý không?

Không, chúng ta không nên ngừng tham gia các hình thức thờ phượng dù không có cảm xúc thờ phượng. Có một số điều chúng ta phải kiên trì ngay cả khi cảm thấy không thích, chỉ vì đó là điều đúng đắn phải làm. Hãy nhớ rằng ngay cả sự thờ phượng "tốt nhất" của chúng ta cũng có chỗ không trọn vẹn, cho dù những chỗ thiếu hoàn hảo ấy rất nhỏ đến đâu. Nhưng chúng ta không chủ trương chấm dứt việc thờ phượng chỉ vì có thiếu sót. Quan trọng hơn, bước "đột phá" trong việc tìm lại niềm vui và sự tự do trong thờ phượng có nhiều khả năng sẽ xảy ra khi thờ phượng. Tôi thường nghe người ta nói rằng họ không thích đến nhà thờ vào một buổi nhóm nào đó, nhưng họ khép mình vào kỷ luật để đi nhóm và có điều gì đó đã xảy ra trong buổi nhóm khiến họ được đổi mới và phục hồi cái nhìn thuộc linh.

Mỗi tín hữu đều phải băng qua một vài sa mạc thuộc linh trong hành trình đến Thiên Thành. Phải mất một tiếng đồng hồ hoặc vài ngày để vượt qua một số chỗ khô cằn. Tuy nhiên, thỉnh thoảng, có thể bạn sẽ phải đi với tâm hồn gần như khô héo trong nhiều tuần. Hãy tiếp tục trong sự thờ phượng. Hãy kêu cầu Đức Chúa Trời ban cho bạn một nhận thức mới về "sông nước hằng sống" (ám chỉ Đức Thánh Linh) mà Chúa Giê-xu hứa sẽ tuôn chảy trong mỗi tín hữu trong Giăng 7:38. Nhưng đừng ngưng thờ phượng. Đừng bao giờ bỏ cuộc trong sa mạc. Bạn không biết sa mạc rộng bao nhiêu và rất có thể bạn sắp sửa vượt qua sa mạc ấy rồi.

Phải Thờ Phượng Mang Tính Tập Thể Lẫn Thờ Phượng Mang Tính Riêng Tư

Theo Hê-bơ-rơ 10:25, Đức Chúa Trời mong muốn dân sự Ngài thường xuyên tham dự các buổi thờ phượng chung với các tín hữu khác, đặc biệt nhắc nhở "chớ bỏ sự nhóm lại như mấy kẻ quen làm, nhưng phải khuyên bảo nhau". Vậy nên, cốt lõi của sự rèn luyện thờ phượng là phát triển thói quen trung tín nhóm lại với những tín hữu khác với mục đích chính là thờ phượng Đức Chúa Trời.

Hội thánh của Chúa Giê-xu Christ không phải là tập hợp những người theo chủ nghĩa cô lập. Thánh Kinh Tân Ước dùng những ẩn dụ như 'bầy' (Công 20:28), 'thân thể' (1Cô 12:12), 'ngôi nhà' (Êph 2:21), và 'gia đình' (Êph 2:19) để mô tả Hội thánh. Mỗi hình ảnh ngụ ý mối liên hệ giữa những đơn vị riêng với một tổng thể lớn hơn. Bày tỏ và kinh nghiệm Cơ Đốc giáo ở mức độ cá nhân (tức là loại trừ cấp độ nhóm) đồng nghĩa với việc bạn sẽ mắc tội bỏ lỡ rất nhiều những ơn phước và quyền năng của Đức Chúa Trời một cách không cần thiết. Hê-bơ-rơ 10:25 dạy chúng ta rằng những người xao lãng 'thói quen' có kỷ luật là nhóm lại với những tín hữu khác tức đã phát triển một thói quen phi Cơ Đốc.

Không thể phủ nhận rằng 'nhóm lại' có nghĩa tập hợp lại trong sự hiện diện vật lý của những tín hữu khác. Không những bản thân những từ ngữ ấy không cho phép ta có cách giải thích khác, mà khi thư tín này được viết cho người Hê-bơ-rơ, họ cũng không thể phân tích từ ngữ này theo một cách nào khác. Vậy chúng ta không thể thuyết phục bản thân rằng mình đang 'nhóm lại' với những Cơ Đốc nhân khác bằng cách xem họ thờ phượng qua những phương tiện điện tử. Có những lý do hợp lý ủng hộ việc cung cấp video trực tiếp và ghi âm chương trình thờ phượng của hội thánh, nhưng không có lý do nào ngụ ý có thể dùng mục vụ truyền thông để thay thế việc nhóm lại trong nhà thờ.

Ngoài ra, phước hạnh của một đời sống kiên định, tận hiến hết lòng không miễn cho bạn việc phải thờ phượng Chúa với những tín hữu khác. Những kinh nghiệm sùng đạo của bạn có thể sánh với những kinh nghiệm của Jonathan Edwards hay George Müller, nhưng bạn vẫn cần thờ phượng chung với những người khác như ông và những Cơ Đốc nhân do Thái trong Hê-bơ-rơ 10:25 đã làm. Có một yếu tố trong sự thờ phượng và trong nếp sống Cơ Đốc mà bạn không thể kinh nghiệm trong sự thờ phượng cá nhân hoặc khi xem những người khác thờ phượng. Có những ân sủng và phước hạnh mà Cha chúng ta chỉ ban cho khi chúng ta 'nhóm lại' với những tín hữu khác như trong gia đình của Ngài.

Diễn giả Thanh giáo David Clarkson lý giải điều này trong một bài giảng mang tính giáo huấn với đề tài "Ưu tiên thờ phượng tập thể hơn thờ phượng cá nhân".

> Những điều tuyệt vời nhất hiện được thực hiện trên đất đều được đưa vào những lễ nghi tập thể [tức sự thờ phượng tập thể], dù tính phổ biến và thuộc linh của chúng khiến chúng dường như ít tuyệt vời hơn...Tại đây Chúa đã ban sự sống bằng lời phán cho những bộ xương khô, và kêu những linh hồn đã chết ra khỏi hầm mộ của tội lỗi...Tại đây, những người đã chết nghe tiếng Con Đức Chúa Trời và những sứ giả của Ngài, và những người nghe đều được sống. Tại đây, Ngài chữa lành những người mù bẩm sinh; đó là kết quả khi Phúc âm được rao giảng để mở mắt cho tội nhân và đem họ từ bóng tối ra ánh sáng. Tại đây, Ngài chỉ phán một lời để chữa lành những linh hồn bệnh tật, việc mà cả con người lẫn các thiên sứ đều không thể làm được...Tại đây, Ngài đã đuổi quỷ và những linh ô uế ra khỏi linh hồn những tội nhân bị chúng chiếm hữu từ lâu. Tại đây, Ngài truất phế những vua chúa và các thế lực, đánh bại quyền lực của sự tối tăm, và khiến Sa-tan từ trời sa xuống như chớp. Tại đây, Ngài thay đổi toàn bộ bản chất linh hồn của tội nhân, bỏ đi những cái cũ và khiến mọi sự đều trở nên mới. Dù là kỳ quan và vẫn được cho là kỳ quan, nhưng những điều này vẫn là công việc bình thường trong chức vụ công khai của Ngài. Đúng là Chúa không thực hiện những việc lạ lùng này chỉ trong giờ nhóm chung; nhưng sự thờ phượng chung là phương tiện thường thấy duy nhất mà qua đó Ngài thực hiện những công việc ấy.[6]

Mặt khác, dù buổi thờ phượng chung thường xuyên của chúng ta có đầy đủ và trọn vẹn đến mức nào, thì cũng có những kinh nghiệm với Chúa chỉ xảy ra trong sự thờ phượng cá nhân. Chúa Giê-xu trung tín tham dự buổi thờ phượng Đức Chúa Trời chung trong nhà hội vào mỗi ngày Sa-bát (xem Lu 4:16) và trong những kỳ lễ theo định kỳ của người Y-sơ-ra-ên tổ chức tại đền thờ Giê-ru-sa-lem. Tuy nhiên, ngoài những lần đó ra, Lu-ca cho biết: "Ngài lánh vào nơi thanh vắng để cầu nguyện" (5:16). Mathew Henry, một nhà giải kinh Thanh giáo quen thuộc, cho biết: "Thờ phượng chung không miễn cho chúng ta khỏi sự thờ phượng riêng."[7]

Làm sao có thể thờ phượng Chúa chung với hội thánh mỗi tuần một lần trong khi chúng ta không thờ phượng Ngài cách riêng tư trong suốt tuần ấy? Chúng ta có thể mong đợi ngọn lửa thờ phượng cháy sáng rực trong nơi thờ phượng chung vào ngày Chúa nhật trong khi nó chỉ lập lòe vào những ngày còn lại chăng? Phải chăng vì không theo đuổi để được thoả mãn trong sự thờ phượng cá nhân nên chúng ta cũng không trải nghiệm sự vui thỏa khi thờ phượng chung? Mục sư Geoffrey Thomas người xứ Wales cho biết: "Những người xao lãng sự thờ phượng cá nhân không tài nào cảm nhận được mối thông công với Chúa trong buổi nhóm thờ phượng chung vào Chúa nhật".[8]

Tuy nhiên, chúng ta không được quên rằng Đức Chúa Trời mong muốn chúng ta thờ phượng trong nơi riêng tư để Ngài ban phước cho chúng ta. Chúng ta giảm thiểu niềm vui của mình khi bỏ qua việc thờ phượng Chúa mỗi ngày trong chốn riêng tư. Thật là một phước hạnh không thể tin được khi Đức Chúa Trời không hề giới hạn phương cách chúng ta đến với Ngài và tận hưởng sự hiện diện của Ngài chỉ một ngày mỗi tuần! Sức lực, sự hướng dẫn và khích lệ, sự tha thứ, niềm vui và mọi điều thuộc về Ngài sẵn dành cho chúng ta mỗi ngày. Là Cơ Đốc nhân, sẽ không có ngày nào bạn sống mà không có lời mời gọi tăng trưởng trong sự mật thiết với chính Chúa Cứu Thế Giê-xu.

Thử nghĩ về điều này: Chúa Cứu Thế Giê-xu sẵn sàng gặp gỡ bạn trong nơi riêng tư bao lâu tùy thích, và Ngài sẵn sàng – thậm chí háo hức – gặp bạn mỗi ngày! Giả sử bạn là một trong hàng ngàn người theo Chúa đi khắp nơi trong ba năm cuối cùng Ngài sống trên đất. Bạn có thể hình dung được sự phấn khích khi một trong những môn đồ của Ngài nói rằng: "Thầy sai tôi đến nói với bạn rằng Thầy sẵn lòng gặp riêng bạn bất cứ khi nào bạn sẵn sàng, và bao lâu tùy ý bạn, và mỗi ngày Thầy đều rất mong được gặp bạn?" Quả là một đặc ân tuyệt vời! Ai dám than phiền trước sự mong đợi ấy? Vâng, đặc ân và sự mong đợi tuyệt vời ấy thật sự dành cho bạn: hôm nay, ngày mai và mãi mãi. Hãy tận dụng đặc ân và thực hiện sự mong đợi ấy vì vinh quang và niềm vui thích của Đức Chúa Trời cho đến đời đời.

Thờ Phượng Là...Kỷ Luật Cần Được Trau Dồi

Chúa Giê-xu phán: "Ngươi phải thờ phượng Chúa là Đức Chúa Trời ngươi" (Mat 4:10). Để có thể thờ phượng Chúa suốt đời cần phải có sự rèn luyện. Không rèn luyện, sự thờ phượng Chúa của chúng ta sẽ rất loãng và thiếu nhất quán. Dĩ nhiên, thờ phượng không phải chỉ là sự rèn luyện, không phải chỉ là cách biểu lộ thích hợp từ ngữ và hình thức đúng. Vì vậy, khi tôi nói rằng thờ phượng là tập trung vào và đáp ứng với Đức Chúa Trời, thì tôi muốn chuyển tải điều lòng tôi tin chắc rằng sự thờ phượng thật luôn rỉ ra bằng chứng của "dấu ấn trong lòng". Chúng ta không thể tính toán hay tạo ra sự thờ phượng. Ngược lại, thờ phượng phải được khơi gợi; đó là đáp ứng của tấm lòng được khơi gợi bởi vẻ đẹp, sự vinh hiển và sức quyến rũ của đối tượng mà tinh thần bạn đang tập chú vào, là Đức Chúa Trời thánh khiết. Dẫu vậy, chúng ta cũng phải xem thờ phượng là một kỷ luật phải được trau dồi cũng như tất cả những mối liên hệ khác nếu muốn mãi vững mạnh và phát triển.

Thờ phượng là một hình thức rèn luyện tâm linh đến nỗi vừa là mục tiêu vừa là phương tiện. Thờ phượng Đức Chúa Trời tự thân nó là *mục tiêu* vì thờ phượng, theo như chúng ta đã định nghĩa, là tập trung vào và đáp ứng với Đức Chúa Trời. Không có mục tiêu nào cao hơn hay niềm vui tâm linh nào lớn hơn việc tập trung vào và đáp ứng với Đức Chúa Trời. Nhưng thờ phượng cũng là *phương tiện* để đạt đến sự tin kính. Càng chân thật trong sự thờ phượng Đức Chúa Trời, chúng ta càng giống Ngài - qua và nhờ sự thờ phượng.

Thờ phượng Chúa khiến tín hữu càng tin kính vì họ trở nên giống với mục tiêu họ đặt ra. Chúng ta tranh đua với điều mình nghĩ đến. Trẻ con giả làm những anh hùng chúng mơ tưởng đến. Những em thiếu niên ăn mặc giống các ngôi sao thể thao hoặc những nhạc sĩ nổi tiếng mà các em hâm mộ. Nhưng những khuynh hướng ấy không biến mất khi chúng ta lớn lên. Những người tập trung vào việc làm sao cho "thành công" thì đọc sách của những người trong "tốp đầu", rồi bắt chước tác phong kinh doanh và "bí quyết" thành công của họ. Một minh họa khác thô thiển hơn là những người chú tâm vào sách báo khiêu dâm thường bắt chước những gì họ xem. Tập trung vào đời này hơn tập trung vào Chúa khiến chúng ta giống người thế gian hơn là người tin kính Chúa. Nhưng nếu muốn là người tin kính, chúng ta phải tập trung vào Đức Chúa Trời. Lòng tin kính đòi hỏi sự thờ phượng có kỷ luật.

Có người sẽ thốt lên một cách chán nản: "Tôi đã thử rồi, nhưng chẳng thấy hiệu quả gì cả! Tôi trung tín đi nhà thờ. Tôi đã cố gắng tạo thói quen đọc Kinh Thánh và cầu nguyện mỗi ngày, nhưng chẳng được như mong đợi. Dù có làm gì đi nữa, hình như tôi cũng chẳng lớn lên chút nào trong sự tin kính".

Lặp đi lặp lại cách cứng ngắt công việc thường làm mỗi ngày không phải là cách rèn luyện tâm linh đúng nghĩa. Đọc Kinh Thánh mỗi ngày không khiến tôi tự động tin kính hơn, cũng như đọc *The Wall Street Journal* mỗi ngày không giúp tôi trở thành doanh nhân. Và việc không kinh nghiệm sự tăng trưởng tâm linh như mong muốn không phủ nhận được hiệu quả của phương tiện của Đức Chúa Trời (tức là rèn luyện tâm linh) để giúp chúng ta trở nên giống Đấng Christ hơn. Vậy nếu bạn chán nản vì chậm tiến trong sự nên thánh, hãy tìm lời khuyên từ những người đang tăng trưởng trong sự tin kính nhờ sự thờ phượng tập thể và cá nhân. Hãy trò chuyện với một Cơ Đốc nhân trưởng thành, là người có đời sống tận hiến đầy ý nghĩa. Xem lại một vài chương đầu của quyển sách này, nhất là những chương nói về việc suy ngẫm và cầu nguyện. Việc luyện tập bất kỳ một kỷ luật nào, từ tập đánh gôn đến chơi đàn pi-a-no, hầu như luôn đòi hỏi sự giúp đỡ bên ngoài từ những người có kinh nghiệm hơn. Vậy, đừng ngạc nhiên khi bạn cần được giúp đỡ để trau dồi những cách rèn luyện tâm linh giúp bạn trở nên giống Đấng Christ, và đừng ngại nhờ họ giúp.

Khi mô tả con người thời hiện đại, có người đã nói: "Anh ta tôn thờ công việc, làm việc khi chơi và chơi trong lúc thờ phượng". Dù vậy, bạn có sẵn sàng trau dồi kỷ luật tâm linh trong sự thờ phượng không?

Áp Dụng Thêm

Bạn có sẵn sàng khép mình vào kỷ luật thờ phượng Chúa mỗi ngày không?

A. W. Tozer cho biết: "Nếu không thờ phượng Đức Chúa Trời bảy ngày trong một tuần, thì bạn cũng không thờ phượng Chúa được một ngày trong tuần".[9] Chúng ta đừng tự lừa dối mình. Không có sự thờ phượng thật kiểu sự kiện một tuần một lần. Chúng ta không thể mong đợi sự thờ phượng tuôn chảy từ môi miệng chúng ta trong ngày Chúa nhật nếu cứ cầm giữ nó trong lòng suốt cả tuần. Dòng chảy của sự thờ phượng phải tuôn chảy không ngừng từ tấm lòng của chúng ta, vì Đức Chúa Trời luôn là Đức Chúa Trời và luôn đáng được thờ phượng. Nhưng dòng chảy của sự thờ phượng phải được chảy ít nhất vào kinh nghiệm thờ phượng rõ rệt mỗi ngày.

Ngày càng có nhiều người dường như bằng lòng với việc thực hành kỷ luật tâm linh cá nhân và bỏ bê sự thờ phượng với các tín hữu khác. Họ tin rằng đời sống sùng đạo cá nhân của họ tốt hơn những gì họ kinh nghiệm được trong sự thờ phượng tập thể, vì thế họ xao lãng công tác rao truyền Lời Chúa trong giờ thờ phượng của hội thánh. Hãy cảnh giác trước nguy cơ mất cân bằng như thế. Tuy nhiên, trong công tác mục vụ của mình, tôi đã gặp nhiều người xưng mình là Cơ Đốc nhân rơi vào thái cực ngược lại. Họ trung tín kỷ luật bản thân trong việc nhóm lại, nhưng không thờ phượng Chúa thường xuyên ở nơi riêng tư. Nhiều người rơi vào cạm bẫy này hơn bất kỳ cạm bẫy nào trên con đường đạt đến sự tin kính. Họ tiến bộ rất ít trong quá trình trở nên giống Đấng Christ chỉ vì họ không khép mình vào kỷ luật ở điểm này. Đừng để điều đó xảy ra với bạn.

Bạn có sẵn sàng đem sự thờ phượng thật vào hành động thờ phượng của mình không?

Điều David Clarkson nói về sự thờ phượng chung có thể áp dụng vào mọi hành động thờ phượng, cả chung lẫn riêng:

> Điều bạn làm trong giờ thờ phượng chung với hội thánh, thì hãy hết sức mà làm. Hãy rũ bỏ sự uể oải, hờ hững, lãnh

đạm, là những điều ghê tởm đối với Đức Chúa Trời...Hãy nghĩ rằng chỉ hiện diện trước mặt Chúa thôi thì không đủ...Sự thờ phượng của thân thể chỉ là khung bên ngoài của sự thờ phượng, chính sự thờ phượng bằng tâm linh mới là linh hồn của sự thờ phượng. Những ai chỉ dùng môi miệng để đến gần Chúa sẽ chỉ thấy xa cách Đức Chúa Trời; không chỉ môi, miệng, lưỡi mà cả tâm trí, tấm lòng và cảm xúc; không chỉ đầu gối, bàn tay, mắt, mà cả trái tim, lương tâm, ký ức, đều phải được vận dụng để phục vụ Chúa trong sự thờ phượng tập thể. Vua Đa-vít nói, không chỉ "xác thịt con mong mỏi Chúa", mà cả "linh hồn con khao khát Chúa". Chúa sẽ đến gần chúng ta, khi cả con người chúng ta trông đợi Ngài; rồi chúng ta sẽ tìm thấy Ngài, khi chúng ta tìm kiếm Ngài hết lòng.[10]

Hành động thờ phượng mà không có sự thờ phượng thật là một hành động mang tính đạo đức giả đáng thương. Vì thế, nếu sự thờ phượng khiến bạn mệt mỏi, điều đó cho thấy bạn không thực sự thờ phượng. Đức Chúa Trời không làm cho chúng ta mệt mỏi. Thử tưởng tượng một trong những sinh vật liên tục thờ phượng xung quanh ngôi của Đức Chúa Trời than phiền rằng: "Tôi chán lắm rồi!" Tư tưởng ấy chưa bao giờ xuất hiện trong đầu chúng từ trước vô cùng, và sẽ không bao giờ xuất hiện từ giờ cho đến đời đời. Ngược lại, ta thấy chúng vô cùng choáng ngợp trước vinh quang của Đức Chúa Trời đến nỗi "ngày đêm không ngừng" thờ phượng Ngài (Khải 4:8). Rõ ràng chúng ta chưa được nhìn thấy và kinh nghiệm hết thảy những gì chúng có đặc ân tận hưởng trong sự thờ phượng, nhưng nhờ đó chúng ta biết rằng nói thờ phượng vô nghĩa là không đúng với ý nghĩa của sự thờ phượng. Vì đối tượng trong sự thờ phượng của chúng ta là Đức Chúa Trời vinh hiển và oai nghiêm trên thiên đàng, nên khi sự thờ phượng trở nên trống rỗng, thì nan đề xuất phát từ phía chủ thể (chúng ta) chứ không phải khách thể (Đức Chúa Trời).

Vậy "hãy đến, cúi xuống mà thờ lạy" (Thi 95:6) Đức Chúa Trời chân thật có một, là Đấng đã chỉ định hình thức rèn luyện tâm linh trong sự thờ phượng Ngài cách tập thể, trong gia đình và cá nhân, như là một trong những phương cách hào phóng nhất để nhận lãnh ân điển giúp chúng ta tăng trưởng trở nên giống Đấng Christ. Vì khi chúng ta tăng trưởng trong sự thờ phượng Chúa thì chúng ta sẽ càng trở nên giống Đấng Christ hơn.

Dầu vậy, cần nhớ rằng Đấng Christ không chỉ là tấm gương cho chúng ta. Ngài thật sự là gương mẫu tăng trưởng trong mọi phương diện mà Đức Chúa Trời muốn nhìn thấy trong chúng ta. Ngài cần phải sống và chết để khiến chúng ta trở thành những người thờ phượng Đức Chúa Trời đẹp lòng. Chỉ khi chúng ta đến với Chúa bởi đức tin trong sự công bình của Chúa Giê-xu, thì sự thờ phượng của chúng ta mới được Ngài chấp nhận. Do đó, bởi đức tin nơi Đấng Christ của Đức Chúa Trời, và theo Lời Ngài, Hê-bơ-rơ 12:28 khuyên giục chúng ta "hãy dâng cho Chúa sự thờ phượng được Ngài chấp nhận", không phải sự thờ phượng mà Chúa Giê-xu lên án là "thờ phượng vô ích".

Chương 6

6 | Chứng Đạo...
Để Luyện Tập Lòng Tin Kính

Đức tin được rèn luyện là đức tin chắc chắn còn lại và dẫn đưa người khác đến với đức tin.

Alister E. McGrath

Chỉ có niềm vui sướng vô ngần khi hoàn toàn đắm mình trong sự thờ phượng Đức Chúa Trời mới đem lại cho ta sự hồ hởi và hăng hái như khi nói về Chúa Cứu Thế Giê-xu cho người khác.

Một trong những khoảnh khắc đáng nhớ nhất trong đời tôi trong những chuyến hành trình truyền giáo là khi tôi không làm gì cả mà chỉ nói về Đấng Christ suốt cả ngày, từ ngoài đường vô tới trong nhà, với hết người (hoặc nhóm người) này đến người khác. Lúc ở nhà cũng vậy, không có điều gì khiến tôi vui sướng cho bằng nói về Đấng Christ cho một người chưa biết Ngài. Kinh nghiệm của tôi không phải là hiếm. Nói với người khác về Chúa Giê-xu có thể là một trải nghiệm vô cùng bổ ích cho bất kỳ tín hữu nào.

Thế nhưng, không điều gì khiến cho những Cơ Đốc nhân như tôi phải lo lắng đến nỗi cúi mặt lê chân bằng việc nói về trách nhiệm chứng đạo. Tôi biết nhiều tín hữu tự tin nghĩ rằng họ đang vâng lời Chúa khi nhắc đến vấn đề tiếp thu Lời Chúa hoặc vấn đề dâng hiến hay phục vụ Chúa, nhưng tôi bảo đảm chưa thấy một Cơ Đốc nhân nào nói một cách mạnh mẽ rằng: "Tôi là một người chia sẻ Tin lành đúng như lời Chúa dạy".

Chứng đạo là một chủ đề rộng lớn và có liên quan đến nhiều điều mà tôi sẽ không đề cập trong chương này. Ý chính tôi muốn truyền đạt ở đây là sự tin kính đòi hỏi chúng ta phải rèn luyện trong việc làm chứng về Chúa. Tôi tin chắc rằng lý do chính khiến nhiều người trong chúng ta không làm chứng về Đấng Christ một cách hữu hiệu và tương đối dạn dĩ đơn giản là vì chúng ta không luyện tập cho việc đó.

Chúa Mong Đợi Chúng Ta Nói Về Chúa

Hầu hết những người đang đọc quyển sách này đều biết chắc rằng Chúa mong muốn mỗi môn đồ của Ngài nói về Chúa. Không phải Chúa muốn mọi Cơ Đốc nhân đều dùng cùng *một phương pháp* chứng đạo, nhưng Ngài muốn tất cả các Cơ Đốc nhân đều phải nói về Chúa.

Trước khi đi xa hơn, chúng ta hãy cùng nhau định nghĩa cụm từ này. Chứng đạo là gì? Nếu muốn định nghĩa một cách đầy đủ, chúng ta có thể nói rằng *chứng đạo* là nhờ quyền năng của Đức Thánh Linh để giới thiệu về Chúa Cứu Thế Giê-xu cho con người tội lỗi, hầu cho nhờ Ngài, họ có thể đến và đặt niềm tin nơi Đức Chúa Trời, tiếp nhận Ngài làm Chúa Cứu Thế và phục vụ Ngài là Vua của họ trong mối thông công với Hội thánh Ngài.[1]

Nếu muốn một định nghĩa ngắn gọn hơn, chúng ta có thể nói rằng chứng đạo theo Tân Ước là truyền bá Phúc âm. Hễ người nào trung tín thuật lại những yếu tố quan trọng về công tác cứu rỗi của Đức Chúa Trời qua Chúa Cứu Thế Giê-xu tức là đang chứng đạo. Chứng đạo là khi Phúc âm được rao ra, được viết hay ghi âm, được truyền bá cho một người hay cho cả đám đông.

Chính Chúa Cứu Thế Giê-xu đã ra lệnh cho chúng ta làm chứng về Ngài. Hãy xem xét thẩm quyền của Ngài trong những câu sau:

- "Vậy, hãy đi khiến muôn dân trở nên môn đồ Ta, hãy nhân danh Đức Chúa Cha, Đức Chúa Con và Đức Thánh Linh làm báp-têm cho họ và dạy họ giữ mọi điều Ta đã truyền cho các con. Và nầy, Ta luôn ở với các con cho đến tận thế" (Mat 28:19-20).

- "Ngài phán với họ: 'Hãy đi khắp thế gian, giảng Tin Lành cho mọi người'" (Mác 16:15).

- "Người ta phải nhân danh Ngài mà rao giảng cho tất cả các nước về sự ăn năn để được tha tội, bắt đầu từ thành Giê-ru-sa-lem" (Lu 24:47).

- "Ngài lại nói với họ: 'Bình an cho các con! Như Cha đã sai Ta thể nào, Ta cũng sai các con thế ấy'" (Giăng 20:21).

- "Nhưng khi Đức Thánh Linh giáng trên các con thì các con sẽ nhận lấy quyền năng và làm chứng nhân cho Ta tại thành Giê-ru-sa-lem, cả xứ Giu-đê, xứ Sa-ma-ri cho đến cùng trái đất" (Công 1:8).

Những mạng lệnh này không chỉ dành riêng cho các sứ đồ. Chẳng hạn, những ai đang sống ở Hoa Kỳ có thể nói rằng các sứ đồ chưa bao giờ đặt chân đến đất nước *này*. Để thực hiện mệnh lệnh của Chúa Giê-xu và để nước Mỹ được nghe về Đấng Christ, Phúc âm phải được truyền đến đây qua những Cơ Đốc nhân là những người hiểu rằng họ cũng được giao nhiệm vụ đi 'khắp thế gian'. Và các sứ đồ cũng chưa bao giờ đến nhà bạn, khu vực bạn đang sống, hay đến nơi làm việc của bạn. Để Đại Mạng Lệnh được thực thi tại những nơi đó, để có người làm chứng về Đấng Christ tại 'những nơi xa xôi' trên trái đất, một Cơ Đốc nhân như bạn phải khép mình vào kỷ luật để làm việc đó.

Một số Cơ Đốc nhân tin rằng truyền giảng Tin lành là một ân tứ và chỉ những ai nhận được ân tứ ấy mới phải có trách nhiệm thực hiện việc này. Họ trưng dẫn Ê-phê-sô 4:11 để hỗ trợ lý lẽ đó: "Chính Ngài đã ban cho một số người làm sứ đồ, một số người làm nhà tiên tri, một số người khác làm nhà truyền giảng Tin lành, một số người khác nữa làm mục sư và giáo sư". Đúng là Đức Chúa Trời ban cho một số người ân tứ làm nhà truyền giảng Tin lành, nhưng Ngài kêu gọi tất cả các Cơ Đốc nhân làm chứng nhân cho Ngài và trang bị cho họ cả năng quyền để làm chứng lẫn sứ điệp đầy quyền năng. Do đó, mặc dù Đức Chúa Trời kêu gọi mọi tín hữu chứng đạo, nhưng chỉ một vài chứng nhân được kêu gọi vào chức vụ làm nhà truyền giảng Tin lành. Mỗi Cơ Đốc nhân, dù là người có hay không có ân tứ hoặc chức vụ thuộc linh, đều phải yêu thương người khác thể nào, thì mỗi tín hữu đều phải *làm công tác* chứng đạo dù có ân tứ làm *nhà* truyền giảng Tin lành hay không.

Hãy nghĩ về trách nhiệm chứng đạo cá nhân từ quan điểm của 1 Phi-e-rơ 2:9: "Nhưng anh em là dòng giống được tuyển chọn, là chức tế lễ hoàng gia, là dân tộc thánh, là dân thuộc riêng về Đức Chúa Trời". Nhiều Cơ Đốc nhân quen thuộc với phần này của Kinh Thánh trên nhưng bạn có biết phần còn lại nói gì không? Phần tiếp theo cho biết những đặc ân này thuộc về bạn, là Cơ Đốc nhân, "để anh em rao truyền công đức vĩ đại của Đấng đã gọi anh em ra khỏi nơi tối tăm, đưa vào vùng ánh sáng diệu kỳ của Ngài". Chúng ta thường nghĩ đây là câu Kinh Thánh nói đến tín lý về chức tế lễ của tất cả các tín hữu. Nhưng cũng không sai khi cho rằng câu ấy nói về chức vụ tiên tri của tất cả các tín hữu. Đức Chúa Trời mong đợi mỗi một chúng ta "rao truyền công đức vĩ đại" của Chúa Cứu Thế Giê-xu.

Chúa Ban Quyền Năng Để Chứng Đạo

Nếu hầu hết mọi Cơ Đốc nhân đều biết rõ rằng chúng ta có trách nhiệm chứng đạo, thì vì sao phần đông dường như thường xuyên bất tuân mệnh lệnh ấy đến như vậy?

Một số người cho rằng họ cần được huấn luyện đặc biệt trong nhiều tháng để làm chứng một cách hiệu quả. Họ ngại nói với người khác về Đấng Christ cho đến khi cảm thấy tự tin rằng mình đã đủ kiến thức về Kinh Thánh và có khả năng đối phó với bất kỳ một câu hỏi hay sự phản đối nào có thể có. Tuy nhiên, cái ngày bạn cảm thấy tự tin ấy sẽ không bao giờ đến. Sẽ ra sao nếu người mù được Chúa Giê-xu chữa lành trong Giăng 9 cũng có suy nghĩ như vậy? Có phải anh đã cảm thấy sẵn sàng để làm chứng trước mặt những người Pha-ri-si uyên bác hay chỉ trích không? Nhưng chỉ trong vòng vài tiếng, có lẽ vài phút, gặp gỡ Chúa Giê-xu, anh đã có can đảm nói với họ những điều anh biết về Chúa Giê-xu.

Thỉnh thoảng chúng ta không dám nói về Chúa vì chúng ta sợ mọi người sẽ nghĩ chúng ta khác người và khước từ chúng ta. Khi còn học trong trường luật, tôi kết bạn với một sinh viên cùng lớp. Khi biết bạn ấy chưa tin Chúa, tôi bắt đầu ý thức được trách nhiệm chia sẻ Phúc âm cho bạn. Tôi cố gắng hết sức để bày tỏ về Đấng Christ qua đời sống mình và cầu nguyện xin Chúa cho cơ hội làm chứng cho bạn. Một ngày gần cuối năm học, ngay khi tiếng chuông đầu tiên reo lên, bạn ấy khiến tôi hết sức ngạc nhiên khi lên tiếng hỏi: "Sao bạn lúc nào cũng vui vẻ vậy?" Mặc dù sắp vào học, tôi vẫn có thể làm chứng cho bạn một cách rõ ràng, dù chỉ một câu. Tôi đã có thể trả lời: "Vì tôi có Chúa Cứu Thế Giê-xu". Hoặc tôi có thể nói: "Sau giờ học tôi sẽ cho bạn biết". Nhưng khi Chúa cho cơ hội mà tôi đã cầu xin bấy lâu, tôi lại sợ đến cứng người, tôi sợ bạn ấy sẽ xem thường tôi vì cớ niềm tin của tôi nên tôi đã trả lời: "Tôi không biết".

Trong một số trường hợp, nỗi sợ chia sẻ Phúc âm bắt nguồn từ phương pháp chứng đạo mà chúng ta sử dụng. Nếu phải tiếp cận một người chúng ta chưa từng gặp và phải chủ động nói về Chúa cho người đó, hầu hết mọi người sẽ cảm thấy sợ hãi và trốn biệt. Dù có một vài người thích việc đó nhưng đa số cảm thấy run sợ khi nghĩ đến việc đi đến từng nhà để làm chứng. Ngay cả các phương pháp làm chứng cho bạn bè hay gia đình, nếu trong đó có yếu tố mang tính bắt buộc, đối chất hay phi tự nhiên, cũng khiến chúng ta sợ hãi trước việc chia sẻ tin tức tốt lành nhất thế giới cho những người thân yêu nhất của mình.

Trước giờ tôi chưa nghe người ta nói về lý do này, nhưng tôi nghĩ tầm quan trọng của việc chứng đạo là lý do chính khiến chúng ta sợ hãi. Chúng ta nhận biết rằng khi nói về Chúa cho một người nào đó, thiên đàng và địa ngục đang bị đe dọa. Số phận đời đời của người đó hiện ra trước mắt chúng ta. Và ngay cả khi chúng ta tin rằng kết quả của cuộc gặp gỡ này tùy thuộc nơi Chúa và chúng ta không phải chịu trách nhiệm về cách người đó đáp ứng với Phúc âm, nhưng chúng ta vẫn cảm thấy mình có bổn phận phải trung tín rao truyền sứ điệp và e ngại lỡ như mình nói hay làm gì khiến người ấy không được cứu rỗi. Nhiều Cơ Đốc nhân cảm thấy thiếu tự tin trước thử thách này hoặc đơn giản là đức tin quá yếu kém và khiếp hãi trước việc phải bước vào cuộc trò chuyện quan trọng liên quan đến số phận đời đời của người khác.

Nhà nghiên cứu George Barna cho ta lời giải thích khác về lý do Cơ Đốc nhân sợ chứng đạo:

> Một nguyên nhân chính ẩn bên dưới tình trạng ngày càng nhiều Cơ Đốc nhân lưỡng lự chia sẻ niềm tin cho những người chưa được cứu liên quan đến chính kinh nghiệm chia sẻ niềm tin. Khi hỏi các Cơ Đốc nhân về các hoạt động chứng đạo của họ, chúng tôi khám phá ra rằng trong mười người cố gắng giải thích niềm tin và thần học của họ cho người khác thì hết chín người kết thúc với cảm giác họ thất bại...Thực tế về hành vi con người là hầu hết mọi người đều né tránh những hoạt động họ cảm thấy mình là kẻ thất bại. Là những sinh vật mưu cầu niềm vui và sự thoải mái, chúng ta chú trọng đến những chiều kích và hoạt động chúng ta cảm thấy mình làm giỏi nhất và an toàn nhất. Do đó, bất chấp mệnh lệnh thiên thượng phải rao truyền Lời Chúa, nhiều Cơ Đốc nhân lại dồn sức vào những lĩnh vực hoạt động thuộc linh giúp họ cảm thấy thỏa mãn hơn và dễ đạt được thành công hơn.[2]

Thế nào là chứng đạo thành công? Phải chăng đó là khi đối tượng bạn làm chứng trở lại tin Chúa? Dĩ nhiên đó là điều chúng ta muốn thấy. Nhưng nếu đo lường mức độ thành công chỉ bằng số người quy đạo, thì có phải chúng ta đã thất bại mỗi khi chia sẻ Phúc âm mà người ta không chịu tin không? Phải chăng Chúa Giê-xu là "chứng nhân thất bại" khi những người như viên quan trẻ giàu có bỏ đi và khước từ sứ điệp của Ngài (xem Mác 10:21-22)? Hiển nhiên là không. Vậy, chúng ta cũng không phải là kẻ thất bại khi giới thiệu về Chúa và sứ điệp của Ngài cho người khác nhưng họ không chịu tin. Chúng ta cần biết rằng chia sẻ Phúc âm *là* chứng đạo thành công. Chúng ta cần phải cảm thấy bị ám ảnh bởi những linh hồn chưa được cứu, khóc lóc nài xin Đức Chúa Trời cho chúng ta được thấy nhiều người trở lại tin nhận Ngài, nhưng chỉ có Chúa mới có thể sinh ra trái của công tác chứng đạo, tức sự quy đạo.

Về việc này, chúng ta giống như dịch vụ chuyển phát thư. Thành công là khi thư được giao một cách chính xác và cẩn thận, chứ không phải ở đáp ứng của người nhận. Hễ khi nào chúng ta chia sẻ Phúc âm (gồm cả thông điệp kêu gọi ăn năn và tin nhận Chúa), là chúng ta đã thành công. Theo ý nghĩa đúng đắn nhất, *mọi* hoạt động chứng đạo đúng với Kinh Thánh đều là chứng đạo thành công, dù kết quả thế nào.

Năng quyền của công tác chứng đạo là Đức Thánh Linh. Ngay khi Ngài ngự trong lòng chúng ta, Ngài ban cho chúng ta năng quyền làm chứng về Chúa. Chúa Giê-xu nhấn mạnh điều này trong Công Vụ 1:8 "Nhưng khi Đức Thánh Linh giáng trên các con thì các con sẽ nhận lấy quyền năng và làm chứng nhân cho Ta tại thành Giê-ru-sa-lem, cả xứ Giu-đê, xứ Sa-ma-ri cho đến cùng trái đất". Chúa muốn mỗi một Cơ Đốc nhân làm chứng về Ngài vì mỗi Cơ Đốc nhân đều được Thánh Linh ban năng lực để chứng đạo. Nhưng Cơ Đốc nhân thường sử dụng sai quyền năng này. Đức Thánh Linh không ban cho mọi tín hữu quyền năng để làm chứng theo cùng một cách, nhưng tất cả tín hữu đều được ban năng lực để làm chứng nhân cho Chúa Cứu Thế Giê-xu. Bằng chứng cho thấy bạn được ban cho quyền năng đó là một đời sống được thay đổi. Chính quyền năng Đức Thánh Linh đã thay đổi đời sống bạn vì Đấng Christ là quyền năng để bạn làm chứng cho Ngài. Vậy nếu Đức Chúa Trời, bởi Thánh Linh Ngài, đã biến đổi bạn trở thành môn đồ của Chúa Giê-xu, thì bạn hãy tin vào điều này: Đức Chúa Trời đã ban cho bạn năng quyền mà Ngài hứa trong Công Vụ 1:8. Điều đó có nghĩa là, trong những phương pháp và cách thức phù hợp với tính cách, ân tứ thuộc linh, những cơ hội của bạn,...bạn có quyền năng để chia sẻ Phúc âm cho mọi người. Nhận lấy quyền năng trong Công Vụ 1:8 cũng có nghĩa là Đức Chúa Trời sẽ ban năng lực cho đời sống và lời nói của bạn trong việc chia sẻ Phúc âm theo những phương cách bạn thường không nhận biết. Nói cách khác, có thể Đức Thánh Linh sẽ ban cho bạn nhiều năng lực để làm chứng ngay trong lúc bạn chứng đạo mà không cho bạn bất kỳ *cảm giác* gì về quyền năng ấy.

Đức Thánh Linh không chỉ ban năng quyền cho người chia sẻ Phúc âm, mà tự thân Phúc âm chúng ta chia sẻ cũng mang quyền năng của Thánh Linh. Sứ đồ Phao-lô nói trong Rô-ma 1:16: "Tôi không hổ thẹn về Tin lành đâu, vì đây là quyền năng của Đức Chúa Trời để cứu mọi người tin, trước là người Do Thái, sau là người Hi Lạp". Đó là lý do người ta có thể quy đạo dù họ nghe Phúc âm từ một giáo viên dạy lớp Thánh Kinh Hè cho thiếu niên hay từ một nhà truyền đạo được huấn luyện trong chủng viện với học vị tiến sĩ thần học, dù họ đọc sách của một học giả trường Oxford như C.

S. Lewis hay một tờ truyền đạo đơn đơn giản. Đó chính là *Phúc âm* được Đức Chúa Trời duy nhất ban phước.

Nói như vậy không có nghĩa Phúc âm là một chiếc đũa thần chúng ta có thể vẩy trên những người chưa tin Chúa thì quyền năng của Đức Chúa Trời sẽ tự động phát ra khiến người nghe tin nhận Chúa. Chắc bạn cũng giống như tôi, phải nghe Phúc âm nhiều lần trước khi được cứu. Chắc hẳn bạn có thể nghĩ đến nhiều người đã nghe Phúc âm nhiều lần nhưng vẫn chưa trải nghiệm sự tái sinh. Đức Chúa Trời cũng phải ban đức tin (Êph 2:8-9) khi nghe Phúc âm: "vì đây là quyền năng của Đức Chúa Trời để cứu mọi người *tin*". Nhưng Đức Chúa Trời ban ân điển để con người tin *thông qua Phúc âm*. Đó là ý nghĩa của Rô-ma 10:17 "Như vậy, đức tin đến từ những điều người ta nghe, mà người ta nghe là khi lời của Đấng Christ được rao giảng".

Khi chia sẻ Phúc âm, bạn chia sẻ "quyền năng của Đức Chúa Trời để cứu mọi người tin". Chia sẻ Phúc âm giống như đi lòng vòng trong giông bão, tay đưa ra cột thu lôi. Bạn không biết khi nào sét đánh và nó sẽ đánh trúng ai, nhưng bạn biết nó sẽ đánh cái gì, đánh cột thu lôi Phúc âm. Và khi bị đánh trúng, đương sự sẽ nhận được quyền năng của Đức Chúa Trời và người ấy sẽ tin nhận Ngài.

Đó là lý do vì sao chúng ta có thể tin chắc một số người sẽ tin nếu chúng ta trung tín và kiên trì chia sẻ Phúc âm. Phúc âm chính là quyền năng của Đức Chúa Trời để cứu mọi kẻ tin chứ không phải năng lực hùng biện hay tài thuyết phục của chúng ta. Đức Chúa Trời đã tuyển chọn những người Ngài sẽ kêu gọi và những người Ngài chọn để kêu gọi qua *Phúc âm* (xem Rô 8:29-30; 10:17). Nếu không, chúng ta sẽ thất vọng trước những người khước từ Phúc âm và dùng họ làm cái cớ để không làm chứng nữa. Nhưng quyền năng giúp con người hòa thuận với Đức Chúa Trời đến bởi sứ điệp của Con Ngài. Nếu chúng ta rao truyền sứ điệp ấy, chúng ta có thể tin chắc rằng một số người sẽ đáp ứng.

Sống cuộc đời công khai tận hiến cho Chúa cũng bày tỏ quyền năng giúp chứng đạo thêm hiệu quả. Dù nghe có vẻ lạ, nhưng ta có thể minh họa quyền năng này qua một trong những nhà hàng phục vụ nướng thức ăn ngoài trời mà tôi yêu thích. Quảng cáo hay nhất của nhà hàng này không phải là kiểu quảng cáo điển hình trên các phương tiện truyền thông đại chúng, đánh vào tai vào mắt người xem, mà là trực tiếp đánh vào *khứu giác*. Người ta đem nướng những miếng thịt bò, thịt heo tẩm gia vị để mùi hương của nó lan tỏa khắp bốn làn đường cao tốc. Mỗi ngày, những người lái xe ngang qua bắt đầu quan tâm đến "thông điệp" của nhà hàng này chỉ vì hương thơm ngào ngạt của nó.

Phao-lô mô tả sức mạnh của lòng tin kính trong 2 Cô-rinh-tô 2:14-17:

> Nhưng tạ ơn Đức Chúa Trời, là Đấng luôn dẫn đầu chúng tôi trong cuộc diễu hành chiến thắng trong Đấng Christ; và qua chúng tôi, Ngài làm cho hương thơm về sự hiểu biết Ngài lan tỏa khắp nơi. Vì chúng tôi là hương thơm của Đấng Christ dâng lên Đức Chúa Trời, giữa những người được cứu rỗi và những kẻ bị hư mất. Đối với những người bị hư mất, chúng tôi là mùi sự chết, dẫn đến sự chết; đối

với những người được cứu rỗi, chúng tôi là mùi sự sống, dẫn đến sự sống. Ai là người đủ khả năng làm những việc này? Vì, chúng tôi không buôn bán lời Đức Chúa Trời như nhiều người khác. Nhưng là người được Đức Chúa Trời sai phái, chúng tôi rao giảng một cách thành thật trong Đấng Christ, trước mặt Đức Chúa Trời.

Chúa ban năng lực cho đời sống (2:14-16) và lời nói (2:17) của tín nhân trung tín với quyền năng thu hút về mặt thuộc linh, khiến họ giống như hương thơm thu hút người khác đến với sứ điệp về Con Ngài.

Lời chứng Cơ Đốc liên tục và mạnh mẽ nhất luôn là lời của Đức Chúa Trời được truyền ra qua môi miệng của người sống bày tỏ Lời ấy. Cách đây vài năm, Caffy bắt đầu một lớp học Kinh Thánh dành cho quý bà tại nhà chúng tôi theo lời khích lệ của hai tân tín hữu. Đến buổi học thứ hai, họ dẫn theo Janet, một người bạn chung của chúng tôi, là người rất hoài nghi về mọi chuyện. Về sau cô viết trong một bài hát về hành trình thuộc linh của mình, "Ngày trước, tình dục, ma túy, nhạc rock-and-roll là đức chúa ba ngôi của tôi." Tư tưởng của cô càng rối ren hơn khi tham gia vào sự thờ cúng. Nhưng có điều gì đó đã bắt đầu tối hôm đó mà chỉ có mình Janet biết. Nhiều tháng sau, cô nói rằng từ buổi gặp đầu tiên, một thứ hương thơm từ đời sống Cơ Đốc của Caffy, nhất là trong nhà cô ấy, kết hợp với thịt, là Lời Đức Chúa Trời trong buổi học Kinh Thánh, đã khiến cô ấy muốn nếm thêm. Cô luôn cảm thấy mình nhận lãnh chưa đủ sứ điệp thơm tho đã thay đổi cuộc đời của những người này cách tuyệt vời như thế. Ngày hôm nay, Janet là "hương thơm của Đấng Christ dâng lên Đức Chúa Trời, giữa những người được cứu rỗi và những kẻ bị hư mất", một mùi thơm tươi mới và sống động.

Năng lực cho công tác chứng đạo đến từ bản tính của Thánh Linh và bản chất của Kinh Thánh.

Chứng Đạo Là Một Kỷ Luật

Chứng đạo là sự tuôn tràn tự nhiên từ đời sống Cơ Đốc. Mỗi Cơ Đốc nhân phải biết nói về điều Chúa đã làm cho mình và Ngài có ý nghĩa gì đối với mình. Nhưng chứng đạo cũng là một *kỷ luật*, trong đó chúng ta phải tự kỷ luật bản thân để chủ động trong việc nói về Chúa, tức là, chúng ta không phải ngồi chờ cơ hội chứng đạo đến.

Trong Ma-thi-ơ 5:16, Chúa Giê-xu phán "Cũng vậy, ánh sáng của các con phải chiếu sáng trước mặt mọi người, để họ thấy những việc làm tốt đẹp của các con và ca ngợi Cha các con ở trên trời." Ánh sáng các con 'phải' chiếu sáng trước mặt mọi người không chỉ có nghĩa là 'đừng làm bất cứ điều gì khiến ánh sáng của các con không chiếu sáng'. Hãy nghĩ đến lời khuyên này theo ý chủ động hơn như là: 'Hãy để ánh sáng của những việc lành chiếu sáng trong đời sống con; hãy để bằng chứng về sự thay đổi khiến người khác tôn cao Đức Chúa Trời tỏa ra từ nơi con. Hãy chiếu sáng! Hãy tỏa sáng!'

Vậy thì, vì sao chúng ta không chủ động hơn trong việc làm chứng? Như đã đề cập từ trước, một số người đổ lỗi cho việc không được huấn luyện đầy đủ để chia sẻ niềm tin. Thật sự, tôi ao ước ngày càng nhiều người hưởng được lợi ích từ sự chỉ dẫn hữu ích về những bước chia sẻ Phúc âm. Nhưng khi nghĩ về người mù đã được Chúa Giê-xu chữa lành trong Giăng 9:25, chúng ta cần hiểu rằng không thể viện cớ chưa được huấn luyện để biện minh cho việc không làm chứng. Dù chỉ mới tin Chúa được vài phút và rõ ràng là chưa được huấn luyện gì về chứng đạo, nhưng người mù ấy vẫn sẵn sàng nói cho người khác về điều Chúa Giê-xu đã làm cho anh ("Tôi biết một điều. Trước tôi bị mù nhưng giờ đã thấy được!"). Cho nên, bất kỳ Cơ Đốc nhân nào đã từng nghe giảng Lời Chúa, từng tham gia học Kinh Thánh và đọc Kinh Thánh cùng những văn phẩm Cơ Đốc, thì ít nhất cũng có đủ hiểu biết về sứ điệp cơ bản của Cơ Đốc giáo để chia sẻ với người khác. Chắc chắn nếu chúng ta hiểu Phúc âm đủ để bản thân mình được cứu, thì chúng ta cũng hiểu Phúc âm ấy đủ để kể cho người khác nghe mình đã được cứu như thế nào (dù chúng ta không biết thêm điều gì khác về niềm tin).

Chúng ta cũng cần phải nhận biết một trở ngại thường thấy là trở ngại về thời gian. Giữa những trách nhiệm trong công việc, gia đình và hội thánh, chúng ta không đủ thì giờ để "đi làm chứng". Trước khi công nhận trở ngại này, chúng ta hãy suy nghĩ một chút: Có phải chúng ta thực sự muốn nói rằng mình quá bận rộn đến mức không thể thực hiện Đại Mạng Lệnh của Chúa Cứu Thế Giê-xu là môn đồ hóa những người chưa tin Chúa không (xem Mat 28:19-20)? Chúng ta có mong rằng đến ngày phán xét, Chúa Giê-xu sẽ miễn trừ cho chúng ta khỏi trách nhiệm quan trọng nhất Ngài giao cho chúng ta chỉ vì chúng ta thưa với Ngài: "Con không có thời gian" không?

Chúng ta hãy bắt đầu với giả định rằng Đức Chúa Trời giao cho chúng ta hầu hết, thậm chí tất cả, những trách nhiệm tiêu tốn nhiều thời gian. Và, để khỏi tranh cãi, chúng ta hãy chấp nhận lời phát biểu cho rằng chúng ta không còn thời gian dành cho một hoạt động thường xuyên nào nữa trong thời gian biểu của mình. Nhưng dù Đức Chúa Trời cho chúng ta cả một danh sách những việc phải làm, thì Ngài cũng là Tác giả của Đại Mạng Lệnh; Ngài vẫn định cho mỗi người theo Ngài phải tìm cách chia sẻ Phúc âm cho những người chưa được cứu. Hễ Chúa đặt chúng ta sống trong hoàn cảnh nào, Ngài cũng kêu gọi chúng ta tìm cách thực hiện Đại Mạng Lệnh trong chính hoàn cảnh ấy, dù có những hạn chế ra sao. Nuôi nấng con cái trong "kỷ luật và sự khuyên dạy của Chúa" (Êph 6:4) là một cách để thực hiện Đại Mạng Lệnh. Hỗ trợ công tác của hội thánh và các giáo sĩ của hội thánh về mặt tài chính là một cách khác nữa. Nhưng còn những người chưa được cứu bên ngoài gia đình chúng ta? Và ai sẽ là người làm công tác chứng đạo của hội thánh ngoại trừ những người như bạn, là thành viên của hội thánh ấy?

Chẳng phải lý do chính chúng ta không làm chứng là vì chúng ta thiếu *kỷ luật* bản thân hay sao? Phải, có những cơ hội bất ngờ, tuyệt vời Chúa đem đến "để trả lời những kẻ chất vấn về niềm hi vọng của anh em" (1 Phi 3:15). Nhưng tôi vẫn tin rằng nếu không xem việc chứng đạo là sự rèn luyện tâm linh, thì hầu hết Cơ Đốc nhân sẽ hiếm khi nào chia sẻ Phúc âm.

Là mục sư, tôi có thể dành cả hai mươi bốn giờ trong ngày, và bảy ngày trong tuần cho tín đồ mà vẫn không bao giờ xong việc. Nào là chuẩn bị bài giảng, tư vấn, họp ban trị sự-chấp sự, nào là học Kinh Thánh, thăm viếng người bệnh, và những việc tương tự, tôi có thể dành tất cả thời gian của mình chỉ cho các tín hữu (ngoại trừ các nhóm đông người hoặc trong trường hợp những người chưa tin Chúa muốn gặp riêng tôi). Và vì sự phục vụ con dân Chúa mà tôi đang thực hiện chẳng bao giờ hoàn tất, nên tôi có thể dễ dàng "biện minh" như bất cứ ai về việc thiếu tiếp xúc cá nhân với những người chưa tin Chúa. Nhưng nếu tôi không bao giờ đến với người chưa tin thì khả năng thu phục họ về với Đấng Christ sẽ như thế nào? Là con số không. Khi nào tôi sẽ đi chia sẻ Phúc âm cho một người hư mất trừ khi đó là một phần công việc của tôi? Như vậy là không đúng.

Mục sư và những người làm việc mỗi ngày tại nhà thờ cũng như trong các tổ chức và cơ quan Cơ Đốc không phải là những người duy nhất ở trong hoàn cảnh này. Ví dụ, người nội trợ Cơ Đốc hiếm khi có cơ hội gặp gỡ ai ngoài con cái và bạn bè ở hội thánh, có thể cũng ở trong tình trạng nan giải tương tự.

Có người nói: "Đó không phải là nan đề của tôi! Bạn có thể tưởng tượng không, trong chỗ làm, cả ngày tôi tiếp xúc với toàn người ngoại". Cứ cho là bạn không cố gắng làm chứng cho họ trong giờ làm, vậy thì khi nào bạn sẽ làm điều đó? Vấn đề không phải là mỗi ngày bạn gặp bao nhiêu người chưa tin Chúa, mà là bạn có thường tiếp xúc với họ trong hoàn cảnh thích hợp để làm chứng về Chúa không. Cho dù trong ngày bạn có bao nhiêu cuộc trao đổi quan trọng liên quan đến công việc, nhưng bạn có thường có những cuộc trò chuyện ý nghĩa với đồng nghiệp của mình để từ đó có thể nói đến những vấn đề thuộc linh hay không? Nếu chưa bao giờ có cơ hội nói về Chúa Giê-xu, thì việc bạn gặp bao nhiêu người chưa tin Chúa chẳng có gì quan trọng, tiềm năng chứng đạo của bạn cũng chẳng hơn gì tôi.

Đó là lý do vì sao tôi nói chứng đạo là sự rèn luyện tâm linh. Nếu không khép mình vào kỷ luật để làm chứng về Chúa, thì chúng ta rất dễ biện minh cho việc chưa từng làm chứng cho bất cứ ai.

Xin lưu ý thuật ngữ trong Cô-lô-se 4:5-6 ám chỉ rằng trong việc chứng đạo cần giữ kỷ luật trong tư tưởng và lên kế hoạch rõ ràng: "Hãy cư xử một cách *khôn ngoan* với những người ngoại, và *tận dụng* thì giờ. Lời nói của anh em phải luôn có ân hậu và nêm thêm muối, để anh em *biết* phải đối đáp thế nào với mỗi người" (chữ in nghiêng nhằm nhấn mạnh). Chúng ta phải nghĩ đến việc chứng đạo mỗi khi nói chuyện với người ngoại, đó là khôn ngoan tận dụng mọi cơ hội. Biết cách đối đáp với mỗi người hàm ý suy ngẫm và chuẩn bị. Những nguyên tắc này có thể được áp dụng theo nhiều cách cụ thể tùy theo cơ hội làm chứng của chúng ta. Nhưng nói chung, chúng hỗ trợ ý tưởng cho rằng, ngoài yếu tố tự phát, chứng đạo là một sự rèn luyện tâm linh.

Đối với tôi, điều đó có nghĩa là tôi tự khép mình vào kỷ luật để tạo cơ hội tiếp xúc với những người chưa tin Chúa. Thỉnh thoảng, Caffy và tôi chuẩn bị một bữa ăn và mời những người hàng xóm chưa tin Chúa đến dự. Chúng tôi luôn đem thức ăn hoặc một món quà mừng tân gia đến để chúc mừng gia đình mới dọn đến và dành thời gian để tìm hiểu về họ hoặc đến thăm người hàng xóm đang gặp khủng hoảng. Tôi cố gắng chú ý đến các thân hữu tại những sự kiện xã hội trong hội thánh chúng tôi, dù tôi quen thân với những Cơ Đốc nhân ở đó hơn và họ cũng thường đến nói chuyện với tôi hơn. Vậy, điều quan trọng không chỉ là tiếp xúc với người ngoại, mà là trò chuyện với họ sao cho họ mở lòng, mở trí với Phúc âm.

Chứng đạo có kỷ luật có thể bao gồm những buổi cà phê hoặc bữa ăn trưa định kỳ với hàng xóm hoặc đồng nghiệp và học cách đặt ra những câu hỏi thích hợp về cuộc sống của họ. Những cơ hội giống như thế có thể xuất hiện tại buổi tài trợ thể thao của công ty hoặc những sự kiện xã hội khác, hoặc trong những lúc thân mật khi cùng đồng nghiệp đi công tác. Nhờ chuyện trò và chịu lắng nghe, bạn sẽ khám phá ra những nhu cầu có thật của họ và hi vọng là sẽ dò ra nhu cầu sâu kín nhất của họ, nhu cầu cần Đấng Christ.

Dù là người bạn thường xuyên gặp gỡ hoặc người bạn mới gặp lần đầu, tôi phát hiện thấy cách tốt nhất để hướng cuộc chuyện trò đến những vấn đề tâm linh là hỏi đương sự rằng họ muốn bạn cầu nguyện cho họ về vấn đề gì. Dù đây là việc rất quen thuộc với Cơ Đốc nhân nhưng hầu hết những người chưa tin Chúa chưa từng được ai cầu thay cho. Tôi thường thấy những người chưa tin Chúa rất cảm động trước sự quan tâm lạ lùng này. Tôi có một người hàng xóm, suốt bảy năm tôi không làm sao bàn luận được với ông về những vấn đề liên quan đến Đức Chúa Trời. Nhưng lần đầu tiên tôi nói với ông rằng tôi thường xuyên cầu thay cho ông và muốn cầu nguyện cụ thể hơn, ông bắt đầu thổ lộ một số nan đề trong gia đình mà trước giờ tôi không hề biết. Một lần nọ, tôi đến từng nhà trong xóm hỏi xem họ có nhu cầu gì cần hội thánh cầu thay cho trong buổi nhóm đặc biệt tối hôm ấy. Tôi rất ngạc nhiên trước sự đáp ứng cởi mở chưa từng thấy của họ khi nói về những vấn đề tâm linh. Vài ngày hoặc vài tuần sau đó, họ cởi mở nói ra nan đề họ cần được cầu thay, và điều này thường dẫn đến cơ hội chia sẻ Phúc âm.

Nhưng điểm mấu chốt trong tất cả những khả năng này chính là bạn sẽ phải rèn luyện bản thân để tạo ra những cơ hội đó. Cơ hội sẽ không tự đến. Bạn sẽ phải tự rèn tập việc hỏi những người hàng xóm rằng họ muốn bạn cầu thay cho vấn đề gì hoặc khi nào bạn có thể cùng ăn tối với họ. Bạn sẽ phải tự luyện tập việc tiếp xúc với các đồng nghiệp trong giờ nghỉ. Phần nhiều những cơ hội chứng đạo như thế sẽ không bao giờ xảy ra nếu bạn mong chờ chúng tự đến. Thế gian, xác thịt và ma quỷ sẽ cố gắng hết sức để ngăn chặn điều đó. Tuy nhiên, bạn được hậu thuẫn bởi quyền năng vô đối của Đức Thánh Linh, và biết chắc rằng những kẻ thù của Phúc âm sẽ không thể chiến thắng.

Như đã nói từ trước, tôi không muốn bạn nghĩ rằng kỷ luật trong việc chứng đạo đòi hỏi tất cả chúng ta phải làm chứng theo cùng một cách. Qua chương này, có lẽ bạn đã có một bức tranh về những phương pháp chứng đạo dường như đáng sợ đối với bạn. Nhưng cách làm chứng đó không hẳn là cách tốt nhất giúp bạn đi ra môn đồ hóa cho Đấng Christ.

Trong thư tín đầu tiên, sứ đồ Phi-e-rơ chia các ân tứ thuộc linh thành hai hạng mục lớn là ân tứ phục vụ và ân tứ về lời nói (1 Phi 4:10-11). Một số người nhận thấy rằng họ có thể làm chứng hiệu quả hơn qua việc phục vụ, những người khác làm chứng hiệu quả hơn qua lời nói. Chứng đạo bằng sự phục vụ bao gồm tiếp đãi khách và sống đạo trước mặt họ. Khi họ thấy sự khác biệt trong nhà và trong đời sống gia đình bạn, ngay lập tức, hoặc dần dần, cơ hội làm chứng về Chúa sẽ đến. Có thể bạn nấu một bữa ăn hoặc nướng một ít bánh mì kẹp để tạo cơ hội cho chồng (hoặc vợ) mình chia sẻ niềm tin của anh (cô) ấy. Tôi từng nghe nói rằng bình quân mỗi sáu tháng, tất cả các gia đình bị "khủng hoảng" một lần. Trong những lúc đau ốm, thay đổi công việc, khủng hoảng tài chính, sinh con, qua đời, v.v...hãy là một đầy tớ giống như Đấng Christ, phục vụ gia đình ấy, thông thường điều đó sẽ khiến họ thắc mắc về niềm tin của bạn. Qua sự phục vụ, bạn có thể có cơ hội để chứng đạo hoặc làm trọn Đại Mạng Lệnh bằng nhiều phương cách sáng tạo hơn.

Tôi biết rõ một hội thánh đã tổ chức những buổi truyền giảng tại gia. Họ mời hàng xóm, đồng nghiệp và bạn bè đến nhà với mục đích được nói rõ là để nghe một vị khách nói về Chúa Giê-xu và giải đáp những thắc mắc của họ về Cơ Đốc giáo cũng như về Kinh Thánh. Chủ nhà có thể cảm thấy không đủ tự tin để trình bày Phúc âm, nhất là trước một nhóm người, nhưng bởi sự phục vụ vì lòng hiếu khách, họ đã tạo cơ hội để một người khác có ơn làm chứng nói thay họ. Nhờ hiếu khách và cộng tác với các tín hữu khác mà họ đã tạo được cơ hội làm chứng cho người khác. Nhưng loại hình làm chứng qua sự phục vụ này vẫn đòi hỏi phải có kỷ luật như những cách làm chứng khác. Cách làm chứng này vẫn đòi hỏi phải kỷ luật trong việc chọn ngày, đi mời mọi người, nấu ăn, cầu nguyện cho buổi họp mặt, v.v...Không có kỷ luật thì cũng không bao giờ có cơ hội chứng đạo qua sự phục vụ.

Mặt khác, một số người giỏi hơn khi trực tiếp rao truyền Phúc âm. Như tôi đã nói, nếu bạn nói giỏi hơn là phục vụ, bạn có thể cộng tác với một người chuyên làm chứng qua sự phục vụ sao cho có thể tạo thêm nhiều cơ hội chứng đạo hơn. Tuy nhiên, những người phục vụ cần phục vụ để mở cánh cửa cho họ chia sẻ Phúc âm thế nào, thì những người có thế mạnh là làm chứng bằng lời nói cũng cần tự kỷ luật để phục vụ nhiều hơn hầu có cơ hội chia sẻ về Chúa. Nói tóm lại, người có khả năng làm chứng qua môi miệng cần phục vụ trước tiên để có thể chia sẻ Phúc âm bằng lời, còn những người làm chứng qua sự phục vụ cuối cùng cũng phải chia sẻ Phúc âm bằng lời. Dù cảm thấy ngại ngùng hay lúng túng thế nào về khả năng làm chứng của mình đi nữa, trong bất kỳ hoàn cảnh nào chúng ta cũng không được tự nhủ với lòng mình rằng chúng ta không thể hoặc sẽ không thể chia sẻ Phúc âm bằng lời.

Tôi có nghe câu chuyện về một người tiếp nhận Chúa qua một buổi truyền giảng tại một thành phố ở Pacific Northwest. Khi ông nói với chủ mình về việc đó, người chủ đáp: "Tuyệt quá! Tôi cũng là tín đồ và đã cầu nguyện cho anh suốt nhiều năm!"

Nhưng người tân tín hữu này cảm thấy thất vọng. "Sao chưa bao giờ ông nói với tôi ông là Cơ Đốc nhân? Ông chính là lý do khiến tôi không mấy hứng thú với Phúc âm trong những năm qua".

"Sao thế?" người chủ ngạc nhiên. "Tôi đã rất cố gắng để bày tỏ nếp sống Cơ Đốc kia mà!"

Anh nhân viên trả lời: "Vấn đề nằm ở chỗ đó! Ông sống một cuộc đời gương mẫu mà không nói cho tôi biết rằng ấy là nhờ Đấng Christ đã thay đổi ông, nên tôi cứ nghĩ rằng, nếu ông có thể sống hạnh phúc, tốt đẹp như thế mà không cần Đấng Christ thì tôi cũng làm được như vậy".

Kinh Thánh cho biết trong 1 Cô-rinh-tô 1:21 rằng: "Vì Đức Chúa Trời, bởi sự khôn ngoan của Ngài, đã khiến thế gian không thể dùng khôn ngoan riêng của mình để hiểu biết Ngài, nên Ngài vui lòng dùng sự rao giảng bị xem là điên rồ của chúng ta để cứu những người tin". Thường chính nhờ sứ điệp về Thập Tự Giá *được sống và bày tỏ* mà Đức Chúa Trời dùng để mở cửa lòng đối với Phúc âm, nhưng chính sứ điệp về Thập Tự Giá *được công bố* (bằng lời nói hoặc chữ viết) mà qua đó quyền năng của Đức Chúa Trời cứu những người nghe và tin sứ điệp. Dù chúng ta sống đạo tốt như thế nào đi nữa (và chúng ta phải sống tốt như vậy, nếu không sẽ cản trở người khác tiếp nhận Phúc âm), sớm hay muộn gì chúng ta cũng phải truyền đạt *nội dung* của Phúc âm thì người đó mới trở thành môn đồ của Chúa Giê-xu được. *Gương mẫu* Cơ Đốc giáo không cứu được ai; nhưng chính *sứ điệp* của Cơ Đốc giáo – tức Phúc âm - mới là "quyền năng của Đức Chúa Trời để cứu mọi người tin" (Rô 1:16).

Trước khi kết thúc phần này, tôi muốn nhấn mạnh rằng kỷ luật chứng đạo cũng áp dụng cho việc hỗ trợ công tác truyền giáo. Vì những lý do tương tự, chúng ta phải khép mình vào kỷ luật trong việc chia sẻ sứ điệp về Đấng Christ cho những người xung quanh, chúng ta cũng phải tự kỷ luật bản thân trong việc giúp đỡ những người đang thực thi Đại Mạng Lệnh ở những nơi xa xôi. Khép mình vào kỷ luật để hỗ trợ công tác truyền giáo bằng cách dâng hiến, cầu nguyện, tự tìm hiểu về công tác và sẵn sàng dấn thân nếu Chúa kêu gọi (hoặc để con cái của mình đi truyền giáo nếu Chúa kêu gọi) là một phần trong việc theo đuổi sự tin kính.

Áp Dụng Thêm

Vì Chúa muốn chúng ta chứng đạo cho Ngài, vậy bạn có sẵn sàng vâng lời Chúa, làm chứng nhân cho Ngài không?

Dĩ nhiên, về một phương diện, mỗi Cơ Đốc nhân đều thường xuyên làm chứng. Qua lời nói và đời sống, chúng ta là lời chứng sống động mọi lúc mọi nơi – hoặc tốt hoặc xấu – về quyền năng của Chúa Cứu Thế Giê-xu. Nhưng tôi đang nói về việc làm chứng có kế hoạch chứ không phải do mặc định.

Bạn có sẵn sàng vâng phục Chúa Cứu Thế Giê-xu và làm chứng nhân cho Ngài *cách có chủ đích* không? Chứng đạo có chủ đích nhất thiết phải được thực hiện tùy theo ân tứ thuộc linh, tài năng, cá tính, kế hoạch, hoàn cảnh gia đình, vị trí, v.v. của bạn. Nhưng sau khi xem xét tất cả những yếu tố này, mỗi tín hữu phải nhận biết rằng sẽ mắc tội nếu không tìm cách truyền bá sứ điệp về Chúa Giê-xu của chúng ta.

Xin đừng nghĩ rằng vì tôi đã viết chương này và chia sẻ một số trải nghiệm nên tôi là gương mẫu chứng đạo mạnh mẽ và năng động. Ngoài thất bại mà tôi đã thừa nhận ở phần trước, tôi còn có thể kể ra nhiều cơ hội khác khi mà lẽ ra tôi phải nói về Chúa Giê-xu nhưng đã không nói, thường là vì sợ hãi. Nhưng tôi tin rằng chúng ta có thể tìm ra những giải pháp dài hạn cho việc không kiên định và ít khi làm chứng nếu biết tự kỷ luật bản thân để làm chứng đạo.

Vì Chúa cho chúng ta năng lực để làm chứng, vậy bạn có tin rằng Đức Chúa Trời có thể dùng lời làm chứng của chúng ta để cứu người khác không?

Đức Chúa Trời chúc phước cho lời của Phúc âm. Chính *lời* của Chúa Giê-xu, *lời* của Phi-e-rơ và *lời* của Phao-lô là lời mà Đức Chúa Trời ban phước, giúp cho những con người trong thời Tân Ước quy đạo, và cũng là lời Ngài vẫn còn ban phước ngày hôm nay. Ngài sẽ chúc phước cho *lời* của bạn khi những lời đó chứa đựng lời của Phúc âm quyền năng.

Một số người sợ làm chứng vì họ cảm thấy thiếu tự tin về tài thuyết phục hoặc sợ không trả lời được tất cả những chống đối đối với Phúc âm mà người đó có thể nghĩ ra. Nhưng quyền năng để làm chứng không nằm trong khả năng của chúng ta; mà nằm trong Phúc âm của Ngài. Có thể bạn chưa bao giờ nghĩ rằng một người chưa tin Chúa có thể thực sự được tái sinh nhờ nghe bạn làm chứng về Đấng Christ. Nhưng đó không phải là khiêm nhường. Đó là nghi ngờ, là phủ nhận ơn phước Đức Chúa Trời trên Phúc âm của Ngài chỉ vì Phúc âm ấy do bạn rao ra. Đừng nghi ngờ quyền năng của Đức Chúa Trời có thể chúc phước trên lời bạn nói khi bạn làm chứng về Đấng Christ.

Suốt đời mình, John Bunyan, tác giả quyển *"Thiên Lộ Lịch Trình"* (*The Pilgrim's Progress*), luôn khẳng định rằng nghe lỏm cuộc trò chuyện của một số người phụ nữ nghèo nói về những vấn đề liên quan đến Đức Chúa Trời khi đang ngồi bên hiên cửa ngập nắng chính là bước ngoặt khiến ông đến với Chúa. Hãy tin rằng Chúa có thể dùng điều bạn nói làm chất xúc tác để giúp một người quy đạo theo cách tương tự.

Hãy tạm dừng lại và phải chắc rằng chúng ta không cho điều gì là chuyện đương nhiên: Bạn có biết Phúc âm không? Hãy làm thử nghiệm này cho chính bạn trước, rồi sau đó nếu bạn dám thì thực hiện trong hội thánh, lớp học hoặc nhóm nhỏ để xem chúng ta hiểu rõ Phúc âm đến đâu. Hãy phát giấy ra, rồi hỏi xem họ nghĩ họ đã nghe về Phúc âm bao nhiều lần. Một số người tin Chúa lâu năm có thể trả lời rằng họ đã nghe hàng trăm thậm chí hàng ngàn lần.

Bạn hãy trả lời: "Tốt lắm, bây giờ hãy viết Phúc âm đó trên tờ giấy này".

Rồi bạn sẽ thấy họ "đứng hình", nhìn bạn chăm chăm như thể bạn yêu cầu họ liệt kê thủ đô của từng nước trên thế giới.

"Chẳng phải quý vị vừa nói rằng quý vị đã nghe Phúc âm nhiều lần rồi sao? Và để trở thành Cơ Đốc nhân thì bạn phải nghe Phúc âm và tin nhận để được cứu, đúng không nào? Vì bạn không thể được cứu nếu bạn không hiểu và không tin Phúc âm đó. Vì vậy hãy viết ra khoảng một phân đoạn sứ điệp mà người ta phải nghe để được giải hòa với Đức Chúa Trời và lên thiên đàng".

Bạn hãy chuẩn bị tinh thần để đối diện với sự im lặng khó chịu và nhận lại nhiều tờ giấy trắng, dù một vài trong số họ là những thành viên tận tụy và giỏi nhất.

Bạn sẽ viết như thế nào? Bạn có thể nói đơn giản nhưng rõ ràng cách mà tất cả mọi người đã vi phạm Luật của Đức Chúa Trời thánh khiết, là Đấng đã tạo dựng họ, và vì sao mọi người đều bị Ngài kết án vì tội của họ không? Bạn có thể nói với họ làm thế nào trong sự thương xót của Ngài, Đức Chúa Trời đã ban Con Ngài là Chúa Giê-xu, Đấng vâng giữ Luật pháp Chúa cách trọn vẹn và sẵn sàng kể sự vâng phục của Ngài là sự vâng phục của người khác không? Bạn có thể nói Chúa Giê-xu đã vui lòng hy sinh chịu chết trên thập tự giá thế cho tội nhân như thế nào không? Bạn có thể nói Đức Chúa Trời đã kêu Chúa Giê-xu sống lại từ cõi chết, bày tỏ rằng Ngài chấp nhận sự hy sinh của Chúa Giê-xu và công nhận mọi điều Chúa Giê-xu đã phán cũng như làm không? Bạn có thể thúc giục người ta ăn năn tội và ăn năn vì đã sống cho bản thân, cũng như thúc giục người ta tin rằng cuộc đời và sự chết của Chúa Giê-xu có thể làm cho họ được hòa thuận với Đức Chúa Trời và ban cho họ sự sống đời đời không? Nếu bản thân bạn tin những điều này, thì bạn có thể chia sẻ cho người khác để họ cũng tin như vậy.

Tôi biết có nhiều Cơ Đốc nhân có thể trình bày Phúc âm cách rõ ràng và muốn nói về Chúa cho người khác, nhưng không làm vì sợ rằng tội lỗi có thể nhìn thấy hằng ngày trong đời sống họ phá hỏng lời chứng. Họ suy nghĩ *"Làm sao tôi có thể làm chứng cho sếp sau nhiều lần chọc giận ông ấy?"* Hay: *"Tôi sẽ không bao giờ nói được với hàng xóm về quyền năng của Đấng Christ vì cô ấy đã thấy tôi mắng mỏ con cái".*

Nếu Đức Chúa Trời không dùng những người như vậy – giống như chúng ta – làm chứng nhân cho Ngài, thì chẳng ai có thể làm chứng nhân được. Vì chẳng có ai hoàn hảo, không có một chứng nhân hoàn hảo nào cả. Điều này không thay đổi được thực tế đó là đời sống chúng ta càng giống Đấng Christ, thì lời làm chứng của chúng ta về Ngài càng thuyết phục hơn. Chúng ta cần làm những gì có thể để loại bỏ bất kỳ tội lỗi nào khiến lời chứng của chúng ta trở nên giả dối. Nhưng trong lúc cố gắng làm thế, chúng ta phải biết chắc rằng không thể chờ cho đến khi hoàn toàn không có tội thì mới làm chứng. Nếu phải chờ thì chúng ta sẽ chẳng bao giờ chia sẻ Phúc âm! Một nét đẹp trong sứ điệp của chúng ta đó là Đức Chúa Trời cứu tội nhân, những tội nhân như chúng ta. Thật vậy, Đức Thánh Linh có thể biến cơ hội phạm tội trở thành cơ hội để nói về Chúa Cứu Thế. Tôi biết có những Cơ Đốc nhân đã đến với những người trước đó từng nhìn thấy hoặc từng là nạn nhân của tội lỗi do họ gây ra, để xưng nhận tội lỗi và xin tha thứ, nhờ đó người ấy đã có thể làm chứng về Chúa một cách mạnh mẽ. Một đời sống được thay đổi như thế là bằng chứng thu hút sự chú ý của những người chưa tin Chúa. Người chủ đó cũng quản lý những người khác từng chọc tức mình; người hàng xóm đó cũng thấy những người khác mắng mỏ con cái họ. Nhưng khi bạn hạ mình và thừa nhận bạn sai và xin tha thứ, thì điều đó tạo nên sự khác biệt giữa bạn và những người cũng chọc giận chủ hoặc la mắng con cái. Việc thực hành nếp sống Cơ Đốc một cách nhất quán sẽ thêm năng lực cho lời làm chứng, nhưng việc hồi phục từ đời sống *phi* Cơ Đốc của chính bạn cũng củng cố thêm cho lời chứng của bạn theo một cách khác, đáng tin cậy không kém. Qua những thất bại và yếu đuối của bạn, người ta có thể nhìn thấy cách mạnh mẽ và rõ ràng hơn năng lực Đấng Christ làm thay đổi đời sống.

Vì chứng đạo là một sự rèn luyện, vậy bạn có sẵn sàng lên kế hoạch thực hiện việc ấy không?

Vào năm 1869, trong lúc giảng cho hội thánh ở Luân Đôn nơi ông quản nhiệm về trách nhiệm làm chứng, C. H Spurgeon đã nói:

> Nếu chưa bao giờ chinh phục được linh hồn nào cho Chúa, tôi sẽ ước ao cho đến khi làm được. Tôi sẽ đau lòng vì họ nếu không thể giúp họ mở lòng ra với Phúc âm. Dù tôi hiểu rằng người gieo giống sốt sắng có thể cũng không bao giờ gặt được, nhưng tôi biết không thể có chuyện người gieo giống sốt sắng lại cảm thấy hài lòng nếu không được gặt. Tôi không thể hiểu được nếu có ai trong vòng những tín hữu như các bạn, cố gắng chinh phục linh hồn về cho Chúa nhưng không có kết quả gì mà lại cảm thấy hài lòng với điều đó.[3]

Nếu bạn không hài lòng với việc gặt những linh hồn cho Đấng Christ, thì bạn có sẵn sàng lập kế hoạch để kỷ luật hơn trong việc gieo giống không? Bạn có sẵn sàng lên lịch tổ chức một sự kiện nhằm mục đích truyền giảng không? Bạn có sẵn sàng sắp xếp một bữa ăn trưa tại sở làm hoặc với một người hàng xóm không? Vậy còn việc bàn bạc với mục sư tổ chức một buổi nhóm truyền giảng tại nhà thì sao? Bạn lấy truyền đạo đơn để phân phát ở đâu? Ai là người bạn cần cầu thay cho? Bạn có cam kết thực hiện *ít nhất một phương cách* chứng đạo có chủ ý trong tương lai gần không?

Chứng đạo không thường được nhắc đến trong các sách viết về tăng trưởng tâm linh và trở nên giống Đấng Christ. Vậy chứng đạo có thật sự quan trọng đến mức phải xem là một phương cách rèn luyện tâm linh không? Đoạn văn phỏng theo 1 Cô-rinh-tô 13 dưới đây nhắc chúng ta:

> Dù tôi nói được các thứ tiếng uyên bác, cũng như sử dụng những phương pháp học tập tiên tiến, nhưng nếu không chinh phục được những người khác về cho Đấng Christ, hoặc không gây dựng họ trong nhân cách Cơ Đốc, thì tôi chỉ là tiếng than thở của gió nơi sa mạc Sy-ri.
>
> Dù tôi biết những phương pháp tốt nhất cũng như hiểu được mọi sự huyền nhiệm về tâm lý học tôn giáo, cùng hiểu biết toàn bộ Kinh Thánh, nhưng không dấn thân chinh phục người khác cho Đấng Christ, thì tôi chẳng khác nào một đám sương mù giữa biển khơi.
>
> Dù tôi đọc hết tài liệu Trường Chúa nhật, và tham dự các hội nghị, học viện Trường Chúa nhật, cũng như các lớp Thánh Kinh Hè, mà vẫn thỏa lòng với việc không chinh phục được linh hồn nào cho Chúa và chẳng gây dựng được ai theo nếp sống và sự phục vụ Cơ Đốc, thì điều đó chẳng ích lợi gì cho tôi.
>
> Người đầy tớ chinh phục linh hồn cho Chúa, gây dựng nhân cách người khác là người kiên nhẫn chịu đựng và nhân từ, không ghen tỵ với những người không có bổn phận tôi tớ; người ấy chẳng khoe mình, chẳng lên mình kiêu ngạo.
>
> Một người đầy tớ như thế luôn cư xử cách thích hợp trong nếp sống hằng ngày, không chăm lợi riêng mình, không dễ nổi giận. Nín chịu mọi sự, tin mọi sự, hi vọng vào mọi sự.

Nhưng bây giờ còn có ba điều này: tri thức, phương pháp và sứ điệp, nhưng điều trọng hơn hết trong ba điều ấy là sứ điệp.[4]

Có sự tương quan giữa việc theo đuổi lòng tin kính và niềm say mê sứ điệp của Đức Chúa Trời. Càng theo đuổi Đấng Christ, chúng ta càng muốn nói về Ngài. Nhưng nếu không kỷ luật, thì những ý định chứng đạo tốt đẹp nhất của chúng ta thường cũng chỉ là ý định mà thôi. Nguyện xin Chúa cho chúng ta biết rèn luyện bản thân để sống sao cho có thể nói như sứ đồ Phao-lô: "Tôi làm mọi sự vì Tin lành để có thể cùng chia sẻ phước hạnh của Tin lành" (1 Cô 9:23).

Chương 7

7 | Phục Vụ...
Để Luyện Tập Lòng Tin Kính

Những tấm lòng thích phục vụ được rèn luyện để làm việc, vì họ thường xuyên phải ra khỏi những gì đem đến cho họ sự thoải mái, họ tự đặt mình vào những nơi nguy hiểm, họ có những cam kết tốn kém, họ mệt mỏi vì Đấng Christ, họ trả giá, họ đối diện những con sóng gồ ghề. Nhưng cánh buồm của họ căng phồng Thánh Linh của Đức Chúa Trời.

R. Kent Hughes

Đã chấm dứt hoạt động từ 1861, nhưng người ta vẫn còn nhận ra tên gọi. Pony Express là công ty chuyển phát nhanh tư nhân chuyên dùng người cưỡi ngựa tiếp sức để đưa thư qua 184 trạm. Trạm phía Đông là St. Joseph, Missouri và trạm phía tây được đặt tại Sacramento, California. Giá gửi một lá thư nặng 14gram của Pony Express là $25-$125 theo mức giá hiện nay, tùy thuộc vào thời điểm trong suốt khoảng thời gian quy định cho dịch vụ. Nếu ngựa kiên trì, còn thời tiết thuận lợi và những người da đỏ không làm khó dễ, thì thư sẽ vượt qua chuyến hành trình gần 3.218km trong 8 đến 10 ngày, như bản tường thuật bài diễn văn nhậm chức của tổng thống Lincoln.

Có thể bạn sẽ ngạc nhiên khi biết rằng Pony Express mới chỉ hoạt động từ ngày 3 tháng 4 năm 1860, đến ngày 18 tháng 11 năm 1861 – chỉ 19 tháng. Khi đường dây điện tín giữa hai thành phố được lắp đặt xong, dịch vụ của công ty không còn cần thiết nữa.

Làm nhân viên cưỡi ngựa của công ty Pony Express là một công việc khó khăn. Bạn phải cưỡi trên lưng ngựa ngày lẫn đêm từ 120-160km/ngày, thay ngựa mỗi 16 đến 24km. Ngoài thư từ, bạn được mang theo một ít đồ bên cạnh khẩu súng và dao. Để việc di chuyển được nhẹ nhàng, và có thể tăng tốc cũng như dễ di chuyển khi bị người da đỏ tấn công, các nhân viên chuyển phát nhanh chỉ mặc áo sơ mi khi có thể, ngay cả trong thời tiết mùa đông khắc nghiệt.

Bạn sẽ tuyển tình nguyện viên cho công việc nguy hiểm này như thế nào? Người ta cho rằng Bolivar Roberts, người quản lý trạm phía đông của Express, đã đăng mẩu quảng cáo này trên tờ San Francisco vào tháng 3 năm 1860: "CẦN NGƯỜI: trẻ, gầy, dẻo dai, từ 18 tuổi trở xuống. Là những chuyên gia cưỡi ngựa, sẵn sàng mạo hiểm mỗi ngày. Ưu tiên người mồ côi."[1]

Đó là những đặc điểm thật sự cần có để phục vụ trong ngành này, nhưng Pony Express chưa bao giờ thiếu nhân viên chuyển phát thư.

Chúng ta cũng cần thành thật trước những sự thật về kỷ luật trong sự phục vụ Đức Chúa Trời. Giống như Pony Express, phục vụ Đức Chúa Trời không phải là công việc để làm cho vui. Đó là một dịch vụ phải trả giá. Ngài đòi hỏi bạn phải tận hiến cả cuộc đời. Ngài đòi hỏi bạn phải xem việc phục vụ Ngài là ưu tiên một, không phải trò tiêu khiển. Ngài không muốn những người đầy tớ dâng cho Ngài phần dư thừa trong cuộc sống. Phục vụ Đức Chúa Trời cũng không phải là trách nhiệm ngắn hạn. Khác với Pony Express, Vương quốc của Ngài không bao giờ suy vong cho dù thế giới có những bước tiến về kỹ thuật như thế nào.

Bức tranh chúng ta mường tượng về Pony Express có lẽ giống với hình ảnh những người trẻ tuổi của năm 1860 khi đọc mẩu quảng cáo trên tờ báo. Những cảnh tượng thú vị, tình bạn và cảm giác hồi hộp trước sự mạo hiểm ngập tràn tâm trí họ khi đường hoàng bước vào văn phòng của Công ty Express nộp hồ sơ xin việc. Nhưng ít người trong số họ hình dung sự thú vị ấy chỉ là nét chấm phá đơn lẻ giữa những tiếng đồng hồ làm việc đằng đẵng, vất vả và cô đơn.

Rèn luyện phục vụ cũng giống như vậy. Dù không có nếp sống nào cao quý và tuyệt vời về mặt tâm linh hơn đời sống đáp ứng lời kêu gọi phục vụ của Đấng Christ, nhưng những thực tế hằng ngày của một cuộc đời như thế thường có vẻ tầm thường và tẻ nhạt giống như rửa chân cho người khác. Trong quyển *The Cost of Discipleship* (tạm dịch: *Giá của Môn Đồ Hoá*) Dietrich Bonhoeffer đã nói rất hay: "Khi Đấng Christ kêu gọi ai, Ngài mời người đó theo để chết".[2] Lời kêu gọi phục vụ Đấng Christ như vậy gợi lên hình ảnh của những người tuận đạo theo truyền thuyết, không hề sợ hãi trước sự bắt bớ, hoặc hình ảnh về cái chết vẻ vang sau cả một đời cắm ngọn cờ Phúc âm giữa vòng những người chưa từng nghe Phúc âm. Ngược lại, dường như lời kêu gọi phổ biến hơn nhiều của Đấng Christ là kêu gọi đến với cái chết từ từ, rửa chân trong nơi ít người biết. Chúng ta bị thu hút đến với lời kêu gọi phục vụ khi sự kêu gọi đó đưa ra lời hứa về cuộc phiêu lưu táo bạo, nhưng chúng ta khước từ khi sự kêu gọi đó có nghĩa là – như thường thấy - chúng ta cảm thấy bị đày đi phục vụ Đấng Christ trong một ngõ ngách u ám của một nơi có vẻ tầm thường. Phục vụ Chúa Giê-xu bằng cách bước đi với Ngài suốt ba năm chức vụ của Ngài là một cuộc phiêu lưu hết sức thú vị; phục vụ Ngài ba năm trước trong vai trò người quét nhà và người mài cưa trong tiệm mộc không phải công việc hấp dẫn.

Có thể công tác phục vụ là những công việc công khai như giảng và dạy, nhưng cũng có những công tác thường xuyên hơn mà ít người biết đến như trông trẻ. Có thể đó là việc làm ai cũng thấy như hát đơn ca, nhưng có những công tác thường xuyên hơn nhưng không ai chú ý như chỉnh âm thanh cho người đơn ca. Phục vụ có thể được đánh giá cao chẳng hạn như một lời làm chứng mạnh mẽ trong buổi nhóm thờ phượng, nhưng cũng có thể là những công việc chẳng ai biết ơn như rửa chén đĩa sau khi hội thánh thông công. Những sự phục vụ mà chúng ta nhìn thấy, ngay cả những công việc có vẻ thú vị nhất, chỉ là phần nổi của tảng băng. Chỉ có Đức Chúa Trời mới thấy được phần to lớn, ẩn giấu bên dưới.

Bên ngoài hội thánh, phục vụ là trông con giúp những người hàng xóm, đem bữa ăn đến cho những gia đình không ổn định, chạy việc vặt giúp những người không ra khỏi nhà được, đưa đón người bị hư xe, phụ giúp cắt cỏ hoặc bảo quản nhà cửa, cho thú nuôi ăn và tưới cây giúp những người đang đi nghỉ và – khó khăn nhất – là thể hiện tâm tình tôi tớ ngay trong gia đình mình. Sự phục vụ thường có vẻ không hấp dẫn như những nhu cầu thực tế mà nó tìm cách đáp ứng.

Đó là lý do vì sao phục vụ phải trở thành sự rèn luyện tâm linh. Xác thịt chống lại sự kín giấu và tính đơn điệu của sự phục vụ. Hai tội lỗi nguy hiểm nhất của chúng ta, tức là sự lười biếng và kiêu ngạo, ghê tởm sự phục vụ. Chúng khiến mắt chúng ta đờ đẫn và trói chân tay chúng ta lại để chúng ta không dấn thân phục vụ dù biết là phải phục vụ, hoặc thậm chí không phục vụ như chúng ta mong muốn. Nếu không kỷ luật bản thân để phục vụ vì Đấng Christ và Vương quốc của Ngài cũng như để có được lòng tin kính, thì chúng ta sẽ chỉ "phục vụ" trong một số dịp nào đó hoặc khi thuận tiện hoặc chỉ là *tự* phục vụ. Kết quả là, khi Ngày Giải trình đến, chúng ta sẽ hối tiếc vì sự phục vụ kém cỏi cả về chất lẫn lượng của mình.

Không phải mọi hành động phục vụ đều sẽ là, hoặc thậm chí phải là, sự phục vụ có kỷ luật. Sự phục vụ của chúng ta lúc nào cũng phải xuất phát từ lòng yêu Chúa và yêu người khác. Cũng giống như sự thờ phượng và chứng đạo, sự phục vụ phải luôn tuôn chảy từ trong ra ngoài - mà không cần kỷ luật - như là kết quả của sự hiện diện đem đến sự biến đổi và là kết quả từ công việc của Đức Thánh

Linh. Nhưng Thánh Linh của Chúa Giê-xu ngự trong lòng chúng ta khiến chúng ta ao ước ngày càng giống Chúa hơn, và cũng vì khuynh hướng ích kỷ dai dẳng trong lòng chúng ta, nên chúng ta cũng phải khép mình vào kỷ luật để có thể phục vụ. Còn những người phục vụ sẽ thấy phục vụ là một trong những cách thực tiễn và chắc chắn nhất để tăng trưởng trong ân điển.

Nhưng để đừng ai nghĩ rằng phục vụ chỉ là một sự chọn lựa, chúng ta hãy đặt nó làm hòn đá góc nhà của đời sống Cơ Đốc của chúng ta.

Chúa Mong Đợi Mỗi Cơ Đốc Nhân Đều Phục Vụ

Khi Đức Chúa Trời kêu gọi những người được chọn đến với Ngài, Ngài không kêu gọi họ để ăn không ngồi rồi. Khi chúng ta được tái sinh và được tha thứ tội lỗi, huyết của Đấng Chirst tẩy sạch lương tâm chúng ta, theo Hê-bơ-rơ 9:14, để chúng ta "hầu việc Đức Chúa Trời hằng sống!" Kinh Thánh khuyên giục tín hữu "hãy vui vẻ phục vụ Đức Giê-hô-va" (Thi 100:2). Trong Lời Chúa không có chỗ cho thất nghiệp hay nghỉ hưu thuộc linh hoặc bất kỳ mô tả nào về người xưng là Cơ Đốc nhân mà *không* phục vụ Chúa.

Dĩ nhiên, động cơ là điều quan trọng trong sự phục vụ chúng ta dâng lên cho Đức Chúa Trời. Kinh Thánh đề cập đến ít nhất sáu động cơ phục vụ.

Vì vâng phục

Trong Phục Truyền 13:4, Môi se viết: "Anh em phải theo Giê-hô-va Đức Chúa Trời của anh em, kính sợ Ngài, tuân giữ các điều răn Ngài, vâng theo tiếng phán Ngài, phục vụ Ngài và gắn bó với Ngài". Tất cả mọi điều trong câu Kinh Thánh này đều liên quan đến sự vâng lời Đức Chúa Trời. Giữa những mạng lệnh về sự vâng phục này là lệnh truyền phải 'phục vụ Ngài'. Chúng ta phải phục vụ Chúa vì chúng ta muốn vâng lời Ngài.

John Newton, một người buôn bán nô lệ sau khi tin Chúa đã trở thành mục sư và sáng tác những bài thánh ca như "Ân điển Lạ lùng", minh họa sự phục vụ vì vâng phục như sau:

> Nếu hai thiên sứ được Đức Chúa Trời sai phái cùng một lúc, một vị xuống trần gian và cai trị đế quốc rộng lớn nhất thế giới, vị còn lại xuống làm phu quét đường tại một ngôi làng nhỏ nhất thế giới, thì vấn đề ai nhận nhiệm vụ nào hoàn toàn không quan trọng; làm người cai trị hay làm phu quét đường đều được; vì niềm vui của các thiên sứ là vâng phục ý muốn của Đức Chúa Trời mà thôi.[3]

Bạn có thể tưởng tượng một trong hai thiên sứ ấy từ chối phục vụ không? Đó là chuyện không tưởng. Cũng vậy, làm sao một người xưng mình là Cơ Đốc nhân dám nghĩ rằng người đó có thể ngồi bên lề thuộc linh để nhìn những người khác phục vụ trong Vương quốc của Đức Chúa Trời? Bất kỳ Cơ Đốc nhân chân chính nào cũng nói rằng mình *muốn* vâng phục Chúa. Nhưng khi không tích cực phục vụ

Ngài là chúng ta đang không vâng lời Ngài. Không phục vụ Chúa là có tội.

Vì biết ơn

Tiên tri Sa-mu-ên đã dùng những lời này để khuyên dân sự Đức Chúa Trời phục vụ Ngài: "Chỉ cần anh em phải kính sợ Đức Giê-hô-va, hết lòng trung tín phụng sự Ngài. Hãy xem những việc Ngài làm cho anh em lớn lao là dường nào!" (1 Sa 12:24). Khi phục vụ Chúa dường như là gánh nặng, thì nhớ lại "những việc Ngài làm cho anh em lớn lao là dường nào" sẽ làm gánh nặng được vơi đi.

Bạn có nhớ cảm giác khi *không* biết Chúa, không có Ngài và không có niềm hi vọng không? Bạn có nhớ cảm giác có tội trước mặt Chúa mà chưa được tha thứ không? Bạn có nhớ nỗi khiếp sợ khi biết bạn phạm tội với Chúa và cơn giận của Ngài đang giáng trên bạn không? Bạn có nhớ nỗi kinh hoàng khi biết bạn chỉ còn cách địa ngục trong gang tấc không? Thế bạn có nhớ kinh nghiệm nhìn thấy Chúa Cứu Thế Giê-xu bằng đôi mắt đức tin và lần đầu tiên nhận biết Ngài thực sự là ai và điều Ngài đã làm qua sự chết và sự sống lại của Ngài không? Bạn có nhớ niềm vui khi lần đầu tiên kinh nghiệm sự tha thứ và được thoát khỏi án phạt cũng như địa ngục không? Bạn có nhớ cảm giác ban đầu không thể so sánh được khi biết mình được bảo đảm về thiên đàng và sự sống đời đời không? Khi lửa phục vụ Đức Chúa Trời trong lòng bạn nguội lạnh, hãy nghĩ đến những việc lớn lao Ngài đã làm cho bạn.

Ngài chưa bao giờ làm việc gì lớn lao hơn cho bất kỳ ai, Ngài cũng không thể làm gì lớn lao hơn cho bạn ngoài việc đưa bạn đến với Ngài. Giả sử từ giờ đến cuối đời, mỗi sáng Chúa gửi mười triệu đô-la vào tài khoản ngân hàng của bạn nhưng Ngài không cứu bạn. Thử tưởng tượng Ngài ban cho bạn một vóc dáng và khuôn mặt xinh đẹp không ai bằng, một thân thể không hề bị lão hóa dù trải qua cả nghìn năm, nhưng khi bạn qua đời, Ngài đuổi bạn ra khỏi thiên đàng mà tống bạn vào hỏa ngục đời đời. Có điều gì Chúa đã ban có thể so bì với sự cứu rỗi Ngài dành cho bạn, là một tín hữu không? Bạn có thấy rằng chẳng có việc gì Ngài đã làm hoặc đã ban cho bạn lớn lao hơn việc Ngài đã ban chính Ngài cho bạn không? Nếu không thể trở thành những người đầy tớ biết ơn Ngài vì Ngài là mọi sự và trong Ngài chúng ta có mọi sự, thì chúng ta sẽ biết ơn vì điều gì?

Vì vui mừng

Mạng lệnh được linh cảm trong Thi Thiên 100:2 là "Hãy vui vẻ phục vụ Đức Giê-hô-va" Đức Chúa Trời mong đợi tôi tớ Ngài phục vụ, không phải cách miễn cưỡng, buồn rầu hay ủ rũ, mà cách vui vẻ.

Thời xưa, các đầy tớ phục vụ trong cung vua thường bị hành hình chỉ vì mang bộ mặt buồn rầu trong khi phục vụ nhà vua. Trong Nê-hê-mi 2:2, Nê-hê-mi buồn rầu khi nghe tin thành Giê-ru-sa-lem vẫn là đống đổ nát dù nhiều người Do Thái đã trở về từ cuộc lưu đày ở Ba-by-lôn. Một ngày nọ, khi đang dâng thức ăn cho vua Ạt-ta-xét-xe, vua hỏi ông:

"Sao vẻ mặt ngươi buồn rầu mặc dù ngươi không bị bệnh? Hẳn ngươi có điều buồn bã trong lòng". Vì đối với Nê-hê-mi, điều đó rất nghiêm trọng nên ông viết: "Lúc ấy tôi rất sợ hãi". Bạn không được rầu rĩ hay hờn dỗi trong khi phục vụ vua. Điều đó không chỉ nói lên rằng bạn phục vụ vua cách miễn cưỡng, mà còn cho thấy bạn thất vọng về cách vua ấy cai trị đất nước.

Người không thể phục vụ Chúa cách vui vẻ đang làm ngược lại với điều người đó xưng ra trên môi miệng mình. Tôi có thể hiểu vì sao người phục vụ Chúa chỉ vì bổn phận không lấy gì làm vui khi hầu việc Ngài. Tôi có thể hiểu vì sao người phục vụ Chúa để được lên thiên đàng không vui vẻ gì khi phục vụ Ngài. Nhưng Cơ Đốc nhân nào thừa nhận với lòng biết ơn những điều Đức Chúa Trời đã làm cho người ấy đến đời đời thì phải hầu việc Chúa cách hân hoan vui mừng.

Đối với tín hữu, hầu việc Chúa không phải là gánh nặng, mà là đặc ân. Giả sử Đức Chúa Trời cho bạn chọn một người nào đó để phục vụ và trở nên thân thiết với người đó, nhưng không để bạn phục vụ Ngài thì sao? Giả sử Ngài để cho bạn phục vụ trong địa vị của một chính trị gia hoặc một thương gia ở thế gian này, nhưng không cho bạn phục vụ trong vương quốc Ngài thì sao? Hay, giả sử Ngài để bạn tự phục vụ bản thân, muốn làm gì thì làm với cuộc đời mình, chẳng thiếu thốn hay lo lắng gì, nhưng bạn không bao giờ biết Chúa thì sao? Ngay cả điều tốt nhất trong những điều đó cũng trở thành ách nô lệ khốn khổ khi so với đặc ân tuyệt vời được hầu việc Chúa. Đó là lý do tác giả Thi Thiên có thể nói: "Vì một ngày trong hành lang Chúa đáng hơn một nghìn ngày ở nơi khác. Con đã chọn thà làm người giữ cửa trong nhà Đức Chúa Trời còn hơn là sống trong trại kẻ dữ" (Thi 84:10).

Bạn đang phục vụ trong ban ngành của hội thánh với niềm vui hay vẻ âu sầu? Bạn đang phục vụ hàng xóm một cách sẵn lòng hay miễn cưỡng? Con cái bạn có thấy bạn thật sự yêu thích phục vụ Chúa hay chỉ là đang chịu đựng?

Vì được tha thứ, không phải vì mặc cảm tội lỗi

Trong khải tượng nổi tiếng của Ê-sai về Đức Chúa Trời, hãy chú ý phản ứng của ông khi được Đức Chúa Trời tha thứ:

> "Bấy giờ, một trong các sê-ra-phim bay đến tôi, trong tay cầm than lửa đỏ đã dùng kẹp gắp từ bàn thờ. Vị ấy đưa than lửa đỏ chạm vào miệng tôi, và nói: 'Đây, cái nầy đã chạm đến môi ngươi, lỗi ngươi đã được xóa rồi, tội ngươi được tha rồi.' Lúc ấy, tôi nghe tiếng Chúa phán: 'Ta sẽ sai ai đi? Ai sẽ đi cho chúng ta?' Tôi thưa: 'Có con đây, xin Chúa sai con!'" (Ê-sai 6:6-8).

Giống như một chú chó bị xích, Ê-sai cố gắng hết sức để phục vụ Chúa bằng *cách nào đó*, cách nào cũng được. Vì ông mặc cảm tội lỗi? Không phải! Vì Đức Chúa Trời đã *cất lấy* tội lỗi của ông!

Trong một bài giảng vào ngày 8 tháng 9 năm 1867, cảm động trước tình cảm của Ê-sai, con sư tử trên bục giảng của Luân đôn là C. H. Spurgeon, đã nói:

Người thừa kế thiên đàng phục vụ Chúa mình chỉ vì lòng biết ơn; người ấy chẳng có sự cứu rỗi nào để đạt đến, chẳng có thiên đàng nào để đánh mất;...giờ đây, vì tình yêu đối với Đức Chúa Trời là Đấng đã chọn mình, Đấng đã trả một giá rất đắt để cứu chuộc mình, người ấy khát khao được tận hiến hoàn toàn để phục vụ Chủ mình. Bạn là người đang tìm kiếm sự cứu rỗi bằng cách làm những công việc của luật pháp chăng? Thật đáng thương cho bạn...Bạn có được sự cứu rỗi nếu siêng năng kiên trì trong sự vâng phục, dù vậy bạn vẫn *có thể* có được sự sống đời đời. Không ai trong các bạn dám giả vờ là đã có được sự cứu rỗi. Bạn làm việc khó nhọc, cố gắng, cố gắng, nhưng chưa bao giờ đạt được và sẽ chẳng bao giờ đạt được, vì "chẳng có một người nào bởi việc làm theo luật pháp mà được kể là công chính trước mặt Ngài, vì nhờ luật pháp người ta nhận biết tội lỗi." ... Con cái Đức Chúa Trời không làm việc để sống mà vì sống nên phải làm việc; người ấy không làm việc để được cứu, mà làm việc vì đã được cứu.[4]

Dân sự của Đức Chúa Trời không phục vụ Ngài để *được* tha thứ mà vì chúng ta *đã được* tha thứ. Khi các tín hữu phục vụ chỉ vì họ mặc cảm tội lỗi, tức họ phục vụ với quả bóng và sợi xích kéo lê từ trong lòng. Chẳng có tình yêu thương nào trong sự phục vụ ấy mà chỉ là sự lao động. Chẳng có niềm vui, chỉ có bổn phận và lao khổ. Nhưng Cơ Đốc nhân không nên cư xử như tù nhân miễn cưỡng, bị kết án để phục vụ trong vương quốc Đức Chúa Trời chỉ vì cảm thấy có lỗi. Chúng ta có thể phục vụ cách vui lòng vì sự chết của Đấng Christ đã giải phóng chúng ta khỏi tội lỗi.

Vì khiêm nhường

Chúa Giê-xu là người đầy tớ hoàn hảo. Sự vĩ đại của Ngài được thể hiện trong sự hạ mình hết mức để phục vụ những nhu cầu cơ bản nhất của 12 người bạn của Ngài.

> Sau khi đã rửa chân cho các môn đồ, Ngài mặc áo lại, rồi ngồi vào bàn và nói: "Các con có hiểu điều Ta đã làm cho các con không? Các con gọi Ta là Thầy, là Chúa. Các con nói rất đúng, vì Ta thật như vậy. Nhưng nếu Ta là Thầy, là Chúa, mà còn rửa chân cho các con thì các con cũng phải rửa chân cho nhau. Vì Ta đã làm gương cho các con, để các con cũng làm như Ta đã làm cho các con. Thật, Ta bảo thật các con: Đầy tớ không lớn hơn chủ, sứ giả không lớn hơn người sai phái mình" (Giăng 13:12-16).

Với sự hạ mình đáng kinh ngạc, Chúa Giê-xu, là Chúa, là Thầy của họ, đã rửa chân cho các môn đồ để làm gương về cách các môn đồ phải phục vụ trong tinh thần khiêm nhường.

Trong đời này, Cơ Đốc nhân sẽ luôn luôn sống với sự ham thích phạm tội (Thánh Kinh gọi đó là *xác thịt*). Lòng ham thích đó sẽ nói rằng: "Nếu phải phục vụ, thì tôi muốn phải được lợi gì đó. Nếu được thưởng hoặc có tiếng tăm nhờ khiêm nhường, hoặc bằng cách nào đó trở thành điều ích lợi cho tôi, thì tôi sẽ cho mọi người thấy sự khiêm nhường phục vụ của mình". Nhưng đây không phải là sự phục vụ theo gương Đấng Christ. Đây là đạo đức giả. "Những đầy tớ" giả hình sẽ không phục vụ nếu không được biết đến, nếu không "có gì bù lại cho thì giờ họ đã bỏ ra". Họ có thể mong ước được khen ngợi, được mọi người thừa nhận, được trân trọng trên truyền thông xã hội, nhận được những kết quả chắc chắn, được vinh danh, hoặc tinh tế nhất là khao khát được mọi người biết đến là người thánh khiết, hy sinh hoặc hết sức thuộc linh. Những kẻ giả hình làm điều này vì họ không cảm thấy thích kiểu phục vụ mà chỉ Đức Chúa Trời có thể nhìn thấy và ban thưởng. Vì vậy, nếu cần thiết, họ sẽ nghĩ ra những cách khôn khéo nhưng có thể chấp nhận được về mặt tôn giáo và khiêm nhường giả tạo để bảo đảm được con người chú ý. Nếu không thành công, họ sẽ cố thương lượng ít nhất một hình thức trao đổi nào đó cho sự phục vụ của họ. Nhờ quyền năng của Đức Thánh Linh, chúng ta phải khước từ sự phục vụ giả hình, nhắm vào công bình riêng, xem đó là một động cơ tội lỗi, mà phải phục vụ 'với tâm tình khiêm nhường', coi 'người khác như tôn trọng' hơn mình (Phi 2:3).

Bạn có thể phục vụ chủ và những người khác tại công sở, giúp họ thành công và hạnh phúc, và bạn có thể vui mừng không ngay cả khi họ được thăng tiến còn bạn bị lãng quên? Bạn có thể giúp cho người khác trông tốt hơn mà trong lòng không ghen tỵ không? Bạn có thể chăm lo nhu cầu của những người được Đức Chúa Trời đề cao và tôn trọng trong khi chính bạn không được ai chú ý đến không? Bạn có thể cầu nguyện cho chức vụ của những người khác được kết quả trong khi sự phục vụ của bạn ở trong bóng tối không? Nếu Chúa đặt bạn ở đó, liệu bạn có giống Thầy mình, phục vụ nhiều năm ngay tại nơi của bạn, là nơi tương tự với cửa hàng mộc trong ngôi làng ít ai biết đến, nếu đó là nơi

Chúa muốn bạn tăng trưởng trong sự tin kính và hiểu biết sâu nhiệm về Ngài không?

Trong việc rèn luyện sự phục vụ, Đức Chúa Trời không chỉ mong đợi sự phục vụ tốt, vì ngay cả thế gian này cũng phục vụ rất tốt nếu có lợi cho mình. Ngài còn kêu gọi chúng ta phục vụ với lòng khiêm nhường vì điều đó giúp chúng ta trở nên giống Đấng Christ.

Vì tình yêu thương

Theo Ga-la-ti 5:13, thực chất của sự phục vụ phải là tình yêu thương: "Thưa anh em, anh em đã được gọi để hưởng tự do; chỉ có điều là đừng dùng tự do ấy như một cơ hội để sống cho xác thịt, nhưng hãy lấy lòng yêu thương mà phục vụ nhau."

Chẳng có nhiên liệu nào cháy lâu và tạo ra nhiều năng lượng cho sự phục vụ bằng tình yêu thương. Khi phục vụ Chúa, tôi làm những việc mà nếu vì tiền tôi sẽ không làm, nhưng tôi sẵn sàng làm vì tình yêu đối với Chúa và với người khác. Tôi có đọc về cuộc đời một giáo sĩ tại châu Phi. Người ta hỏi ông rằng ông có thực sự thích việc ông đang làm không. Câu trả lời của ông rất sốc. Ông nói: "Tôi thích công việc này không ấy à? Không! Vợ chồng tôi không thích lấm bẩn. Chúng tôi rất nhạy cảm. Chúng tôi không thích bò vào những túp lều tồi tàn...Nhưng có phải con người không phải làm cho Đấng Christ điều mình không thích không? Nếu không, xin Chúa thương xót người đó. Thích hay không thích không liên quan gì ở đây. Chúng tôi được lệnh "Hãy đi!" và chúng tôi đi. Tình yêu buộc chúng tôi phải đi."

Khi tình yêu của Đấng Christ điều khiển hay ràng buộc người ta, họ "không sống vì chính mình nữa nhưng sống vì Đấng đã chết và sống lại cho mình" (2 Cô 5:14-15). Họ phục vụ Đức Chúa Trời và người khác vì lòng yêu Chúa và yêu người khác. Chúa Giê-xu phán trong Mác 12:28-31 rằng điều răn lớn nhất là hết lòng yêu Chúa và điều quan trọng kế tiếp là yêu thương người lân cận như chính mình. Trong ánh sáng của những câu này, chắc chắn, càng yêu Chúa, chúng ta càng sống cho Ngài và phục vụ Ngài, và càng yêu người khác, thì chúng ta cũng sẽ càng muốn phục vụ họ.

Mỗi Cơ Đốc Nhân Đều Được Ban Ân Tứ Để Phục Vụ

Ân tứ Thánh Linh

Ngay lúc bạn được cứu, khi Đức Thánh Linh ngự vào đời sống bạn, Ngài cũng đem theo một ân tứ. Trong 1 Cô 12:4,11, chúng ta biết rằng có nhiều ân tứ khác nhau, và Đức Thánh Linh ban ân tứ nào cho tín hữu nào là tùy ý Ngài: "Có nhiều ân tứ khác nhau, nhưng chỉ có một Thánh Linh... Tất cả những điều nầy là công việc của cùng một Thánh Linh; Ngài ban phát ân tứ cho từng người tùy theo ý Ngài." Cũng quan trọng không kém, 1 Phi-e-rơ 4:10 xác nhận mỗi Cơ Đốc nhân nhận được ân tứ đặc biệt để phục vụ: "Mỗi người hãy dùng ân tứ mình đã nhận mà phục vụ nhau, như người quản lý trung tín khéo sử dụng ân điển của Đức Chúa Trời nhiều cách khác nhau."

Có thể bạn đã biết đề tài ân tứ thuộc linh tạo nên tranh cãi không ngừng trong rất nhiều hệ phái của hội thánh. Những phân đoạn chính về chủ đề này là Rô-ma 12:4-8; 1 Cô-rinh-tô 12:5-11,27-31; 1 Cô-rinh-tô 14; Ê-phê-sô 4:7-13; và 1 Phi-e-rơ 4:11. Tôi khuyến khích bạn đọc tất cả những đoạn này trong tinh thần cầu nguyện. Cho dù hiểu biết thần học của bạn về ân tứ thuộc linh là gì, thì hai điều quan trọng nhất về ân tứ thuộc linh nằm trong 1 Phi-e-rơ 4:10 là: (1) nếu bạn là Cơ Đốc nhân, bạn chắc chắn có ít nhất một ân tứ thuộc linh, và (2) mục đích Đức Chúa Trời ban ân tứ ấy cho bạn là để bạn dùng nó phục vụ Vương quốc của Ngài.

Có lẽ bạn chưa nghe nhiều về ân tứ thuộc linh, hoặc vì lý do nào đó bạn chưa từng nhận biết ân tứ thuộc linh của mình là gì. Hãy bình tĩnh! Nhiều Cơ Đốc nhân trung hầu việc Chúa cách kết quả suốt cả đời mà vẫn không biết chắc ân tứ cụ thể của mình là gì. Tôi không có ý khuyên bạn không nên cố gắng khám phá ân tứ của mình; ý tôi muốn nói là bạn sẽ không bị đưa vào hàng cầu thủ dự bị trong Vương quốc Đức Chúa Trời cho đến khi bạn xác định được ân tứ của mình. Hãy nghiên cứu tài liệu Kinh Thánh về ân tứ thuộc linh và cẩn thận chọn một vài cuyển hay nhất trong rất nhiều đầu sách viết về đề tài này. Nhưng dù sao đi nữa, đừng nản lòng trong sự phục vụ vì bạn vẫn có thể phục vụ tốt mà không biết ân tứ của mình là gì. J. I. Packer nhắc nhở chúng ta: 'Những ân tứ quan trọng nhất trong đời sống hội thánh thuộc mỗi thời đại chính là những khả năng tự nhiên, bình thường nhưng được thánh hóa".[5]

Hãy quân bình! Đức Chúa Trời ban cho bạn ân tứ thuộc linh và ân tứ ấy không giống với khả năng tự nhiên. Tài năng tự nhiên ấy, khi đã được thánh hóa để Đức Chúa Trời sử dụng, thường chỉ về tính chất của ân tứ thuộc linh mà bạn có. Nhưng bạn nên tìm hiểu để biết ân tứ đặc biệt Đức Chúa Trời ban cho mình là gì trong lúc siêng năng phục vụ dù chưa xác định được ân tứ ấy. Trên thực tế, ngoài việc học Kinh Thánh, phương cách tốt nhất để khám phá và xác định ân tứ của bản thân là qua sự phục vụ. Nếu bạn có thiên hướng dạy dỗ, bạn sẽ không bao giờ biết mình có ân tứ đó có cho đến khi bạn nhận một lớp học và dạy thử. Bạn có thể phát hiện mình có ân tứ thương xót qua công tác chăm lo cho những người đang đau khổ. Mặt khác, qua việc tham gia vào một công tác cụ thể, bạn có thể xác định mình *không* có ân tứ nào đó. Nhiều năm trước tôi nghĩ mình có ân tứ nọ cho đến khi, qua sự phục vụ, tôi đau lòng nhận ra rằng ân tứ Chúa ban cho tôi hoàn toàn là ân tứ khác.

Tôi khích lệ bạn khép mình vào kỷ luật để phục vụ thường xuyên trong hội thánh địa phương. Không nhất thiết bạn phải phục vụ trong một vị trí được bầu chọn hay được công nhận. Nhưng hãy tìm cách để chiến thắng cám dỗ chỉ phục vụ khi thuận tiện và có hứng. Đó không phải là sự phục vụ có kỷ luật. Những người có tấm lòng và đôi mắt của người đầy tớ sẽ thấy mình, vì tình yêu thương, bị buộc phải phục vụ theo những phương cách và thời điểm khác xa với những mong đợi trong chức vụ "chính thức" ở hội thánh, nhưng họ sẽ không bỏ mặc sự phục vụ đang diễn ra trong Thân thể của Đấng Christ ở địa phương mình.

Có thể bạn cảm thấy không được ai chú ý, có thể bạn bị hạn chế bởi một kế hoạch bất thường, có thể bạn bị hạn chế về mặt thể chất, nhưng bạn luôn có thể tìm ra những cách để phục vụ. Những người có lịch làm việc thất thường hoặc khiếm khuyết trong thân thể thường là những người cầu thay đầy quyền năng trong chức vụ cầu nguyện. Bất chấp những hạn chế của mình, những người có tâm tình phục vụ luôn tìm cách để phục vụ.

Trong hội thánh chúng tôi có một tiếp viên hàng không thường phục vụ trên những đường bay quốc tế. Mỗi lần bay cô phải đi nhiều ngày chứ không theo lịch cố định từ thứ Hai đến thứ Sáu. Cô luôn là người viết những lá thư khích lệ và cho sách vở, nhưng khi đến nhóm với chúng tôi, cô tìm cách hầu việc Chúa chung với những tín hữu khác một cách có kỷ luật thay vì chỉ phục vụ cách cá nhân. Nhưng làm sao cô ấy làm được với lịch làm việc của mình? Chúng tôi sớm nhận ra rằng ân tứ của cô ấy là phục vụ, tức là, đáp ứng những nhu cầu cụ thể. Cô ấy cũng nổi trội về lòng hiếu khách. Hiện cô ấy là một thành viên trong nhóm tiếp khách trong hội thánh chúng tôi. Vì đó là một nhóm phục vụ nên cô ấy không cần phải có mặt thường xuyên mỗi lần có việc. Khi không có lịch bay, cô ấy tham gia với nhóm.

Đức Chúa Trời ban ân tứ thuộc linh là để phục vụ. Nếu Đức Chúa Trời không định dùng ân tứ của bạn, thì cuộc đời bạn chẳng còn mục đích gì nữa. Tại sao Đức Chúa Trời cho phép chúng ta phí sức cho Ngài? Trong sự khôn ngoan và chu cấp của Ngài, Ngài ban cho mỗi tín hữu ân tứ để phục vụ và giúp chúng ta sống động để phục vụ theo ý muốn Ngài.

Tuy nhiên, ý chính trong chương này là lời kêu gọi phục vụ có *kỷ luật*, với mục tiêu là để chúng ta càng ngày càng giống Chúa Giê-xu hơn. Một số ân tứ thuộc linh thiên về những sự phục vụ âm thầm và không được nhiều người trân trọng. Thế nhưng, giống Chúa Giê-xu, dù chúng ta được bao nhiêu người thừa nhận sự phục vụ của mình đi nữa, cũng có lúc Chúa kêu gọi chúng ta phục vụ trong âm thầm. Cho dù ân tứ hay khả năng của bạn là gì, hãy quyết định sử dụng chúng cho Đấng Christ và vương quốc của Ngài. Jerry White viết: "Một số người có ân tứ giúp đỡ và những hoạt động [phục vụ] này của họ đến một cách tự nhiên. Vì đối với hầu hết các Cơ Đốc nhân, phục vụ đòi hỏi một nỗ lực có ý thức."[6] Hoặc nói cách khác: "Phục vụ đòi hỏi phải rèn luyện".

Phục vụ thường là công việc khó khăn

Một số người dạy rằng một khi đã khám phá và sử dụng ân tứ của mình, thì phục vụ trở thành niềm vui mà chẳng phải nỗ lực gì nhiều. Nhưng đó không phải là Cơ Đốc giáo của Tân Ước. Trong Ê-phê-sô 4:12 sứ đồ Phao-lô viết về việc "được trang bị cho *công tác* phục vụ". Đôi khi, phục vụ Đức Chúa Trời và người khác lại là một công việc rất khó khăn.

Kinh Thánh không chỉ mô tả Cơ Đốc nhân là con cái Đức Chúa Trời, mà còn là đầy tớ của Ngài. Hãy nhớ lại cách Phao-lô thường bắt đầu các thư tín của mình. Ông tự gọi mình là tôi tớ của Đức Chúa Trời như trong Rô-ma 1:1. Mỗi Cơ Đốc nhân là một tôi tớ của Đức Chúa Trời, và tôi tớ thì phải *làm việc*.

Phao-lô mô tả sự hầu việc Chúa của ông trong Cô-lô-se 1:29: "Chính vì điều nầy mà tôi ra sức làm việc và chiến đấu với cả năng lực mà Ngài hành động một cách mạnh mẽ trong tôi". Cụm từ *ra sức làm việc* có nghĩa là 'làm việc cho đến khi kiệt sức', trong khi từ *khổ sở* (*agonize*) bắt nguồn từ chữ Hy Lạp được dịch là 'chiến đấu'. Vậy đối với Phao-lô, phục vụ Đức Chúa Trời là 'chịu đau đớn khổ sở đến mức kiệt sức'. Điều đó không có nghĩa sự phục vụ của ông là lao khổ; thực ra, lý do Phao-lô gắng công làm việc là vì chính Đức Chúa Trời là Đấng duy nhất ông yêu mến, yêu hơn cả việc phục vụ Ngài. Đức Chúa Trời ban cho chúng ta khao khát và năng lực để phục vụ Ngài. Chúng ta chiến đấu trong sự phục vụ "với cả năng lực mà Ngài hành động một cách mạnh mẽ" trong chúng ta. Sự phục vụ chân thành không bao giờ được thực hiện bằng sức mạnh thể xác. Nhưng xin đừng hiểu sai: kết quả từ quyền năng hành động mạnh mẽ của Ngài trong chúng ta thường là cảm thấy như 'ra sức làm việc'.

Điều đó có nghĩa là khi bạn hầu việc Chúa trong hội thánh địa phương, hay trong bất kỳ công tác nào, công việc ấy thường sẽ rất khó khăn. Giống như Phao-lô, đôi khi phục vụ đòi hỏi bạn phải chịu đau đớn khổ sở và kiệt sức. Phục vụ tiêu tốn thời gian của bạn. Sự phục vụ thường sẽ căng thẳng hơn hoặc không thú vị bằng những cách bạn có thể đầu tư cho cuộc sống mình. Và nếu không vì lý do nào khác, thì phục vụ Chúa là công việc khó khăn vì nó có nghĩa là bạn phải phục vụ người khác. Dẫu vậy, xin nhớ rằng phục vụ mà không trả giá sẽ chẳng thu được kết quả gì.

Và dù hầu việc Đức Chúa Trời có thể là công việc khổ sở và kiệt sức, nhưng đó cũng là loại công việc đem lại sự thỏa mãn và đáng làm nhất. Trong Giăng chương 4 chúng ta thấy Chúa Giê-xu trò chuyện với người phụ nữ Sa-ma-ri. Ngài đã đi cả ngày. Ngài mệt, đói và khát. Tất cả chỉ vì Ngài đang hầu việc Cha Ngài. Trong khi Ngài đang ngồi nghỉ mệt bên giếng gần Si-kha, người phụ nữ Sa-ma-ri này đi ra giếng. Chúa và bà trò chuyện với nhau và đời sống bà đã được thay đổi mãi mãi. Khi trở về thành Si-kha để nói cho mọi người biết về Chúa Giê-xu, các môn đồ Ngài cũng vừa mua thức ăn về. Khi họ đưa cho Chúa thức ăn, Ngài phán: "Lương thực của Ta là làm theo ý muốn của Đấng đã sai Ta, và hoàn tất *công việc của Ngài*" (4:34, phần in nghiêng nhằm nhấn mạnh).

Chúa Giê-xu nhận thấy công tác hầu việc Đức Chúa Trời đem lại sự thỏa mãn đến nỗi Ngài gọi đó là thức ăn. Hầu việc Đức Chúa Trời đôi khi khiến thân thể Ngài kiệt sức đến nỗi Ngài có thể ngủ say trong thuyền cho dù sóng vỗ mạnh hai bên mạn thuyền. Có khi hầu việc Đức Chúa Trời nghĩa là phải nhịn đói suốt 40 ngày. Đối với Chúa Giê-xu, phục vụ nghĩa là thường xuyên ngủ đêm ngoài trời trên nền đất lạnh, là thức dậy trước bình minh để có chút thời gian ở riêng một mình. Nhưng giữa những mệt nhọc, đói, khát, đau đớn và bất tiện ấy, Chúa Giê-xu phán rằng công tác hầu việc Đức Chúa Trời đem đến sự thỏa mãn đến nỗi việc ấy giống như lương thực! Hầu việc Cha nuôi sống Ngài, thêm sức cho Ngài, làm Ngài thỏa lòng và Ngài như nuốt lấy nó! Hầu việc Đức Chúa Trời là làm việc, nhưng chẳng có công việc nào đem lại sự hài lòng hơn thế!

Sự phục vụ có kỷ luật còn là loại công việc có giá trị *lâu dài* nhất. Không giống một số việc chúng ta làm, hầu việc Đức Chúa Trời không bao giờ là vô ích cả. Chính sứ đồ Phao-lô, người đã lao tâm khổ tứ đến mức kiệt sức trong sự hầu việc Chúa đã nhắc nhở chúng ta: "Vậy, thưa anh em quý mến của tôi, hãy vững vàng, chớ rúng động, hãy làm công việc Chúa cách dư dật luôn, vì biết rằng công khó của anh em trong Chúa chẳng phải là vô ích đâu" (1 Cô 15:58).

Không lâu sau khi bắt đầu hầu việc Chúa, bạn sẽ bị cám dỗ nghĩ rằng việc mình làm thật sự vô ích. Bạn sẽ nghĩ rằng sự phục vụ của bạn là phí thời gian. Bạn không gặt hái được nhiều kết quả. Tuy nhiên, bất chấp điều bạn suy nghĩ và nhìn thấy, Đức Chúa Trời hứa rằng công việc của bạn không bao giờ là vô ích cả. Điều đó không có nghĩa là bạn sẽ không thường xuyên cảm nhận như thể bạn chẳng nhận được kết quả gì từ mọi nỗ lực của mình, cũng không có nghĩa là một ngày nào đó bạn sẽ tận hưởng thành quả mà bạn đã hy vọng và cầu xin. Nhưng lời hứa của Chúa có nghĩa là cho dù bạn không nhìn thấy bằng chứng, nhưng sự phục vụ của bạn *chẳng phải* là vô ích đâu.

Đức Chúa Trời thấy và biết việc bạn làm cho Ngài và Ngài sẽ không bao giờ quên điều đó. Ngài sẽ ban thưởng cho bạn trên thiên đàng vì Ngài là Đức Chúa Trời thành tín và công bình. Tôi rất thích Hê-bơ-rơ 6:10: "Vì Đức Chúa Trời không phải là bất công mà quên công việc và lòng yêu thương của anh em đã bày tỏ ra vì danh Ngài khi phục vụ các thánh đồ, và vẫn còn đang phục vụ nữa".

Hầu việc Chúa có kỷ luật là một công việc khó khăn và đôi khi cần phải lao tâm khổ tứ, nhưng công việc ấy sẽ còn lại đời đời.

Áp Dụng Thêm

Thờ phượng thêm năng lực cho sự phục vụ; phục vụ thể hiện tinh thần thờ phượng. Lòng tin kính đòi hỏi sự quân bình một cách có kỷ luật giữa hai điều đó.

Những người thường xuyên phục vụ mà không thường xuyên thờ phượng Chúa chung với hội thánh và trong nơi riêng tư là đang phục vụ bằng sức riêng. Cho dù họ hầu việc Chúa bao nhiêu năm và người khác nghĩ tốt về họ thế nào, thì họ cũng đang cố gắng bằng sức riêng thay vì bằng *sức của Đức Chúa Trời* như Phao-lô đã làm.

Trong sự thờ phượng, trải nghiệm với Chúa và lẽ thật của Ngài sẽ cho chúng ta lý do và khát khao mới mẻ để phục vụ. Ê-sai không nói: "Có con đây, xin hãy sai con!" (6:8) cho đến khi ông thấy khải tượng về Đức Chúa Trời. Đó là thứ tự - thờ phượng, rồi đến sự phục vụ được ban năng lực qua sự thờ phượng. Như lời A. W. Tozer đã nói: "Tương giao với

Chúa dẫn ngay đến sự vâng phục và việc lành. Đó là trật tự thiêng liêng và không thể bị đảo ngược."[7] Chúng ta không thể chịu đựng những đòi hỏi trong sự phục vụ cách lâu dài nếu không nhận được năng lực qua sự thờ phượng.

Đồng thời, thước đo tính chân thực của sự thờ phượng (riêng và chung) là sự thờ phượng ấy có dẫn đến tinh thần khao khát phục vụ hay không. Ê-sai (được trích dẫn ở trên) cũng là gương mẫu điển hình về việc này. Một lần nữa, Tozer đã nói hoàn toàn đúng: "Không ai có thể thờ phượng Chúa một cách lâu dài bằng tâm thần và chân lý trước khi nghĩa vụ đối với sự phục vụ thánh thôi thúc mạnh mẽ đến độ không thể chối từ".[8]

Vậy, chúng ta phải nhớ rằng theo đuổi lòng tin kính đòi hỏi chúng ta phải kỷ luật bản thân trong cả sự thờ phượng lẫn phục vụ. Chỉ làm một trong hai việc thì cũng như không làm việc nào cả.

Chúa muốn bạn phục vụ và ban ân tứ để bạn phục vụ, nhưng bạn có sẵn sàng phục vụ không?

Dân Y-sơ-ra-ên biết chắc rằng Đức Chúa Trời *muốn* họ hầu việc Ngài, nhưng Giô-suê đã từng nhìn vào mắt họ và thách thức họ có *sẵn sàng* hầu việc Ngài không: "Nếu anh em chẳng thích phụng sự Đức Giê-hô-va thì ngày nay hãy chọn ai mà mình muốn phụng sự,... Nhưng tôi và gia đình tôi sẽ phụng sự Đức Giê-hô-va" (Giô 24:15).

Khi nghĩ đến sự sẵn sàng phục vụ cách trung tín, tôi nhớ đến một người đàn ông nhỏ bé, ít nói trong hội thánh nơi tôi là một thành viên trong ban điều hành. Vào Chúa nhật, không ai biết người đó đến khi nào vì ông luôn là người đến sớm nhất. Ông luôn đậu xe trong một góc khuất, nhường những chỗ tốt trong bãi đậu xe cho những người khác. Ông mở tất cả các cửa, lấy xấp tờ chương trình, rồi đứng chờ ở ngoài. Khi bạn đến, ông sẽ phát cho bạn một tờ chương trình kèm nụ cười tươi rói. Nhưng ông không nói được. Ông thấy bối rối mỗi khi có người mới đến hỏi chuyện ông. Có chuyện gì đó đã xảy ra với giọng nói của ông từ nhiều năm trước. Khi tôi gặp ông, ông đã sáu mươi mấy tuổi và sống một mình. Những lúc bị hư xe, mà chuyện này thì xảy ra thường xuyên, ông không cho ai biết mà đi bộ hơn một cây số rưỡi để đến nhà thờ. Vì thương tật của mình mà vài lần ông đã bị người ta cướp của và đánh đập, ít nhất là hai lần trong ba năm tôi nhóm tại hội thánh ấy. Một số thành viên lâu năm trong hội thánh nói với tôi rằng họ nghi ngờ ông không nói được do bị đánh nhiều năm trước. Ông còn bị viêm khớp khiến cho vai rút lại và không thể xoay cổ được. Bệnh tật như vậy khiến cho việc mở cửa và phát tờ chương trình trở nên khó khăn đối với ông. Nhưng ông luôn xuất hiện, luôn mỉm cười, dù không nói được một lời. Mọi việc đều xảy đến bất ngờ với ông và làm cho ông được người khác biết đến, ngay cả tên ông – Jimmy Small. Nhưng bất chấp những hạn chế, thương tật và tình trạng có thể được miễn phục vụ như vậy, ông vẫn sẵn sàng hầu việc Đức Chúa Trời, và hầu việc Ngài một cách có kỷ luật mà trước mặt Chúa, sự phục vụ của ông không hề nhỏ và cũng chẳng vô ích.

Phúc âm của Đấng Christ tạo nên những đầy tớ giống Đấng Christ.

Chúa Giê-xu luôn luôn là một đầy tớ, đầy tớ của tất cả mọi người, đầy tớ của những tôi tớ, người Phục Vụ. Ngài phán: "Vì giữa người ngồi ăn với *người phục vụ,* ai là người lớn hơn? Có phải là người ngồi ăn không? Nhưng Ta ở giữa các con như người phục vụ vậy" (Lu 22:27). Chúa Giê-xu là tấm gương vĩ đại về sự phục vụ. Nhưng Ngài không đến thế gian này sống, và chịu chết chỉ để khiến chúng ta thành những người có tấm lòng phục vụ như người đầy tớ, vì chúng ta cần nhiều hơn thế. Vì tội lỗi của mình, chúng ta cần được giải hòa với Đức Chúa Trời, và không ai có thể làm cho Chúa chấp nhận mình nhờ cố gắng thi đua phục vụ như gương của Chúa Giê-xu. Không ai có thể phục vụ nhiều hay tốt đến nỗi trở nên công chính đủ trước mặt Đức Chúa Trời. Chúng ta phải hiểu và tin Phúc âm của Đức Chúa Trời mới được giải hòa với Ngài.

Phúc âm của Chúa Giê-xu Christ biến đổi tội nhân chống nghịch Đức Chúa Trời thành đầy tớ của Đức Chúa Trời. Đức Thánh Linh hành động qua Phúc âm để biến đổi những người hầu việc thần tượng (chẳng hạn như của cải, sự nghiệp, thể thao, tình dục, nhà cửa, đất đai, giáo dục, thú vui, ma tuý, chính trị, v.v...) thành những tôi tớ của Đức Chúa Trời, như Ngài đã làm trong thời của sứ đồ Phao-lô khi vị giáo sĩ này viết cho một số Cơ Đốc nhân tương đối mới "Anh em...từ bỏ thần tượng để phục vụ Đức Chúa Trời hằng sống và chân thật" (1 Tê 1:9). Những người tin Phúc âm của Chúa Giê-xu nhận lãnh tấm lòng của người đầy tớ giống như Đấng Christ. Vì vậy, một trong những dấu hiệu rõ ràng nhất chứng tỏ một người thật sự tiếp nhận Phúc âm của Chúa Giê-xu là người đó có một mong ước mới, giống Đấng Christ, đó là ao ước phục vụ. Và ao ước này bắt đầu thắng hơn khao khát ích kỷ là được phục vụ. Người đó bắt đầu tìm cách làm gì đó cho Đấng Christ và hội thánh của Ngài, đặc biệt là những cách phục vụ Phúc âm. Phúc âm mà bạn tin có cho bạn tấm lòng của người đầy tớ không? Sự phục vụ của bạn có bắt nguồn từ Phúc âm không?

Ngoài ra, đúng là nếu những người được Phúc âm biến đổi, có tấm lòng của người đầy tớ phải tăng trưởng giống Đấng Christ hơn, thì họ phải tự *rèn luyện* để phục vụ giống như Chúa Giê-xu đã phục vụ. Bạn sẽ khép mình vào kỷ luật chứ?

CẦN TUYỂN: những tình nguyện viên có khả năng phục vụ trong những công tác khó tại hội thánh địa phương. Động cơ phục vụ phải là vì vâng phục Chúa, biết ơn Ngài, vì sự vui vẻ, tha thứ, khiêm nhường và yêu thương. Sự phục vụ hiếm khi được tôn vinh. Thỉnh thoảng cám dỗ bỏ việc là rất lớn. Các tình nguyện viên phải trung tín bất chấp thời gian phục vụ kéo dài bao lâu, kết quả rất ít hoặc có khi không thấy được và khả năng không được ai công nhận ngoài Đức Chúa Trời trong cõi đời đời.

Chương 8

8 | Quản Lý...
Để Luyện Tập Lòng Tin Kính

Ngày nay, chúng ta có thường nghe về sự rèn luyện trong đời sống Cơ Đốc không? Chúng ta có thường nói về điều đó không? Chúng ta có thật sự thấy rèn luyện tâm linh là trọng tâm của nếp sống của người truyền bá Phúc âm không? Đã có lúc rèn luyện tâm linh là trọng tâm trong hội thánh Cơ Đốc, và tôi tin chắc rằng, chính vì chúng ta bỏ qua việc rèn luyện này mà hội thánh lâm vào tình trạng như hiện nay. Nói thật, tôi chẳng hy vọng sẽ có sự phục hưng hay tỉnh thức thật sự nếu chúng ta không trở lại với vấn đề rèn luyện tâm linh.

D. Martyn Lloyd-Jones

Thử suy nghĩ một chút. Những sự kiện nào khiến bạn căng thẳng nhất trong cuộc sống ngày nay? Trong tuần qua? Chẳng phải đó là cảm giác quá tải với những trách nhiệm trong gia đình, công việc, học hành, hội thánh, hoặc tất cả những điều đó sao? Còn căng thẳng liên quan đến việc thanh toán tiền điện nước? Căng thẳng vì trễ giờ hẹn? Vì làm việc liên tục mà không được nghỉ ngơi? Vì phải sắp xếp lại tài chính? Căng thẳng vì kẹt xe trên đường cao tốc? Đối diện với chi phí y tế hoặc sửa xe bất ngờ? Hết tiền mà chưa tới ngày lĩnh lương?

Cũng như nhiều vấn đề thường nhật khác, những "kẻ gây lo lắng" này đều liên quan đến thời gian hoặc tiền bạc. Chiếc đồng hồ và tờ đô-la là những nhân tố có thật trong rất nhiều khía cạnh của cuộc sống, đến nỗi chúng ta cần phải xem xét vai trò của chúng trong bất kỳ cuộc thảo luận nghiêm túc nào về đời sống tin kính.

Kỷ Luật Trong Việc Sử Dụng Thời Gian

Sự tin kính là kết quả của một đời sống tâm linh được rèn luyện theo Kinh Thánh. Nhưng trọng tâm của đời sống tâm linh được rèn luyện là kỷ luật trong cách sử dụng thời gian.

Để giống như Chúa Giê-xu, chúng ta phải xem việc sử dụng thời gian là một cách rèn luyện tâm linh. Sắp xếp thời gian và ngày giờ một cách hoàn hảo, đến phút cuối đời trên đất, Chúa Giê-xu có thể thưa với Cha Ngài: "Con đã tôn vinh Cha trên đất và hoàn tất công việc Cha giao cho Con làm" (Giăng 17:4). Cũng như với Chúa Giê-xu, Đức Chúa Trời ban cho chúng ta món quà thời gian lẫn công việc để làm trong khi sống trên đất. Càng tăng trưởng *giống* Chúa Giê-xu, chúng ta càng hiểu *vì sao* sử dụng thời gian Chúa ban một cách có kỷ luật lại quan trọng đến vậy. Dưới đây là mười lý do phải sử dụng thời gian cách khôn ngoan theo Kinh Thánh (tôi hiểu rõ nhiều lý do trong số này khi đọc bài giảng của Jonathan Edwards với đề tài "Giá trị của Thời gian và Tầm quan trọng của việc Sử dụng Thì giờ"[1]).

Sử dụng thời gian cách khôn ngoan "vì những ngày là xấu"

Sử dụng thời gian một cách khôn ngoan "vì những ngày là xấu" là một cụm từ gây tò mò trong ngôn ngữ được linh cảm của sứ đồ Phao-lô trong Ê-phê-sô 5:15-16: "Vậy, hãy xem xét cẩn thận về cách sống của anh em, đừng sống như người dại dột, nhưng sống như người khôn ngoan. Hãy tận dụng thì giờ, vì những ngày là xấu". Có lẽ Phao-lô khuyên các Cơ Đốc nhân tại Ê-phê-sô tận dụng thì giờ vì ông và/hoặc người Ê-phê-sô đang trải qua cơn bắt bớ hay chống đối (như trong Công 19:23-20:1). Dù trong hoàn cảnh nào, chúng ta cũng cần tận dụng mọi khoảnh khắc một cách khôn ngoan 'vì những ngày là xấu'.

Dù không bị bắt bớ hay chống đối như các Cơ Đốc nhân trong thời Phao-lô, nhưng thế giới chúng ta đang sống cũng khiến cho việc sử dụng thời gian cách khôn ngoan trở nên khó khăn, nhất là cho mục đích thuộc linh và sự tin kính. Thật vậy, những ngày của chúng ta là *cực kỳ* xấu. Có những kẻ cướp thời gian cực kỳ nguy hiểm là tay sai của thế gian, xác thịt và ma quỷ. Chúng có thể xuất hiện dưới nhiều hình thức từ những mối bận tâm mang tính kỹ thuật cao, được xã hội chấp nhận cho đến cuộc chuyện trò đơn giản kiểu "buôn dưa lê" hoặc những tư tưởng phóng túng. Nhưng chiều hướng tự nhiên của tâm trí, thân thể, thế giới và ngày giờ của chúng ta luôn dẫn chúng ta đến cái xấu, thay vì đến chỗ trở nên giống Đấng Christ.

Phải khép *tư tưởng* vào kỷ luật, bằng không, giống như nước, chúng có khuynh hướng chảy xuôi hoặc ứ đọng. Đó là lý do trong Cô-lô-se 3:2 chúng ta được thúc giục: "Hãy chú tâm vào những điều ở trên trời". Nếu dòng tư tưởng của chúng ta không được kiểm soát một cách có ý thức, chủ động và kỷ luật thì may lắm chúng sẽ không đem lại ích lợi gì, còn trong trường hợp xấu nhất, chúng sẽ là những tư tưởng xấu xa. *Thân thể* chúng ta có khuynh hướng thích thư giãn, khoái lạc, tham ăn và lười biếng. Nếu không tập luyện tính tiết độ, thân thể chúng ta sẽ có chiều hướng phục vụ điều ác hơn là hầu việc Đức Chúa Trời. Chúng ta phải cẩn thận kỷ luật bản thân trong cách "bước đi" trong *thế gian* này, nếu không, chúng ta sẽ làm theo đời này hơn là sống theo Đấng Christ. Cuối cùng, *những ngày* của chúng ta là cực xấu vì rất nhiều cám dỗ và lực lượng xấu xa hoạt động vô cùng tích cực. Cách chúng ta sử dụng thời gian rất quan trọng vì thời gian chính là chất liệu tạo nên ngày giờ. Nếu không kỷ luật trong cách sử dụng thì giờ của mình để tự luyện tập lòng tin kính trong những ngày xấu xa này, thì những ngày này sẽ ngăn trở bạn trở nên người tin kính Chúa.

Tận dụng thì giờ một cách khôn ngoan là chuẩn bị cho cõi đời đời

Bạn phải chuẩn bị cho cõi đời đời đúng lúc. Câu nói ấy có thể được hiểu theo một trong hai nghĩa. Nghĩa thứ nhất là trong thời gian này (tức là trong đời này) bạn phải chuẩn bị cho cõi đời đời, vì sẽ chẳng có cơ hội thứ hai để chuẩn bị một khi bạn đã bước qua ngưỡng cửa vô tận của cõi đời đời.

Gần đây tôi có một giấc mơ khó quên nhắc tôi nhớ đến thực tế này. (Tôi không có ý xem trọng tầm ảnh hưởng hay giá trị tiên tri của giấc mơ ấy; tôi chỉ đề cập để minh họa ý của mình). Cùng với một số Cơ Đốc nhân khác, tôi cũng bị bắt bớ. Sau cuộc xét xử giả, chúng tôi bị giải đến một căn phòng nơi những kẻ bắt bớ hành quyết từng tín hữu bằng cách tiêm thuốc độc. Trong khi chờ đến lượt mình, tôi bị choáng bởi ý thức được rằng trong vài phút nữa, tôi sẽ bước vào cõi vĩnh hằng, và mọi chuẩn bị cho sự kiện ấy hiện đã xong xuôi. Tôi quỳ xuống và cầu nguyện lời cuối cùng trên đời này, trao phó linh hồn mình cho Chúa Cứu Thế Giê-xu. Ngay lúc ấy, tôi choàng tỉnh vì thình lình bị một người sắp tới lượt bị tử hình ngã đè vào người tôi do bị tăng huyết áp. Suy nghĩ có ý thức đầu tiên của tôi sau khi nhận ra đó chỉ là một giấc mơ chính là một ngày kia việc này sẽ *không phải* là giấc mơ. Cho dù cái chết đến lúc nào hoặc bằng cách nào, thì cũng sẽ có một ngày cụ thể trên lịch, khi tất cả mọi sự chuẩn bị cho cõi đời đời của tôi sẽ chấm dứt. Và vì ngày ấy có thể đến bất cứ lúc nào, nên tôi cần sử dụng thì giờ của mình một cách khôn ngoan, vì đó là tất cả thì giờ tôi có để chuẩn bị đi đến nơi ở đời đời của mình sau khi qua đời.

Bạn có ý thức được rằng việc bạn sẽ kinh nghiệm niềm vui không bao giờ dứt hay đau đớn khổ sở đời đời đều tùy thuộc vào những gì xảy ra trong những thời khắc của cuộc đời bạn giống như giấc mơ này không? Vậy, còn gì quý giá hơn thời gian? Chiếc bánh lái nhỏ quyết định hướng đi của một chiếc tàu lớn trên đại dương thế nào, thì những gì bạn làm trong khoảng thời gian ngắn hôm nay đều ảnh hưởng đến cõi đời đời thể ấy.

Điều này dẫn ta đến ý nghĩa khác của câu "Bạn phải chuẩn bị cho cõi đời đời đúng lúc", đó là chuẩn bị trước khi quá muộn. Lời báo động kinh điển của Kinh Thánh: "Kìa, hiện nay là thì thuận tiện; kìa, hiện nay là ngày cứu rỗi!" (2 Cô 6:2). Ngay lúc này là thời điểm thích hợp để chuẩn bị cho nơi bạn sẽ ở đời đời. Nếu đó là vấn đề bạn chưa chắc chắn hay còn do dự, ngay bây giờ là lúc để bạn giải quyết. Không có gì bảo đảm bạn sẽ có thêm thời gian để chuẩn bị cho cõi đời đời. Đừng trì hoãn mà hãy đáp ứng với Đấng đã dựng nên bạn và cho bạn thì giờ.

Hãy chuẩn bị cho cõi vĩnh hằng bằng cách đến với Con đời đời của Đức Chúa Trời là Chúa Cứu Thế Giê-xu bằng đức tin. Hãy đến với Ngài đúng lúc, Ngài sẽ đưa bạn về với Ngài trong cõi vĩnh hằng.

Thời gian ngắn ngủi

Cái gì càng hiếm thì càng quý. Vàng và kim cương sẽ chẳng có giá trị gì nếu bạn có thể nhặt chúng như nhặt đá sỏi bên đường. Tương tự, thời gian sẽ chẳng quý giá nếu chúng ta không bao giờ chết. Nhưng vì chúng ta ở rất gần cõi đời đời, nên cách chúng ta sử dụng thì giờ có tầm quan trọng mang tính đời đời.

Nhưng dù cho bạn còn sống thêm hàng mấy thập kỷ nữa, thực tế vẫn là: "anh em chỉ như hơi nước, xuất hiện trong giây lát rồi lại tan ngay" (Gia 4:14). Ngay cả người sống thọ nhất thì cuộc đời họ cũng thật ngắn ngủi khi so với cõi đời đời. Dù rất nhiều năm đã trôi qua, nhưng chắc bạn vẫn còn nhớ những sự kiện hạnh phúc hay đau thương trong tuổi ấu thơ hay thời niên thiếu của mình một cách sống động như thể chúng mới xảy ra ngày hôm qua. Lý do không chỉ vì bạn có trí nhớ tốt, mà còn vì những biến cố ấy thật sự đã xảy ra cách đây không lâu. Khi bạn nghĩ đến toàn bộ một thập kỷ chỉ là 120 tháng, thì một quãng đời dài cũng đột nhiên có vẻ ngắn ngủi. Vậy nên, cho dù bạn còn bao nhiêu thời gian để tăng trưởng giống Đấng Christ hơn, thì khoảng thời gian ấy cũng không nhiều. Hãy sử dụng thì giờ cách khôn ngoan.

Thời gian đang trôi qua

Thời gian không chỉ ngắn ngủi, mà khoảng thời gian còn lại cũng qua nhanh. Thời gian không như túi nước đá trong ngăn đá, mà bạn có thể dùng một chút khi cần rồi để dành phần còn lại. Ngược lại, thời gian rất giống những hạt cát trong chiếc đồng hồ cát – phần còn lại cũng đang không ngừng rơi xuống. Sứ đồ Giăng đã nói cách thẳng thắn: "Thế gian với những dục vọng của nó đều qua đi" (1 Giăng 2:17).

Chúng ta nói về việc tiết kiệm thời gian, mua thời gian, thu vén thời gian, v.v... nhưng tất cả chỉ là ảo tưởng vì thời gian vẫn luôn trôi qua. Chúng ta nên sử dụng thì giờ một cách khôn ngoan, nhưng ngay cả khi sử dụng thì giờ cách tốt nhất cũng không thể níu kéo thời gian quay trở lại.

Khi còn nhỏ, thời gian dường như trôi quá chậm. Giờ tôi nhận thấy mình đang lặp lại lời bố mẹ tôi thường nói: "Thật không thể tin được một năm nữa lại trôi qua! Thời gian trôi đi đâu không biết?" Càng lớn tuổi, tôi càng cảm thấy như đang chèo thuyền trên thác Niagara – càng gần đến đích, thuyền càng trôi nhanh. Nếu không kỷ luật trong việc sử dụng thời gian để luyện tập lòng tin kính ngay bây giờ, thì về sau càng không dễ chút nào.

Khoảng thời gian còn lại là không chắc chắn

Thời gian không chỉ ngắn ngủi và đang trôi qua mà chúng ta thậm chí còn chẳng biết nó ngắn tới đâu hay nó trôi nhanh cỡ nào. Đó là lý do Châm Ngôn 27:1 khuyên chúng ta: "Đừng khoe khoang về ngày mai, vì con chẳng biết ngày mai sẽ xảy ra điều gì". Ngày hôm nay có hàng ngàn người bước vào cõi đời đời, trong đó có nhiều người trẻ hơn bạn, những người cách đây mấy tiếng còn chưa biết hôm nay sẽ là ngày cuối cùng của đời mình. Nếu biết, chắc họ đã xem trọng việc sử dụng thì giờ hơn rất nhiều.

Cho dù bạn đọc quyển sách này lúc nào, có lẽ bạn cũng có thể nhớ lại cái chết mới đây của một đồng nghiệp hay một vận động viên chuyên nghiệp, hoặc một thành viên nổi tiếng trong giới âm nhạc hay phim ảnh. Chắc chắn bạn vẫn có thể cảm nhận sự bàng hoàng trước cái chết đột ngột của một đứa trẻ hay một em thiếu niên mà bạn biết. Những điều này nhắc nhở chúng ta rằng tuổi trẻ lẫn sức mạnh, diễn viên ngôi sao lẫn người có tầm cỡ đều không thể ép buộc Đức Chúa Trời cho thêm một giờ nào cả. Bất kể chúng ta muốn sống hay trông mong được sống bao lâu, thì thì giờ vẫn nằm trong tay Chúa (xem Thi 31:15).

Rõ ràng, chúng ta phải lập ra những loại kế hoạch như thể mình sẽ còn sống thêm nhiều năm nữa. Nhưng cái nhìn đúng đắn về thực tại kêu gọi chúng ta phải sử dụng thời gian cho mục đích tin kính, như thể mình không chắc còn sống được đến mai, vì đó là điều không chắc chắn hiển nhiên nhất.

Không thể lấy lại thời gian đã trôi qua

Nhiều thứ có thể mất đi nhưng vẫn tìm lại được. Nhiều người tuyên bố phá sản để tích lũy vận may lớn hơn về sau. Thời gian thì khác. Một khi đã mất đi, nó sẽ ra đi vĩnh viễn và không bao giờ lấy lại được. Dù cho có huy động tất cả mọi người, mọi nỗ lực, của cải và kỹ thuật trên thế giới để lấy lại thời gian, thì cũng không thể lấy lại được dù chỉ một phút.

Đức Chúa Trời ban cho bạn thời gian này để bạn luyện tập lòng tin kính. Trong Giăng 9:4, Chúa Giê-xu phán: "Lúc còn ban ngày, chúng ta phải làm những công việc của Đấng đã sai Ta; đêm đến, không ai có thể làm việc được". Thời gian để làm công việc của Đức Chúa Trời, tức là, sống đời tin kính, là ngay bây giờ, trong khi còn 'ban ngày'. Vì đối với mỗi chúng ta, 'đêm đang đến', và không ai trong chúng ta có thể làm cho ban đêm dừng lại hay chậm lại. Nếu bạn lạm dụng thời gian Đức Chúa Trời ban cho, Ngài không bao giờ cấp lại cho bạn khoảng thời gian ấy.

Nhiều người đọc những dòng này sẽ cảm thấy đau buồn vì những năm tháng đã lãng phí. Dù trong quá khứ bạn đã sử dụng thời gian sai mục đích như thế nào, bạn vẫn có thể cải thiện với khoảng thời gian còn lại. Ý muốn của Đức

Chúa Trời cho bạn bây giờ nằm trong lời của sứ đồ Phao-lô: "Quên đi những gì ở đằng sau, vươn tới những gì ở đằng trước, tôi nhắm mục đích mà theo đuổi để đoạt giải về sự kêu gọi trên cao của Đức Chúa Trời trong Đấng Christ Jêsus" (Phil 3:13-14). Qua công tác Đấng Christ đã làm cho những tín hữu biết ăn năn, Đức Chúa Trời sẵn sàng tha thứ cho mỗi một phần nghìn giây đã bị bạn lạm dụng trong quá khứ. Và Ngài vui lòng khi bạn kỷ luật để cân bằng thời gian cho mục đích tin kính.

Bạn phải giải trình trước Chúa về thời gian bạn đã sử dụng

Rô-ma 14:12 là một trong những lời tuyên bố nghiêm túc nhất trong Kinh Thánh về vấn đề này: "Như vậy, mỗi chúng ta sẽ tường trình về chính mình với Đức Chúa Trời". Cụm từ 'mỗi chúng ta' chỉ về những người tin Chúa lẫn những người chưa tin. Và dù các tín hữu được cứu nhờ ân điển chứ không bởi việc làm, nhưng trên thiên đàng, phần thưởng của chúng ta sẽ tùy thuộc vào việc chúng ta làm khi còn trên đất này. Chúa sẽ 'thử nghiệm công trình của mỗi người', và mỗi người hoặc 'sẽ nhận được phần thưởng' hoặc 'mất phần thưởng; về phần người ấy, sẽ được cứu nhưng dường như qua lửa' (1 Cô 3:13-15). Vậy, không những chúng ta có trách nhiệm giải trình về cách mình sử dụng thời gian, mà phần thưởng đời đời của chúng ta cũng sẽ liên quan trực tiếp đến điều đó.

Trong ngày phán xét, chúng ta sẽ phải giải trình trước mặt Đức Chúa Trời về cách chúng ta sử dụng thời giờ trong việc kỷ luật bản thân vì mục đích tin kính, và điều này được minh họa phần nào trong Hê-bơ-rơ 5:12. Trong phân đoạn này, Đức Chúa Trời nghiêm trách các Cơ Đốc nhân người Do Thái vì đã không sử dụng thì giờ cho mục đích tăng trưởng thuộc linh: "Đáng lẽ, bây giờ anh em phải làm thầy rồi; thế mà anh em vẫn cần người ta dạy những điều sơ học của lời Đức Chúa Trời cho anh em. Anh em vẫn còn phải uống sữa thay vì dùng thức ăn đặc". Ở đây, nếu Chúa buộc các tín hữu khi còn trên đất phải chịu trách nhiệm vì đã không rèn luyện cách sử dụng thời gian để luyện tập lòng tin kính, thì chắc chắn Đức Chúa Trời cũng sẽ bắt họ chịu trách nhiệm trong ngày phán xét trên thiên đàng.

Chúa Giê-xu phán: "Nhưng Ta bảo các ngươi, trong ngày phán xét, người ta sẽ khai trình mọi lời vô ích mình đã nói" (Mat 12:36). Nếu phải khai trình trước mặt Đức Chúa Trời mọi lời mình đã nói, thì chắc chắn chúng ta cũng phải khai trình mỗi giờ phút chúng ta đã sử dụng một cách bất cẩn (tức là lãng phí, cẩu thả). Và trong Ma-thi-ơ 25:14-30, Ngài phán rằng chúng ta phải khai trình về tất cả những ta-lâng mà mình đã nhận, cũng như cách chúng ta đã sử dụng những ta-lâng ấy để làm lợi cho Chủ. Nếu Đức Chúa Trời sẽ bắt chúng ta khai trình về những ta-lâng Ngài đã cho chúng ta, thì chắc chắn Ngài cũng sẽ bắt chúng ta phải khai trình về cách chúng ta sử dụng một ta-lâng vô cùng quý báu là thời gian. Cách đáp ứng khôn ngoan đối với chân lý ấy là lượng giá cách chúng ta sử dụng thời gian ngày hôm nay và sử dụng thời gian sao cho đến ngày phán xét bạn sẽ không hối tiếc. Còn nếu bạn không thể trả lời với lương tâm mình về cách bạn đã sử dụng thời gian để tăng trưởng giống như Đấng Christ ngay trên đất này, thì làm sao bạn có thể trả lời với Đức Chúa Trời trong ngày phán xét?

Quyết định khép mình vào kỷ luật trong việc dùng thì giờ cho mục đích tin kính không phải là việc có thể trì hoãn hay từ từ rồi làm. Mỗi giờ trôi qua là mỗi giờ bạn phải khai trình.

Thời gian dễ dàng mất đi

Ngoại trừ 'kẻ dại', không có nhân vật nào trong sách Châm Ngôn bị Thánh Kinh khinh bỉ là 'kẻ lười biếng' uể oải. Lý do ư? Vì sự lười biếng và lãng phí thì giờ của người ấy. Khi nói đến chuyện viện cớ để trốn tránh trách nhiệm và không cải thiện việc sử dụng thời gian của mình, không ai vượt qua sự tài giỏi đầy sáng tạo của kẻ lười biếng. Theo Châm Ngôn 26:13-14: "Kẻ lười biếng nói: 'Có con sư tử ngoài đường! Có một con sư tử trong đường phố!' Kẻ lười biếng lăn trở trên giường mình khác nào cửa xoay trên bản lề". Kẻ lười biếng thời hiện đại không đi đến những nơi mình phải đi (chẳng hạn nhà thờ), nhưng nói rằng: "ngoài đường rất nguy hiểm!" Hoặc người đó có thể nói: "Nếu kỷ luật trong việc sử dụng thì giờ cho mục đích tin kính, thì tôi sẽ bỏ lỡ những chương trình quan trọng trên ti-vi hoặc Internet, hoặc bận bịu đến nỗi chẳng có thời gian nghỉ ngơi!" Và anh ta thả người xuống ghế hoặc lăn qua lăn lại trên giường.

Kẻ lười biếng chẳng bao giờ có thời gian cho những việc thực sự quan trọng, nhất là những việc cần rèn luyện. Thời gian và những cơ hội sẽ trôi qua trước khi anh ta nhận ra điều đó. Như lời nhận xét trong Châm Ngôn 24:33-34: "Ngủ một chút, chợp mắt một chút, khoanh tay nằm nghỉ một chút, thì sự nghèo khổ sẽ đến trên con như một kẻ cướp, và sự thiếu thốn của con áp tới như một kẻ được vũ trang". Xin lưu ý rằng chỉ ngủ 'một chút', chợp mắt 'một chút', khoanh tay nằm nghỉ 'một chút', cũng đủ gây thiệt hại vì mất thời giờ và cơ hội. Chỉ cần mỗi lần một chút thì chẳng bao lâu sẽ mất nhiều. Muốn đánh mất thời gian, bạn chẳng cần phải làm gì cả.

Nhiều người xem thời gian như người ta định giá bạc trong thời vua Sa-lô-môn. 1 Các Vua 10:27 cho biết: "Tại Giê-ru-sa-lem, vua đã làm cho bạc trở nên tầm thường như đá". Thì giờ có vẻ nhiều đến nỗi đánh mất một lượng lớn thời gian cũng chẳng tổn hại gì. Chúng ta cũng dễ phung phí tiền bạc, nhưng nếu người ta vung tiền một cách bừa bãi như lãng phí thời gian, hẳn chúng ta sẽ nghĩ họ bị điên. Thế nhưng thời gian chắc chắn quý hơn tiền bạc nhiều vì tiền không mua được thời gian. Nhưng ít ra bạn có thể giảm thiểu việc đánh mất và lãng phí thời gian bằng cách khép mình vào kỷ luật để rèn tập lòng tin kính.

Khi chết chúng ta mới thấy quý trọng thời gian

Con người cảm thấy quý trọng tiền bạc nhất khi họ không còn một xu dính túi thể nào, thì chúng ta cũng cảm thấy quý trọng thời giờ nhất khi cận kề cái chết thể ấy.

Đối với một số người, thực tế này thê thảm hơn so với những người khác, nhất là với những ai khước từ Đấng Christ. Trong lúc hấp hối, Voltaire, nhà vô thần nổi tiếng người Pháp đã nói với bác sĩ của mình: "Tôi sẽ biếu ông một nửa giá trị con người của tôi, chỉ cần ông cho tôi sống thêm sáu tháng nữa". Khi hấp hối, ông kêu la trong tuyệt vọng đến nỗi người y tá chăm sóc cho ông nói rằng: "Dù có cho tôi tất cả của cải ở châu Âu này, tôi cũng không dám chứng kiến cái chết của một người không theo đạo nào nữa".[2] Tương tự, những lời cuối cùng của Thomas Hobbes, một người Anh theo phái hoài nghi, là: "Nếu tôi có cả thế gian này, tôi sẽ đổi tất để được sống thêm một ngày".[3]

Điều quan trọng nhất học được từ những cái chết như thế này, như đã đề cập từ trước, là hãy đến với Đấng Christ trong khi còn có thể. Những người đã tận hiến đời mình cho Đấng Christ nên biết điều này: nếu khi sắp qua đời, chúng ta được cho thêm vài năm để sống, thì những năm tháng ấy chẳng có ích lợi gì nếu chúng ta không thay đổi cách mình sử dụng thời gian. Vậy, thời điểm để trân quý thời gian là ngay bây giờ, chứ không phải khi hấp hối. Thời điểm để đeo đuổi sự tin kính là ngay bây giờ, và phương cách đeo đuổi sự tin kính Đức Chúa Trời ban cho những kẻ đã được tha thứ bởi ân điển là chuyên tâm rèn luyện tâm linh.

Hầu hết mọi người theo đuổi một hướng đi nào đó trong cuộc đời đều dựa trên lạc thú hơn là niềm vui có được trong những cách rèn luyện tâm linh của Đức Chúa Trời. Qua lời Ngài, Chúa cảnh báo họ về những hối tiếc sẽ khiến lòng họ đau đớn khi cuộc đời họ sắp kết thúc. Hãy hình dung nỗi đau trong giờ phút hấp hối như sau: "Đến cuối cùng, con phải rên xiết, khi thân xác con bị tiêu hao. Con phải kêu lên:

'Sao tôi đã ghét lời khuyên dạy, và lòng tôi khinh thường sự quở trách! Sao tôi không vâng lời thầy giáo, và chẳng lắng tai nghe những người dạy dỗ mình!'" (Châm 5:11-13). Giống như người nầy, nếu bất ngờ bạn nhận ra mình không còn thời gian nữa, bạn có hối tiếc vì cách mình đã sử dụng thì giờ trong quá khứ và ngay hiện tại không? Cách bạn sử dụng thời gian có thể đem lại niềm an ủi lớn cho bạn trong giờ phút cuối cùng. Chắc chắn bạn sẽ không hài lòng về cách sử dụng thời gian của mình trong một số dịp nào đó, nhưng chẳng lẽ bạn cũng không hài lòng về đời sống luôn luôn đầy dẫy Thánh Linh của mình, về những khi bạn vâng phục Đấng Christ sao? Chẳng lẽ bạn sẽ không vui về những khoảng thời gian bạn bỏ ra để học Lời Chúa, cầu nguyện, thờ phượng, chứng đạo, phục vụ, kiêng ăn, v.v. để được trở nên giống Đấng mà bạn sắp được gặp để khai trình sao (Giăng 5:22-29)? Hãy theo đuổi nếp sống mà Jonathan Edwards quyết định theo đuổi: Thật khôn ngoan khi noi theo quyết tâm sống của Jonathan Edwards: "Tôi quyết tâm sống một cuộc đời tôi ước ao sẽ hoàn tất khi sắp về với Chúa".[4]

Sao không làm gì đó trong lúc bạn còn thời gian?

Giá trị của thời gian trong cõi đời đời

Tôi không tin trên thiên đàng chúng ta sẽ phải hối tiếc về điều gì, mà nếu có thì chỉ có thể là hối tiếc vì khi còn trên đất đã không dùng nhiều thời gian hơn để tôn vinh Đức Chúa Trời và tăng trưởng trong ân điển Ngài. Ngược lại, địa ngục sẽ mãi mãi rú lên những tiếng than khóc đau đớn vì đã phung phí thời gian một cách ngu dại.

Trong Lu-ca 16:22-25, Thánh Kinh mô tả nỗi đau đớn thống khổ vì lãng phí cuộc đời trong câu chuyện về người giàu có bị đày xuống địa ngục và người ăn xin nghèo tên La-xa-rơ, kẻ được đặt vào 'lòng Áp-ra-ham'. Chúa Giê-xu cho biết người giàu, trong sự giày vò, đau đớn, đã ngước mắt lên và thấy La-xa-rơ từ xa đang sống trong vui sướng với Áp-ra-ham. Người giàu xin Áp-ra-ham sai La-xa-rơ cho ông một ít nước, nhưng Áp-ra-ham trả lời "Con ơi, hãy nhớ lại lúc còn sống, con đã được hưởng những điều lành rồi, còn La-xa-rơ phải chịu nhiều điều dữ; bây giờ, nó ở đây được an ủi, còn con phải bị khổ hình".

Giống như người nhà giàu này, những người đã bỏ mất mọi cơ hội nhận được sự sống đời đời xem giá trị của thời gian họ đang có như thế nào? Nhà văn Thanh giáo Richard Baxter thắc mắc: "Chẳng phải họ sẽ chịu đựng nỗi đau xé lòng cho đến đời đời mỗi khi nhớ lại cách sống rồ dại của mình và đã lãng phí khoảng thời gian duy nhất Chúa ban để họ chuẩn bị cho sự cứu rỗi sao? Phải chăng những người hiện ở địa ngục nghĩ rằng họ khôn ngoan vì đã ăn không ngồi rồi hoặc phung phí thời gian trên đất của mình?"[5] Nếu những người bị đày xuống địa ngục có cả ngàn thế giới, chắc hẳn họ sẽ đổi tất (nếu được) chỉ để lấy một ngày của chúng ta. Họ đã học biết giá trị của thời gian bằng kinh nghiệm - nhưng đã quá trễ. Chúng ta hãy học bài học ấy nhờ gặp gỡ chân lý, và sử dụng thời gian một cách có kỷ luật để luyện tập lòng tin kính. Suy cho cùng, nếu bạn dâng đời sống cho Đấng Christ, thì "anh em cũng không còn thuộc về chính mình nữa, vì anh em đã được mua bằng giá rất cao" (1 Cô 6:19-20). Cuộc đời 'của bạn' và thời gian 'của bạn' hiện thuộc về Chúa. Cách sử dụng thì giờ tốt nhất và mang lại nhiều niềm vui nhất là sử dụng theo cách Chúa muốn.

Kỷ Luật Trong Việc Sử Dụng Tiền Bạc

Kinh Thánh không chỉ liên hệ việc sử dụng thời gian, mà còn liên hệ cả việc sử dụng tiền bạc với tình trạng thuộc linh của chúng ta. Kỷ luật trong việc sử dụng tiền bạc đòi hỏi chúng ta phải biết cách quản lý sao cho có thể đáp ứng nhu cầu của bản thân và của gia đình chúng ta. Thật vậy, Kinh Thánh lên án bất kỳ Cơ Đốc nhân nào không quan tâm đến nhu cầu thuộc thể của gia đình mình vì vô trách nhiệm về tài chính hay quản lý kém về tiền bạc do lười biếng, hoặc do phung phí, là đạo đức giả. 1 Ti-mô-thê 5:8 nói cách kiên quyết: "Ai không cấp dưỡng cho bà con mình, nhất là cho chính gia đình mình thì người ấy đã chối bỏ đức tin, còn tệ hơn người không tin nữa". Vậy cách chúng ta sử dụng tiền bạc cho chính mình, cho người khác và đặc biệt là cho vương quốc của Đức Chúa Trời từ đầu đến cuối là một vấn đề tâm linh.

Vì sao Đức Chúa Trời xem việc sử dụng tiền bạc và những nguồn lực khác theo sự dạy dỗ của Kinh Thánh là yếu tố cần thiết cho sự tăng trưởng về lòng tin kính? Một mặt, đó là vấn đề của sự vâng phục tuyệt đối. Thật ngạc nhiên khi Thánh Kinh đề cập rất nhiều đến việc sử dụng của cải và tài sản. Nếu phớt lờ hoặc xem nhẹ vấn đề này, 'sự tin kính' của chúng ta chỉ là giả tạo. Nhưng cũng như những điều khác, lý do mà việc sử dụng tiền bạc và những thứ ta mua được nói lên mức độ trưởng thành thuộc linh và lòng tin kính chính là vì chúng ta đánh đổi phần lớn cuộc đời cho việc ấy. Vì chúng ta dành phần lớn thời gian làm việc kiếm tiền, nên có thể nói tiền bạc đại diện cho *chúng ta*. Vì thế, cách chúng ta sử dụng tiền bạc thể hiện con người thật của chúng ta, vì nó phơi bày những ưu tiên, những giá trị và tấm lòng của chúng ta. Mức độ chúng ta sử dụng tiền bạc và những nguồn lực Chúa ban theo cách Cơ Đốc chứng tỏ mức trưởng thành của chúng ta theo hình ảnh Đấng Christ.

Mọi lẽ thật về kỷ luật trong việc sử dụng thời gian cũng có thể áp dụng cho việc sử dụng tiền bạc và tài sản (ngoại trừ việc tiền bạc và tài sản khi mất đi có thể thay thế được, còn thời gian thì không). Ôn lại từng chân lý nói về thời gian và liên hệ chúng với cách sử dụng tiền bạc nói chung là điều không cần thiết. Thay vì vậy, chúng ta hãy cùng xem Thánh Kinh dạy gì về việc kỷ luật bản thân 'để luyện tập lòng tin kính' trong lĩnh vực cụ thể là sử dụng tiền bạc vì Đấng Christ và vương quốc của Ngài.

Sự tăng trưởng về lòng tin kính sẽ tự bày tỏ qua mức độ hiểu biết ngày càng gia tăng về mười nguyên tắc trong Tân Ước về sự ban cho.

Đức Chúa Trời sở hữu mọi điều bạn có

Trong 1 Cô-rinh-tô 10:26, sứ đồ Phao-lô trích dẫn Thi Thiên 24:1: "Quả đất và mọi vật chứa trong đó đều thuộc về Chúa".

Đức Chúa Trời sở hữu mọi thứ, kể cả mọi thứ bạn có, vì Ngài đã tạo dựng mọi vật. Trong Xuất 19:5, Chúa phán: "Cả thế gian đều thuộc về Ta". Và trong Gióp 41:11, Ngài lại phán: "Mọi vật ở dưới trời đều thuộc về Ta".

Điều đó có nghĩa chúng ta là những người quản lý hoặc, nói theo từ ngữ Thánh Kinh, *quản gia*, coi sóc những gì Chúa đã ban cho chúng ta. Khi còn là nô lệ, Giô-sép được Phô-ti-pha cắt đặt làm quản gia, coi sóc cả nhà ông (xem Sáng 39:5-6). Vì nô lệ không có gì cả, nên Giô-sép không có gì cả. Nhưng ông quản lý mọi tài sản của Phô-ti-pha. Quản lý tài sản của Phô-ti-pha bao gồm việc dùng tài sản ấy để đáp ứng nhu cầu riêng của Giô-sép, nhưng trách nhiệm chính của ông là dùng tài sản ấy vì lợi ích của Phô-ti-pha. Và đó là công việc của chúng ta. Đức Chúa Trời muốn chúng ta sử dụng và tận hưởng những điều Ngài cho phép chúng ta sở hữu, nhưng là những quản gia, chúng ta phải nhớ rằng chúng thuộc về Ngài và phải được sử dụng cho vương quốc của Ngài.

Vậy thì, ngôi nhà hay căn hộ bạn đang sống là của Chúa. Cây cối trong sân nhà bạn là của Chúa. Thảm cỏ bạn cắt là của Chúa. Khu vườn bạn trồng là của Chúa. Chiếc xe hơi bạn đang dùng là xe của Chúa. Quần áo bạn mặc trên người và treo trong tủ là của Chúa. Thức ăn trong tủ nhà bạn là của Chúa. Sách trên kệ là của Chúa. Toàn bộ trang thiết bị nội thất và những thứ khác bên trong nhà bạn đều là của Chúa.

Chúng ta chẳng có gì cả. Đức Chúa Trời sở hữu mọi thứ và chúng ta là người quản lý của Ngài. Đối với hầu hết chúng ta, ngôi nhà chúng ta đang ở mà chúng ta gọi là 'nhà của tôi' vài năm về trước đã từng được người khác gọi là 'nhà của tôi'. Và một vài năm sau, một người khác nữa sẽ gọi ngôi nhà ấy là 'nhà của tôi'. Bạn có sở hữu miếng đất nào không? Vài năm sau, một người khác sẽ gọi miếng đất đấy là 'đất của tôi'. Chúng ta chỉ là những quản gia tạm thời coi sóc những thứ mãi mãi thuộc về Đức Chúa Trời. Về lý thuyết, có lẽ bạn đã tin như vậy, nhưng cách bạn tiêu xài sẽ phản ánh thực tế niềm tin của bạn.

Đức Chúa Trời đã phán rõ rằng Ngài không những sở hữu mọi điều chúng ta có, mà cả tiền bạc trong tài khoản ngân hàng do chúng ta đứng tên và số tiền mặt trong ví của chúng ta cũng là của Ngài. Trong A-ghê 2:8, Chúa phán: "'Bạc là của Ta, vàng là của Ta.' Đức Giê-hô-va vạn quân phán vậy". Vậy câu hỏi không phải là "Tôi nên dâng cho Chúa bao nhiêu tiền?" mà phải là "Tôi nên giữ lại bao nhiêu cho mình trong số tiền Chúa giao?"

Khi dâng hiến cho công việc Chúa, chúng ta dâng với lòng tin rằng *mọi điều* chúng ta có đều thuộc về Đức Chúa Trời và với cam kết rằng chúng ta sẽ dùng *tất cả* những gì chúng ta có theo ý muốn của Ngài.

Dâng hiến là một hành động thờ phượng

Trong Phi-líp 4:18, sứ đồ Phao-lô cảm ơn các Cơ Đốc nhân người Hy Lạp thuộc hội thánh Phi-líp về món tiền quyên góp họ giúp cho công tác truyền giáo của ông. Phao-lô viết: "Tôi đã có đầy đủ và đang dư dật. Tôi đã nhận đầy đủ quà tặng của anh em từ Ép-pa-phô-đích như một lễ vật tỏa hương thơm, một sinh tế được Đức Chúa Trời vui nhận và đẹp lòng". Ông gọi món tiền họ giúp là một "lễ vật tỏa hương thơm, một sinh tế được Đức Chúa Trời vui nhận và đẹp lòng" khi so sánh với sinh tế trong thời Cựu Ước, được dân Y-sơ-ra-ên dâng lên trong sự thờ phượng Đức Chúa Trời. Nói cách khác, Phao-lô nói rằng hành động dâng hiến cho công việc Chúa là một hành động thờ phượng Đức Chúa Trời.

Bạn có bao giờ nghĩ dâng hiến là thờ phượng không? Bạn biết rằng cầu nguyện, hát ngợi khen Chúa, dự Tiệc Thánh, tạ ơn và lắng nghe Lời Chúa là thờ phượng, nhưng có bao giờ bạn nghĩ dâng hiến cho Chúa là một trong những cách tôn kính và thờ phượng Ngài thiết thực và phù hợp với Kinh Thánh không?

Trong quyển *The Gift of Giving* (tạm dịch: *Ân Tứ Ban Cho*), tác giả Wayne Watts viết:

> Trong lúc tra xem những nguyên tắc Kinh Thánh về dâng hiến, tôi đã nghiên cứu đề tài về sự thờ phượng. Thành thật mà nói, trước đây tôi chưa từng nghiên cứu chi tiết về sự thờ phượng để tìm hiểu quan điểm của Đức Chúa Trời. Tôi đi đến kết luận rằng cùng với tạ ơn và ngợi khen, dâng hiến là thờ phượng. Trước kia, mỗi năm tôi đều cam kết dâng tiền cho hội thánh. Mỗi tháng một lần, khi đến nhà thờ tôi sẽ viết một tờ séc và bỏ vào hộp tiền dâng. Thỉnh thoảng, tôi gửi séc từ văn phòng của mình qua đường bưu điện. Mục tiêu của tôi là muốn hội thánh nhận được toàn bộ số tiền tôi hứa dâng trước cuối năm. Dù đã kinh nghiệm niềm vui trong sự dâng hiến, nhưng hành động

dâng hiến của tôi gần như chẳng có liên quan gì đến sự thờ phượng. Trong lúc tôi viết quyển sách này, Đức Chúa Trời cáo trách để tôi bắt đầu dâng hiến mỗi khi đến nhà thờ. Câu Kinh Thánh Chúa dùng để nhắc nhở tôi là Phục Truyền 16:16 "Người ta sẽ không trình diện Đức Giê-hô-va với hai bàn tay trắng". Khi bắt đầu làm thế, nếu không có sẵn tờ séc thì tôi dâng bằng tiền mặt. Lúc đầu, tôi nghĩ đến việc mỗi lần sẽ dâng một số tiền như nhau. Nhưng Đức Chúa Trời lại cáo trách tôi. Dường như Ngài phán rằng: "Con không cần phải dâng hiến mỗi lần cùng một số tiền như nhau. Hãy dâng hiến cho Ta vì tình yêu, để xem con sẽ vui mừng thế nào trong buổi nhóm ngày hôm nay". Tôi đã thay đổi thói quen dâng hiến, và điều đó đã khiến niềm vui trong việc nhóm lại thờ phượng Chúa của chúng tôi tăng lên đáng kể.[6]

Điều này giúp tôi nhận thấy rõ cách dâng hiến tốt hơn. Theo truyền thống trong hội thánh tôi, mọi người thường tham gia một nhóm nhỏ học Kinh Thánh trước giờ thờ phượng, và người ta thường dâng hiến lúc đó thay vì dâng trong giờ thờ phượng. Nếu ở hội thánh bạn cũng vậy, chắc hẳn bạn cũng khám phá giống như tôi rằng dâng hiến trong buổi nhóm thờ phượng có vẻ giống hành động thờ phượng hơn là dâng hiến trước giờ nhóm.

Nhiều người dâng hiến cho công việc Chúa theo số lần họ lãnh lương mỗi tháng. Nói cách khác, nếu họ lĩnh lương vào đầu tháng, họ sẽ dâng hiến mỗi tháng một lần, thường là vào Chúa nhật đầu tháng. Nếu được lĩnh lương vào ngày 1 và 15 của tháng, họ sẽ dâng mỗi tháng hai lần. Giống như Watts đề nghị và như tôi tán thành, mỗi tuần bạn có thể dâng một phần trong tổng số bạn muốn dâng, thay vì dâng hết một lần vào Chúa Nhật ngay sau khi lãnh lương. Dĩ nhiên, nguy cơ của việc không dâng hết một lần là có thể bạn sẽ xài phần tiền dành để dâng vào Chúa nhật sau. Một số người tránh nguy cơ ấy bằng cách chuẩn bị một lần tất cả số tiền muốn dâng. Mỗi Chúa nhật, họ có trong tay số tiền để dâng như một phần trong sự thờ phượng Chúa. Những người phải dâng qua hình thức điện tử hoặc dâng ngoài giờ thờ phượng chung cần bảo đảm rằng thì giờ dâng hiến trong buổi nhóm thờ phượng vẫn là sự thờ phượng đối với họ, không phải lúc để suy nghĩ lung tung. Trong khi người khác dâng hiến, họ có thể cảm tạ Chúa về sự nhân từ và ban cho của Ngài, và bày tỏ sự thờ phượng trong lời cầu nguyện.

Dâng hiến không chỉ là trách nhiệm hay bổn phận. Dâng hiến theo Kinh Thánh dạy bày tỏ tấm lòng biết thờ phượng Chúa.

Dâng hiến phản ánh đức tin của bạn nơi sự chu cấp của Đức Chúa Trời

Phần thu nhập bạn dâng lại cho Đức Chúa Trời chứng tỏ mức độ bạn tin cậy Đức Chúa Trời chu cấp những nhu cầu của bạn. Kinh Thánh kể câu chuyện về sự dâng hiến và đức tin hiếm thấy của người phụ nữ nghèo rất thường thấy trong xã hội trong Mác 12:41-44:

> [Đức Chúa Giê-xu] ngồi đối diện với thùng lạc hiến, và quan sát dân chúng khi họ bỏ tiền vào thùng. Nhiều người

giàu bỏ vào rất nhiều tiền. Cũng có một bà góa nghèo đến bỏ vào thùng hai đồng tiền nhỏ, trị giá một phần tư xu. Ngài gọi các môn đồ đến và bảo: "Thật, Ta bảo các con, bà góa nghèo nầy đã bỏ tiền vào thùng lạc hiến nhiều hơn tất cả những người khác. Vì những người khác lấy tiền dư bạc thừa mà dâng; còn bà góa nầy, rất nghèo túng nhưng đã dâng hết những gì mình có, là tất cả những gì để nuôi sống mình".

Góa phụ nghèo này sẵn sàng dâng 'hết những gì mình có, là tất cả những gì để nuôi sống mình' vì bà tin Đức Chúa Trời sẽ chu cấp cho bà.

Chúng ta cũng sẽ dâng hiến tùy theo mức độ chúng ta tin cậy vào sự chu cấp của Đức Chúa Trời. Càng tin Ngài sẽ chu cấp mọi nhu cầu cho mình, chúng ta càng muốn mạo hiểm dâng hiến cho Ngài. Và càng thiếu tin cậy Chúa, chúng ta càng ít muốn dâng cho Ngài.

Tôi có một người bạn cũng là mục sư, bị đức tin của goá phụ nghèo cáo trách về việc cần tin cậy Chúa chu cấp nhu cầu của mình hơn nữa. Vì vậy, vợ chồng ông quyết định dâng hết cả tiền lương tháng của mình cho Chúa và tin cậy Ngài sẽ chu cấp cho họ. Khi trong nhà gần như đã cạn thức ăn thì một phụ nữ đem đến mấy bao hàng tạp hóa. Họ hỏi: "Sao bà biết vậy?", vì họ không nói với bất cứ ai về kế hoạch của mình. Nhưng bà ấy đâu có biết gì. Bà chỉ cảm thấy Chúa muốn bà đem những món tạp hóa ấy đến cho ông bà Mục sư của mình. Họ đã tin cậy Chúa, bày tỏ đức tin bằng cách dâng hiến, và Chúa chu cấp.

Cũng vậy, sự dâng hiến của bạn có thể là, và có lẽ đã là, bằng chứng rõ ràng cho thấy mức độ bạn tin cậy vào sự chu cấp của Đức Chúa Trời.

Phải dâng hiến trong tinh thần hy sinh và rộng rãi

Bà góa được Chúa Giê-xu khen ngợi là hình ảnh minh họa cho việc dâng hiến cho Đức Chúa Trời không phải là việc chỉ dành cho những người, nói theo ngôn ngữ thế gian, "có khả năng". Sứ đồ Phao-lô cho ta một hình ảnh minh họa khác trong 2 Cô-rinh-tô 8:1-5, ông cho biết những Cơ Đốc nhân nghèo tại Ma-xê-đô-ni-a đã hi sinh dâng hiến một cách rộng rãi cho ông:

> Thưa anh em, tôi muốn anh em biết ân điển của Đức Chúa Trời đã ban cho các hội thánh Ma-xê-đô-ni-a. Họ đã trải qua nhiều hoạn nạn nhưng đầy sự vui mừng. Trong thiếu thốn ngặt nghèo thì lòng rộng rãi của họ lại càng dư dật. Vì tôi làm chứng rằng họ đã tự nguyện quyên góp theo khả năng của mình, lại còn quá khả năng nữa, và họ khẩn khoản thỉnh cầu chúng tôi làm ơn cho họ được dự phần trong sự trợ giúp các thánh đồ. Họ đã làm quá sự mong đợi của chúng tôi; vì trước hết họ đã dâng mình cho Chúa và rồi cho chúng tôi, theo ý muốn của Đức Chúa Trời.

Phao-lô mô tả những người Ma-xê-đô-ni-a này là những người 'thiếu thốn ngặt nghèo' Nhưng 'lòng rộng rãi lại càng dư dật'. Họ không chỉ quyên góp 'theo khả năng của mình', mà còn 'quá khả năng nữa'. Giống những người này, chúng ta phải dâng hiến với tinh thần hy sinh và rời rộng.

Nhưng tôi xin được phép nhắc nhở rằng bạn sẽ không dâng hiến trong tinh thần hy sinh nếu bạn không hy sinh để dâng. Nhiều Cơ Đốc nhân tự xưng chỉ dâng một số tiền chiếu lệ cho công việc Chúa. Một số ít dâng hiến rời rộng, nhưng có lẽ chỉ vài người là dâng với tinh thần hy sinh.

Những cuộc thăm dò dư luận luôn cho thấy người Mỹ càng kiếm được nhiều tiền thì càng *ít* dâng hiến trong tinh thần hy sinh.[7] Cứ mỗi bước chuyển lên nhóm đóng thuế cao hơn dựa vào mức thu nhập, tỷ lệ phần trăm thu nhập chúng ta dâng mỗi năm vào hội thánh, hội từ thiện và các nhóm phi lợi nhuận khác càng thấp. Bạn có đồng ý rằng nếu chúng ta kiếm được nhiều tiền hơn trước nhưng lại dâng hiến ít hơn hoặc bằng lúc trước có nghĩa là chúng ta không dâng hiến với tinh thần hy sinh không? Có thể chúng ta dâng số tiền lớn hơn trước nhưng thật ra lại giảm bớt tinh thần hy sinh về mặt tài chính cho Nước Đức Chúa Trời.

Tôi chưa từng thấy ai dâng hiến với tinh thần hy sinh – dù là của dâng một lần duy nhất hoặc các của lễ dâng thường xuyên – mà lại hối tiếc vì điều đó. Chắc chắn, họ không có được những thứ lẽ ra họ có thể tận hưởng nếu dùng số tiền đó để mua. Nhưng niềm vui và sự thỏa lòng họ có được khi cho đi điều cuối cùng họ không thể giữ còn xứng đáng hơn nhiều. Những người như thế thường nói rằng: "Tôi chưa bao giờ hy sinh. Tôi luôn nhận được điều gì đó lớn lao hơn mỗi khi tôi cho đi".

Thử hình dung một người mẹ hoặc một người cha nhìn thấy con mình tốt nghiệp trường trung học hay cao đẳng hoặc kết hôn với một người tin kính Chúa, hay chứng kiến đứa con ấy làm một điều gì đó khiến mắt họ nhòe đi vì vui sướng. Nếu bạn nói với người cha hay người mẹ ấy: "Ấy, hãy nghĩ đến những đêm không ngủ vì đứa con ấy, những chiếc tã bẩn, hàng chục ngàn đô-la bạn phải dành cho nó đến nỗi chẳng mua được những thứ mình muốn, và toàn bộ thời gian bạn dành cho nó trong khi lẽ ra bạn đã có thể làm những việc mình thích. Hãy nghĩ đến cả quãng thời gian nuôi dạy đứa con mà bạn có thể dùng thời gian ấy làm điều gì đó khác bạn thật sự thích. Làm cha mẹ là hy sinh hết việc này đến việc khác". Người cha, người mẹ ấy sẽ trả lời: "Điều này xứng đáng với những gì được gọi là hy sinh của tôi, vì điều tôi nhận lại thật rất xứng đáng". Bạn cũng cảm thấy như vậy khi dâng hiến những nguồn lực của mình một cách hy sinh và rộng rãi cho các phương diện khác trong công việc Chúa. Bạn sẽ không bao giờ hối tiếc.

Dâng hiến phản ánh tính đáng tin cậy về mặt thuộc linh

Chúa Giê-xu đã tiết lộ lẽ thật đáng ngạc nhiên về phương cách hoạt động của vương quốc Đức Chúa Trời trong Lu-ca 16:10-13:

> Ai trung tín trong việc rất nhỏ cũng trung tín trong việc lớn, ai bất nghĩa trong việc rất nhỏ cũng bất nghĩa trong việc lớn. Vậy nếu các con không trung tín về của cải bất nghĩa, ai sẽ đem của cải thật giao cho các con? Nếu các con không trung tín về của cải người khác, ai sẽ giao cho các con của cải riêng của các con? Không đầy tớ nào có thể

làm tôi hai chủ vì sẽ ghét chủ nầy mà yêu chủ kia, hoặc trọng chủ nầy mà khinh chủ kia. Các con không thể nào vừa phục vụ Đức Chúa Trời, vừa phục vụ tiền tài được.

Xin lưu ý lần nữa, câu 11 nói rằng dâng hiến phản ánh tính đáng tin cậy thuộc linh của chúng ta: "Vậy nếu các con không trung tín về của cải bất nghĩa, ai sẽ đem của cải thật giao cho các con?" Nếu không có trách nhiệm với số tiền Chúa giao cho chúng ta, và chắc chắn trong đó bao gồm việc dâng hiến tiền bạc cho vương quốc của Đấng Christ, thì Kinh Thánh cho biết Đức Chúa Trời sẽ cho rằng bạn không đáng tin cậy để quản lý những của cải thuộc linh.

Minh họa: giả sử chủ một công ty gỗ bí mật quyết định chọn một người làm công để tiếp tục việc kinh doanh một ngày nào đó. Dĩ nhiên, người chủ muốn tìm hiểu xem liệu nhân viên ấy có thể quản lý tốt công việc hay không. Vì thế ông giao cho người ấy quản lý một phần công việc là sắp xếp và kiểm tra gỗ mới, để xem anh có thể đem lại lợi nhuận cho công ty không. Người chủ quan sát rất kỹ cách anh nhân viên điều hành bộ phận ấy trong nhiều tháng, không hẳn là để bảo vệ công ty, nhưng để xác định mức độ đáng tin cậy và năng lực của anh ta. Nếu người nhân viên ấy không chứng tỏ được mình là người đáng tin cậy trong bộ phận này của công ty, thì người chủ chắc chắn sẽ không giao cho anh quản lý cả công ty. Nhưng nếu anh chứng tỏ được mình là người trung tín trong việc ấy, thì chủ sẽ giao cho anh quyền điều hành cả công ty.

Cách bạn quản lý 'bộ phận' tài chính của cuộc đời bạn là một trong những phương cách tốt nhất để đánh giá mối liên hệ của bạn với Chúa cũng như tính đáng tin cậy thuộc linh của bạn. Nếu bạn yêu Chúa và công việc trong vương quốc Ngài hơn bất kỳ người nào khác hoặc điều gì khác, thì phần tài chính của bạn sẽ phản chiếu điều đó. Nếu bạn thực sự thuận phục quyền làm chủ của Đấng Christ, sẵn lòng vâng lời Ngài hoàn toàn trong mọi lĩnh vực của đời sống, thì sự dâng hiến của bạn sẽ thể hiện ra điều đó. Chúng ta sẽ làm rất nhiều điều trước khi cho người khác, kể cả Đấng Christ, quyền đụng vào những tờ đô-la mình đang và sẽ có. Nhưng nếu bạn dâng cho Chúa những quyền này, thì sự dâng hiến của bạn sẽ bày tỏ ra.

Đó là lý do người ta nói rằng sổ chi tiêu của bạn cho biết nhiều điều về bạn hơn hầu hết những điều khác. Nếu sau khi bạn qua đời, một người viết tiểu sử hoặc con cái bạn cần xem lướt qua sổ ghi chép thu chi của bạn để hiểu rõ cam kết của bạn với Chúa, thì họ sẽ rút ra kết luận gì? Những dấu vết tài chính của bạn có chứng tỏ tính đáng tin cậy thuộc linh của bạn không?

Dâng hiến – tình yêu, không phải nghĩa vụ

Đức Chúa Trời không gửi hóa đơn cho bạn. Hội thánh không gửi hóa đơn cho bạn. Chúng ta không dâng hiến cho Chúa và hỗ trợ cho công việc của vương quốc Ngài để thỏa mãn 'điều răn thứ 11' nào đó. Lòng yêu Chúa phải thúc đẩy việc dâng hiến cho Chúa. Số tiền bạn dâng phản chiếu mức độ bạn yêu Chúa.

Trong 2 Cô-rinh-tô chương 8, sứ đồ Phao-lô cho những độc giả đầu tiên của lá thư này, tức là các tín hữu tại Cô-rinh-tô, biết rằng một số anh em người Hy Lạp tại Ma-xê-đô-ni-a là những người dâng hiến cách rộng rãi và trung tín như thế nào. Trong câu 7, ông nói với người Cô-rinh-tô: "Vậy thì, như anh em đã vượt trội trong mọi việc: Đức tin, lời nói, tri thức, lòng nhiệt thành, và tình yêu thương đối với chúng tôi, thì anh em cũng nên vượt trội trong việc từ thiện nầy". Nói cách khác, "anh em cũng nên vượt trội hơn các anh em ở Ma-xê-đô-ni-a trong việc từ thiện này". Lưu ý điều ông nói trong câu 8: "Tôi nói điều nầy không phải để ra lệnh cho anh em đâu, nhưng tôi chỉ nêu lên lòng nhiệt thành của những người khác để xem lòng yêu thương của anh em chân thành đến mức nào". Phao-lô không dùng thẩm quyền sứ đồ (sứ giả đặc biệt) của Chúa Giê-xu để ra lệnh cho người Cô-rinh-tô phải dâng hiến. Thay vì đưa ra điều luật về sự dâng hiến, ông nói rằng dâng hiến là cách bày tỏ tình yêu chân thực đối với Đức Chúa Trời.

Trong chương tiếp theo, sứ đồ Phao-lô nói rõ hơn nữa nguyên tắc này. Lưu ý trong phần đầu của 2 Cô-rinh-tô 9:7 ta thấy không có một mạng lệnh mang tính tôn giáo nào được xem là động lực dâng hiến "mỗi người nên quyên góp tùy theo lòng mình đã định". Phao-lô cũng nói với họ y như vậy trong 1 Cô-rinh-tô 16:2 khi ông dạy họ mỗi người nên quyên góp 'tùy khả năng mình'. Phao-lô không bao giờ đưa ra một tiêu chuẩn dâng hiến có thể đo lường được qua bề ngoài. Ngược lại, ông nói rằng dâng hiến cho Đức Chúa Trời phải được đo lường bằng tấm lòng và tiêu chuẩn đo lường là tình yêu đối với Đức Chúa Trời.

Cho phép tôi dùng ý minh họa đã được sử dụng ở chương trước về sự thờ phượng để minh họa cho động cơ dâng hiến của chúng ta. Giả sử vào ngày lễ Tình nhân, tôi đến trước mặt Caffy rồi rút ra từ đằng sau một chục bông hồng vàng mà cô ấy thích nhất và nói: "Chúc mừng em nhân ngày lễ Tình Nhân!" Cô ấy nói: "Ồ, hoa đẹp quá, cảm ơn anh! Lẽ ra anh không cần phải tốn kém thế đâu". Trước niềm vui của cô ấy, tôi đáp tỉnh bơ: "Có gì đâu, hôm nay là lễ Tình nhân mà, anh là chồng em, anh phải có bổn phận tặng quà cho em chứ". Bạn nghĩ cô ấy sẽ cảm thấy thế nào? Chắc là cô ấy sẽ quăng tất cả vào mặt tôi! Còn giả sử tôi tặng hoa và nói: "Anh chỉ muốn dùng tiền để mua quà cho em vì anh yêu em rất nhiều". Cũng món tiền ấy. Cũng món quà ấy. Nhưng một món quà tặng vì nghĩa vụ, còn một món tặng vì tình yêu. Và chính động cơ tạo nên sự khác biệt.

Cũng vậy, Đức Chúa Trời muốn bạn dâng hiến không phải vì nghi thức hay nghĩa vụ, nhưng vì tình yêu tuôn tràn dành cho Ngài.

Dâng hiến một cách tự nguyện, biết ơn và vui vẻ

Một lần nữa câu Kinh Thánh nền tảng của chúng ta là 2 Cô-rinh-tô 9:7: "Mỗi người nên quyên góp tùy theo lòng mình đã định, không miễn cưỡng hoặc do ép buộc, vì Đức Chúa Trời yêu mến người dâng hiến một cách vui lòng".

Đức Chúa Trời không muốn bạn dâng hiến một cách miễn cưỡng – tức là dâng mà lòng không muốn. Ngài không thích nhận những món quà được tặng một cách bực bội, cho dù số lượng bao nhiêu. Đức Chúa Trời không phải là một địa chủ trên trời chìa bàn tay tham lam để vòi vĩnh, đòi hỏi quyền được hưởng mà không quan tâm gì đến cảm xúc của bạn. Ngài không muốn bạn dâng hiến một cách miễn cưỡng chỉ vì bạn biết Ngài là chủ sở hữu tất cả vạn vật. Ngài muốn bạn dâng hiến vì lòng bạn muốn dâng.

Có người đã nói: "Có ba kiểu dâng hiến: miễn cưỡng dâng, dâng vì nghĩa vụ và dâng với lòng biết ơn. Người miễn cưỡng dâng sẽ nói: 'Tôi phải dâng'; người dâng hiến vì nghĩa vụ nói 'Tôi nên dâng'; còn người dâng hiến với lòng biết ơn nói 'Tôi muốn dâng'".[8]

Đức Chúa Trời muốn bạn *vui thỏa* khi dâng hiến.

Một số người dâng hiến cho Chúa giống như họ trả lãi sau khi thanh toán các khoản đáo hạn. Những người khác dâng hiến cho Chúa giống như họ trả tiền điện. Chỉ vài người dâng hiến cho Chúa giống như họ tặng chiếc nhẫn đính hôn cho người yêu hoặc giống như họ tặng cho đứa con tuyệt vời bốn tuổi điều bất ngờ khiến nó rất thoả lòng vào buổi sáng Giáng Sinh.

Một số người dâng hiến vì biết rằng họ không thể giữ lại số tiền ấy. Những người khác dâng hiến vì nghĩ mình nợ

Chúa món tiền ấy. Nhưng một số ít người vui vẻ dâng hiến vì họ nói họ *không thể không làm thế!*

Tôi nhận thấy chúng ta cần một lý do để dâng hiến cách vui lòng và biết ơn Chúa. Nếu không thì dâng hiến giống như một người đến với bạn khi bạn đang buồn và vô tình nói: "Hãy phấn chấn lên!" Vâng, khi buồn, bạn cần một lý do để có thể phấn chấn lên. Nhưng bạn không phải nghĩ ngợi lâu hoặc khó nhọc mới tìm ra những lý do để dâng hiến một cách biết ơn và vui lòng. Khi bạn nghĩ đến việc Đức Chúa Trời đã ban cho bạn món quà quý nhất trong Con Ngài là Chúa Cứu Thế Giê-xu, khi bạn nhớ lại lòng thương xót và ân điển Ngài đã ban cho bạn, khi bạn nghĩ đến việc Ngài đã chu cấp mọi sự cần dùng cho bạn, và khi bạn nhớ rằng bạn thật ra đang dâng cho *Đức Chúa Trời*, thì bạn sẽ có thể dâng hiến với lòng biết ơn và vui mừng.

Nếu một sáng Chúa nhật nào đó, Mục sư của bạn thông báo: "Ông trùm của một tập đoàn buôn bán ma túy lớn nhất thế giới đang có mặt ở đây hôm nay và chúng ta sẽ dâng hiến để hỗ trợ cho băng đảng của ông ấy", chắc chắn bạn sẽ không muốn hoặc không vui lòng dâng. (Bạn sẽ không cho một đồng nào cả, trừ khi bị đe doạ bằng bạo lực từ 'vị khách' đó). Nhưng nếu Mục sư kêu gọi: "Chúa Cứu Thế Giê-xu đang ở ngoài hành lang, và chúng ta sẽ dâng trọn số tiền lạc hiến hôm nay cho Ngài để dùng cho vương quốc của Ngài", thì có lẽ sau giờ thờ phượng hôm đó, thứ duy nhất nhẹ hơn lòng bạn chính là chiếc ví của bạn, vì bạn biết mình đang dâng hiến cho chính Đức Chúa Trời.

Bạn "dâng cho có dâng" hay bạn dâng cho Đức Chúa Trời? Bạn không cảm thấy miễn cưỡng hay bị ép buộc khi biết mình dâng hiến cho Đức Chúa Trời. Thay vào đó, bạn dâng hiến một cách tự nguyện, biết ơn và vui lòng.

Dâng hiến – đáp ứng thích hợp trước những nhu cầu thật sự

Có những lúc chúng ta cần nêu ra những nhu cầu thực sự trước hội thánh để các thành viên trong hội thánh đáp ứng những nhu cầu ấy một cách tự nguyện.

Sách Công Vụ Các Sứ Đồ ghi lại ít nhất ba trường hợp các Cơ Đốc nhân dâng hiến qua hội thánh để đáp ứng những nhu cầu cụ thể. Trường hợp đầu tiên xảy ra ngay sau sự kiện chấn động trong ngày lễ Ngũ Tuần. Công Vụ Các Sứ Đồ 2:43-45 chép: "Mọi người đều kính sợ vì có nhiều phép mầu và dấu lạ được thực hiện qua các sứ đồ. Tất cả tín hữu đều hiệp lại với nhau và lấy mọi vật làm của chung. Họ bán hết tài sản, của cải mình có mà phân phát cho nhau tùy theo nhu cầu của mỗi người". Tại lễ Ngũ Tuần, khi Đức Thánh Linh đổ đầy trên những người tin theo Chúa Giê-xu ao ước chưa từng có và năng quyền để công bố Phúc âm thì có hàng ngàn người từ khắp mọi miền thuộc đế quốc La Mã đến Giê-ru-sa-lem để dự kỳ lễ thường niên của người Do Thái. Ba ngàn người, đa số là khách đến thăm thành phố, đã trở thành Cơ Đốc nhân vào Chúa nhật của lễ Ngũ Tuần ấy. Hàng ngàn người khác nhanh chóng gia nhập Hội thánh. Phần nhiều những vị khách viếng thăm này hủy hoặc hoãn lại kế hoạch trở về quê hương để ở lại Giê-ru-sa-lem vì đức tin mới mẻ của họ trong Đấng Christ và vì niềm vui trong mối thông công với các tín hữu khác khiến họ phấn khích. Họ không có nhà, không có công ăn việc làm tại Giê-ru-sa-lem, và họ chẳng có phương tiện gì để đáp ứng nhu cầu của mình. Vì vậy, để giải quyết tình trạng khó khăn đặc biệt, ngay trước mắt đó, tất cả những người đã tin Chúa đều đóng góp những gì mình có, bán gia tài, và đáp ứng nhu cầu cho nhau.

Tình huống tương tự xảy ra trong Công Vụ 4:32-35.

> Bấy giờ, cả cộng đồng tín hữu đều đồng tâm hiệp ý, không ai xem tài sản mình là của riêng nhưng kể mọi vật là của chung. Các sứ đồ lấy quyền năng rất lớn mà làm chứng về sự sống lại của Chúa là Đức Chúa Giê-xu, và Ngài đổ ân điển lớn lao trên mọi người. Vì thế, không ai trong các tín hữu thiếu thốn, vì những người có ruộng đất hay nhà cửa đều bán đi, đem số tiền bán được đặt dưới chân các sứ đồ; rồi tiền ấy được phân phát tùy theo nhu cầu của mỗi người.

Ngay trong hội thánh cũng tồn tại những nhu cầu có thực. Các thành viên trong hội thánh dâng hiến để đáp ứng những nhu cầu đó là một đáp ứng đúng đắn.

Ở ví dụ thứ ba trong sách Công Vụ Các Sứ Đồ, nhu cầu không thuộc phạm vi địa phương. Những người dâng hiến không thể thấy và cũng không biết những người đang thiếu thốn. Công Vụ 11:27-30 chép:

> Trong những ngày đó, có mấy nhà tiên tri từ Giê-ru-sa-lem xuống An-ti-ốt. Một người trong số họ tên A-ga-bút đứng

dậy bởi Thánh Linh báo trước rằng sẽ có nạn đói lớn xảy ra trên khắp đất; nạn đói nầy xảy ra dưới triều Cơ-lốt. Các môn đồ quyết định mỗi người tùy khả năng, gửi quà cứu trợ cho các anh em đang sống tại Giu-đê. Họ thực hiện việc ấy và gửi tặng phẩm đến các trưởng lão qua tay Ba-na-ba và Sau-lơ.

Các Cơ Đốc nhân tại An-ti-ốt, cách Giê-ru-sa-lem 482km về hướng Bắc, đã dâng hiến để chu cấp thức ăn và đáp ứng những nhu cầu khác cho những người mà họ không biết, là những anh em Cơ Đốc tại thành Giê-ru-sa-lem. Trường hợp này tạo một tiền lệ phù hợp với Kinh Thánh khi có những sự dâng hiến đặc biệt trong hội thánh, chẳng hạn dâng cho các Hội Truyền giáo trong nước và nước ngoài, dâng giúp nạn đói trên thế giới, dâng cứu trợ, v.v – ngay cả kêu gọi dâng hiến bất thường cho một nhu cầu thích hợp nào đó.

Lưu ý rằng trong ba trường hợp này, không có người nào cảm thấy bị ép phải dâng hay buộc phải dâng theo số tiền quy định.

Chúng ta không có thời gian để nói đến những chỉ dẫn khác về việc dâng hiến, chẳng hạn như bảo đảm rằng bạn biết rõ những sự kiện cần thiết, xác nhận tính liêm chính và trách nhiệm giải trình của những người sử dụng số tiền đó, v.v. Nhưng lưu ý rằng cho dù Kinh Thánh cho phép dâng hiến tự phát, nhưng hầu hết sự dâng hiến của chúng ta phải có kế hoạch.

Dâng hiến phải có kế hoạch và hệ thống

Lưu ý cách sứ đồ Phao-lô chỉ dẫn các Cơ Đốc nhân dâng hiến trong 1 Cô-rinh-tô 16:1-2: "Về việc quyên góp tài chính cho các thánh đồ thì anh em hãy làm theo cách tôi đã chỉ dẫn cho các hội thánh miền Ga-la-ti. Vào mỗi ngày đầu tuần, mỗi người trong anh em, tùy khả năng của mình, hãy dành ra một phần; đừng đợi khi tôi đến rồi mới quyên góp".

Việc 'quyên góp tài chính cho các thánh đồ' này là của dâng đặc biệt dành cho những Cơ Đốc nhân nghèo tại Giê-ru-sa-lem vì nạn đói. Nhưng dù đó là của dâng cho một nhu cầu đặc biệt, Phao-lô cũng dặn họ phải dâng hiến mỗi tuần một ít cho đến khi ông đến. Phao-lô biết rằng về lâu về dài, dâng hiến có kế hoạch và hệ thống vẫn hiệu quả hơn và có tác dụng hơn dâng bất thường mỗi khi có nhu cầu. Vì nhu cầu thì lúc nào cũng có – dâng cho Hội Truyền giáo, và cung cấp thực phẩm cho người đói, điều hành công việc Chúa trong hội thánh địa phương – nên dâng hiến có hệ thống sẽ đáp ứng những nhu cầu này một cách nhất quán hơn là phải thường xuyên dâng hiến đặc biệt.

Lưu ý ba điều về việc dâng hiến có kế hoạch và hệ thống. Trước tiên, Phao-lô bảo họ dâng hiến 'vào mỗi ngày đầu tuần'. Có lẽ những tín đồ này, nếu không được lĩnh lương theo tuần, thì lĩnh công nhật. Đa số chúng ta được trả lương hằng tuần, mỗi hai tuần hoặc mỗi tháng. Có lẽ Kinh Thánh cho chúng ta sự chỉ dẫn khôn ngoan trong nguyên tắc dâng hiến 'vào mỗi ngày đầu tuần'. Điều đó có thể có nghĩa hoặc là chúng ta phải chia đều số tiền dâng tùy theo số lượng Chúa nhật trong mỗi đợt lương để dâng số tiền như nhau vào mỗi 'ngày đầu tuần' hoặc dâng một ít tiền mặt vào mỗi Chúa nhật nếu không dâng hết một lần tổng số tiền muốn dâng.

Thứ hai, lưu ý Phao-lô nói rằng 'mỗi người trong anh em' nên làm như vậy. Tất cả những ai tự xưng là tín đồ phải thể hiện chức vụ quản lý tiền bạc của Đức Chúa Trời theo cách này. Điều này có nghĩa là chúng ta không được miễn trừ vì đã dâng cho Chúa thời gian hoặc tài năng. Dâng hiến thời gian và tài năng là điều tốt và chứng tỏ chúng ta quản lý tốt hai điều đó, nhưng dùng điều này để thay thế hoàn toàn việc dâng hiến tài chính là trái ngược với điều Kinh Thánh dạy về quản lý tiền bạc. Cụm từ Phao-lô dùng 'mỗi người trong anh em' cũng có nghĩa là chúng ta không thể hoàn toàn miễn trừ việc dâng hiến vì đang gặp khó khăn về tài chính, hay vì chúng ta đã nghỉ hưu, hoặc vì chúng ta còn là thiếu niên, hay chúng ta chỉ làm việc bán thời gian. Hãy nhớ: mọi điều chúng ta có là của Đức Chúa Trời, dù Ngài không ban cho chúng ta nhiều thứ để quản lý, và Ngài là Đấng chỉ chúng ta cách sử dụng những điều thuộc về Ngài. Cũng cần nhớ rằng: chúng ta hạnh phúc nhất là khi sử dụng tiền của Chúa theo cách của Ngài. Cách của Chúa là dâng hiến một cách có kế hoạch và hệ thống.

Thứ ba, Phao-lô cho biết mỗi người phải dâng hiến 'tùy khả năng của mình'. Nói chung, càng giàu có, số tiền dâng hiến theo tỷ lệ phần trăm thu nhập của bạn càng nhiều hơn. Kinh Thánh không đưa ra *mục tiêu* về phần trăm trong việc dâng hiến. Dâng hiến 10 phần trăm thu nhập (chưa tính thuế) của bạn không hẳn có nghĩa là bạn đã hoàn thành ý muốn của Đức Chúa Trời. Mười phần trăm không phải là mức cao nhất mà chỉ là mức thấp nhất để bạn bắt đầu.

Tôi chưa từng thấy người ta dâng bao nhiêu, nhưng nhờ trò chuyện riêng với họ, tôi biết một gia đình trong hội thánh dâng 20 phần trăm tổng số tiền lương (chưa đóng thuế) họ có cho Chúa, và một gia đình khác thường dâng khoảng từ 20-25 phần trăm. Hàng xóm cũng như những người khác trong hội thánh không xem hai gia đình này là những hộ giàu có theo tiêu chuẩn địa phương. Tôi nghĩ trong hội thánh chúng ta chỉ có thêm vài gia đình làm được như họ. Họ có con cái, tiền nhà phải trả và tất cả những hóa đơn sinh hoạt khác như hầu hết chúng ta. Tuy không phải lúc nào họ cũng dâng hiến như vậy, nhưng họ quyết định tăng dần số phần trăm tiền dâng một cách có hệ thống theo sự phát đạt của mình.

Caffy, vợ tôi, có một người dì vốn chẳng giàu có gì, nhưng cũng không phải chi tiêu sinh hoạt nhiều, vì thế dì sống bằng 10 phần trăm số tiền lương và dâng hiến 90 phần trăm. Ngược lại, R. G. LeTourneau ở Peoria, Illinois, là một doanh nhân Cơ Đốc rất giàu có, và là chủ một xí nghiệp cung cấp thiết bị đào xới. Khi Chúa cho ông ngày càng phát đạt, ông tăng dần số tiền dâng hiến cho đến khi dâng 90 phần trăm số thu nhập của mình để phục vụ công tác Nước Trời. Bạn nghĩ hai người đó ở trên thiên đàng có hối tiếc vì đã làm thế không?

George Müller hỏi:

> Bạn có đang dâng hiến cho công việc Chúa *cách có hệ thống* không, hay bạn dâng hiến tùy cảm xúc, tùy ấn tượng để lại cho bạn trước những hoàn cảnh đặc biệt nào đó, hay để gây chú ý? Nếu không dâng hiến *một cách có hệ thống*, chúng ta sẽ thấy cuộc đời ngắn ngủi này trôi qua nhanh đến không ngờ, cũng như nhận thấy rằng chúng ta đã làm quá ít cho Đấng đã đưa chúng ta đến với dòng huyết quý báu của Ngài, cũng là Đấng sở hữu mọi điều chúng ta có, kể cả con người chúng ta.[9]

Hễ khi nào bạn được tăng lương, trừ phi có những trường hợp đặc biệt, hãy lên kế hoạch để dâng cho Chúa nhiều hơn. Số phần trăm có thể tăng ít hoặc nhiều, nhưng phải đặt mục tiêu dâng hiến nhiều hơn một cách có hệ thống cho Đức Chúa Trời mỗi khi bạn được "thịnh vượng".

Bố mẹ tôi dạy tôi dâng hiến theo phần trăm từ lúc tôi còn là một cậu bé khi họ cho tôi tiền tiêu vặt mỗi tuần 15 xu. Họ cho tôi ba cái hộp – một hộp dán nhãn "tiền dâng", hộp thứ hai dán nhãn "tiết kiệm", và hộp thứ ba dán nhãn "chi tiêu". Mỗi tuần, tôi bỏ một đồng vào hộp "tiết kiệm", một đồng vào hộp "dâng hiến" – số tiền này sẽ nằm đó cho đến Chúa nhật tôi đi nhà thờ - và một đồng khác, thực ra nó chưa bao giờ được bỏ vào hộp "chi tiêu". Vì ngay khi có tiền, tôi đã đạp xe khoảng 1 dặm đến các cửa hiệu khác nhau trong thành phố và mua một túi thẻ chơi bóng chày. Nhưng tôi đã học biết cách dâng hiến một cách có hệ thống.

Hãy nghe Müller nói:

Vậy, tôi khẩn khoản nài xin những người bạn Cơ Đốc yêu quý của tôi ghi lòng tạc dạ điều này, và hiểu rằng cho đến nay, sở dĩ họ chưa nhận được những phước hạnh thuộc linh lớn lao đó là vì họ chưa chịu theo nguyên tắc dâng hiến một cách hệ thống và dâng hiến theo mức độ thịnh vượng Đức Chúa Trời ban cho họ, cũng như theo kế hoạch; không phải do bốc đồng, không phải do họ cảm động bởi một giáo sĩ hay một bài giảng về lòng nhân đức, mà dâng hiến theo nguyên tắc một cách hệ thống và thường xuyên, theo khả năng Chúa cho. Nếu Ngài giao cho họ một đồng, họ dâng một tỷ lệ phù hợp; nếu họ được thừa hưởng tài sản một ngàn đồng, họ phải dâng theo tỷ lệ tương ứng; nếu Ngài giao cho họ mười ngàn đồng, hay cho dù là bao nhiêu, thì phải dâng tùy theo số tiền ấy. Thưa anh em yêu dấu, tôi tin rằng nếu chúng ta nhận thấy phước hạnh Chúa ban, chúng ta sẽ dâng theo đúng nguyên tắc; và, khi đó, chúng ta nên dâng hiến hàng trăm lần hơn.[10]

Dâng hiến rời rộng đem lại phước hạnh dư dật

Trong Lu-ca 6:38, Chúa Giê-xu phán: "Hãy cho, các con sẽ được cho lại; người ta sẽ lấy đấu lớn đong đầy, nhận xuống, lắc cho đến khi đầy tràn, rồi đổ vào vạt áo các con; vì các con lường cho người ta mực nào, thì các con sẽ nhận lại mực ấy".

Đây không phải là chỗ duy nhất trong Tân Ước nói như vậy. Quay trở lại 2 Cô-rinh-tô 9:6-8 chúng ta đọc lời hứa của Chúa: "Hãy nhớ rằng: Ai gieo ít thì gặt ít, ai gieo nhiều thì gặt nhiều. Mỗi người nên quyên góp tùy theo lòng mình đã định, không miễn cưỡng hoặc do ép buộc, vì Đức Chúa Trời yêu mến người dâng hiến một cách vui lòng. Đức Chúa Trời có quyền ban cho anh em ân điển sung mãn để đáp ứng mọi nhu cầu của anh em, lại còn có dư dật để làm mọi việc lành".

Nếu bạn dâng hiến cho Đức Chúa Trời, những câu Kinh Thánh này cho biết rằng Ngài sẽ ban cho bạn. Nếu bạn dâng hiến cho Ngài cách rời rộng, Ngài sẽ ban cho bạn cách dư dật.

Tôi nghĩ "thần học thịnh vượng" đang phổ biến ngày hôm nay là một thứ tà giáo. Nó bóp méo Kinh Thánh, mô tả sai về Đức Chúa Trời, và dẫn tín đồ đi sai lạc. Tôi không tin rằng nếu bạn dâng hiến nhiều cho Chúa, Ngài sẽ khiến bạn trở nên giàu có về tài chính trên đất này. Nhưng tôi tin những phân đoạn Kinh Thánh này cũng như các phân đoạn khác ngụ ý rằng những ơn phước trên đất mà Kinh Thánh không nói rõ về tính chất, sẽ được ban cho những người quản lý trung tín tiền bạc của Đức Chúa Trời. Cuối câu 8 nói về 'ân điển sung mãn để đáp ứng mọi nhu cầu của anh em, lại còn có dư dật để làm mọi việc lành'. Rõ ràng ở đây nói đến phước hạnh trên đất. Đức Chúa Trời không bao giờ nói rằng nếu bạn trung tín dâng hiến, Ngài sẽ ban cho bạn nhiều tiền của, hoặc một phước hạnh trên đất đặc biệt nào khác. Nhưng Ngài phán rằng Ngài sẽ ban phước cho bạn trong đời này nếu bạn yêu mến Ngài và tin cậy Ngài đủ để dâng hiến rời rộng cho Ngài.

Dẫu vậy, cần cảnh giác với ba kẻ thù của sự dâng hiến rời rộng. Thứ nhất, thế gian muốn tiền của Đức Chúa Trời.

Các chương trình quảng cáo cho thấy rõ điều này. Thứ hai, Cơ Đốc nhân cũng có ước muốn tội lỗi như mọi người khác, mà Kinh Thánh gọi những ước muốn như thế là 'xác thịt' - tức dùng tiền một cách ích kỷ. Thứ ba, Ma quỷ cám dỗ chúng ta phung phí tiền bạc vì nó là Kẻ thù của chúng ta và của vương quốc Đức Chúa Trời, nó muốn hủy hoại đời sống chúng ta và công tác của Đức Chúa Trời. Nhưng nếu Đức Chúa Trời thật sự yêu chúng ta như Ngài đã phán (và bày tỏ bề sâu của tình yêu Ngài tại thập tự giá), thì chúng ta phải tin rằng Ngài sẽ cho chúng ta biết cách quản lý tiền bạc sao cho có lợi nhất cho chúng ta và đem lại niềm vui còn lớn hơn so với việc chúng ta dùng tiền ấy theo ý mình.

Tuy nhiên, đa phần phước hạnh Chúa ban vì chúng ta dâng hiến cho Ngài sẽ không đến trong đời này. Và chúng ta cần tin rằng dâng hiến tiền bạc trên đất này là tích lũy của cải trên thiên đàng. Cần có đức tin để tin nơi lời Chúa phán rằng: "Ban cho có phước hơn nhận lãnh" (Công 20:35). Nhưng nếu những phân đoạn Kinh Thánh này là thật (và đúng như vậy!), thì chúng ta có thể tin rằng vào một thời điểm xác định, tại một nơi có thật, Đức Chúa Trời sẽ trao phần thưởng dư dật cho chúng ta vì chúng ta đã vui lòng dâng hiến cho Ngài cách rời rộng.

Dù bạn hiểu những phân đoạn Kinh Thánh này như thế nào, dù Đức Chúa Trời thưởng cho bạn bao nhiêu trên đất này và trên thiên đàng vì bạn dâng hiến cho Ngài, vấn đề cốt lõi rất rõ ràng: Đức Chúa Trời sẽ ban phước cho bạn dư dật nếu bạn dâng hiến rời rộng.

Áp Dụng Thêm

Bạn đã chuẩn bị cho giờ phút cuối đời chưa?

Một nhạc công kiêm nhạc sĩ nổi tiếng đầu thập niên 70 là Jim Croce. Một trong những bản ghi âm nổi tiếng nhất của ông là "Time in a Bottle" (tạm dịch: Thời gian trong cái chai), một bản tình ca nói về khao khát để dành thời gian trong một cái chai để sau này dùng với người ông yêu. Điều kỳ lạ về ca khúc ấy là khi nó trở thành ca khúc bán chạy nhất ở Mỹ thì Jim Croce qua đời. Nếu có thể để dành thời gian trong chai, tôi chắc là ông ấy sẽ dùng nó để kéo dài sự sống. Nhưng dĩ nhiên, ông không thể làm thế. Và cho dù có làm được, thì thời gian ông cất trong chai cũng đã hết từ lâu rồi.

Số lượng cát trong chiếc đồng hồ cát của mỗi người cũng có giới hạn và sớm muộn gì chúng cũng sẽ chảy xuống hết. Ngay trong lúc viết chương này, tôi được mời đến nhà một người có bố vừa qua đời. Nếu Đấng Christ không trở lại trước, thì một ngày nào đó hạt thời gian cuối cùng trong cuộc đời bạn cũng sẽ rơi xuống và bạn cũng sẽ ra đi cùng với nó.

Bạn đã chuẩn bị cho điều đó chưa? Có lẽ bạn đã viết di chúc, lên kế hoạch và chi trả cho đám tang của mình, và đã mua nhiều loại bảo hiểm, nhưng vẫn chưa gọi là sẵn sàng nếu bạn chưa giải quyết vấn đề tội lỗi trước mặt Đức Chúa Trời. Bạn chưa sẵn sàng, thật ra bạn không thể tự mình sẵn sàng, để khai trình về khoảng thời gian bạn đã lãng phí khi sống cho riêng mình thay vì cho Đức Chúa Trời, về khoảng thời gian bạn bất tuân lệnh Chúa, khoảng thời gian bạn phung phí vào những thú vui đời này, là những thứ được định cho sự huỷ diệt chung với thế gian, khoảng thời gian lẽ ra bạn có thể đầu tư vào công tác của nước Đức Chúa Trời.

Bạn chưa sẵn sàng đứng trước mặt Đức Chúa Trời nếu bạn chưa tận dụng thời gian để đến với Đấng Christ, xưng nhận việc bạn đã lạm dụng cuộc đời mình. Bạn chưa sẵn sàng để chết nếu chưa cầu xin Đức Chúa Trời tha thứ cho bạn dựa trên sự chết của Đấng Christ. Bạn chưa sẵn sàng để chấm dứt đời này nếu chưa giao quyền tể trị phần còn lại của cuộc đời mình cho Đấng Christ phục sinh.

Hê-bơ-rơ 4:7 cho biết: "Ngày nay nếu các ngươi nghe tiếng Ngài, thì chớ cứng lòng". Địa ngục đầy dẫy những người cứng lòng khi còn thời gian để ăn năn và tin nhận Đấng Christ. Nhiều người hiện đang ở địa ngục cứng lòng vì họ nghĩ họ còn nhiều thời gian và lúc khác họ sẽ đến với Đấng Christ. Nhưng không ai ở địa ngục cứng lòng nếu được cho cơ hội như bạn đang có hiện nay, nếu được cho thêm cơ hội như bạn đang có để đáp ứng Phúc âm. Dàn đồng ca hàng triệu người ở địa ngục hét lên đau khổ trong sự đồng tình với Hê-bơ-rơ 4:7 "Ngày nay khi các ngươi nghe tiếng Ngài, thì chớ cứng lòng".

Bạn có đang sử dụng thời gian theo ý Đức Chúa Trời không?

Hãy lượng giá cách bạn sử dụng thời gian trong từng lĩnh vực sau và tự hỏi bản thân xem đã sử dụng thời gian trong những lĩnh vực ấy như cách Chúa muốn chưa (nhớ rằng có những thái cực thuộc cả hai phía trong những lĩnh vực này): gia đình, công việc, hội thánh, công việc trong và ngoài gia đình, phương tiện truyền thông, thể thao, Chúa nhật, sở thích, tập luyện, ngủ, tiếp thu Kinh Thánh, cầu nguyện, và sự chuẩn bị về thuộc thể cho 1 ngày. Có chỗ nào đau nhức không? Nếu có, phải chăng đó là cái đánh nhẹ của Chúa báo hiệu sự thay đổi cần có?

Có lẽ việc sử dụng thời gian của bạn cần được hiệu chỉnh lại cho tốt. Có thể Đức Chúa Trời đang kêu gọi bạn làm một cuộc điều chỉnh quan trọng. Nhưng xin nhớ rằng đời sống có kỷ luật là điều bất khả thi nếu không có kỷ luật về thời gian. Chúng ta hãy nói cách tích cực: một đời sống kỷ luật là điều khả thi nhờ kỷ luật về thời gian.

Cho phép tôi thêm vào đây một từ để sửa lại một số hiểu lầm có thể có. Không nên hiểu việc sử dụng thời gian một cách có kỷ luật được mô tả trong những trang sách này là khuyến khích lối sống nghiêm khắc, không nghỉ ngơi đến mức kiệt sức. Sau khi đọc tiểu sử của Jonathan Edwards, người đã giảng bài giảng "Sự quý báu của thời gian" được đề cập ở phần trước, tôi tin rằng ông ấy luôn sống theo những nguyên tắc của Kinh Thánh liên quan đến việc sử dụng thời gian được mô tả trong chương này. Thế nhưng người viết tiểu sử của ông cũng không bao giờ mô tả ông là người lơ đãng và thở không ra hơi, ngày nào cũng hối hả và luôn chậm trễ. Mặc dù ông là người hướng nội và mải mê với cái mà ngày nay chúng ta gọi là "sản xuất", nhưng ông chào đón tất cả những người ghé thăm ông trong vai trò của một mục sư. Nhà ông hầu như luôn luôn có khách đến ở lâu dài, thường là những mục sư đang được huấn luyện. Ít nhất mỗi ngày một lần, Edwards gặp vợ mình là Sarah, ngoài ba bữa ăn chính mà ông rất yêu thích mỗi ngày tại nhà cùng với bà và những người còn lại trong nhà. Ông dành thời gian cho mười một đứa con và biết cách nô đùa với chúng. Ông làm tất cả những điều này vì tin rằng đó là cách sử dụng thời gian khôn ngoan và làm vui lòng Chúa.

Trọng tâm của kỷ luật về thời gian theo Kinh Thánh là làm theo ý muốn của Đức Chúa Trời vào đúng thời điểm. Truyền Đạo 3:1 cho biết "Mọi việc đều có thời điểm, mọi sự dưới bầu trời đều có định kỳ của nó". Có lúc cần giữ những sự rèn luyện cụ thể được đề cập trong sách này, nhưng cũng có lúc phải khép mình vào sự nghỉ ngơi, để cung cấp thêm sức lực về tình cảm và thể xác qua những hình thức giải trí đúng đắn và để nuôi dưỡng các mối quan hệ. Dù Chúa Giê-xu thường làm việc nhiều giờ liên tục và thường xuyên chịu áp lực lớn, nhưng Ngài vẫn nghỉ ngơi, thư giãn (cuối cùng, Ngài đi bộ đến những nơi Ngài đến, và chắc chắn là có những lần đi bộ thong thả) và nuôi dưỡng các mối quan hệ. Ngài không bao giờ sử dụng một giờ nào cách vô ích, nhưng chúng ta cũng không hề đọc chỗ nào thấy Ngài vội vã. Và Chúa Giê-xu là Gương Mẫu cho chúng ta trong việc sử dụng thời gian một cách kỷ luật.

Bạn hoàn toàn có thể có được đời sống giống Đấng Christ hơn nhờ rèn luyện sử dụng thời gian dưới sự hướng dẫn của Đức Thánh Linh. Đức Chúa Trời không lấy sự tăng trưởng trong ân điển như trước mặt bạn như kiểu mồi nhử thuộc linh rất hấp dẫn nhưng không bao giờ được hưởng. Ngài hứa rằng bạn có thể tiến bộ trong sự tin kính nhờ phương tiện là những cách rèn luyện tâm linh. Và bước thực tiễn nằm sau mỗi cách rèn luyện tâm linh là kỷ luật về thời gian.

Bạn có sẵn sàng chấp nhận những nguyên tắc của Đức Chúa Trời trong việc dâng hiến không?

Bạn đã đọc, đã suy ngẫm về những nguyên tắc ấy, nhưng bạn có tin và xem chúng là ý muốn của Chúa dành cho bạn không?

Bạn có đang dâng hiến như bạn muốn không?

Cách bạn sử dụng tiền bạc – điều bạn đánh đổi phần lớn cuộc đời bạn để có được – có cho thấy rõ bạn đang theo Đấng Christ và đeo đuổi sự tin kính không? Bạn có quyết định rằng từ nay trở đi bạn sẽ chứng tỏ Chúa Cứu Thế Giê-xu là trung tâm đời sống của bạn qua cách bạn dâng hiến không?

Trong Ấn bản Một Trăm Năm của tờ *The Wall Street Journal*[11] có bài viết nhan đề "A Gallery of the Greatest" (tạm dịch: Nhóm các Vĩ Nhân). Bài báo nhắc lại nghề nghiệp của nhiều người mà tờ *Journal* cho là thành công trên thương trường và tài chính, chẳng hạn như Andrew Carnegie, Henry Ford, J. P. Morgan, và những người khác. Dù có hàng triệu đô, dù làm từ thiện nhiều, nhưng hầu hết những người được đề cập đến trong bài báo không dùng tiền theo cách Đức Chúa Trời chỉ dẫn trong Kinh Thánh. Còn bạn thì có thể. Đã quá trễ đối với "Nhóm các Vĩ Nhân" nhưng bạn thì không. Cho dù bạn có nhiều hay ít thời gian, là một tín hữu, bạn có thể rèn luyện mình để dùng tiền vì những mục đích cao cả nhất trên đất: Ấy là vì vinh hiển của Đức Chúa Trời và 'để luyện tập lòng tin kính'.

Chương 9

9 | Kiêng Ăn...
Để Luyện Tập Lòng Tin Kính

Đam mê lạc thú là kẻ thù của lòng biết ơn, còn tự kỷ luật thường là bạn và là người sinh ra lòng biết ơn. Đó là lý do vì sao thói tham ăn là tội đáng chết. Các tổ phụ sống trong sa mạc tin rằng sự thèm ăn của một người liên quan đến: cái bụng no và sự không ngon miệng sẽ khiến ta không còn đói khát sự công bình. Chúng phá hủy lòng khao khát Đức Chúa Trời.

Cornelius Plantinga, Jr.

Xin trả lời nhanh, người kiêng ăn là người như thế nào? Hình ảnh nào hiện lên trong tâm trí bạn? Họ có vẻ gì lạ không? Phải chăng họ thuộc tuýp người như Giăng Báp-tít? Người theo chủ nghĩa duy luật? Người đam mê sức khoẻ?

Chúa Giê-xu có xuất hiện trong tâm trí bạn khi bạn nghĩ đến việc kiêng ăn và những "người kiêng ăn" không? Bạn biết đấy, Chúa Giê-xu vừa thực hành vừa dạy chúng ta kiêng ăn. Thế nhưng, kiêng ăn là hoạt động đáng sợ và bị hiểu lầm nhiều nhất trong tất cả những cách rèn luyện tâm linh.

Một lý do khiến nhiều người sợ kiêng ăn là họ tin rằng kiêng ăn sẽ làm cho chúng ta có vẻ xa lạ không cần thiết hoặc gây ra những hậu quả không mong muốn. Chúng ta sợ kiêng ăn sẽ khiến chúng ta trở thành những người cuồng tín có đôi mắt sâu hoặc người kỳ quặc. Chúng ta sợ rằng kiêng ăn sẽ khiến chúng ta khổ sở và nói chung đó là một trải nghiệm tiêu cực. Đối với một số Cơ Đốc nhân, kiêng ăn vì những mục đích thuộc linh là điều không tưởng, giống như đi chân trần trên hố than hồng hoặc cầm rắn độc để chứng tỏ lòng mộ đạo vậy.

Lý do kiêng ăn bị hiểu lầm đến như vậy là do sự thiếu hiểu biết đương thời về kiêng ăn. Dù ngày hôm nay người ta có hứng thú với việc kiêng ăn trở lại, nhưng bạn biết có bao nhiêu người thực hành kiêng ăn? Bạn nghe bao nhiêu bài giảng về chủ đề này? Đa phần trong giới Cơ Đốc, hiếm khi bạn nghe nhắc đến kiêng ăn, và ít người đọc tài liệu viết về chủ đề ấy. Thế nhưng, Thánh Kinh đề cập đến việc kiêng ăn còn nhiều hơn việc quan trọng như lễ báp-têm (khoảng 77 lần nhắc đến kiêng ăn và 75 lần nhắc đến lễ báp-têm).

Sống trong một xã hội phàm ăn, không biết nói lời từ chối, đam mê lạc thú, Cơ Đốc nhân có thể phải tranh chiến để chấp nhận và bắt đầu thực hành việc kiêng ăn. Ít cách rèn luyện nào hoàn toàn chống lại xác thịt và trào lưu chính của văn hóa con người như cách này, nhưng chúng ta không thể bỏ qua tầm quan trọng mà Kinh Thánh nói về vấn đề này. Dĩ nhiên, một số người, vì lý do sức khỏe, không thể kiêng ăn. Dù vậy, ngay cả những người không thể kiêng ăn cũng có thể vui vẻ thực hành nhiều ứng dụng từ cách rèn luyện này. Không Cơ Đốc nhân nào nên bỏ qua những lợi ích của việc kiêng ăn trong khi theo đuổi đời sống giống Đấng Christ một cách có kỷ luật.

Giải Thích Kiêng Ăn

Kiêng ăn trong Cơ Đốc giáo là việc tín hữu tự nguyện nhịn ăn vì những mục đích thuộc linh. Các loại kiêng ăn khác - cho dù có thể đem lại ích lợi cho tâm trí và thân thể - đều không được xếp vào loại kiêng ăn *Cơ Đốc*, và một người không tin Chúa kiêng ăn thì không có giá trị đời đời gì. Kiêng ăn dành cho *tín đồ* của Đấng Christ, vì cách rèn luyện tâm linh này phải bắt nguồn từ mối liên hệ với Đấng Christ và phải được thực hành với ước muốn trở nên giống Christ hơn. Tín hữu phải kiêng ăn theo lời dạy của Kinh Thánh và với những mục đích lấy Đấng Christ làm trọng tâm. Kiêng ăn là việc làm *tự nguyện* ở chỗ không thể ép ai kiêng ăn. Và kiêng ăn không phải chỉ là chế độ ăn kiêng tăng cường tối hậu cho thân thể, mà đó còn là *nhịn ăn* vì mục đích *thuộc linh*.

Trước tiên, để tôi nói một điều là, nói đúng ra kiêng ăn tức là *nhịn ăn*. Có một quan điểm rộng hơn về việc kiêng ăn nhưng lại thường không được chú ý. Đó là kiêng ăn là hoạt động trong đó, vì mục đích thuộc linh, người ta nhịn hoặc từ chối thú vui không phải là ăn uống. Ví dụ, thỉnh thoảng chúng ta có thể nhận thấy nhu cầu cần "kiêng" gặp gỡ người khác, hay không tiếp xúc phương tiện truyền thông, không chơi thể thao hay thú vui nào, kiêng nói chuyện, kiêng ngủ nghỉ, kiêng quan hệ tình dục,[1] v.v... Lý do có thể là vì chúng ta cảm thấy hoạt động đó ảnh hưởng quá nhiều đến tấm lòng hoặc thời gian của chúng ta, nên chúng ta thấy cần kiêng cữ hoạt động đó để lấy lại cách nhìn phù hợp hơn với Kinh Thánh. Hoặc có thể chỉ là chúng ta muốn được tự do để chú tâm hơn vào một tâm điểm thuộc linh cụ thể.

Martyn Lloyd-Jones tán thành định nghĩa rộng hơn về kiêng ăn như sau:

> Để nhìn nhận vấn đề một cách toàn diện, chúng ta cần nói thêm rằng, nếu suy nghĩ một cách đúng đắn, kiêng ăn không phải chỉ liên quan đến đồ ăn và thức uống; kiêng ăn thực ra là nhịn bất cứ thứ gì mà tự thân nó là hợp lý, vì một mục đích thuộc linh đặc biệt nào đó. Trong cơ thể có nhiều chức năng vốn đúng đắn, bình thường và hoàn toàn hợp lý, nhưng vì những lý do đặc biệt trong một số hoàn cảnh nào đó, mà chúng ta phải kềm chế chức năng đó. Đó là kiêng ăn. Tôi đề nghị nên có một định nghĩa chung về sự kiêng ăn.[2]

Vậy nên, mặc dù nói đến việc kiêng cữ bất kỳ sự tự do hợp pháp nào cũng đều đúng, nhưng về mặt ngữ nghĩa, Kinh Thánh chỉ dùng từ kiêng ăn theo nghĩa chính của nó, tức là, nhịn ăn. Trong chương này tôi cũng sẽ chỉ nói đến loại kiêng ăn ấy.

Để tìm hiểu kiêng ăn vì *mục đích thuộc linh*, cần biết rằng Kinh Thánh phân biệt *nhiều loại* kiêng ăn. Dù không dùng những tên gọi như chúng ta thường dùng ngày nay để mô tả những kiểu kiêng ăn này, nhưng chúng ta có thể tìm thấy những kiểu kiêng ăn sau:

Kiêng ăn *thông thường* là nhịn mọi loại thức ăn, nhưng được uống nước. Ma-thi-ơ 4:2 cho biết: "Sau khi kiêng ăn bốn mươi ngày và bốn mươi đêm, Ngài [Chúa Giê-xu] đói". Ở đây không nói Ngài khát. Ngoài ra, Lu-ca 4:2 cho biết: "Trong những ngày ấy, Ngài không ăn gì cả", nhưng không nói rằng Ngài cũng không uống. Vì khi không có nước, cơ thể thường chỉ có thể hoạt động trong vài ngày, nên chúng ta cho rằng Ngài có uống nước trong mấy tuần lễ này (trừ khi, và cũng có thể, đây là loại kiêng ăn siêu nhiên như được mô tả bên dưới). Nhịn ăn nhưng uống nước hoặc có thể những chất lỏng khác là loại kiêng ăn phổ biến nhất của người Cơ Đốc.

Kiêng ăn *một phần* là chế độ ăn kiêng có giới hạn nhưng không nhịn tất cả các loại thức ăn. Trong 10 ngày Đa-ni-ên và ba thanh niên Do Thái chỉ "ăn rau uống nước" (Đa 1:12). Ma-thi-ơ 3:4 chép rằng vị tiên tri khổ hạnh Giăng Báp-tít "ăn châu chấu và mật ong rừng" không rõ trong bao lâu. Về mặt lịch sử, Cơ Đốc nhân thường kiêng ăn một phần bằng cách ăn ít hơn rất nhiều so với bình thường trong một khoảng thời gian nhất định và/hoặc chỉ ăn một ít thức ăn đơn giản. Bằng cách này, nhiều người không thể kiêng ăn theo cách thông thường vẫn có thể kiêng ăn một cách an toàn.[3]

Kiêng ăn *hoàn toàn* là tránh tất cả các loại thức ăn và thức uống, kể cả nước lọc. Kinh Thánh cho biết E-xơ-ra "không ăn bánh cũng không uống nước vì ông than khóc về sự bất trung của những người lưu đày trở về" (Era 10:6). Khi Ê-xơ-tê yêu cầu người Do Thái kiêng ăn và cầu thay cho bà, bà nói: "Xin triệu tập tất cả người Do Thái ở Su-sơ lại, rồi hãy vì con mà kiêng ăn trong ba ngày đêm, đừng ăn hay uống gì hết" (Êtê 4:16). Sau khi sứ đồ Phao-lô tiếp nhận Chúa trên đường Đa-mách, Công Vụ 9:9 cho chúng ta biết: "Trong ba ngày, ông chẳng thấy, chẳng ăn và cũng chẳng uống gì cả."

Kinh Thánh cũng nói đến loại kiêng ăn *siêu nhiên*. Có hai ví dụ về loại kiêng ăn này. Khi Môi-se ghi lại cuộc gặp gỡ với Đức Chúa Trời trên núi Si-nai, ông cho biết: "Tôi đã ở lại trên núi bốn mươi ngày và bốn mươi đêm, không ăn bánh cũng chẳng uống nước" (Phục 9:9). 1 Vua 19:8 có thể nói rằng Ê-li cũng làm điều tương tự khi ông đi đến nơi Môi-se đã kiêng ăn một cách phi thường: "Ông thức dậy và ăn uống, rồi nhờ lương thực ấy, ông có sức để đi bốn mươi ngày và bốn mươi đêm đến Hô-rếp, là núi của Đức Chúa Trời". Những trường hợp này cần có sự can thiệp siêu nhiên của Đức Chúa Trời vào quá trình hoạt động của cơ thể và không thể lặp lại nếu không có sự kêu gọi đặc biệt và năng lực phi thường của Chúa.[4]

Kiêng ăn *cá nhân* là loại kiêng ăn được nói đến nhiều nhất trong chương này và cũng là điều Chúa Giê-xu muốn nói trong Ma-thi-ơ 6:16-18 khi Ngài phán dặn chúng ta nên kiêng ăn một cách kín đáo, đừng để cho người khác biết.

Cả *hội thánh* kiêng ăn là mô hình ta thấy trong Giô-ên 2:15-16: "Hãy thổi kèn trong Si-ôn, hãy định ngày kiêng ăn, hãy triệu tập một hội đồng trọng thể! Hãy nhóm họp dân chúng, biệt riêng hội chúng ra thánh". Ít nhất một phần hội chúng của hội thánh An-ti-ốt đã cùng nhau kiêng ăn trong Công Vụ 13:2, theo lời Lu-ca ghi lại: "Đang khi họ thờ phượng Chúa và kiêng ăn".

Kinh Thánh cũng nói về việc *cả nước* kiêng ăn. Để đối phó với quân xâm lược, vua Giô-sa-phát (trong 2 Sử 20:3) kêu gọi cả nước kiêng ăn: "Giô-sa-phát sợ hãi, quyết định tìm kiếm Đức Giê-hô-va, và kêu gọi toàn thể Giu-đa kiêng ăn". Trong Nê-hê-mi 9:1 và Ê-xơ-tê 4:16, toàn dân Do Thái được kêu gọi kiêng ăn và vua thành Ni-ni-ve cũng đã tuyên bố kiêng ăn trong cả nước để đáp ứng bài giảng của Giô-na (xem 3:5-8). Tiện thể xin được nói thêm, trong suốt những ngày đầu mới lập quốc, Quốc hội đã ba lần công bố kiêng ăn trong cả nước. Tổng thống John Adams và James Madison, mỗi người kêu gọi toàn nước Mỹ kiêng ăn một lần và Abraham Lincoln kêu gọi kiêng ăn vào ba dịp riêng biệt trong thời kỳ Nội Chiến.[5]

Trong Cựu Ước, Đức Chúa Trời thiết lập một loại kiêng ăn *định kỳ*. Mỗi năm, mỗi một người Do Thái phải kiêng ăn vào ngày Lễ Chuộc Tội (Lê 16:29-31). Trong khi họ đang ở Ba-by-lôn, những người lãnh đạo Do Thái đã quy định bốn kỳ kiêng ăn khác trong năm (Xa 8:19). Trong Lu-ca 18:12, người Pha-ri-si cầu nguyện trong nhà hội đã tự khen ngợi mình giữ truyền thống của người Pha-ri-si khi thưa rằng: "Tôi kiêng ăn hai lần một tuần". Mặc dù Kinh Thánh không hậu thuẫn nhưng rất nhiều người cho biết John Wesley không phong chức cho một người nào làm mục sư Giám lý nếu người đó không kiêng ăn định kỳ vào mỗi thứ Tư và thứ Sáu hàng tuần.

Cuối cùng, Kinh Thánh đề cập hình thức kiêng ăn *vào dịp đặc biệt*. Loại kiêng ăn này chỉ được tiến hành vào những dịp đặc biệt khi có nhu cầu. Đây là loại kiêng ăn mà vua Giô-sa-phát cũng như hoàng hậu Ê-xơ-tê đã yêu cầu vì hoàn cảnh của họ. Đây là loại kiêng ăn Chúa Giê-xu ngụ ý trong Ma-thi-ơ 9:15: "Có thể nào khách dự tiệc cưới lại buồn rầu trong lúc chàng rể đang ở với họ sao? Nhưng đến khi chàng rể được đem khỏi họ, thì lúc ấy họ mới kiêng ăn".

Những loại kiêng ăn thường thấy nhất trong vòng Cơ Đốc nhân ngày nay là kiêng ăn thông thường (nhịn ăn nhưng được uống nước), kiêng ăn cá nhân và kiêng ăn vào dịp đặc biệt.

Chúa Muốn Chúng Ta Kiêng Ăn

Đối với những người không quen với việc kiêng ăn, điều đáng ngạc nhiên nhất trong chương này có lẽ là biết được rằng Chúa Giê-xu muốn những người theo Ngài phải kiêng ăn. Hãy lưu ý lời Chúa phán ở đầu các câu Ma-thi-ơ 6:16-17: "*Khi* các con *kiêng ăn*... Nhưng *khi* các con *kiêng ăn*..." (chữ in nghiêng nhằm nhấn mạnh). Khi chỉ dẫn chúng ta phải làm gì và không được làm gì khi kiêng ăn, Chúa Giê-xu muốn nói rằng chúng ta cần kiêng ăn.

Mong muốn của Ngài thậm chí còn rõ ràng hơn khi chúng ta so sánh những lời này với lời Ngài phán về việc dâng hiến trong cùng phân đoạn, Ma-thi-ơ 6:2-3: "Vậy *khi* con *làm việc từ thiện*...Nhưng *khi* con *làm việc từ thiện*..." (chữ in nghiêng nhằm nhấn mạnh). Cũng hãy so sánh lời

Ngài phán về sự cầu nguyện trong cùng phân đoạn, Ma-thi-ơ 6:5-7: *"Khi các con cầu nguyện...Nhưng khi con cầu nguyện...Khi các con cầu nguyện..."* (chữ in nghiêng nhằm nhấn mạnh). Chúng ta đều biết rõ mình phải dâng hiến và cầu nguyện. Trên thực tế, Cơ Đốc nhân thường dùng phân đoạn Kinh Thánh này để dạy những nguyên tắc Chúa Giê-xu đưa ra cho việc dâng hiến và cầu nguyện. Và vì chẳng có chỗ nào trong Kinh Thánh nói rằng chúng ta không cần phải kiêng ăn nữa và vì chúng ta biết các Cơ Đốc nhân trong sách Công Vụ Các Sứ Đồ đã kiêng ăn (9:9, 13:2, 14:23), nên chúng ta có thể kết luận rằng Chúa Giê-xu vẫn muốn những người theo Ngài ngày hôm nay thực hiện việc kiêng ăn.

Những lời của Chúa Giê-xu trong Ma-thi-ơ 9:14-15 vẫn rõ ràng hơn. Ngay sau khi kêu gọi người thu thuế Ma-thi-ơ theo Ngài, Chúa Giê-xu được Ma-thi-ơ mời về nhà dùng bữa. Những người Pha-ri-si đến và hỏi vì sao Ngài có thể ngồi ăn chung với một tội nhân như thế. Các môn đồ của Giăng Báp-tít cũng đã gặp rắc rối với việc này. Giống như Giăng, họ là những người chuyên tâm trong mục vụ kêu gọi mọi người ăn năn, và kiêng ăn là một phần trong tiến trình môn đồ hoá. Họ phải chỉ người ta đến với Chúa Giê-xu như Giăng đã làm, nhưng họ bối rối khi thấy Chúa Giê-xu ăn uống ở đây, trong khi Giăng thường thúc giục họ kiêng ăn. Vì vậy họ hỏi Chúa Giê-xu: "Vì sao chúng tôi và người Pha-ri-si thường kiêng ăn, còn các môn đồ của Thầy không kiêng ăn?" Đức Chúa Jêsus trả lời: "Có thể nào khách dự tiệc cưới lại buồn rầu trong lúc chàng rể đang ở với họ sao? Nhưng đến khi chàng rể được đem khỏi họ, thì *lúc ấy họ mới kiêng ăn*" (in nghiêng nhằm nhấn mạnh).

Chúa Giê-xu phán rằng sẽ đến lúc những môn đồ của Ngài sẽ "kiêng ăn". Thời điểm ấy là bây giờ. Chúa Giê-xu, "Chàng Rể" của Hội thánh, đang ở thiên đàng chưa trở lại. Dân sự Ngài kiêng ăn như cách thể hiện lòng mong ước và mong chờ Ngài trở lại. John Piper đã viết "Kiêng ăn của người Cơ Đốc, về bản chất, là khao khát được nhớ tới Chúa".[6] Thỉnh thoảng kiêng ăn dường như là cách duy nhất để đáp ứng nỗi khao khát trong lòng về kỳ chung kết của mọi vật, về thời điểm cuối cùng chúng ta được ở với Chúa và vạn vật được phục hồi, được làm cho mới lại và được giải hoà. Cho đến khi Chàng Rể trở lại với Cô Dâu của mình, thì Ngài biết những khát khao này sẽ ở trong lòng chúng ta, khiến cho chúng ta sẽ "kiêng ăn".

Ngoài những gì đã được đề cập, những chỉ thị duy nhất Ngài đưa ra là trong Ma-thi-ơ 6:16-18. Tại đây Chúa Giê-xu cho chúng ta một mạng lệnh tiêu cực, một mạng lệnh tích cực và một lời hứa. Trước hết là mạng lệnh tiêu cực: "Khi các con kiêng ăn, đừng tỏ vẻ âu sầu như những kẻ đạo đức giả, vì họ làm bộ thiểu não để mọi người biết họ kiêng ăn. Thật, Ta bảo các con, những kẻ ấy đã nhận được phần thưởng của mình rồi" (6:16). Khi bạn kiêng ăn, đừng thông báo cho mọi người biết qua bộ dạng hay hành động. Đừng tỏ vẻ khổ sở. Đừng nói bạn đang đói bụng. Và đừng bỏ bê vẻ bề ngoài của bạn.

Tiếp theo là mạng lệnh tích cực: "Nhưng khi con kiêng ăn, hãy xức dầu trên đầu, và rửa mặt, để người ta không biết con đang kiêng ăn, nhưng chỉ có Cha con, là Đấng hiện diện ở nơi kín đáo biết được mà thôi" (6:17-18). Thay vì tỏ vẻ như đang đói meo, hãy tươi tỉnh lên để đừng ai thấy vẻ mặt bạn mà biết rằng bạn đang kiêng ăn. Quan Sát viên duy nhất biết bạn đang kiêng ăn phải là Đấng Bí Mật. Đừng để cho ai khác biết bạn đang kiêng ăn ngoại trừ trường hợp cần thiết hoặc không thể tránh được. Nếu bạn có gia đình, hay nếu ai đó thường xuyên nấu ăn cho bạn, phép lịch sự đòi hỏi bạn phải nói cho người đó biết bạn kiêng ăn. Vấn đề không phải là người khác có biết hay có hỏi về việc bạn kiêng ăn hay không, mà là bạn có *muốn* người đó biết hoặc hỏi để bạn tỏ ra thiêng liêng hơn hay không. Trường hợp đầu tiên chỉ là cung cấp thông tin người khác cần hay yêu cầu; còn trường hợp sau cho thấy sự giả hình và vi phạm mạng lệnh của Chúa Giê-xu ở ngay đầu đoạn này trong sách Ma-thi-ơ "Hãy thận trọng, khi làm việc từ thiện đừng nhằm phô trương trước mặt mọi người. Nếu không, các con chẳng được phần thưởng gì từ Cha các con ở trên trời" (6:1).

Rồi Chúa Giê-xu cho chúng ta một lời hứa liên quan đến sự kiêng ăn: "Và Cha con, Đấng thấy trong nơi kín đáo sẽ thưởng cho con" (6:18). Ngài không nói khi nào Cha sẽ thưởng cho bạn, cũng không nói cách Cha sẽ thưởng cho bạn, nhưng Chúa Giê-xu hứa rằng "Cha con, Đấng thấy trong nơi kín đáo *sẽ* thưởng cho con" (in nghiêng nhằm nhấn mạnh). Cũng chắc chắn như bất kỳ lời hứa nào trong

Kinh Thánh là lời hứa rằng Đức Chúa Trời sẽ ban phước cho bạn và thưởng cho bạn khi bạn kiêng ăn theo Lời Ngài dạy.

Điều thú vị là Chúa Giê-xu không truyền lệnh về việc chúng ta nên kiêng ăn trong bao lâu và với mức độ thường xuyên như thế nào. Cũng như các cách rèn luyện tâm linh khác, không bao giờ được để cho việc kiêng ăn trở thành việc làm trống rỗng theo thông lệ. Đức Chúa Trời muốn ban phước cho chúng ta qua sự kiêng ăn như mỗi khi chúng ta muốn kiêng ăn.

Vì Chúa Giê-xu không chỉ dẫn cụ thể, vậy thì chúng ta nên kiêng ăn trong bao lâu? Trong Kinh Thánh chúng ta thấy những trường hợp kiêng ăn điển hình một ngày hoặc một buổi (xem Quan 20:26; 1 Sa 7:6; 2 Sa 1:12, 3:35; Nê 9:1; Giê 36:6), một đêm (Đa 6:18-24), ba ngày (Êtê 4:16, Công 9:9), bảy ngày (1 Sa 31:13, 2 Sa 12:16-23), 14 ngày (Công 27:33-34), 21 ngày (Đa 10:3-13), 40 ngày (Phục 9:9, 1 Vua 19:8, Mat 4:2), và những đợt kiêng ăn có độ dài không cụ thể (Mat 9:14; Lu 2:37; Công 13:2, 14:2-3). Nói đúng ra, nhịn ăn một buổi vì mục đích tâm linh chính là kiêng ăn. Vì vậy kiêng ăn bao lâu là tùy ở bạn và sự hướng dẫn của Đức Thánh Linh.

Kiêng Ăn Có Mục Đích

Kiêng ăn theo Kinh Thánh không chỉ là nhịn ăn. Nếu không vì mục đích thuộc linh, việc kiêng ăn của bạn chỉ là để giảm cân nhanh. Bạn sẽ giống như một người kia nói với một tác giả về việc kiêng ăn:

Tôi đã kiêng ăn vài lần; và chẳng có gì xảy ra cả. Tôi chỉ thấy đói...Nhiều năm trước tôi nghe hai vị Mục sư bàn luận về việc kiêng ăn. Theo lời khuyên của họ, tôi thử kiêng ăn lần đầu tiên. Họ nói rằng kiêng ăn là một mạng lệnh trong Kinh Thánh và mỗi Cơ Đốc nhân phải thực thi mạng lệnh ấy. Là một Cơ Đốc nhân, tôi quyết định thử. Sau nhiều ngày đắn đo, tôi đã có đủ can đảm để bắt đầu. Tôi không thể ra ăn sáng với cả nhà vì nghĩ rằng làm thế tôi sẽ không đủ động lực để nhịn ăn, vì thế tôi đi làm. Giờ giải lao thật kinh khủng, và tôi đã nói dối một chút về việc vì sao tôi không cùng đi uống cà phê với cả nhóm đồng nghiệp. Tất cả những gì tôi có thể nghĩ đến lúc ấy là bụng tôi đói quá. Tôi tự nhủ: "Nếu mình qua được hôm nay, mình sẽ không bao giờ thử một lần nữa". Bữa trưa càng tệ hơn. Tôi cố tập trung vào công việc nhưng cứ nghe bụng mình sôi ùng ục. Vợ tôi chuẩn bị bữa trưa cho cô ấy và các con, còn tôi thì chỉ được ngửi mùi. Tôi nghĩ chỉ cần mình cố gắng đến nửa đêm là đã kiêng ăn cả ngày rồi. Tôi đã làm được – nhưng ngay sau khi đồng hồ điểm 12 tiếng, tôi lập tức lao vào ăn ngay. Tôi nghĩ cái ngày kiêng ăn hôm ấy chẳng ích lợi gì cả.[7]

Dĩ nhiên, có lẽ ông ấy nói đúng. Người này kiêng ăn không vì mục đích thuộc linh. Và vì không có mục đích, nên kiêng ăn có thể là một kinh nghiệm về ý chí và sự chịu đựng mang tính tập chú vào bản thân, chỉ gây khổ sở.

Kiêng ăn nhằm mục đích tâm linh có lẽ là khái niệm quan trọng duy nhất cần nắm bắt trong chương này. Trong đời sống thực tế, đây là cách thực hiện: khi bạn đang kiêng ăn mà cảm thấy đau đầu hoặc bao tử sôi, bạn nghĩ *mình đang đói!* Thì ý nghĩ tiếp theo của bạn chắc hẳn sẽ là *ồ, đúng rồi - mình đói vì hôm nay đang kiêng ăn.* Sau đó bạn nên nghĩ là *mình đang kiêng ăn vì mục đích này:_____.*

Không có mục đích rõ ràng đúng theo Kinh Thánh, kiêng ăn cũng không ích lợi gì. Từng tiếng sôi bụng chỉ làm bạn tính xem còn bao lâu nữa thì sẽ được ăn. Ý nghĩ đó khiến lòng và trí bạn xa rời Phúc âm và lừa dối bạn rằng sự đau khổ của bạn sẽ khiến Chúa thương xót.

Mặc dù khó chịu trong thân thể là điều chẳng thích thú gì - thậm chí có lẽ còn đau đớn - nhưng cảm thấy đói bụng trong lúc kiêng ăn là điều quan trọng.[8] Cơn đói giúp ích cho bạn, là lời nhắc nhở liên tục về mục đích tâm linh của việc kiêng ăn. Ví dụ, nếu mục đích của bạn là cầu nguyện cho người phối ngẫu, thì mỗi khi bao tử sôi hay nhức đầu, cơn đói nhắc bạn rằng bạn đang kiêng ăn, và điều đó nhắc bạn rằng bạn đang kiêng ăn để cầu nguyện cho người phối ngẫu của mình, thế là bạn cầu nguyện. Vì vậy, trong suốt thời gian kiêng ăn, mỗi khi thấy đói bụng - cho dù đang làm việc, lái xe, nói chuyện với ai đó, ngồi trước máy vi tính, đi bộ, hay bất kỳ việc gì - bạn cũng đều được nhắc nhở về mục đích của mình, trong trường hợp này là cầu nguyện cho người bạn đời của mình. Kết quả là cơn đói sẽ nhắc bạn cầu nguyện cho vợ hay chồng mình thường xuyên hơn nếu bạn không kiêng ăn. Đây chính là điều bạn muốn làm.

Kinh Thánh cho biết có nhiều mục đích khi kiêng ăn. Tôi cô đọng chúng lại trong mười phân loại chính. Lưu ý rằng *không có* một mục đích nào là để tìm kiếm ân điển của Đức Chúa Trời. Thật vô ích khi xem kiêng ăn là cách để gây ấn tượng với Đức Chúa Trời và để được Ngài chấp nhận. Chúng ta được Đức Chúa Trời chấp nhận nhờ đặt đức tin vào công tác của Chúa Cứu Thế Giê-xu, chứ không phải nhờ nỗ lực riêng dù cho có cố gắng và chân thành đến đâu. Kiêng ăn chẳng đem lại cho chúng ta lợi ích đời đời cho đến khi nào chúng ta đến với Đức Chúa Trời qua sự ăn năn tội và tiếp nhận Chúa Giê-xu (xem Êph 2:1-10 và Tít 3:5-7). Chỉ sau khi chúng ta được sống với Đức Chúa Trời qua Đấng Christ, thì chúng ta mới có thể tham dự vào sự kiêng ăn. Và theo Piper "đây là điều cốt lõi của kiêng ăn trong Cơ Đốc giáo: chúng ta khát khao và mong mỏi - và kiêng ăn - để ngày càng biết nhiều hơn về tất cả những gì Đức Chúa Trời dành cho ta trong Chúa Giê-xu. Nhưng chỉ vì Ngài đã nắm giữ chúng ta và đang kéo chúng ta tiến tới và tiến lên trong 'mọi sự dư dật của Đức Chúa Trời'"[9]

Vậy thì là một Cơ Đốc nhân, hễ khi nào kiêng ăn, bạn nên kiêng ăn ít nhất là vì một trong những mục đích sau.

Để thêm sức mạnh cho lời cầu nguyện

John Calvin viết: "Hễ khi nào con người phải cầu nguyện với Đức Chúa Trời về bất cứ vấn đề lớn nào, thì sẽ thích hợp hơn khi kết hợp kiêng ăn với cầu nguyện".[10] Trong sự kiêng ăn, có điều gì đó giúp mài giũa những lời cầu thay và thêm sự tha thiết vào lời khẩn nguyện của chúng ta. Vì vậy con cái

Đức Chúa Trời thường xuyên kiêng ăn mỗi khi gặp vấn đề cấp bách đặc biệt họ muốn trình dâng lên cho Cha.

Khi E-xơ-ra sắp dẫn một nhóm người lưu đày trở về Giê-ru-sa-lem, ông kêu gọi dân sự kiêng ăn để thật lòng tìm kiếm sự bảo an của Chúa. Trong chuyến hành trình dài 1450km, họ phải đối diện với nhiều hiểm nguy khi không có quân đội bảo vệ. Việc họ có thể dễ dàng bị tấn công cho thấy đây không phải là vấn đề bình thường. "Vậy chúng tôi kiêng ăn cầu xin Đức Chúa Trời điều ấy và Ngài nhậm lời chúng tôi" (Era 8:23).

Kinh Thánh không dạy rằng kiêng ăn là một dạng đình công bằng cơn đói thuộc linh để buộc Đức Chúa Trời làm theo ý chúng ta. Nếu chúng ta cầu xin điều gì không theo ý Chúa, dù chúng ta có kiêng ăn Ngài cũng không xét lại. Kiêng ăn không làm thay đổi việc Chúa lắng nghe lời cầu xin của chúng ta, mà là thay đổi lời cầu nguyện của chúng ta. Một trong những cách mà kiêng ăn làm thay đổi sự cầu nguyện của chúng ta, theo như Piper giải thích, là kiêng ăn "làm mạnh mẽ thêm khao khát thuộc linh".[11] Trong quyển *God's Chosen Fast* (tạm dịch: *Kiêng ăn theo cách Chúa định*), tác giả Arthur Wallis cho biết:

> Kiêng ăn nhằm gây chú ý về sự cấp bách và nài nỉ trong lời cầu xin của chúng ta, đồng thời tăng thêm sức mạnh cho lời cầu xin của chúng ta trước thiên đàng. Người nào kiêng ăn cầu nguyện là đang khiến thiên đàng chú ý rằng anh đang tha thiết cầu xin...Không chỉ vậy, người đó còn đang bày tỏ sự thành khẩn của mình theo cách Chúa muốn.

Người ấy đang dùng phương tiện Đức Chúa Trời chọn để khiến thiên đàng nghe thấy lời cầu xin của mình.[12]

Lưu ý rằng kiêng ăn theo Kinh Thánh là ý tưởng của Đức Chúa Trời. Khi chúng ta cảm thấy nhu cầu cần tăng thêm sức mạnh cho lời cầu nguyện, trong Kinh Thánh, Đức Chúa Trời nói rằng phải sử dụng sức mạnh của sự kiêng ăn. Kiêng ăn theo Kinh Thánh không bắt nguồn từ trí tưởng tượng của con người nhằm thuyết phục Đức Chúa Trời, giống như các tiên tri của Ba-anh, trong cuộc đối đầu nổi tiếng với Ê-li trên núi Cạt-mên, đã cố gắng dùng gươm tự rạch mình để đánh thức thần của họ một cách vô ích (xem 1 Vua 18:28). Chúa chúng ta luôn luôn vui lòng lắng nghe lời cầu nguyện của con dân Ngài. Nhưng Ngài cũng vui lòng khi chúng ta muốn tăng thêm sức mạnh cho lời cầu nguyện của mình theo phương cách Ngài đã định.

Những nhân vật khác trong Kinh Thánh cũng kiêng ăn khi cầu nguyện gồm có Nê-hê-mi, người "kiêng ăn và cầu nguyện với Đức Chúa Trời của các tầng trời" (Nê 1:4). Đa-ni-ên dốc lòng nài xin với Đức Chúa Trời bằng lời "khấn nguyện, nài xin với sự kiêng ăn" (Đa 9:3). Tiên tri Giô-ên trực tiếp truyền lệnh của Đức Chúa Trời cho dân Y-sơ-ra-ên: "Đức Giê-hô-va phán: 'Bây giờ, hãy hết lòng trở về cùng Ta, hãy kiêng ăn, khóc lóc và đau buồn'" (Giô-ên 2:12). Chỉ sau khi 'kiêng ăn và cầu nguyện' hội thánh An-ti-ốt mới 'đặt tay' trên Ba-na-ba và Sau-lơ người Tạt-sơ và 'sai đi' trong chuyến hành trình truyền giáo đầu tiên (Công 13:3).

Trong số những mục đích kiêng ăn được nói đến trong Kinh Thánh, kiêng ăn để thêm sức mạnh cho lời cầu nguyện được nhấn mạnh nhiều nhất. Thật vậy, bằng cách này hay cách khác, tất cả những mục đích khác của việc kiêng ăn trong Thánh Kinh đều có liên hệ với sự cầu nguyện. Kiêng ăn là một trong những người bạn thân nhất chúng ta có thể giới thiệu cho đời sống cầu nguyện của mình. Tuy nhiên, cho dù kiêng ăn chứa đựng năng lực tiềm ẩn, nhưng dường như rất ít người sẵn sàng nếm trải những lợi ích nó đem lại. Trích lời của Wallis:

> Khi ban cho chúng ta đặc ân kiêng ăn cũng như cầu nguyện, Đức Chúa Trời đã thêm một vũ khí rất mạnh vào kho khí giới thuộc linh của chúng ta. Nhưng vì dại dột và thiếu hiểu biết, Hội thánh đã xem đó là thứ lỗi thời. Hội thánh đã quăng nó vào góc tối cho hoen gỉ và bỏ quên nó suốt hàng thế kỷ. Giờ phút khủng hoảng sắp đến với Hội thánh lẫn thế giới đòi hỏi phải khôi phục lại loại vũ khí này.[13]

Để tìm kiếm sự hướng dẫn của Đức Chúa Trời

Mục đích thứ hai của việc kiêng ăn là để nhận biết ý muốn Chúa một cách rõ ràng hơn. Trong Các Quan Xét 20, mười một chi phái khác của Y-sơ-ra-ên chuẩn bị cuộc chiến chống lại chi phái Bên-gia-min. Quân lính tập trung tại Ghi-bê-a vì cớ một tội lỗi gây sốc do người dân thành Bên-gia-min gây ra. Họ tìm kiếm Chúa trước khi ra quân, và dù họ đông hơn người Bên-gia-min đến 15 lần, nhưng vẫn thua và mất đi 22 ngàn người. Ngày hôm sau, họ khóc lóc cầu nguyện với Chúa, nhưng lại thua và hàng ngàn người thương vong. Hoang mang, lần thứ ba họ không chỉ khóc lóc cầu nguyện, mà còn "kiêng ăn trong ngày ấy cho đến chiều tối" (20:26). "Chúng con phải giao chiến với bộ tộc Bên-gia-min, anh em chúng con, hay là chúng con phải dừng lại?" Đức Giê-hô-va đáp: "Hãy đi lên, vì ngày mai Ta sẽ phó chúng vào tay các con" (20:28). Chỉ sau khi dân Y-sơ-ra-ên tìm kiếm Ngài qua sự kiêng ăn, thì Chúa mới ban chiến thắng cho họ.

Theo Công Vụ 14:23, trước khi Phao-lô và Ba-na-ba bổ nhiệm các trưởng lão lãnh đạo những hội thánh họ mới thành lập, họ kiêng ăn cầu nguyện để được Đức Chúa Trời hướng dẫn.

David Brainerd kiêng ăn cầu nguyện xin Chúa hướng dẫn trước khi bước vào chức vụ. Vào thứ Hai ngày 19 tháng 4 năm 1742, ông ghi lại trong nhật ký: "Tôi biệt riêng ngày hôm nay để kiêng ăn cầu nguyện với Đức Chúa Trời, cầu xin ân điển Ngài; nhất là để chuẩn bị chính mình cho công tác Chúa giao, để Ngài giúp đỡ và hướng dẫn tôi trong sự chuẩn bị bước vào công tác lớn lao này, và đúng thời điểm Ngài sai tôi vào trong mùa gặt của Ngài'.[14] Ông nói về trải nghiệm kiêng ăn của mình trong ngày hôm ấy,

> Tôi cảm nhận được quyền năng của sự cầu thay cho những linh hồn quý giá, bất diệt; cho sự phát triển vương quốc của Chúa và Cứu Chúa yêu dấu của tôi trên thế gian này; và đồng thời, một sự cam chịu ngọt ngào nhất, thậm chí sự yên ủi và vui mừng khi nghĩ đến việc chịu đựng khó khăn, đau buồn và cả cái chết...Linh hồn tôi gần như chỉ nghĩ đến thế gian, đến rất nhiều những linh hồn khác. Tôi

nghĩ tôi quan tâm đến tội nhân hơn là đến con cái Đức Chúa Trời, dù tôi có cảm giác như thể tôi có thể dành cả đời để than khóc cho cả hai đối tượng ấy. Tôi tận hưởng sự ngọt ngào vô cùng trong mối liên hệ với Cứu Chúa yêu dấu của tôi. Tôi nghĩ chưa bao giờ trong đời tôi cảm thấy mình hoàn toàn từ bỏ thế giới này và thuận phục Đức Chúa Trời nhiều đến như vậy trong mọi sự.[15]

Vài tuần sau đó, ngày 14 tháng Sáu, Brainerd lại kiêng ăn để tìm kiếm sự hướng dẫn của Chúa cho sự phục vụ mà ông tin rằng Chúa đã chỉ định cho ông: "Tôi biệt riêng ngày này để kiêng ăn và cầu nguyện cách riêng tư, để nài xin Đức Chúa Trời dẫn dắt và ban phước cho tôi trong công việc lớn lao mà tôi đang dự định là rao giảng Phúc âm".[16] Khi thể xác kiêng ăn, linh hồn ông được no nê: "Chúa đã thăm viếng tôi cách lạ lùng trong sự cầu nguyện; tôi nghĩ linh hồn tôi chưa bao giờ đau đớn cùng cực đến như vậy: tôi cảm thấy không thể tự chủ; vì kho báu của ân điển thiên thượng đã mở ra cho tôi: tôi đánh vật vì những người bạn vắng mặt, vì sự gặt hái những linh hồn, vì vô số những linh hồn đáng thương, và vì nhiều người mà tôi nghĩ là con của Chúa ở nhiều nơi xa xăm".[17]

Kiêng ăn không *bảo đảm* chắc chắn sẽ nhận được hướng dẫn rõ ràng từ nơi Chúa cũng như sự xác nhận về hướng đi như trường hợp của Brainerd. Tuy nhiên, khi chúng ta kiêng ăn đúng cách thì Đấng mong muốn hướng dẫn chúng ta sẽ sẵn lòng lắng nghe chúng ta hơn.

Để bày tỏ sự đau buồn

Ba trong bốn chỗ đầu tiên Kinh Thánh nói đến sự kiêng ăn cho biết kiêng ăn nhằm thể hiện sự đau buồn. Như đã đề cập trong Các Quan Xét 20:26, một trong những lý do người Y-sơ-ra-ên khóc lóc và kiêng ăn trước mặt Chúa không chỉ để tìm kiếm sự hướng dẫn của Ngài mà còn để bày tỏ nỗi đau vì bốn mươi ngàn anh em đã chết trong trận chiến. Sau khi vua Sau-lơ và các con trai ông bị người Phi-li-tin giết, những người ở Gia-be Ga-la-át đã đi suốt đêm để giành lại xác của họ. Sau tang lễ, 1 Sa-mu-ên 31:13 cho biết họ than khóc "kiêng ăn trong bảy ngày". 2 Sa-mu-ên cho biết phản ứng của Đa-vít và người của ông khi nghe tin: "Đa-vít nắm lấy áo mình xé ra; tất cả những người ở với ông cũng làm như vậy. Họ than vãn, khóc lóc, và kiêng ăn cho đến chiều tối vì Sau-lơ và Giô-na-than, con trai người, vì dân của Đức Giê-hô-va và nhà Y-sơ-ra-ên, vì những người đã ngã chết bởi gươm" (1:11-12).

Người ta cũng kiêng ăn để bày tỏ nỗi đau gây ra vì những lý do khác. Ví dụ, Cơ Đốc nhân kiêng ăn khi đau buồn về tội lỗi của mình. Kiêng ăn khi đó không phải là nỗ lực nhằm trả giá cho tội của chúng ta, vì chúng ta không thể trả nổi giá đó, và vì Đấng Christ đã làm cho chúng ta một lần đủ cả (xem Hê 9:12; 10:10; 1 Phi 3:18). Đức Chúa Trời hứa rằng: "Còn nếu chúng ta xưng tội mình thì Ngài là thành tín, công chính sẽ tha tội cho chúng ta và tẩy sạch chúng ta khỏi mọi điều bất chính" (1 Giăng 1:9). Nhưng nói thế không có nghĩa xưng tội là một việc nhẹ nhàng và dễ dàng, là một lời xưng nhận đơn giản qua môi miệng, là một nghi thức bằng lời. Chỉ thừa nhận không thì không phải là xưng nhận. Đấng Christ bị xúc phạm khi chúng ta không trân trọng giá Ngài phải trả vì tội của chúng ta. Dù không phải là cách tự đánh mình bằng roi về mặt thuộc linh, nhưng việc xưng tội theo Kinh Thánh ít nhất phải bao gồm mức độ đau buồn nào đó về tội lỗi mình đã phạm. Vì kiêng ăn có thể là cách thể hiện nỗi đau buồn, nên kiêng ăn luôn là một phần trong sự xưng tội chân thành và tự nguyện. Có vài lần tôi đã cảm nhận nỗi đau đớn sâu sắc về tội lỗi của mình đến nỗi chỉ lời nói thôi dường như không thể lột tả hết mọi điều tôi muốn thưa với Đức Chúa Trời. Và dù không khiến tôi cảm thấy mình xứng đáng được tha thứ hơn, nhưng kiêng ăn giúp tôi bày tỏ nỗi đau buồn và sự xưng tội mà tôi không thể nói bằng lời.

Kiêng ăn cũng có thể là cách để bày tỏ sự đau buồn vì tội lỗi của người khác, chẳng hạn tội lỗi của các thành viên trong hội thánh hoặc tội lỗi của dân tộc bạn. Khi vua Sau-lơ, vị vua hay ghen ty, tìm cách giết Đa-vít cách bất công, thì phản ứng của Giô-na-than, con trai ông là "trong ngày thứ hai sau lễ hội trăng mới, ông không ăn gì hết, buồn bực về việc Đa-vít, vì cha mình đã sỉ nhục người" (1 Sa 20:34), nghĩa là ông kiêng ăn vì đau buồn về cách đối xử sai trái của cha mình với Đa-vít.

Vợ chồng tôi có một người bạn tin nhận Chúa chỉ được vài năm. Khi cô từ bỏ niềm tin của mình, chúng tôi đã bày tỏ nỗi đau buồn và cùng nhau kiêng ăn cầu nguyện vài ngày. Mặc dù chúng tôi đã vài lần nói chuyện thẳng thắn với cô, nhưng sau khi trở lại đạo, cô nói việc cô biết chúng tôi và những người khác trong hội thánh đã kiêng ăn vì cô là một trong những ảnh hưởng chính mà Đức Chúa Trời đã dùng để giúp cô quay lại. Ngoài ra, Hội thánh chúng tôi đã cùng nhau kiêng ăn vài lần, trong đó có những lần kiêng ăn để thể hiện nỗi đau buồn trước Chúa vì tội lỗi của đất nước chúng tôi.

Cũng như than khóc, vì kiêng ăn thường là phương cách bày tỏ về mặt vật lý những cảm xúc sâu xa của chúng ta trước Chúa, nên những lời cầu nguyện với tâm trạng hết sức đau buồn đi cùng với sự kiêng ăn cũng thích hợp như khi cầu nguyện trong nước mắt.

Để tìm kiếm sự giải cứu hoặc bảo vệ

Một trong những hình thức kiêng ăn thường thấy nhất trong thời kỳ Kinh Thánh là kiêng ăn để tìm kiếm sự giải cứu khỏi kẻ thù hoặc hoàn cảnh. Sau khi được thông báo rằng một đội quân đông đảo đang tiến đánh mình, vua Giô-sa-phát "sợ hãi, quyết định tìm kiếm Đức Giê-hô-va, và kêu gọi toàn thể Giu-đa kiêng ăn. Dân Giu-đa nhóm lại để kêu cầu Đức Giê-hô-va cứu giúp. Từ các thành Giu-đa, người ta đến tìm kiếm Đức Giê-hô-va" (2 Sử 20:3-4).

Trước đó, chúng ta đã biết về việc E-xơ-ra kêu gọi kiêng ăn khi ông dẫn một nhóm người bị lưu đày trở về Giê-ru-sa-lem. Lúc đó, chúng ta thấy rằng họ kiêng ăn để thêm sức mạnh cho lời cầu nguyện. Nhưng xin lưu ý bối cảnh rộng hơn trong E-xơ-ra 8:21-23 cho biết lý do họ kiêng ăn cầu nguyện là để cầu xin Đức Chúa Trời bảo vệ:

> Tại đó, bên bờ kênh A-ha-va, tôi kêu gọi kiêng ăn để hạ mình xuống trước mặt Đức Chúa Trời chúng tôi và cầu xin Ngài chỉ cho con đường chính đáng để chúng tôi và con cái chúng tôi đi, cùng với tài sản của mình. Tôi cảm thấy hổ thẹn, không dám xin vua một toán quân và kỵ binh bảo vệ chúng tôi khỏi kẻ thù trong lúc đi đường bởi vì chúng tôi có nói với vua rằng: "Tay của Đức Chúa Trời chúng tôi giúp đỡ mọi người tìm kiếm Ngài, nhưng quyền năng và cơn thịnh nộ của Ngài chống cự những kẻ nào lìa bỏ Ngài". Vậy, chúng tôi kiêng ăn và cầu xin Đức Chúa Trời điều ấy và Ngài nhậm lời chúng tôi.

Kiêng ăn tập thể nổi tiếng nhất trong Kinh Thánh có lẽ là sự kiêng ăn được chép trong Ê-xơ-tê 4:16 với mục đích tìm kiếm sự bảo vệ và giải cứu của Đức Chúa Trời. Hoàng hậu Ê-xơ-tê kêu gọi kiêng ăn để bày tỏ sự ủng hộ đối với việc bà nài xin Chúa bảo vệ mình trước mặt vua. Bà liều mạng sống vào cung vua Xét-xe khi không có lệnh vua để cầu xin vua cứu người Do Thái thoát khỏi sự tuyệt diệt. Bà nói với cậu là Mạc-đô-chê: "Xin triệu tập tất cả người Do Thái ở Su-sơ lại, rồi hãy vì con mà kiêng ăn trong ba ngày đêm, đừng ăn hay uống gì hết. Con và các nữ tỳ của con cũng sẽ kiêng ăn nữa. Sau đó, con sẽ vào chầu vua là việc trái luật pháp; nhưng nếu phải chết thì con chết".

Khi hội thánh chúng tôi dành ra một ngày kiêng ăn để bày tỏ sự đau buồn vì tội lỗi của đất nước, chúng tôi cũng cầu xin Chúa bảo vệ và giải cứu chúng tôi khỏi những kẻ thù đến từ tội lỗi của chúng tôi. Chúng tôi biết rằng Ngài thường kỷ luật dân Y-sơ-ra-ên. Có lẽ chúng ta thường không nghĩ đến thực tại tội lỗi của đất nước như chúng ta đáng phải nghĩ, và cũng không nghĩ đến việc Cơ Đốc nhân cũng sẽ gánh chịu một phần sự phán xét giáng trên cả nước ra sao, mặc dù chúng ta không trực tiếp tham gia vào tội lỗi của quốc gia.

Nhưng không phải tất cả những trường hợp kiêng ăn để tìm kiếm sự giải cứu hay bảo vệ của Đức Chúa Trời đều là kiêng ăn tập thể. Đa-vít viết Thi Thiên 109 như một lời nài xin Chúa giải cứu ông khỏi một nhóm kẻ thù và người lãnh đạo cụ thể. Câu 24 cho thấy ông cầu nguyện và kiêng ăn một mình: "Gối con run rẩy vì kiêng ăn, thân thể con gầy mòn, ốm yếu". Rõ ràng, đây là trường hợp kiêng ăn dài ngày bất thường.

Thay vì là nỗ lực xác thịt, kiêng ăn phải là một trong những cách tự vệ đầu tiên của chúng ta trước 'sự bắt bớ' vì niềm tin từ phía gia đình, bạn học, hàng xóm hay đồng nghiệp. Chúng ta thường bị cám dỗ trả đũa trong cơn giận, bạo hành bằng lời nói, cáo buộc lẫn nhau, hoặc thậm chí kiện tụng. Nhưng thay vì dùng thủ đoạn chính trị, nói xấu và bắt chước những chiến thuật đời này của kẻ thù, chúng ta nên nài xin Chúa bảo vệ và giải cứu bằng sự kiêng ăn.

Để thể hiện sự ăn năn và quay về với Chúa

Kiêng ăn vì mục đích này cũng tương tự như kiêng ăn để bày tỏ sự đau buồn vì tội lỗi. Nhưng vì ăn năn là sự thay đổi suy nghĩ, dẫn đến thay đổi hành động, nên kiêng ăn có thể không chỉ là cách thể hiện nỗi đau vì tội lỗi mà còn báo hiệu sự cam kết vâng phục và thay đổi theo hướng đi mới.

Người Y-sơ-ra-ên kiêng ăn để thể hiện sự ăn năn trong 1 Sa-mu-ên 7:6 khi họ "múc nước đổ ra dâng lên Đức Giê-hô-va. Trong ngày đó, họ kiêng ăn, và tại đó họ xưng nhận rằng: 'Chúng tôi đã phạm tội với Đức Giê-hô-va.'" Trong Giô-ên 2:12, Chúa truyền lệnh rõ ràng cho dân sự Ngài phải bày tỏ sự ăn năn và quay trở về với Ngài qua sự kiêng ăn: "Đức Giê-hô-va phán: 'Bây giờ, hãy hết lòng trở về cùng Ta, hãy kiêng ăn, khóc lóc và đau buồn.'"

Chắc chắn trường hợp kiêng ăn triệt để nhất từng được ghi lại trong Kinh Thánh là sự kiêng ăn trong Giô-na 3:5-8, và đó là sự kiêng ăn thể hiện lòng ăn năn. Sau khi Đức Chúa Trời ban phước trên sự rao giảng của Giô-na dẫn đến cuộc thức tỉnh lớn về thuộc linh thì:

> Dân thành Ni-ni-ve tin Đức Chúa Trời. Họ tuyên bố sự kiêng ăn và từ những người lớn nhất cho đến những kẻ nhỏ nhất đều mặc áo sô. Tin ấy đồn đến vua Ni-ni-ve, thì vua đứng dậy khỏi ngai lột áo bào mình ra, quấn vải sô và ngồi trong tro. Rồi vua truyền lệnh này trong khắp thành Ni-ni-ve: "Theo sắc lệnh của vua và của các quan đại thần, bất luận người hay súc vật, bất luận bò hay chiên đều không được nếm gì cả. Không được để cho nó ăn hoặc uống nước, nhưng người và súc vật đều phải quấn vải sô. Mọi người hãy ra sức kêu cầu với Đức Chúa Trời. Mỗi người hãy từ bỏ đường lối xấu xa và việc làm hung dữ của tay mình.

Kiêng ăn không chỉ thể hiện sự ăn năn, mà còn có thể trở nên vô ích *nếu không có* sự ăn năn. Như với tất cả các cách rèn luyện tâm linh khác, kiêng ăn có thể chẳng hơn gì một 'việc làm chết' nếu chúng ta vẫn cứ cứng lòng trước lời Chúa kêu gọi giải quyết một tội lỗi cụ thể nào đó trong đời sống chúng ta. Chúng ta đừng bao giờ cố gắng đắm mình trong một kỷ luật tâm linh nhằm nhận chìm sự cáo trách từ Đức Thánh Linh về việc từ bỏ một tội lỗi nào đó. Chúng ta bóp méo chính bản chất của sự kiêng ăn nếu cố tình dùng nó như một cách tự hình phạt dành cho tội lỗi chúng ta muốn tiếp tục dung dưỡng. Thomas Boston, người Xcốt-len và là người ủng hộ trung thành của các mục sư - nhà văn Thanh giáo sau rày, đã nói:

> Sự kiêng ăn, việc giả bộ hạ mình vì tội lỗi và xưng tội của chúng ta sẽ thành ra vô ích, nếu chúng ta không đổi từ yêu tội sang ghét tội, từ thích tội thành căm thù tội, từ ham thích phạm tội đến khao khát dứt bỏ được nó; với mục đích ngăn chặn sự chuyển động của tội lỗi trong tấm lòng chúng ta và những sự bùng nổ của tội lỗi trong đời sống chúng ta; và cũng vô ích nếu chúng ta không quay về với Đức Chúa Trời là Chúa, là Chủ hợp pháp của chúng ta, cũng như quay trở lại với bổn phận của mình.[18]

Để hạ mình trước mặt Đức Chúa Trời

Khi thực hành với động cơ đúng đắn, thì kiêng ăn là hành động bày tỏ sự khiêm nhường trước mặt Đức Chúa Trời, giống như quỳ gối hoặc sấp mình xuống trong sự cầu nguyện để bày tỏ sự hạ mình trước mặt Ngài. Có những lần bạn mong muốn bày tỏ sự khiêm nhường bằng cách quỳ gối hoặc sấp mình cầu nguyện trước mặt Chúa như thế nào, thì cũng có những lúc bạn muốn thể hiện sự khiêm nhường trước Chúa trong mọi hoạt động trong ngày qua sự kiêng ăn như thế ấy.

Những người thường bày tỏ sự khiêm nhường bằng cách quỳ gối trong khi cầu nguyện có thể sẽ thắc mắc vì sao chúng ta muốn bày tỏ sự khiêm nhường suốt ngày bằng cách kiêng ăn. Ngược lại, John Calvin đặt ra câu hỏi hay hơn: Sao lại không? "Vì đây [kiêng ăn] là một hoạt động thiêng liêng vừa giúp con người khiêm nhường vừa bày tỏ sự khiêm nhường của họ, sao chúng ta lại kiêng ăn ít hơn các tiền nhân khi nhu cầu giống nhau?... Vì lý do gì mà chúng ta lại không làm như thế?"[19]

Một trong những người gian ác nhất lịch sử Do Thái, vua A-háp, cuối cùng cũng đã hạ mình trước Đức Chúa Trời và bày tỏ điều đó qua việc kiêng ăn:

> Khi nghe những lời này, A-háp liền xé áo, khoác áo vải bố, kiêng ăn, nằm quấn bao và tỏ ra hạ mình khiêm tốn. Bấy giờ, có lời của Đức Giê-hô-va phán với Ê-li, người Thi-sê-be, rằng: 'Con có thấy A-háp đã hạ mình trước mặt Ta như thế nào không? Vì nó đã hạ mình trước mặt Ta nên Ta không giáng họa trong đời nó. Nhưng đến đời con nó, Ta sẽ giáng họa trên nhà nó (1 Vua 21:27-29).

Mặt khác, một trong những người tin kính nhất Y-sơ-ra-ên cũng đã khiêm nhường trước mặt Chúa y như vậy. Vua

Đa-vít viết: "Con mặc vải sô, kiêng ăn, ép linh hồn mình" (Thi 35:13).

Hãy nhớ rằng kiêng ăn tự thân nó không phải là sự khiêm nhường trước mặt Chúa, mà là *cách bày tỏ sự* khiêm nhường. Không có sự khiêm nhường nào ở người Pha-ri-si trong Lu-ca 18:12 khi ông này khoe với Đức Chúa Trời trong lời cầu nguyện rằng ông ta kiêng ăn hai lần một tuần. Trong quyển *Fasting: A Neglected Discipline* (tạm dịch *Kiêng ăn: Một kỷ luật bị quên lãng*), tác giả David Smith nhắc nhở chúng ta:

> Qua đó, chúng ta không nên kết luận rằng hành động kiêng ăn có chút năng lực đạo đức trong đó, và nhờ nó mà chúng ta khiến mình trở nên khiêm nhường hơn. Chẳng có đức hạnh nào trong con người sa ngã để nhờ đó người ấy có thể làm cho mình trở nên tin kính hơn. Tuy nhiên, phương tiện của ân điển được chỉ định từ thiên thượng đem lại hiệu lực. Nếu chúng ta, nhờ quyền năng của Thánh Linh, làm cho chết những việc làm của thân thể (qua sự kiêng ăn), thì chúng ta sẽ lớn lên trong ân điển, nhưng vinh quang có được qua sự thay đổi ấy chỉ thuộc về một mình Đức Chúa Trời mà thôi.[20]

Để thể hiện sự quan tâm đến công việc Chúa

Một phụ huynh có thể kiêng ăn cầu nguyện vì quan tâm đến việc Chúa làm trong đời sống con mình thế nào, thì các Cơ Đốc nhân cũng có thể kiêng ăn cầu nguyện vì cảm thấy nặng lòng với công việc Chúa trong phạm vi tương đối rộng hơn thế ấy. Ví dụ: một Cơ Đốc nhân có thể cảm thấy buộc phải kiêng ăn cầu nguyện cho công việc Chúa tại một nơi đã trải qua bi kịch, thất vọng hay thất bại rõ ràng. Đây là mục đích Nê-hê-mi kiêng ăn khi ông nghe tin dù nhiều người Do Thái bị lưu đày đã trở về Giê-ru-sa-lem mà tường thành vẫn chưa được xây lại.

> Họ nói với tôi rằng: "Những người còn sống sót sau lưu đày ở lại trong tỉnh bị hoạn nạn và tủi nhục lắm, còn tường thành Giê-ru-sa-lem thì đổ nát và các cửa thành đã bị lửa đốt cháy". Khi nghe những lời ấy, tôi ngồi than khóc, đau buồn mấy ngày; tôi kiêng ăn và cầu nguyện với Đức Chúa Trời của các tầng trời" (Nê 1:3-4).

Sau khi kiêng ăn, Nê-hê-mi bắt tay làm việc gì đó rõ ràng và công khai để củng cố công việc của Đức Chúa Trời tại Giê-ru-sa-lem.

Đa-ni-ên cũng nặng lòng về sự trở về của những người Do Thái bị lưu đày và phục hồi Giê-ru-sa-lem. Cũng như Nê-hê-mi, ông cũng bày tỏ điều đó qua sự kiêng ăn: "Tôi hướng mặt về Chúa là Đức Chúa Trời mà tìm kiếm, khấn nguyện, nài xin với sự kiêng ăn, quấn vải sô và rắc tro lên đầu" (Đa 9:3).

John Piper thốt lên những khát khao trong linh hồn của những người kiêng ăn vì quan tâm đến công việc Chúa:

> Lòng tôi thèm khát "mọi sự đầy dẫy của Đức Chúa Trời". Tôi mong ước công việc Chúa sâu rộng hơn giữa vòng dân sự Ngài. Tôi khao khát được chìm ngập trong làn sóng sốt sắng mạnh mẽ về truyền giáo để lan truyền niềm say mê về địa vị cao trọng của Đấng Christ trong mọi sự vì niềm

vui của mọi dân. Tôi mong muốn nhìn thấy sự sanh lại siêu nhiên không thể nhầm lẫn, xảy ra mỗi tuần qua lời chứng thuyết phục của những người được Chúa thay đổi hễ nơi nào nhắc đến danh Ngài.[21]

Dĩ nhiên chúng ta không thể kiêng ăn liên tục, nhưng nguyện Đức Giê-hô-va thỉnh thoảng giúp chúng ta biết quan tâm đến công việc Ngài nhiều đến nỗi thức ăn dường như chỉ là thứ yếu.

Để chăm lo cho nhu cầu của người khác

Những ai nghĩ rằng rèn luyện tâm linh khuyến khích xu thế hướng đến nội tâm hoặc tính độc lập cần xem lại Ê-sai 58. Trong phân đoạn bao quát nhất trong Kinh Thánh chỉ nói về việc kiêng ăn, Đức Chúa Trời nhấn mạnh kiêng ăn nhằm đáp ứng nhu cầu của những người khác. Những người ban đầu được nói đến trong phân đoạn này phàn nàn với Chúa rằng họ đã kiêng ăn và hạ mình xuống trước mặt Ngài, nhưng Ngài chẳng trả lời họ. Lý do Ngài không nghe họ là vì sự bất tuân của họ. Đời sống đạo đức giả của họ tương phản với sự kiêng ăn cầu nguyện của họ. "Nầy, trong ngày kiêng ăn, các ngươi vẫn tìm điều mình ưa thích, và áp bức những kẻ làm công cho mình. Thật ra, các ngươi kiêng ăn để cãi cọ và tranh chấp, dùng nắm tay gian ác mà đánh đấm nhau. Các ngươi đừng kiêng ăn như đã làm hôm nay, để tiếng kêu của các ngươi sẽ thấu đến nơi cao" (58:3-4). Vì vậy, mặc dù đang kiêng ăn, nhưng họ cũng đang cãi cọ, đánh nhau và đối xử tệ với người khác. Nhưng Đức Chúa Trời sẽ không cho phép chúng ta tách sự kiêng ăn ra khỏi phần còn lại trong cuộc sống của chúng ta. Rèn luyện tâm linh không đứng một mình. Đức Chúa Trời sẽ không ban phước cho việc thực hành cách rèn luyện tâm linh nào, kể cả kiêng ăn, khi chúng ta xem thường lời Ngài phán về các mối quan hệ với người khác.

Chúng ta nên làm gì? Đức Chúa Trời *muốn* chúng ta kiêng ăn như thế nào? Trong các câu 6-7 Chúa hỏi dân sự: "Chẳng phải sự kiêng ăn mà Ta chọn, đó là: Tháo những xiềng gian ác, mở dây trói của ách, thả cho kẻ bị áp bức được tự do, và bẻ gãy mọi ách hay sao? Chẳng phải là chia sẻ thức ăn cho người đói, đem kẻ nghèo khổ, không nhà cửa về nhà mình, khi thấy người trần truồng thì mặc cho, và không ngoảnh mặt làm ngơ với anh em cốt nhục mình hay sao?" Nói cách khác, loại kiêng ăn đẹp lòng Đức Chúa Trời là kiêng ăn xuất phát từ mối quan tâm đến người khác, chứ không phải chỉ bản thân mình.

Có người phản đối "nhưng tôi bận đáp ứng nhu cầu cho bản thân và gia đình mình nên chẳng có thời gian lo cho người khác". Một giải pháp có thể nghĩ đến là kiêng một bữa hoặc một ngày và dùng thời gian đó để chăm lo cho nhu cầu của người khác. Bằng cách đó, bạn sẽ không mất khoảng thời gian mà bạn bảo phải dành cho những trách nhiệm thường lệ. Cách đây nhiều tháng trước, tôi bắt đầu thực hiện lịch kiêng ăn thường xuyên vào mỗi tuần và dành một trong các bữa ăn trong ngày đó để tư vấn hay môn đồ hoá. Tôi kinh ngạc khi thấy khoảng thời gian cuối buổi chiều lại thuận tiện với nhiều người. Kết quả là thì giờ kiêng ăn này đã trở thành khoảng thời gian mục vụ cá nhân, đáp ứng được nhu cầu và hiệu quả nhất suốt tuần.

Có những cách kiêng ăn khác nhau để đáp ứng nhu cầu của người khác. Một số người kiêng ăn để dùng số tiền thay vì để mua đồ ăn, đem giúp cho những người nghèo hoặc dâng hiến cho một công tác truyền giáo, hoặc cho mục vụ nào đó. Bạn làm gì để chăm lo cho nhu cầu của những người khác bằng thời gian hoặc số tiền có được từ việc kiêng ăn?

Để vượt qua cám dỗ và tận hiến cho Đức Chúa Trời

Thử yêu cầu các Cơ Đốc nhân kể tên một nhân vật trong Kinh Thánh đã kiêng ăn, thì hầu hết có lẽ sẽ nghĩ ngay đến sự kiêng ăn nhiều ngày của Chúa Giê-xu trước khi chịu cám dỗ trong Ma-thi-ơ 4:1-11. Câu 2 của phân đoạn quen thuộc này cho chúng ta biết Chúa Giê-xu kiêng ăn "bốn mươi ngày và bốn mươi đêm". Nhờ sức mạnh thuộc linh có được trong giai đoạn kiêng ăn kéo dài ấy, Ngài được chuẩn bị để vượt qua sự tấn công trực tiếp của chính Sa-tan. Đây cũng là thời gian Chúa Giê-xu bí mật dâng chính mình cho Cha để chuẩn bị thực hiện chức vụ công khai.

Trong Kinh Thánh không có chỗ nào yêu cầu chúng ta kiêng ăn 40 ngày hay định ra một khoảng thời gian cụ thể nào. Và ý nghĩa của phân đoạn này có liên quan nhiều đến việc tuyên bố Chúa Giê-xu là ai hơn là sự kiêng ăn. Nhưng như thế không có nghĩa là chúng ta không học được gì về sự kiêng ăn từ kinh nghiệm độc đáo của Chúa Giê-xu. Một nguyên tắc chúng ta học được từ tấm gương của Chúa Giê-xu là: Kiêng ăn là một phương cách để chiến thắng sự cám dỗ và tận hiến chính mình cho Cha một cách mới mẻ.

Thỉnh thoảng khi chúng ta tranh chiến với cám dỗ, hay biết trước sẽ vật lộn với nó, thì chúng ta biết chúng ta cần thêm sức mạnh thuộc linh để thắng hơn cám dỗ. Có lẽ chúng ta (hoặc người phối ngẫu của chúng ta) đang đi du lịch và có thể bị cám dỗ phạm tội ngoại tình. Khi nhập học hoặc bước vào công việc mới hay chức vụ mới, có thể sẽ có những cám dỗ mới, hoặc có vẻ như đó là lúc thích hợp để chúng ta tái hiến dâng đời sống mình cho Chúa. Thông thường, chúng ta đối diện với những quyết định với những cám dỗ khác thường phía trước. Có phải chúng ta có nhận một công việc mới lương cao nhưng sẽ không có nhiều thời gian dành cho gia đình hay không? Chúng ta có chấp nhận được thăng chức với điều kiện chấm dứt mục vụ quan trọng chúng ta đang làm trong hội thánh địa phương hay phải đi đến nơi bất lợi cho sự tăng trưởng thuộc linh của gia đình chúng ta không? Khi gặp cám dỗ khác thường, chúng ta cần những biện pháp khác thường. Kiêng ăn giống như Đấng Christ để vượt qua cám dỗ và tái dâng hiến chính mình cho Đức Chúa Trời là một biện pháp khác thường trong tình huống của bạn.

Để bày tỏ lòng tôn kính và tình yêu đối với Đức Chúa Trời

Cho đến lúc này, có lẽ bạn nghĩ kiêng ăn chỉ gắn liền với những hoàn cảnh khó khăn và những nan đề lớn. Nhưng Kinh Thánh cũng cho biết kiêng ăn có thể hoàn toàn là cách thể hiện lòng yêu mến và tận hiến cho Đức Chúa Trời. Lu-ca 2 nói đến một người phụ nữ thật đáng nhớ. Cả cuộc đời 84 năm của bà chỉ lóe lên trước mắt chúng ta qua ba câu Kinh Thánh. Bà tên là An-ne. Lu-ca 2:37 tóm lược cuộc đời bà: "Bà chẳng hề rời khỏi đền thờ, cứ đêm ngày phục vụ Chúa, kiêng ăn và cầu nguyện". Mặc dù câu chuyện của An-ne có ý nghĩa quan trọng trong bối cảnh Ma-ri và Giô-sép đưa em bé Giê-xu mới sinh lên đền thờ, nhưng cách bà sống hằng ngày là điều chúng ta quan tâm ở đây. An-ne kết hôn mới được bảy năm thì trở thành goá phụ. Giả sử bà kết hôn lúc còn là một thiếu nữ, thì người phụ nữ tin kính này đã tận hiến ít nhất nửa thế kỷ, ngày đêm thờ phượng Đức Chúa Trời bằng 'sự kiêng ăn và cầu nguyện'.

Kiêng ăn có thể là một lời chứng - dù là lời chứng cho chính bạn - rằng bạn tìm được niềm vui và sự thú vị lớn nhất trong đời từ Đức Chúa Trời. Đó là cách chứng minh với bản thân rằng bạn yêu Chúa hơn thức ăn, rằng đối với bạn thì tìm kiếm Ngài quan trọng hơn chuyện ăn uống, rằng Chúa Giê-xu – Bánh từ trời (xem Giăng 6:51)- làm bạn thoả mãn hơn bánh của đời này. Khi kiêng ăn, bạn tự nhắc mình rằng bạn không xem bụng mình là chúa mình như nhiều người (xem Phil 3:19). Ngược lại, bao tử của bạn là đầy tớ của Đức Chúa Trời chân thật, vì bạn sẵn sàng đặt những ước muốn của bao tử dưới những sự ao ước của Thánh Linh. Khi Cơ Đốc nhân kiêng ăn vì yêu mến Đức Chúa Trời, họ minh hoạ điều Piper đã nói: "Chúng ta thờ phượng đối tượng chúng ta khát khao nhất".[22]

Xuyên suốt lịch sử, các Cơ Đốc nhân đã kiêng ăn vì mục đích này để chuẩn bị cho Lễ Tiệc Thánh. Trong kiểu kiêng ăn này, ngoài những yếu tố như ăn năn tội và khiêm nhường trước Đức Chúa Trời, sự kiêng ăn còn giúp đương sự tập trung sự chú ý và tình cảm vào Chúa của Tiệc Thánh.

Một cách kiêng ăn khác nhằm bày tỏ tình yêu đối với Đức Chúa Trời là dành thời gian dùng bữa để ngợi khen và thờ phượng Đức Chúa Trời, thay vì để ăn uống. Một biến thể của cách kiêng ăn này là hoãn lại một bữa cụ thể cho đến khi bạn hoàn tất thời gian học Kinh Thánh và cầu nguyện hằng ngày. Xin nhớ rằng kiêng ăn là một đặc ân, không phải bổn phận. Đó là sự tiếp nhận lời mời gọi thiêng liêng để trải nghiệm ân điển của Đức Chúa Trời một cách đặc biệt.

Kiêng ăn phải luôn vì một mục đích thuộc linh – mục đích lấy Chúa làm trung tâm chứ không phải bản thân chúng ta – để được Chúa ban phước. Trong khi kiêng ăn, những ý nghĩ về thức ăn phải thúc giục chúng ta nghĩ đến Đức Chúa Trời, và nhắc chúng ta nhớ đến mục đích của mình. Thay vì tập trung nghĩ đến thức ăn, chúng ta nên để sự thèm ăn nhắc nhở chúng ta cầu nguyện và nhớ đến mục đích của mình.

Điều chắc chắn là Đức Chúa Trời thường tưởng thưởng cho việc kiêng ăn bằng những phước hạnh phi thường. Những lời chứng trong Kinh Thánh, trong lịch sử và trong thời đại ngày nay chứng thực Đức Chúa Trời vui lòng ban những phước hạnh phi thường cho những người biết kiêng ăn. Nhưng chúng ta phải cẩn thận, đừng vướng vào cái mà Martyn Lloyd-Jones gọi là quan điểm máy móc về sự kiêng ăn, tức là tin rằng nếu chúng ta kiêng ăn, thì Đức Chúa Trời có nhiệm vụ ban cho chúng ta điều chúng ta cầu xin. Chúng ta không thể điều khiển Đức Chúa Trời làm theo ý muốn của mình nhờ sự kiêng ăn cũng như bằng bất cứ phương tiện nào khác. Cũng như sự cầu nguyện, chúng ta kiêng ăn với hi vọng rằng bởi *ân điển* của Ngài, Đức Chúa Trời *sẽ* ban phước cho chúng ta theo điều chúng ta ao ước. Khi kiêng ăn với động cơ đúng đắn, chúng ta có thể tin chắc rằng Đức Chúa Trời *sẽ* ban phước cho chúng ta, và Ngài làm điều đó theo cách mà sự khôn ngoan vô hạn cho là tốt nhất, ngay cả khi đó không phải là cách chúng ta muốn.

David Smith đã nhận xét rất đúng:

> Bất kỳ phước hạnh nào Cha ban cho những người con không xứng đáng của Ngài đều phải được xem là một hành động của ân điển. Chúng ta không trân quý lòng thương xót của Chúa nếu nghĩ rằng nhờ *làm điều gì đó* mà chúng ta ép (hay thậm chí buộc) Đức Chúa Trời phải ban cho chúng ta phước hạnh chúng ta cầu xin...Vì thế, mọi sự kiêng ăn của chúng ta phải dựa trên cơ sở này; chúng ta nên xem kiêng ăn như một phương tiện thuộc linh để nhờ đó, chúng ta được tan chảy trong sự nhận biết trọn

vẹn hơn về những mục đích Chúa định cho đời sống, hội thánh, cộng đồng và đất nước của chúng ta.[23]

Gần đây, trong khi kiêng ăn vì quan tâm đến công việc Chúa ở hội thánh nơi tôi quản nhiệm, tôi đã cầu thay cho những vấn đề quan trọng. Bất ngờ, tôi nhận ra rằng dù tôi *nghĩ* mình đang cầu nguyện theo ý Chúa về những vấn đề này, nhưng rất có thể tôi cần điều chỉnh lại nhận thức của mình về chúng. Vì thế tôi cầu xin Chúa dạy tôi cầu nguyện theo ý Ngài và giúp tôi thỏa lòng với sự chu cấp của Ngài. Tôi nghĩ, đây là ý của Smith khi ông nói kiêng ăn là "phương tiện phù hợp với Kinh Thánh để nhờ đó chúng ta được tan chảy trong nhận thức trọn vẹn hơn về mục đích của Đức Chúa Trời". Kiêng ăn phải luôn có mục đích, và chúng ta phải học cách xem mục đích của Đức Chúa Trời cao hơn mục đích của chúng ta.

Cho nên, trong một phương diện, cho dù tuyên bố mục đích kiêng ăn là gì, thì mọi hình thức kiêng ăn trước hết là hướng về Đức Chúa Trời. Trong mỗi lần kiêng ăn, tìm kiếm Chúa trong sự kiêng ăn phải quan trọng hơn điều chúng ta tìm kiếm từ Chúa qua sự kiêng ăn. John Piper tóm tắt điều này trong tựa đề quyển sách của ông về kiêng ăn *A Hunger for God* (tạm dịch: *Khát Khao Chúa*).[24] Kiêng ăn là khi chúng ta khao khát Chúa – mong ước gặp gỡ Chúa cách tươi mới, khao khát Chúa nhậm lời cầu xin, mong ước Chúa cứu ai đó, mong ước Chúa hướng dẫn hay bảo vệ chúng ta - hơn là chúng ta khao khát thức ăn Chúa muốn chúng ta ăn để sống.

Đức Chúa Trời từng quở trách người Do Thái, không phải vì họ không kiêng ăn, nhưng vì họ kiêng ăn mà không khao khát Chúa. Một phái đoàn được sai phái đi từ Bê-tên đến Giê-ru-sa-lem để cầu hỏi ý Chúa. Vấn đề đang tranh cãi là có tiếp tục giữ hai kỳ kiêng ăn mà người Do Thái đã tổ chức để tưởng nhớ việc Đền thờ bị hủy phá hay không. Trong 70 năm qua, họ đã thực hiện hai lần kiêng ăn này vào tháng thứ 5 và tháng thứ 7, nhưng bây giờ họ không biết Đức Chúa Trời có muốn họ tiếp tục kiêng ăn nữa hay không khi mà họ đã trở về quê hương và xây dựng đền thờ mới. Chúa trả lời với họ: "Hãy nói với toàn dân trong xứ và các thầy tế lễ rằng: 'Các ngươi kiêng ăn và than khóc trong tháng năm và tháng bảy suốt bảy mươi năm nay, có phải các ngươi vì chính Ta mà thật sự kiêng ăn không?'" (Xa 7:5). Những kỳ kiêng ăn này đã trở thành những nghi lễ rỗng tuếch, không phải những kinh nghiệm hướng về Chúa. Lời bình luận của Matthew Henry về phân đoạn này chỉ dẫn chúng ta trong việc kiêng ăn.

> Hãy để tất cả họ đều nhận ra rằng, trong khi họ nghĩ rằng họ đã khiến Chúa trở nên rất giống Chủ nợ của họ bởi những kỳ kiêng ăn, thì họ đã hết sức sai lầm, vì không được Ngài chấp nhận, trừ khi họ kiêng ăn với thái độ và mục đích đúng đắn hơn...họ không bị buộc tội bỏ quên hay bỏ qua bổn phận đó,...nhưng họ đã không thực hiện [bổn phận] cách đúng đắn...Họ không nhìn lên Đức Chúa Trời trong khi kiêng ăn...Khi đó, mọi sự kiêng ăn chỉ là trò đùa. Kiêng ăn, và không kiêng ăn vì Đức Chúa Trời là chế nhạo và chọc giận Ngài, và không thể làm Ngài

vui lòng...Nếu những nghi thức kiêng ăn của chúng ta, dù thường xuyên, kéo dài và mạnh mẽ, nhưng không làm mạnh mẽ thêm lòng yêu Chúa, không làm sống động lời cầu nguyện, không làm gia tăng nỗi đau buồn theo ý Chúa, và không làm mới tâm trí cũng như hướng đi của cuộc đời chúng ta, thì những nghi thức kiêng ăn ấy không đáp ứng mục đích và sẽ không được Đức Chúa Trời chấp nhận.[25]

Trước khi kiêng ăn, chúng ta phải xác định mục đích, mục đích đúng với Kinh Thánh và lấy Đức Chúa Trời làm trọng tâm. Nhưng dù cố gắng hết sức, chúng ta cũng không xứng đáng nhận lãnh điều chúng ta khao khát, cũng không thể bắt buộc Đức Chúa Trời làm theo ý mình. Nói vậy, nhưng, chúng ta phải quân bình chân lý ấy với lời hứa chắc chắn của Chúa Giê-xu trong Ma-thi-ơ 6:17-18: "Nhưng khi con kiêng ăn, hãy xức dầu trên đầu, và rửa mặt, để người ta không biết con đang kiêng ăn, nhưng chỉ có Cha con, là Đấng hiện diện ở nơi kín đáo biết được mà thôi, và Cha con, Đấng thấy trong nơi kín đáo sẽ thưởng cho con". Đức Chúa Trời *sẽ* ban phước cho sự kiêng ăn đúng với Kinh Thánh của con cái Ngài. Và cho dù bạn có nhận được phước hạnh cụ thể bạn mong muốn hay không, thì một điều chắc chắn là: nếu bạn biết điều Đức Chúa Trời biết, thì bạn sẽ tự ban cho mình phước hạnh giống như Chúa ban. Và không có phần thưởng nào Ngài ban là vô giá trị.

Áp Dụng Thêm

Bạn có xưng nhận và ăn năn với Chúa vì đã sợ kiêng ăn không?

Trong câu nói: "Ngày hôm nay tôi sẽ không ăn", có vấn đề gì đó khiến nhiều Cơ Đốc nhân cảm thấy lo lắng. Dường như hầu hết các tín hữu đều thà dâng hiến tiền bạc hơn là nhịn ăn một ngày. Bạn có mắc chứng sợ kiêng ăn mức độ nhẹ không? Thật là điều ngớ ngẩn nếu bạn xem xét cách thận trọng. Chúng ta nghĩ đến việc nhịn một hai bữa ăn để tìm kiếm Chúa và trở nên giống Chúa Giê-xu hơn, rồi cảm thấy lo lắng. Thế nhưng, đôi khi chúng ta sẵn sàng nhịn ăn để đi mua sắm, làm việc, giải trí hay bận bịu việc khác. Hễ khi nào chúng ta cảm thấy hoạt động khác tại thời điểm đó quan trọng hơn, thì chúng ta sẽ bỏ ăn để làm mà không sợ hãi hay than phiền gì. Chúng ta cần biết rằng có những lúc việc nhịn ăn để dự bữa đại tiệc của Đức Chúa Trời không chỉ quan trọng hơn mà còn đem lại thỏa mãn hơn (Mat 4:4). Chúng ta không nên sợ phước hạnh của việc kiêng ăn.

Bạn có sẵn sàng kiêng ăn theo sự hướng dẫn của Đức Thánh Linh không?

Bạn có sẵn sàng vâng phục Đức Chúa Trời khi Ngài thúc giục bạn kiêng ăn không? Vì Chúa Giê-xu mong muốn những người theo Ngài kiêng ăn, nên tôi tin rằng thỉnh thoảng Đức Thánh Linh sẽ giục bạn kiêng ăn. Bạn có sẵn sàng quyết định vâng theo tiếng Ngài không?

Một trong những cách Đức Thánh Linh dùng để thúc giục chúng ta kiêng ăn là qua một nhu cầu trong đời sống. Nếu bạn cần cầu nguyện mạnh mẽ hơn về một vấn đề, đó có thể là lời Chúa mời gọi bạn bước vào sự kiêng ăn. Nếu bạn cần sự hướng dẫn của Đức Chúa Trời, có thể đó là lời khích lệ bạn kiêng ăn. Nếu bạn cần được giải cứu hay bảo vệ, có lẽ đó là lời kêu gọi kiêng ăn. Bạn có sẵn sàng kiêng ăn không? Hay bạn sẽ bỏ qua những cơ hội đặc biệt để nhận ân điển mà Ngài gia thêm cho bạn qua sự kiêng ăn?

Đừng chờ đến một ngày đặc biệt khi mọi việc đều hoàn hảo rồi mới kiêng ăn. Có lẽ sẽ không có ngày như vậy đâu. Đối với nhiều người, một ngày làm việc bình thường trong tuần có thể là ngày kiêng ăn, trừ khi công việc đòi hỏi phải dùng sức mạnh. Ngày kiêng ăn phù hợp nhất cho đại đa số là Chúa Nhật. Thường Chúa Nhật là ngày ít phải vận động hơn các ngày trong tuần, và thậm chí có thể cho bạn cơ hội nghỉ ngơi vào buổi chiều. Ngoài ra, Chúa Nhật có thể cho bạn thêm thời gian để tìm kiếm và tận hưởng Ngài qua các cách rèn luyện tâm linh khác.

Lời cảnh báo: Đừng thuộc linh hóa việc bỏ bê ăn uống mà gọi đó là kiêng ăn. Nhiều người phạm tội khi ăn quá nhiều. Đó là tội phàm ăn. Nhưng cũng như với hầu hết tội lỗi, đi ngược lại chiều hướng của tội lỗi cũng là tội, nghĩa là ai đó cũng có thể mắc tội khi cố tình ăn quá ít. Điều này thường bắt nguồn từ sự kiêu căng. Nhưng ý muốn của Đức Chúa Trời cho tất cả chúng ta mỗi ngày là phải ăn. Ngài dựng nên chúng ta là những sinh vật phải ăn mới sống. Ngài làm cho thế giới hoạt động theo phương cách cung cấp thực phẩm cho chúng ta ăn. Thật vậy, trong 1 Ti-mô-thê 4:3 Kinh Thánh mô tả những người khước từ điều này và thật sự "bắt kiêng cữ các thức ăn mà Đức Chúa Trời đã tạo ra cho những ai tin và hiểu biết chân lý nhận lãnh với lòng biết ơn" là những người "chối bỏ đức tin" (4:1). Những người ăn quá nhiều và những người cố tình ăn quá ít đang tìm kiếm sự thoả mãn trong điều gì đó khác hơn là chính Chúa.

Nhớ kiểm tra sức khỏe khi cần thiết. Nếu bạn đang lên kế hoạch kiêng ăn lâu ngày, hoặc nếu bạn đang có thai, cho con bú, bị tiểu đường, đau nửa đầu hay tình trạng sức khoẻ cần một chế độ ăn kiêng nào đó, thì hãy hỏi ý kiến bác sĩ trước khi bắt đầu kiêng ăn. Và nếu chưa bao giờ kiêng ăn, hãy bắt đầu với việc kiêng ăn 1, 2 hay nhiều nhất là 3 bữa. Nhưng hãy bắt đầu. Đừng tìm lỗ hổng để trốn tránh. Hãy tìm cách để kinh nghiệm ân điển của Đức Chúa Trời qua sự kiêng ăn. Hãy nhớ rằng Đức Chúa Trời xem kiêng ăn là một việc hữu ích cho dân sự Ngài đến nỗi Ngài truyền lệnh cho mỗi người Y-sơ-ra-ên vào ngày lễ Chuộc Tội hằng năm phải kiêng ăn một ngày trọn.

Giống như tất cả các cách rèn luyện tâm linh, kiêng ăn kéo căng cánh buồm của linh hồn với hi vọng kinh nghiệm ngọn gió ân điển của Thánh Linh Đức Chúa Trời. Nhưng kiêng ăn cũng thêm vào đời sống thuộc linh của bạn một chiều kích độc đáo và giúp bạn tăng trưởng giống như Đấng Christ theo những cách mà những phương tiện khác không thể có. Nếu không phải vậy, và nếu có thể nhận lãnh những phước hạnh từ sự kiêng ăn bằng phương cách khác, thì chắc hẳn Chúa Giê-xu chẳng cần làm gương và dạy dỗ chúng ta về sự kiêng ăn.

Bạn có lên kế hoạch kiêng ăn với tinh thần tận hiến để thể hiện quyết tâm sẵn sàng kiêng ăn của mình từ bây giờ không?

Trước khi tiến xa hơn, sao bạn không định thời gian kiêng ăn ngay để cho thấy bạn thực sự khao khát Chúa và sẵn sàng khép mình vào kỷ luật để kiêng ăn trong tương lai? Không cần thiết phải làm cho nó trở nên phức tạp. Đây là một kỷ luật đơn giản. Cần nhắc lại lời của Piper ở đây: "Đây là bản chất của sự kiêng ăn Cơ Đốc: chúng ta khát khao và mong mỏi- và kiêng ăn - để biết ngày càng nhiều hơn mọi điều Chúa dành cho chúng ta trong Chúa Giê-xu. Nhưng chỉ vì Ngài đã nắm giữ chúng ta và đang kéo chúng ta tiến tới và tiến lên trong 'mọi sự đầy dẫy của Đức Chúa Trời'"[26]

Chương 10

10 | Yên Lặng Và Riêng Tư... Để Luyện Tập Lòng Tin Kính

Từ ngữ kỷ luật đã biến mất khỏi tâm trí, môi miệng, tòa giảng, và văn hóa của chúng ta. Trong xã hội Mỹ hiện đại này, chúng tôi hầu như không hiểu kỷ luật nghĩa là gì. Tuy nhiên, chẳng có cách nào khác để có được lòng tin kính, kỷ luật là con đường dẫn đến sự tin kính.

Jay Adams

Tôi rất thích câu chuyện ngắn *"The Bet"* (tạm dịch: *Cuộc cá cược*), của tác giả Anton Chekhov, một nhà văn Nga nửa cuối thế kỷ thứ XIX. Cốt truyện xoay quanh việc đánh cuộc giữa hai người có học thức về sự biệt giam. Một giám đốc ngân hàng tuổi trung niên, giàu có, tin rằng án tử hình nhân đạo hơn án biệt giam vì "phạm nhân bị hành hình nhận cái chết ngay lập tức, người bị biệt giam chết từ từ". Một trong những người khách đến dự tiệc, một luật sư trẻ, khoảng 25 tuổi, không đồng ý và nói rằng: "Được sống, dù trong hoàn cảnh nào, vẫn tốt hơn là không được sống".

Tức giận, chủ ngân hàng đã hấp tấp đánh cược hai triệu rúp rằng viên luật sư sẽ không chịu nổi án biệt giam trong vòng 5 năm. Tin chắc vào sức chịu đựng của mình, viên luật sư tuyên bố mình sẽ ở 15 năm biệt giam chứ không chỉ 5 năm.

Họ đồng ý về những thỏa thuận, và viên luật sư di chuyển vào một tòa nhà biệt lập vốn là tài sản lớn của ông chủ ngân hàng. Anh luật sư không được tiếp khách và cũng chẳng có báo chí để đọc. Anh có thể viết thư nhưng không được nhận thư trả lời. Lính bảo vệ canh gác để đảm bảo anh không vi phạm thỏa thuận, nhưng được bố trí ở những nơi anh không thể nhìn thấy họ hay bất kỳ một con người nào. Anh nhận thức ăn trong im lặng qua một cái lỗ nhỏ mà anh chẳng thể thấy người phục vụ mình. Những thứ khác anh muốn, chẳng hạn sách, các món ăn nào đó, nhạc cụ,...được đáp ứng khi anh viết yêu cầu.

Diễn biến tiếp theo của câu chuyện là bản mô tả những thứ luật sư yêu cầu trong nhiều năm và sự quan sát của các nhân viên bảo vệ thỉnh thoảng liếc trộm qua cửa sổ. Trong năm đầu tiên, tiếng đàn piano vang lên gần như suốt ngày, và anh luật sư cũng yêu cầu rất nhiều sách, hầu hết là tiểu thuyết và những thể loại nhẹ nhàng khác. Năm thứ hai, tiếng nhạc không còn nữa và anh luật sư yêu cầu tác phẩm của nhiều nhà văn cổ điển. Trong năm biệt giam thứ 6, anh bắt đầu học các ngoại ngữ và sớm thông thạo 6 thứ tiếng. Sau năm thứ mười, tù nhân ngồi bất động trên bàn và đọc Tân Ước. Sau hơn một năm thấm nhuần Kinh Thánh, anh bắt đầu nghiên cứu lịch sử tôn giáo và những tác phẩm về thần học. Suốt hai năm còn lại anh đọc thêm nhiều chủ đề khác ngoài thần học.

Nửa phần còn lại của câu chuyện tập trung vào đêm trước thời hạn, khi viên luật sư sắp thắng cuộc. Người chủ ngân hàng giờ đây đã tiêu tan sự nghiệp. Sự đầu cơ liều lĩnh và tính bốc đồng đã dần dần phá hỏng việc kinh doanh của ông. Từ một triệu phú tự tin giờ đây ông trở thành ông chủ ngân hàng loại thường và việc thanh toán số tiền đặt cược khi trước sẽ giết chết ông. Tức giận vì sự ngu xuẩn của mình và ghen tỵ với người sắp sửa được giàu có mà giờ mới 40 tuổi, ông chủ ngân hàng lớn tuổi quyết định giết chết kẻ đối địch với mình và dàn xếp bọn lính canh thực hiện vụ giết người. Lẻn vào phòng viên luật sư, ông chủ ngân hàng thấy anh đang ngủ say trên bàn bên cạnh một bức thư gửi cho mình. Ông cầm lá thư lên và đọc:

> 12 giờ trưa mai tôi sẽ được tự do,...nhưng trước khi rời căn phòng này,...tôi thấy cần phải nói vài điều với ông. Với lương tâm trong sáng, và trước mặt Đức Chúa Trời, Đấng nhìn thấy tôi, tôi nói thật với ông rằng tôi xem thường...tất cả những gì mà sách vở của ông gọi là niềm vui của đời này. Mười lăm năm qua, tôi đã chuyên tâm nghiên cứu cuộc sống đời này. Đúng là tôi không thể nhìn thấy thế giới cũng như những con người trong đó, nhưng tôi sống trong những quyển sách ông gửi...tôi ca hát, tôi săn nai và thú dữ trong rừng...Qua những quyển sách đó, tôi leo lên đỉnh Elburz và Mont Blanc, từ trên độ cao ấy, tôi ngắm mặt trời mọc vào buổi sáng, cảnh hoàng hôn tím thẫm bầu trời, đại dương cùng các đỉnh núi. Nhìn xuống dưới tôi thấy tia chớp cắt ngang qua các đám mây. Tôi thấy đồng xanh, rừng thẳm, sông hồ và thành thị. Tôi nghe bài ca của mỹ nhân ngư và tiếng sáo vi vu của các mục đồng. Tôi cảm

nhận được cú chạm của những đôi cánh [thiên thần] xinh đẹp, bay đến bên tôi...Những quyển sách ông gửi vào đây đã cho tôi sự khôn ngoan. Tôi đã cất giữ trong đầu tất cả những gì bộ óc không mệt mỏi của con người đã đạt được suốt nhiều thế kỷ qua...Tôi biết tôi khôn ngoan hơn tất cả các ông...và tôi xem thường tất cả những quyển sách ông đưa vào, tôi xem thường tất cả sự khôn ngoan của trần gian. Tất cả đều vô giá trị và sai lầm, trống rỗng và lừa dối như một ảo ảnh. Ông có thể tự hào, khôn ngoan và đẹp đẽ, nhưng sự chết sẽ cuốn phăng ông khỏi mặt đất này, như nó đã làm với con chuột ẩn dưới sàn nhà ông, người thừa kế của ông, lịch sử của ông; những tài năng bẩm sinh bất tử của ông sẽ đóng băng hoặc cháy rụi trước sự hủy diệt của trái đất. Ông điên dại và không theo con đường đúng đắn. Ông tiếp nhận sự giả dối thay vì chân lý, lấy cái dị dạng thay vì vẻ đẹp. Để chứng tỏ cho ông thấy tôi xem thường tất cả những gì ông xem là giá trị, tôi từ bỏ hai triệu rúp, là thứ tôi đã từng tưởng là sẽ mở được cửa thiên đàng cho mình, và là thứ hiện nay tôi chẳng xem ra gì. Để từ bỏ quyền thừa hưởng số tiền ấy, tôi sẽ ra khỏi tù năm tiếng trước thời hạn, để vi phạm điều khoản trong hợp đồng giữa chúng ta.

Người chủ ngân hàng đọc xong những dòng chữ ấy, đặt lại lá thư trên bàn, hôn chàng trai không quen đang ngủ say và rời khỏi căn nhà trong nước mắt ràn rụa. Chekkhov viết: "Từ trước đến giờ, kể cả sau khi trải qua những mất mát nghiêm trọng..., người chủ ngân hàng chưa từng cảm thấy khinh bỉ bản thân như lúc này". Nước mắt làm ông suốt đêm không ngủ. Và vào lúc 7 giờ sáng hôm sau, lính canh chạy vào báo rằng họ đã nhìn thấy viên luật sư leo qua cửa sổ, đi ra cổng và rồi biến mất.[1]

Tôi không ủng hộ việc chúng ta cô lập mình theo cách này, và tôi nghĩ Kinh Thánh cũng không tán thành. Nhưng điều tôi muốn nói qua câu chuyện này là: tôi tin rằng Chekhov nhìn vào căn phòng nơi từng Cơ Đốc nhân thỉnh thoảng mơ ước được sống trong đó.

Có điều gì đó vừa lôi cuốn vừa đem lại sự biến đổi trong sự yên lặng và tách biệt. Và có những lúc trong cuộc sống giống kiểu nồi áp suất của chúng ta, việc trốn đến một nơi không ai biết và sống ở đó vài năm nghe thật hết sức hấp dẫn.

Khi xem xét dưới ánh sáng của Kinh Thánh, chúng ta nhận ra rằng tách mình ra khỏi những đặc ân và trách nhiệm Chúa giao có liên quan đến người khác không phải là điều đúng đắn và đáng làm. Kinh Thánh kêu gọi chúng ta cùng hướng về gia đình, về các mối thông công, về công tác truyền giảng Tin lành, sự phục vụ và các khía cạnh khác trong cuộc sống trong hội thánh địa phương vì cớ Đấng Christ và Vương quốc Ngài. Thế nhưng, thỉnh thoảng, tâm linh chúng ta khao khát được ra khỏi tiếng ồn và đám đông để được ở yên lặng và tách biệt. Chúng ta phải cùng thực hiện với các anh chị em khác một số cách rèn luyện tâm linh trong đời sống Cơ Đốc như thế nào,[2] thì cũng có lúc chúng ta phải tạm thời tách khỏi mọi người để bước vào cách rèn luyện của sự yên lặng và tách biệt. Trong chương này chúng ta sẽ khám phá hai cách rèn luyện này, tìm kiếm trong Kinh

Thánh những lý do để thực hiện chúng và kết thúc với một số đề nghị hợp lý để bắt đầu thực hành.

Giải Thích Yên Lặng Và Riêng Tư

Hình thức rèn luyện ở yên lặng nghĩa là tự nguyện và tạm thời không nói chuyện để theo đuổi những mục tiêu thuộc linh nào đó. Đôi khi cần yên lặng để đọc Kinh Thánh, suy ngẫm Lời Chúa, cầu nguyện, chép nhật ký, v.v. Dù không nói ra, nhưng vẫn có thể cố ý tự nói với mình hoặc cầu nguyện với Đức Chúa Trời. Lúc khác, bạn có thể không muốn nói gì cả, mà chỉ hướng tâm trí vào Đức Chúa Trời và 'chú tâm vào những điều ở trên trời' (Côl 3:2), để linh hồn bạn yên nghỉ trong tình yêu mà Ngài bày tỏ qua Đấng Christ.

Ở một mình nghĩa là tự nguyện và tạm thời rút lui về một nơi riêng tư vì mục đích thuộc linh. Thời gian ở riêng một mình có thể chỉ kéo dài từ vài phút đến vài ngày. Cũng như với kỷ luật yên lặng, người ta có thể thực hành sự tách biệt khi rèn luyện các hình thức kỷ luật tâm linh khác để không bị quấy rầy hoặc chỉ để ở riêng với Chúa và suy nghĩ.

Ba suy nghĩ ngắn trước khi chúng ta khảo sát sâu hơn. Thứ nhất, hãy nghĩ đến sự yên lặng và tách biệt là cách rèn luyện bổ sung cho mối thông công. Khi nói thông công, ý của tôi không phải là giao tiếp xã hội, tức là nói về tin tức, thời tiết, thể thao, công việc và gia đình. Trong vị trí rộng lớn Chúa đặt trong cuộc sống, giao tiếp xã hội là một ơn phước lớn và tận hưởng nó là một phần của cuộc sống con người. Tuy nhiên, thông công theo Kinh Thánh là nói chuyện về

Đức Chúa Trời và về những điều thuộc về Đức Chúa Trời. Có lẽ chúng ta làm ít hơn nhiều so với điều chúng ta nghĩ, ngay cả trong hội thánh. Dẫu vậy, điều nhấn mạnh ở đây là thông công đòi hỏi sự tương tác với người khác, còn yên lặng và tách biệt thì không. Dường như mỗi một người trong chúng ta thường thiên về chiều hướng này nhiều hơn chiều hướng kia một chút. Tức là, chúng ta thích thú cuộc trò chuyện ý nghĩa với các Cơ Đốc nhân khác hơn là ở riêng một mình, hoặc ngược lại. Nhưng cả hai đều có vị trí của nó trong đời sống của một tín hữu sống theo Lời Chúa cách kiên định. Không có sự yên lặng và tách biệt, chúng ta vẫn có thể hoạt động, nhưng nông cạn. Không có sự thông công, chúng ta vẫn có thể sâu sắc, nhưng chậm chạp. Để trở nên giống Đấng Christ đòi hỏi cả hai.

Thứ hai, yên lặng và tách biệt thường đi chung với nhau. Dù có thể phân biệt (như trong định nghĩa ở trên), nhưng trong chương này, chúng ta sẽ xem chúng là một cặp.

Thứ ba, phải nhận biết rằng văn hóa phương Tây rèn luyện con người trở nên quen thuộc với sự ồn ào và đám đông, chứ không phải với sự yên tĩnh và tách biệt, và khiến chúng ta cảm thấy thoải mái trong khu phố mua sắm hơn là trong công viên. Trong quyển *Finding Focus in a Whirlwind World* (tạm dịch: *Tìm kiếm sự tập trung trong thế giới ồn ào*), Jean Fleming nhận xét: "Chúng ta sống trong một thế giới ồn ào, bận rộn. Yên lặng và tách biệt...phù hợp với kỷ nguyên của những đôi giày bốt cột dây với hàng nút cao kiểu Victoria và những chiếc đèn dầu hơn là thời đại của chúng ta ngày nay với truyền hình, video và những người chạy bộ đeo tai nghe. Chúng ta đã trở thành một dân tộc ghét sự yên tĩnh và thấy khó chịu khi ở một mình".[3] Việc nhiều người không thể ở nhà hoặc ở trong xe hơi một mình mà không bật "tiếng ồn làm nền" nào đó càng khẳng định điều này. Không như các thế hệ trước, ngày nay kỹ thuật công nghệ giúp chúng ta có thể tận hưởng những lợi ích của tin tức, âm nhạc, giáo dục, và nhiều thứ khác bất cứ khi nào chúng ta muốn và bất cứ nơi đâu. Nhưng mặt trái của vấn đề là sự hấp dẫn và dễ dàng tiếp cận những thứ này đồng nghĩa với việc loại bỏ hầu như mọi không gian yên tĩnh trong cuộc sống. Hơn bất kỳ thế hệ nào trong lịch sử, chúng ta phải *rèn luyện* bản thân để tận hưởng phước hạnh của sự yên tĩnh và tách biệt. Do đó, phải cẩn thận đừng để định kiến của thế gian làm bạn không muốn nghe lời chứng của Kinh Thánh về tầm quan trọng của những điều này.

Những Lý Do Quan Trọng Để Rèn Luyện Sự Yên Lặng Và Ở Riêng

Kinh Thánh dạy rằng Chúa Giê-xu đã có những lúc yên lặng và ở riêng một mình, đôi khi chỉ vài phút hoặc vài giờ, và ít nhất là có một lần kéo dài nhiều ngày. Hãy lưu ý bốn câu Kinh Thánh sau:

- Ma-thi-ơ 4:1 "Sau đó, Thánh Linh đem Đức Chúa Jêsus vào hoang mạc để chịu ma quỷ cám dỗ". Mục đích chính của sự kiện này là để Chúa Giê-xu nhận lấy và chiến thắng cám dỗ của Sa-tan. Ngoài ra, chúng ta cũng thấy rằng Đức Thánh Linh đưa Chúa Giê-xu vào trải nghiệm này trong giai đoạn kiêng ăn và ở riêng một mình dài ngày.

- Ma-thi-ơ 14:23 "Khi cho dân chúng về rồi, Ngài đi riêng lên núi để cầu nguyện. Tối đến, Ngài vẫn ở đó một mình". Ngài cho cả đoàn dân đông lẫn môn đồ đi khỏi để có thể ở riêng một mình với Cha.

- Mác 1:35 "Sáng hôm sau, khi trời vẫn còn tối, Ngài đã thức dậy, bước ra, đi vào nơi thanh vắng và cầu nguyện tại đó". Những câu trước cho biết sau khi trời tối 'cả thành' họp lại trước cửa nhà nơi Chúa trọ. Tại đây, Ngài đã chữa lành nhiều người và đuổi quỷ. Nhưng trước khi rạng đông, Ngài đã dành thời gian ở một mình để cầu nguyện. Chúa Giê-xu biết rằng nếu Ngài đợi đến khi trời sáng, Ngài lại sẽ bị bao vây bởi những đôi mắt tò mò và tiếng nài nỉ của cả thành.

- Lu-ca 4:42 "Vừa rạng sáng, Ngài đi vào nơi thanh vắng. Dân chúng đi tìm Ngài; khi gặp được, họ cố giữ Ngài lại, không cho rời khỏi họ". Hãy thử đặt mình vào vị trí của Chúa Giê-xu trong chốc lát. Dân chúng đang kêu la đòi bạn giúp đỡ với rất nhiều những nhu cầu thiết thực, và bạn có thể đáp ứng hết những nhu cầu đó. Lẽ nào bạn cảm thấy hợp lý khi bỏ đi? Nhưng Chúa Giê-xu đã làm thế. Chúng ta thích cảm thấy người khác cần mình. Chúng ta thích cảm giác được là người quan trọng/có quyền/cần thiết (chọn một) khi có thể làm được điều mà không ai có thể làm được. Nhưng Chúa Giê-xu không để cho những cảm giác đó điều khiển hành động của Ngài. Mặc cho những tiếng kêu khóc không ngừng của những con người đang lấn tới trước với những nhu cầu Ngài có quyền đáp ứng (thật ra, trong một số lần Ngài đã "chữa lành cả" – Mat 12:15; Lu 6:19), Chúa Giê-xu biết tầm quan trọng của việc rèn luyện bản thân để có thời gian ở riêng với Cha.

Bây giờ thì vấn đề đã rõ ràng: Để trở nên giống Chúa Giê-xu, chúng ta phải khép mình vào kỷ luật để có được những lúc yên lặng và ở riêng một mình. Rồi qua những cách rèn luyện tâm linh này, chúng ta có thể theo đuổi nhiều phước hạnh mà Chúa Giê-xu đã trải nghiệm.

Để giảm thiểu sự phân tâm khi cầu nguyện

Một trong những lý do rõ ràng hơn phải thoát ra khỏi những tiếng động và môi trường khiến chúng ta phân tâm là tập chú nhiều hơn vào sự cầu nguyện. Ngoài những ví dụ về Chúa Giê-xu trong phần trước, các ví dụ khác trong Kinh Thánh về vấn đề này là Ê-li đi "đến Hô-rếp, là núi của Đức Chúa Trời" (1 Vua 19:8) nơi ông nghe 'tiếng êm dịu nhỏ nhẹ' của Đức Chúa Trời (xem 19:11-13), Ha-ba-cúc bước vào vọng canh và chăm chú nhìn xem để nghe Đức Chúa Trời phán và trả lời (xem Ha 2:1), và có lẽ sứ đồ Phao-lô đi qua tận Ả-rập sau khi cải đạo, là nơi ông được cho là ở riêng một mình với Chúa (xem Ga 1:17).

Dĩ nhiên, không hoàn toàn nhất thiết phải lánh xa tiếng ồn và con người để cầu nguyện, nếu không thì chúng ta hiếm khi có thể cầu nguyện trong dòng chảy của đời sống thường nhật hoặc trong buổi nhóm cầu nguyện. Nhưng có những lúc thật hữu ích khi tránh xa tiếng của thế gian để cất tiếng nói chuyện với Đức Chúa Trời trên trời mà không bị chi phối.

Theo Jonathan Edwards, mong ước được ở riêng với Đức Chúa Trời là một trong những điều thu hút ông đến với Sarah Pierpont. Lần đầu viết về cô ấy, khi người vợ tương lai của ông vẫn còn là một thiếu niên, ông ghi "Nàng hầu như không quan tâm đến điều gì khác ngoại trừ suy ngẫm về Ngài...Nàng thích ở một mình, đi dạo ngoài đồng và trong những khu rừng nhỏ, và dường như có ai đó vô hình luôn trò chuyện với nàng".[4] Sarah đi dạo 'ngoài đồng và trong khu rừng nhỏ', còn chúng ta có thể đi bộ trong công viên, quanh tòa nhà, hoặc tìm một nơi khác để thường xuyên ở riêng một mình. Cho dù là ở đâu, cũng đều là điều tốt khi chúng ta có một nơi tách biệt khỏi mọi người để nói chuyện với Ngài mà không bị làm phiền. Ngài là Đấng chúng ta không nhìn thấy, nhưng sự hiện diện của Ngài rõ ràng hơn bất kỳ ai.

Nhiều người trong chúng ta cần nhận ra chứng nghiện tiếng ồn của mình. Nghe tiếng trên ti vi hoặc một công cụ khác trong khi làm việc nhà là một việc, còn không thể ở trong căn phòng yên tĩnh một chút lại là một việc khác. Tệ hơn nữa là cần phải có âm thanh gì đó làm nền trong khi học Kinh Thánh hoặc cầu nguyện. Đôi khi tiếng nhạc nền có thể lấn át những âm thanh không muốn nghe và giúp tập trung hơn. Nhưng tôi đang nói đến việc bị lệ thuộc vào âm nhạc, không thể làm việc trong sự yên lặng và tách biệt. Như tôi đã nói, việc dễ dàng tiếp cận và dễ dàng di chuyển của kỹ thuật công nghệ là một ơn phước tích cực lẫn tiêu cực. Mặc dù chúng ta phải biết ơn về những lợi ích lớn lao của nó, nhưng chúng ta cũng phải nhận biết khuynh hướng xâm nhập, gây phân tâm của nó. Càng sử dụng kỹ thuật âm thanh và video, chúng ta càng cần học cách rèn luyện yên lặng và tách biệt.

Để thờ phượng Đức Chúa Trời

Thờ phượng Đức Chúa Trời không phải lúc nào cũng phải bằng lời, âm thanh hay hành động. Đôi khi thờ phượng bao gồm sự tĩnh lặng tập trung vào Đức Chúa Trời. Những phân đoạn Kinh Thánh cho thấy điều này là Ha-ba-cúc 2:20 "Nhưng Đức Giê-hô-va ngự trong đền thánh Ngài; trước mặt Ngài, mọi người trên đất hãy lặng thinh"; Sô-phô-ni 1:7 "Hãy im lặng trước mặt Chúa Giê-hô-va!" và Xa-cha-ri 2:13 "Mọi người hãy im lặng trước mặt Đức Giê-hô-va". Lưu ý rằng đây không chỉ là mệnh lệnh phải yên lặng, mà là sự yên lặng 'trước mặt Ngài', 'trước mặt Chúa Giê-hô-va', và 'trước mặt Đức Giê-hô-va'. Đó không đơn thuần là sự im lặng, đó là sự im lặng trong tinh thần thờ phượng. Có những lúc thưa chuyện với Chúa và có những lúc chỉ nhìn lên và tôn thờ Ngài trong im lặng.

Nhà truyền giảng vĩ đại George Whitefield đã ghi lại trong nhật ký một sự thờ phượng trong im lặng mà ông từng kinh nghiệm khi ở một mình tại nhà riêng. Ông viết vào ngày 9 tháng 5 năm 1739: "Đức Chúa Trời vui lòng tuôn đổ vào linh hồn tôi một tinh thần khẩn nguyện, và cảm nhận được sự tự do của Ngài, nhận thức được lòng thương xót Ngài khiến lòng tôi tràn ngập tình yêu, sự khiêm cung, niềm vui và sự bối rối thánh khiết đến nỗi tôi chỉ có thể dốc đổ lòng mình trước mặt Ngài trong sự yên lặng đầy kính sợ. Tôi được đầy dẫy đến nỗi chẳng nói nên lời. Ôi, niềm hạnh phúc của mối tương giao với Đức Chúa Trời'.[5]

Thờ phượng Đức Chúa Trời trong im lặng có thể diễn ra khi lòng bạn, giống như Whitefield ở đây, được đầy dẫy đến nỗi không lời nào có thể diễn tả tình yêu của bạn dành cho Ngài. Lúc khác, có thể bạn cảm thấy hoàn toàn ngược lại, thiếu nhiệt tình đến nỗi lời nào nói ra dường như cũng là giả tạo. Cho dù trạng thái cảm xúc của bạn ra sao, vẫn luôn có một chỗ dành cho sự thờ phượng không lời, một sự yên lặng tập trung vào Đức Chúa Trời dựa trên điều Ngài đã tự bày tỏ trong Lời Ngài.

Để bày tỏ đức tin nơi Đức Chúa Trời

Trái ngược với việc đến với Chúa và tuôn ra những lời lẽ bực dọc, hành động yên lặng trước mặt Ngài có thể là biểu hiện của đức tin nơi Ngài. Trong Thi Thiên 62, hai lần vua

Đa-vít bày tỏ đức tin này. Trong các câu 1-2, ông khẳng định: "Linh hồn con an nghỉ nơi một mình Đức Chúa Trời; sự cứu rỗi của con từ Ngài mà đến. Một mình Ngài là vầng đá và sự cứu rỗi của con; cũng là nơi ẩn náu của con; con sẽ không hề bị rúng động". Rồi trong các câu 5-6, ông lại nói: "Hỡi linh hồn ta, hãy nghỉ an nơi Đức Chúa Trời, vì niềm hi vọng ta đặt nơi Ngài. Chỉ một mình Ngài là vầng đá và sự cứu rỗi của ta, cũng là nơi ẩn náu của ta; ta sẽ chẳng bị rúng động". Lời cầu nguyện bằng lời đôi khi có thể chứa đầy nỗi sợ và sự nghi ngờ hơn là đức tin; còn yên lặng trước mặt Đức Giê-hô-va đôi khi bày tỏ đức tin và sự thuận phục đối với sự tể trị của Đức Chúa Trời hơn lời nói.

Ê-sai 30:15 là một trong những câu Kinh Thánh được yêu thích nhất, liên kết sự yên lặng trước mặt Đức Chúa Trời với đức tin nơi Ngài: "Chúa là Đức Giê-hô-va, Đấng Thánh của Y-sơ-ra-ên phán: 'Nhờ quay trở lại và yên nghỉ, các ngươi sẽ được giải cứu; nhờ *yên lặng* và *tin cậy*, các ngươi sẽ được sức mạnh". Lòng tin cậy nơi Giê-hô-va Đức Chúa Trời thường được thể hiện qua lời cầu nguyện. Nhưng đôi khi, tốt hơn là bày tỏ lòng tin cậy nơi sự tể trị của Ngài qua sự yên lặng trước mặt Chúa, với một tâm trạng không lo lắng.

Tôi phát hiện một ví dụ minh họa cho ý này lấy từ đời sống hằng ngày trong nhật ký của giáo sĩ người Mỹ đầu tiên truyền giáo cho người da đỏ ở Bắc Mỹ, David Brainerd. Trong nhật ký đề thứ Tư ngày 28 tháng 4 năm 1742, ông viết:

Tôi lánh vào nơi nghỉ ngơi thường lệ của mình trong sự bình an và yên tĩnh; dành khoảng hai tiếng để làm những bổn phận riêng tư. Tôi cảm thấy y như sáng hôm qua, yếu đuối hơn và mệt mỏi hơn. Tôi dường như dựa dẫm hoàn toàn vào Chúa yêu dấu của tôi, hoàn toàn dứt bỏ những chỗ nương tựa khác. *Tôi không biết phải nói gì với Đức Chúa Trời, chỉ dựa vào ngực Ngài*, có thể nói như vậy, và thở ra những khao khát của mình sau khi hòa hợp trọn vẹn với Ngài trong mọi sự. Những khao khát cháy bỏng và những niềm mong đợi không thể thỏa mãn xâm chiếm linh hồn tôi sau sự thánh khiết trọn vẹn: Đức Chúa Trời quý giá đối với linh hồn tôi đến nỗi thế gian với những thú vui của nó hoàn toàn vô giá trị. Tôi xem tất cả những ân huệ của loài người chẳng khác gì sỏi đá. Chúa là tất cả của tôi; và Ngài thống trị tất cả, là điều khiến lòng tôi vui thích. *Tôi nghĩ đức tin và sự phụ thuộc vào Đức Chúa Trời của mình hiếm khi đạt được mức độ như vậy. Tôi cảm biết Ngài là nguồn của sự tốt lành đến độ dường như tôi không thể nghi ngờ Ngài, hoặc cảm thấy lo lắng về bất kỳ điều gì sẽ xảy đến cho mình.*[6]

Có thể chúng ta không thể diễn đạt hay qua những trang nhật ký giống như Brainerd, nhưng chúng ta có thể bày tỏ đức tin nơi Đức Chúa Trời theo cách Ngài quý trọng, ấy là những lúc chúng ta nài xin trong yên lặng.

Để tìm kiếm sự cứu rỗi của Chúa

Thời gian ở riêng và yên lặng để tìm kiếm sự cứu rỗi của Chúa có thể ám chỉ việc một người chưa tin tìm kiếm sự cứu rỗi thoát khỏi tội lỗi và mặc cảm tội lỗi trong Đấng Christ, hoặc ám chỉ một tín đồ tìm kiếm sự giải cứu của Chúa để thoát khỏi hoàn cảnh nào đó. Những lời của tiên tri Giê-rê-mi trong sách Ca Thương 3:25-28 thích hợp cho cả hai trường hợp: "Đức Giê-hô-va nhân từ với những ai trông đợi Ngài, với linh hồn nào tìm kiếm Ngài. Thật tốt cho người yên lặng trông chờ ơn cứu rỗi của Đức Giê-hô-va. Thật tốt cho người nào mang ách lúc còn trẻ, để nó ngồi *một mình* trong *yên lặng* khi Ngài đã đặt ách trên nó" (chữ in nghiêng nhằm nhấn mạnh).

Trong một bài giảng nương trên phân đoạn này, C. H. Spurgeon đã nói những lời sau:

> Tôi khuyên những ai đang tìm kiếm sự cứu rỗi trước nhất hãy ở riêng một mình, để bạn suy ngẫm thật kỹ về trường hợp của mình trước mặt Chúa. Có ít người thực sự biết rõ mình. Hầu như ai cũng soi gương, nhưng còn có một tấm gương khác phản chiếu hình ảnh chân thật, mà rất ít người nhìn vào đó. Tra xét chính mình trong ánh sáng của Lời Đức Chúa Trời, và cẩn thận xem xét thực trạng của mình, tra xét cả những tội lỗi bên trong lẫn bên ngoài, và sử dụng mọi phép thử Kinh Thánh đưa ra là một hoạt động hết sức lành mạnh; nhưng sao lại có quá ít người thực hiện như vậy![7]

Như Spurgeon đã thực hiện trong bài giảng này và trong mọi cơ hội ông đứng trên bục giảng, cũng như chúng ta thấy trong các truyện kể Tân Ước, hễ khi nào Kinh Thánh được rao giảng công khai thì chúng ta cũng nên kêu gọi mọi người tìm kiếm sự cứu rỗi "trong Đức Chúa Giê-xu Christ và Đức Chúa Giê-xu Christ bị đóng đinh" (1 Cô 2:2) ngay.

Nhưng ngoài lời kêu gọi thính giả như thế, chúng ta cũng không nên hạ thấp giá trị của việc ở riêng một mình nhằm tránh bị xao lãng khi tra xét thực trạng linh hồn mình. Ở riêng một mình và yên lặng có thể giúp chúng ta hiểu thấu những thực tế về tội lỗi, sự chết, sự phán xét, v.v. những chủ đề nghiêm túc mà chúng ta thường không để ý đến do âm thanh của cuộc sống hằng ngày. Vì hình ảnh và âm thanh được chuyển tải nhờ kỹ thuật cá nhân có mặt ở khắp nơi, bạn nghĩ tần suất một người chưa tin tập trung ngồi một mình để tra xét chính mình dưới ánh sáng của Phúc âm là bao lâu? Theo ước lượng của tôi, tỷ lệ trên một triệu người là vô cùng hiếm. Chúng ta không bao giờ nên xem nhẹ tầm quan trọng của việc đến ngay với Đấng Christ, nhưng cũng cần khuyến khích mọi người "ngồi yên lặng một mình" và theo lời Spurgeon, "tra xét chính mình trong ánh sáng của Lời Chúa".

Để được phục hồi thể xác lẫn tâm linh

Ai cũng cần được phục hồi sức lực bên trong lẫn bên ngoài, kể cả những người sống gần gũi với Chúa Giê-xu nhất cũng vậy. Sau nhiều ngày vất vả cả về thể xác lẫn tâm linh, hãy lưu ý cách Chúa Giê-xu bổ sức cho các môn đồ Ngài: "Các con hãy đi tẻ vào nơi thanh vắng, nghỉ ngơi một lúc" (Mác 6:31). Nghe không tốt sao?

Cũng như mười hai sứ đồ, tất cả chúng ta đều cần những lúc tháo cây cung của những áp lực thường ngày và tận hưởng sự phục hồi mà sự tĩnh tâm đem lại cho thân thể và linh hồn chúng ta.

Một buổi tối nọ, tôi đọc được bản tin về cuộc đời của nhạc công piano Glenn Gould. Người ta mô tả ông là một nhạc công kỳ tài đột ngột xuất hiện trên sân khấu ca nhạc lúc còn là một thiếu niên vào những năm 1950. Ông đi lưu diễn vòng quanh thế giới và khiến người nghe kinh ngạc trước tài năng của mình. Nhưng vào năm 1964, ông thôi không biểu diễn nữa. Từ đó trở đi, dù là một trong những nhạc công piano giỏi nhất thế giới, Gould chỉ chơi ở nơi riêng tư và thu âm. Ngay cả những bản thu âm cũng được làm hoàn toàn bí mật. Ông tin rằng *ở riêng một mình* là cách duy nhất để sáng tác. Tương tự, bất kỳ ai phải 'sáng tác' nhạc, bài học, bài luận, báo cáo, bài giảng, nghệ thuật, trình diễn, v.v... đều biết rằng không thể làm tốt những việc này chỉ trong 5 phút chỗ này 5 phút chỗ kia. Thói quen sáng tác nhạc theo kiểu tu sĩ của Gould không phải là điều hầu hết chúng ta có thể hoặc nên bắt chước. Nhưng như ông đã nhận thấy sự tách biệt giúp ích cho mình trong việc sáng tác như thế nào, thì việc tự khám phá sự yên lặng và tách biệt có thể giúp khôi phục phần thuộc linh và thuộc thể của bạn theo những cách mang tính liệu pháp cao cũng thể ấy.

Để phục hồi quan điểm thuộc linh

Một trong những cách tốt nhất để lùi lại và giữ thăng bằng hơn, bớt nhìn vấn đề theo quan điểm đời này là qua việc rèn tập yên lặng và ở riêng một mình.

Khi Xa-cha-ri được thiên sứ Gáp-ri-ên cho biết người vợ lớn tuổi của ông sẽ sinh một con trai, ông đã nghi ngờ. Thiên sứ Gáp-ri-ên phán: "Nầy, ngươi sẽ bị câm, không thể nói được, cho đến ngày các điều ấy xảy ra, vì ngươi không tin lời ta, là lời sẽ được ứng nghiệm đúng thời điểm" (Lu 1:20). Và điều gì đã xảy ra đối với cách nhìn của Xa-cha-ri về những việc này trong thời gian ông bị buộc phải im lặng? Khi đứa trẻ ra đời, Lu-ca 1:63-64 cho biết: "Xa-cha-ri bảo lấy bảng nhỏ và viết: 'Tên nó là Giăng'. Mọi người đều ngạc nhiên. Lập tức, miệng ông mở ra, lưỡi thong thả, ông nói và ca ngợi Đức Chúa Trời". Có lẽ, đây là một minh họa tiêu cực nhưng nó cho ta thấy việc ngậm miệng lại đôi khi có thể giúp tâm trí chúng ta mở ra để nhìn sự việc theo cách Đức Chúa Trời nhìn.

Một trong những sự kiện nổi tiếng nhất làm thay đổi cuộc đời của Billy Graham xảy ra vào tháng 8 năm 1949, ngay trước chiến dịch Los Angeles khiến ông nổi tiếng khắp nước. Chỉ trong một thời gian ngắn trước Graham, danh hiệu không chính thức giáo sĩ nổi tiếng nhất Bắc Mỹ thuộc về một người tên là Chuck Templeton. Tuy nhiên, năm 1949 Templeton sa sút thuộc linh vì bị ảnh hưởng từ những người nghi ngờ sự thần cảm của Kinh Thánh, và cuối cùng, ông đã hoàn toàn chối bỏ đức tin. Ông bắt đầu chia sẻ với Graham những quyển sách và ý tưởng đang chi phối ông. Và chỉ vài ngày trước khi Graham đến California, Templeton nói với Graham rằng vì tiếp tục tin vào Kinh Thánh mà nhà truyền đạo trẻ tuổi đã phạm tội tự sát về trí tuệ.

Trong khi nói chuyện tại một buổi hội thảo của giới trẻ ở San Bernardino Mountains, Graham biết ông phải nhìn vấn đề theo quan điểm của Đức Chúa Trời và ông tìm thấy điều đó khi ở riêng một mình. Ông kể lại buổi tối hôm ấy: "Tôi trở về nhà một mình, đọc Kinh Thánh một chút và rồi tôi quyết định đi dạo trong rừng". Tại đó, ông nhớ lại những cụm từ như 'Lời Chúa phán rằng' và 'Đức Giê-hô-va phán' được dùng hơn hai ngàn lần trong Kinh Thánh. Ông suy ngẫm về thái độ của Đấng Christ, Đấng làm trọn luật pháp và những lời tiên tri, Đấng thường xuyên trích dẫn những lời ấy và chưa từng ám chỉ rằng những lời ấy có thể sai trật. Vừa đi ông vừa thưa với Chúa: "Lạy Chúa, con phải làm gì đây? Hướng đi của cuộc đời con là gì?" Ông thấy rằng chỉ có tri thức thôi thì không thể giải đáp câu hỏi về sự thần cảm và thẩm quyền của Kinh Thánh. Đó là vấn đề niềm tin. Ông nghĩ về đức tin trong những sự việc xảy ra hằng ngày mà ông không hiểu, như lòng tin khi lên máy bay và xe hơi, và tự hỏi vì sao đức tin bị xem là sai lầm chỉ khi nói đến những điều thuộc về Thánh Linh.

Ông kể tiếp: "Vì thế tôi trở về và lấy Kinh Thánh, tôi đi bộ dưới ánh trăng. Tôi đi đến một gốc cây, tôi để Kinh Thánh xuống và quỳ gối cầu nguyện, 'Lạy Đức Chúa Trời, con không thể chứng minh một số điều. Con không thể trả lời một số câu hỏi Chuck và một vài người khác đặt ra, nhưng bởi đức tin con thừa nhận Quyển sách này là Lời Đức Chúa Trời'".[8] Và qua thời gian ở riêng một mình cũng như quan điểm thuộc linh nhận được trong đêm ấy, Billy Graham đã trở thành con người cả thế giới đều biết đến.

Kinh nghiệm của Graham giải thích cho điều nhà thần học theo Thanh giáo John Owen nói về việc ở riêng một mình: "Con người của chúng ta trong nơi riêng tư chính là con người thật của chúng ta. Đó có thể là khoảng thời gian tuyệt vời nhất nhưng cũng có thể là khoảng thời gian tệ hại nhất của chúng ta, đó là khi nguyên tắc nổi bật nhất trong con người chúng ta sẽ tự động bộc lộ và hành động".[9] Nói cách khác, khi ở một mình là lúc chúng ta thể hiện con người thật của mình. Nếu chúng ta thường xuyên tìm kiếm Chúa và quan điểm của Ngài qua Lời Ngài khi chúng ta ở một mình - không phải chỉ tại nhà thờ hay khi bên cạnh các Cơ Đốc nhân khác - thì chúng ta có thể hy vọng mình biết Đức Chúa Trời.

Để tìm kiếm ý muốn Chúa

Có lẽ một trong những lý do phổ biến nhất khiến tín hữu dành thời gian yên lặng và ở riêng với Chúa là để nhận biết ý muốn Ngài về một vấn đề nào đó. Chúa Giê-xu đã làm thế trong Lu-ca 6:12-13 khi quyết định chọn các môn đồ sẽ cùng đi với Ngài: "Trong những ngày đó, Đức Chúa Jêsus đi lên núi để cầu nguyện; Ngài thức thâu đêm cầu nguyện với Đức Chúa Trời. Đến sáng hôm sau, Ngài gọi các môn đồ đến và chọn mười hai người trong số họ, gọi là sứ đồ".

Lịch sử Cơ Đốc giáo có rất nhiều câu chuyện đáng nhớ về những người nam người nữ tách mình ra khỏi mọi người để tìm kiếm ý muốn của Đức Chúa Trời, là Đấng quan trọng nhất. Một trong những câu chuyện thú vị nhất liên quan đến Hudson Taylor, một giáo sĩ trẻ bị kiệt sức sau khi đến hầu việc Chúa tại Trung Hoa. Vào năm 1865, trong khi trở về Anh Quốc để nghỉ ngơi và tiếp tục học ngành y, ông đã tranh chiến với một quyết định. Ông cảm thấy Đức Chúa Trời đang kêu gọi ông bắt đầu công tác truyền giáo đầy mạo hiểm mà trước giờ chưa ai làm, đó là rao truyền Phúc âm cho hàng triệu người chưa từng biết Chúa trong vùng nội địa rộng lớn của Trung Hoa. Nhiều thập kỷ qua, hầu hết các giáo sĩ chỉ hoạt động trong những thành phố ven biển, hiếm khi vào sâu trong đất liền. Nhưng Taylor cảm thấy sợ khi thực hiện công tác lớn lao như thế, biết rằng gánh nặng của việc tuyển giáo sĩ, cũng như tìm kiếm và duy trì sự hỗ trợ về mặt tài chính cho họ sẽ đè nặng trên vai ông.

Vào một ngày hè yên ả, Chúa nhật 25 tháng 6, Hudson Taylor không thể chịu nổi sự bất an thêm được nữa. Kiệt sức và bị ốm, ông đến với những người bạn tại Brighton để nghỉ ngơi. Nhưng thay vì vui vẻ trong sự trùng phùng với bạn, ông ẩn mình trong sự yên lặng và ở riêng với Chúa, ông lang thang dọc bãi cát khi thủy triều rút xuống. Dù cảnh quan rất bình yên nhưng ông lại đang lo âu khắc khoải. Ông phải quyết định. Ông phải biết ý muốn Chúa. Khi đang đi như vậy, ông chợt nghĩ:

> Nếu chúng ta đang vâng phục Chúa, thì trách nhiệm *thuộc về Ngài* chứ không phải thuộc về chúng ta! *Chính Ngài*, lạy Chúa, *chính Ngài* là Đấng mang lấy toàn bộ gánh nặng! Theo lệnh Ngài, là tôi tớ của Ngài, con sẽ đi và trao phó kết quả cho Ngài.

Tôi rời khỏi bãi cát mà lòng nhẹ nhàng thư thái làm sao...Không còn tranh chiến nữa, chỉ còn lại niềm vui và bình an. Tôi cảm thấy như mình có thể bay qua ngọn đồi để về nhà ông Pearse. Và đêm đó tôi đã ngủ rất ngon! Vợ yêu của tôi nghĩ Brighton đã làm nên điều kỳ diệu cho tôi, và đúng là vậy".[10]

Và, nhờ tìm kiếm ý muốn Chúa qua sự yên lặng và ở riêng một mình, Đức Chúa Trời đã mở cửa cho Hội Truyền giáo Nội địa Trung Hoa. Công tác ấy vẫn tiếp tục với sự ban phước của Chúa và đã phát triển thành Hội Liên Hữu Truyền giáo Hải ngoại (Overseas Missionary Fellowship), một trong những hội truyền giáo lớn trên thế giới.

Đức Chúa Trời thường cho chúng ta biết rõ ý Ngài ở nơi công cộng, nhưng có những lúc Ngài chỉ tiết lộ ý Ngài trong nơi riêng tư. Để khám phá ý Chúa, chúng ta cần rèn luyện yên lặng và tách biệt.

Để học cách kiểm soát cái lưỡi

Học cách giữ yên lặng trong một khoảng thời gian có thể giúp chúng ta kiểm soát cái lưỡi của mình trong mọi tình huống.

Chắc chắn học cách kiểm soát chiếc lưỡi là điều cần thiết để trở nên giống Đấng Christ. Kinh Thánh cho biết sự tin đạo của một người không biết kềm chế lưỡi mình là vô ích (Gia 1:26). Châm Ngôn 17:27-28 liên hệ những phẩm chất giống Đấng Christ như là tri thức, thông sáng, khôn ngoan và biện biệt một cách tin kính, với sức mạnh của việc kiểm soát lời nói: "Ai nói năng dè dặt là người có tri thức, ai có tính điềm tĩnh là người thông sáng. Khi giữ im lặng, dù người ngu dại cũng được kể là khôn ngoan, người biết kiềm chế môi miệng được xem là thông sáng".

Truyền Đạo 3:7 nói đến việc kiểm soát lưỡi theo hai nghĩa, tức là khả năng kiềm chế cũng như sử dụng cái lưỡi, vì Kinh Thánh nói: "Có kỳ nín lặng, có kỳ lên tiếng". Vì thế, sự tin kính là học biết khi nào không nên nói và khi nào cần lên tiếng.

Trong Tân Ước, Gia-cơ 1:19 cũng mô tả quyền hạn đối với cái lưỡi ở khả năng kìm hãm nó: "Thưa anh em yêu dấu của tôi, anh em phải biết điều nầy: Mọi người đều phải mau nghe, chậm nói, chậm giận". Điều này áp dụng cho cả 'nói' trực tuyến lẫn nói qua môi miệng của chúng ta.

Việc rèn luyện ở yên lặng và tách biệt giúp ích thế nào trong việc kiềm chế cái lưỡi để trở nên giống Đấng Christ? Khi kiêng ăn nhiều ngày, bạn khám phá ra rằng một số thức ăn bạn thường ăn thật sự không cần thiết. Khi luyện tập yên lặng và tách biệt, bạn sẽ thấy rằng có rất nhiều điều bạn nghĩ mình cần phải nói nhưng thật ra chẳng cần thiết chút nào. Khi yên lặng, chúng ta học cách nương cậy nhiều hơn vào sự kiểm soát của Đức Chúa Trời trong những vấn đề chúng ta thường cảm thấy buộc phải nói, hay nói quá nhiều. Chúng ta khám phá ra rằng Ngài có thể kiểm soát những tình huống chúng ta từng nghĩ mình cần phải lên tiếng. Những kỹ năng quan sát và lắng nghe của những người rèn tập kỷ luật yên lặng và tách biệt cũng trở nên sắc bén hơn để rồi khi nói ra, lời của họ sâu sắc và đem lại sự tươi mới hơn.

Một trong những lý do tại sao cặp đôi yên lặng và tách biệt có thể đem lại sự biến đổi hoàn toàn là vì cách chúng kết nối chúng ta với các cách rèn luyện tâm linh khác.[11] Ví dụ chúng ta thường chỉ yên lặng và ở riêng một mình khi học Kinh Thánh và cầu nguyện cá nhân. Cặp đôi kỷ luật tâm linh này còn là yếu tố cần thiết trong sự thờ phượng cá nhân. Khi yên lặng và ở riêng một mình chúng ta có thể gia tăng tối đa thời gian rèn tập kỷ luật tâm linh chẳng hạn như học hỏi và viết nhật ký. Kiêng ăn trong thời gian yên lặng và ở riêng cũng là điều phổ biến. Nhưng trên hết tất cả, kỷ luật yên lặng và tách biệt có thể khiến chúng ta có vẻ thăng hoa hơn vì chúng ta có thời gian để suy nghĩ về cuộc sống và tìm kiếm Chúa. Sự thật hiển nhiên là hầu hết chúng ta đều không rèn luyện hai điều này đủ. Cách đây không lâu, hầu hết tổ tiên chúng ta đều làm việc suốt ngày ngoài đồng hay ở trong nhà nơi những âm thanh khác duy nhất họ nghe được là từ công trình sáng tạo của Đức Chúa Trời hoặc tiếng của con người. Không có động cơ bằng điện và phương tiện truyền thông, những yếu tố nhân tạo khiến chúng ta không chú ý đến tiếng nói của lương tâm và công việc của Đức Thánh Linh trong linh hồn chúng ta cũng ít đi. Điều này không phải nhằm ca tụng 'những ngày xưa tốt đẹp' (một thói quen sai trái; xem Truyền 7:10) hay đề nghị chúng ta thử quay lại ngày ấy. Tôi chỉ đang tái xác nhận điều chúng ta đã nói từ đầu chương: một trong những giá phải trả cho sự tiến bộ về kỹ thuật công nghệ là chúng ta càng bị cám dỗ tránh xa sự yên tĩnh hơn. Mặc dù chúng ta có nhiều phương cách tiếp nhận tin tức và thông tin đủ mọi hình thức, nhưng những thuận lợi này có thể làm tổn hại đến chiều sâu tâm linh của chúng ta nếu chúng ta không dành thời gian ở yên lặng và tách biệt.

Hãy nhớ rằng mục tiêu lớn thúc đẩy chúng ta giữ những kỷ luật này là vì lòng tin kính, để chúng ta trở nên giống Chúa Giê-xu, để chúng ta trở nên thánh khiết hơn. Trong quyển *The Still Hour* (tạm dịch *Giờ Yên Tĩnh*), tác giả Austin Phelps viết: "Người ta nói rằng không có tác phẩm văn học hay công trình khoa học vĩ đại nào tạo ra bởi một người không thích ở riêng một mình. Chúng ta có thể xem đó là một nguyên tắc cơ bản của tôn giáo, rằng không một người nào tăng trưởng đáng kể trong sự thánh khiết nếu không thường xuyên *dành* thời gian để *ở riêng với* Đức Chúa Trời.[12]

Những Gợi Ý Giúp Bạn Có Được Sự Yên Lặng Và Ở Riêng Một Mình

Một số người yêu thích kỷ luật yên lặng và tách biệt giống như họ thích thú khi đọc hoặc xem một chuyến phiêu lưu kỳ thú. Thay vì trau dồi những hoạt động này cho riêng mình, họ lại kinh nghiệm điều ấy một cách gián tiếp hoặc ngưỡng mộ từ xa. Họ mơ về những kỷ luật ấy, nhưng không thực hiện. Dưới đây là một số cách thực tiễn giúp cho việc rèn luyện kỷ luật yên lặng và ở riêng một mình trở thành một thói quen và một thực tế hơn là chỉ là mong ước.

"Phút ở riêng"

Một đài phát thanh Cơ Đốc trong khu vực của tôi thường phát mục 30 giây nhấn mạnh đến lợi ích của sự yên lặng. Rồi họ dành 10 giây yên lặng để minh họa. Đơn giản như vậy nhưng tác động của khoảnh khắc yên lặng bất ngờ ấy thật đáng chú ý.

Trong ngày, thỉnh thoảng bạn có thể dành ra vài giây để nghỉ ngơi như vậy. Vài giây dừng chờ đèn đỏ, trong thang máy hay xếp hàng tại nơi phục vụ khách ngồi trong ô tô có thể là "phút ở riêng" khi bạn thánh hóa nó và biến nó thành thời giờ yên lặng và ở riêng một mình. Bạn có thể dùng thời gian cầu nguyện trước bữa ăn làm khoảng thời gian tạm nghỉ thuộc linh.

Tôi không thể đưa ra đề nghị cho mọi hoàn cảnh. Nhưng tôi khuyến khích bạn tìm cách thánh hóa những thói quen hằng ngày, "cải tạo" (như cách người Thanh giáo từng nói) một phút không có trong kế hoạch ngay trong thời khắc bận rộn nhất của ngày, bằng cách xem đó là phút ở riêng.

Dĩ nhiên, vấn đề không phải chỉ là lấy hơi và thư giãn trong chốc lát dù đó là điều hữu ích. Điều tôi muốn nói ở đây là chủ tâm trông cậy vào Đấng Christ trong lúc đó và lấy đức tin nghỉ ngơi trong Ngài. Làm như vậy là đang thực hành điều chúng ta hát trong bài thánh ca "Xin dùng *những khoảnh khắc* và ngày tháng trong đời con để ngợi khen Ngài không thôi".[13] Hãy nắm lấy những cơ hội bất ngờ mà Chúa ban cho bạn và chỉ tập trung vào Ngài và đời sống trong Thánh Linh. Dù chỉ có vài giây, dù không tuyệt đối yên tĩnh hay hoàn toàn riêng tư, bạn cũng hãy tận hưởng sự phục hồi có được trong sự hiểu biết Chúa Cứu Thế Giê-xu.

Mục tiêu của thời gian yên lặng và ở riêng mỗi ngày

Những người tăng trưởng ngày càng giống Đấng Christ một cách nhanh chóng, rõ ràng và kiên định mà tôi biết luôn là những người có thời gian ở riêng với Chúa mỗi ngày. Thời gian yên lặng này là thì giờ họ dành để tiếp thu Lời Chúa và cầu nguyện mỗi ngày. Trong lúc ở riêng một mình, họ tận hưởng thì giờ thờ phượng Chúa cách riêng tư.

Nhiều người phải vật lộn để hình thành thói quen dưỡng linh mỗi ngày vì cuộc sống của họ luôn bận rộn và họ đối mặt với một Kẻ thù đầy quyết tâm nhận biết những ích lợi liên quan. Jim Elliot, vị giáo sĩ tuận đạo, ý thức về cuộc chiến ấy: "Tôi nghĩ công việc của ma quỷ là độc chiếm ba yếu tố: ồn ào, vội vã và đám đông...Sa-tan biết rất rõ sức mạnh của sự yên lặng".[14] Ngày giờ của chúng ta quá đủ sự ồn ào, sự vội vã và những con người bận rộn. Nếu chúng ta không *lên kế hoạch* mỗi ngày để có thời gian ở riêng và yên lặng trước mặt Chúa, thì những điều này sẽ lấp đầy thời gian của chúng ta giống như nước biển tràn vào tàu *Titanic*.

Những khoảng thời gian bạn dành ra mỗi ngày ấy chính là huyết mạch của kỷ luật yên lặng và ở riêng. Những người tập dành thời gian yên lặng và ở riêng một mình mỗi ngày là những người biết kỷ luật bản thân để tận dụng những dịp tiện như 'phút ở riêng', ngày của Chúa, và những khoảng thời gian dôi ra khác. Người hiếm khi tập thể dục sẽ gặp rắc rối với cả việc đi lên cầu thang lẫn chạy bộ suốt một hai ki-lô-mét. Người đi bộ mỗi ngày sẽ không gặp vấn đề gì với cả hai điều trên. Cũng vậy, người mỗi ngày dành thời gian rèn luyện thuộc linh là người tận hưởng 'phút ở riêng' lẫn thời gian yên lặng và ở riêng một mình nhiều nhất.

Đi xa để được yên lặng và ở riêng một mình

'Đi xa' một thời gian để yên lặng và ở riêng một mình chẳng qua chỉ là tìm một căn phòng trống trong nhà thờ và ở trong đó cả buổi chiều, buổi tối, hay một ngày thứ bảy. Hoặc có thể là dành một đêm hoặc một ngày cuối tuần trong khu dành để tổ chức kỳ nghỉ dưỡng linh, trong nhà nghỉ hay một cabin.

Trong những khoảng thời gian ở riêng này, bạn chỉ cần mang theo Kinh Thánh và một quyển tập. Những lần khác, bạn có thể muốn đọc ngấu nghiến một quyển sách bạn tin rằng sẽ giúp ích cho bạn trong vai trò môn đồ của Chúa Giê-xu. Những kỳ nghỉ dưỡng linh như thế cũng là thời gian rất tốt để lên kế hoạch, đặt mục tiêu và lượng giá.

Nếu chưa bao giờ dành cả buổi tối, nửa ngày hoặc nhiều hơn để yên lặng và ở riêng một mình, có thể bạn sẽ thắc mắc không biết làm gì trong khoảng thời gian đó. Tôi khuyên bạn chuẩn bị trước một lịch trình hoặc làm điều đó ngay khi đến nơi, vì bạn sẽ ngạc nhiên khi thấy thời gian trôi nhanh dường nào nếu bạn bận rộn, và sẽ dài lê thê nếu bạn không có kế hoạch. Đừng cảm thấy như thể mình buộc phải theo đúng kế hoạch. Dù không phải là sự kiện thâu đêm, cũng cứ đi ngủ nếu cần. Nhưng có kế hoạch sẽ giúp bạn sử dụng thời gian đúng mục đích thay vì vô tình lãng phí thời giờ.[15]

Mặc dù đi xa qua đêm là kế hoạch rất tuyệt, nhưng đừng đợi đến lúc có thể, giống như Ê-li lên núi Hô-rép trong 40 ngày, mới bắt đầu luyện tập yên lặng và ở riêng một mình. Nói chung, hãy nhớ rằng mọi cách rèn luyện tâm linh, kể cả hai điều này, đều phải được rèn tập thường xuyên trong đời sống hàng ngày.

Những chỗ đặc biệt

Lưu ý những chỗ đặc biệt có thể ở yên lặng và ở riêng một mình. Tìm những chỗ như thế ngay trong nhà, trong quãng đường đi bộ, trong vài phút lái xe và trong khoảng cách hợp lý để có thời gian dưỡng linh qua đêm hoặc lâu hơn.

Nếu nhà bạn có trẻ con, việc tìm một nơi biệt lập để gặp gỡ Chúa có lẽ không dễ dàng. Bạn có thể cần óc sáng tạo (hoặc sự tuyệt vọng) của A.W. Tozer. Ông chỉ có thể tìm được nơi riêng tư cần thiết trong căn phòng để lò sưởi.[16] Hoặc bạn có thể sử dụng căn buồng riêng.[17] Susanna Wesley tin kính, mẹ của John (người sáng lập phong trào Giám lý) và Charles (nhà sáng tác nhiều thánh ca), đã nuôi nấng một gia đình rất đông con và trong nhiều năm bà thấy hầu như không thể có được thì giờ ở riêng một mình. Nhưng bà cũng có một thói quen nổi tiếng như việc bà là mẹ của hai người con trai có tầm ảnh hưởng lớn. Đó là khi cần yên lặng và ở riêng một mình, bà lấy tạp dề phủ lên đầu rồi đọc Kinh Thánh và cầu nguyện dưới tạp dề đó. Dĩ nhiên điều này không ngăn cản tiếng ồn, nhưng đó là dấu hiệu cho các con biết rằng đó là những lúc không được quấy rầy bà và đứa lớn phải chăm sóc đứa nhỏ.

Có lẽ bạn tìm thấy ở ngoài trời những nơi bạn có thể ở riêng một mình. Jonathan Edwards tìm thấy một nơi như vậy ngoài đồng trống. Trong khi băng qua sông Connecticut ông đã ghi lại: "Tại Saybrook chúng tôi lên bờ đi đến một nhà nghỉ vào ngày thứ Bảy, tại đó chúng tôi giữ ngày Sabát; nơi đó tôi đã có thời gian ngọt ngào và bồi bố lại sức khi đi bộ ngoài cánh đồng".[18] Ông thường lánh vào rừng để có thời gian yên lặng và ở riêng với Chúa: "Tôi cưỡi ngựa vào rừng để tăng cường sức khỏe,...như thường lệ, sau khi xuống ngựa ở một nơi hẻo lánh và đi bộ trong tinh thần suy ngẫm và cầu nguyện".[19] Có thể bạn không sống gần cánh đồng hay khu rừng, mà gần một công viên có thể cho bạn một nơi để đi bộ, suy nghĩ và cầu nguyện mà ít bị phân tâm. Một dược sĩ trong hội thánh tôi thường dừng lại ở một công viên cách nhà mình hai toà nhà trong vài phút để yên lặng và tĩnh tâm trước khi trở về nhà với vợ và bốn con nhỏ vào buổi chiều. Trong nhiều năm, nơi tôi yêu thích là Morton Arboretum gần chỗ tôi ở; bây giờ đó là một con đường yên tĩnh, đầy lá nơi tôi có thể đi dạo một mình.

Dawson Trotman thường đi bộ đến một ngọn đồi nhỏ ở cuối đường. "Tại đó ông dành nhiều giờ quý giá để ở một mình, cầu nguyện lớn tiếng, ca ngợi Chúa, trích dẫn những lời hứa và thách thức trong Kinh Thánh ùa đến tâm trí ông – lúc thì tranh chiến trong một lời cầu nguyện khẩn thiết, lúc thì im lặng đi bách bộ trên sườn đồi".[20] Một trong những người bạn thân của tôi dùng những tấm thiệp ghi lại những nan đề để cầu nguyện và đi bộ quanh những tòa nhà lân cận, vừa đi vừa im lặng trút đổ lòng mình trước mặt Đức Chúa Trời.

Như đã nói, nhà thờ có thể là nơi lý tưởng để dành một vài tiếng ở riêng một mình. Hầu hết các nhà thờ đều có nhiều không gian vắng vẻ trong tuần. Nhà thờ có thể khá gần đối với bạn (nếu không, bạn có thể đến một nhà thờ khác sẵn sàng cho bạn mượn phòng), và là nơi an toàn, không tốn tiền, có thể sử dụng mà chỉ cần báo trước trong thời gian ngắn, và có nhiều tiện nghi.

Howell Harris, một diễn giả người xứ Wales có ơn nói tiên tri, bạn của George Whitefield, có một chỗ đặc biệt để yên lặng và ở riêng một mình trong nhà thờ. Viết về thời gian trước khi thành lập mục vụ truyền giáo dành cho người xứ Wales, Arnold Dallimore, cho biết:

> Lúc đó, Harris không hiểu nhiều về những điều Thiêng Liêng. Ông chỉ biết ông yêu Chúa và muốn yêu Ngài nhiều hơn nữa, và với mục tiêu đó, ông tìm kiếm những chỗ yên tĩnh, nơi ông có thể ở riêng với Ngài trong sự cầu nguyện. Một trong những nơi yên tĩnh ông ưa thích nhất là nhà thờ Llangasty – ngôi làng nơi ông đến dạy học – và vào một dịp nọ ngay sau khi tin Chúa, ông leo lên tháp chuông để được ở một mình với Chúa. Tại đó, sau vài tiếng đồng hồ cầu thay, ông kinh nghiệm cảm giác choáng ngợp trước sự hiện diện và quyền năng của Đức Chúa Trời. Tháp chuông vắng vẻ của nhà thờ ấy đã trở thành nơi chí thánh đối với ông, và sau đó ông viết: "Đột nhiên tôi cảm thấy tim mình tan chảy, giống như sáp tan chảy trong lửa, trước tình yêu đối với Đức Chúa Trời là Cứu Chúa tôi; và tôi cảm nhận

không chỉ tình yêu và sự bình an mà còn cả nỗi khát khao được hòa tan vào Đấng Christ. Tận sâu thẳm trong linh hồn tôi thốt lên một tiếng kêu mà trước giờ tôi hoàn toàn không quen gọi: 'Aba, Cha!'...Tôi biết tôi là con của Ngài, Ngài yêu tôi và nghe tiếng tôi. Linh hồn tôi được đầy dẫy và thỏa mãn đến nỗi tôi kêu lên: 'Quá đủ! Con no nê rồi! Xin ban cho con sức mạnh và con sẽ theo Ngài dù có phải đương đầu với nguy hiểm'".[21]

Giống như chiếc tạp dề của Susanna Wesley, nơi yên tĩnh thường xuyên của bạn có thể không mấy lý tưởng và có thể bạn phải thường xuyên đổi chỗ, nhưng hãy gắng hết sức để tìm một chỗ cho mình nhằm theo đuổi sự tin kính qua việc rèn luyện kỷ luật yên lặng và ở riêng một mình.

Làm thay những trách nhiệm hằng ngày

Hãy sắp xếp với người phối ngẫu hoặc một người bạn để làm thay những trách nhiệm hằng ngày khi cần thiết để có thêm thời gian tự do dành cho việc yên lặng và ở riêng một mình.

Có lẽ phản ứng đầu tiên của bạn trước đề nghị này là: "Ông không biết hoàn cảnh của tôi! Tôi phải chăm sóc cho cả một gia đình. Tôi không thể bỏ họ và lánh mặt trong nhiều giờ liền được". Hầu hết mọi người, kể cả những người đã dành thời gian yên lặng và ở riêng một mình, đều có những bổn phận tương tự không thể phớt lờ. Phương pháp thực tiễn và ít tốn kém nhất để vượt qua nan đề này là nhờ người bạn đời hay bạn thân tạm thời gánh vác những trách nhiệm của bạn để bạn có thì giờ ở một mình. Sau đó bạn 'trả ơn' họ bằng cách làm thay họ công việc tương tự hoặc một việc khác. Những người mẹ có con nhỏ nói với tôi rằng đây là phương cách tốt và hiệu quả nhất để có thể rèm luyện kỷ luật này. Vì vậy, ví dụ người bạn đời hay người bạn của bạn giữ lũ trẻ (ở nhà hoặc tại nhà thờ chẳng hạn) suốt buổi sáng trong lúc bạn ở riêng với Chúa. Sau đó bạn ăn trưa chung với nhau, rồi buổi chiều bạn sẽ làm thay việc của họ. Bạn có thể tổ chức một nhóm phục vụ như một số người thực hiện tại một hội thánh mà tôi biết. Họ tổ chức giữ trẻ trong vài tiếng vào một buổi sáng hằng tuần để các bà mẹ có thời gian riêng với Chúa đâu đó trong nhà thờ.

Chỉ xin cảnh báo một điều: khi bạn trở về nhà, có thể mọi việc sẽ rất lộn xộn. Một người mẹ có năm đứa con nói với tôi rằng bà giảm sốc bằng cách chuẩn bị trước bữa ăn để có thể hâm trong lò vi sóng hay nồi hầm. Nếu nhà cửa lộn xộn khi bà về, bà ấy có thể dọn dẹp mà không phải lo nấu ăn ngay. Dù đôi lúc mọi việc thật gay go khi trở về, nhưng điều đó chỉ chỉ chứng tỏ bạn cần được bổ lại sức đến thế nào qua việc rèn luyện yên lặng và ở riêng một mình.

Áp Dụng Thêm

Bạn có sẵn sàng dành thời gian mỗi ngày để yên lặng và ở riêng một mình không?

Khi vua Sa-lô-môn xây cất đền thờ, "người ta dùng đá đã đục sẵn tại hầm đá nên trong lúc xây cất không ai nghe tiếng búa, đục hay bất cứ dụng cụ bằng sắt nào" (1 Vua 6:7). Cũng vậy, đền thờ Đức Thánh Linh của riêng chúng ta (1 Cô 6:19) cũng cần được xây cất bằng những khoảng thời gian xen kẽ giữa việc yên lặng và ở riêng một mình. Hãy lên kế hoạch để có khoảng thời gian yên tĩnh mỗi ngày. Càng bận rộn, càng sôi nổi, bạn càng cần lên kế hoạch để có những khoảng thời gian yên lặng và ở riêng một mình mỗi ngày.

A. W. Tozer giải thích như sau:

> Mỗi ngày, hãy tạm rời khỏi thế giới để rút vào nơi riêng tư, dù cho đó chỉ là căn phòng ngủ (trong một thời gian, tôi đã trốn trong lò sưởi vì không có chỗ tốt hơn). Hãy ở trong nơi riêng tư cho đến khi những tiếng ồn chung quanh từ từ nhỏ dần trong lòng bạn...Hãy dâng mình cho Chúa, rồi hãy là chính mình mà không quan tâm đến việc người khác nghĩ gì...Hãy học cách cầu nguyện thầm mọi lúc...Hãy tập trung tư tưởng. Chăm xem Đấng Christ bằng đôi mắt tâm linh...Tất cả những điều trên tùy thuộc vào mối liên hệ đúng đắn với Đức Chúa Trời qua Đấng Christ và sự suy ngẫm Lời Chúa mỗi ngày. Thiếu những yếu tố này, chúng ta không có sự giúp đỡ; có chúng, kỷ luật tâm linh này sẽ khiến ảnh hưởng xấu của chủ nghĩa bề ngoài mất tác dụng và giúp ta quen với Đức Chúa Trời và linh hồn của mình.[22]

Ngủ và nghỉ ngơi mỗi ngày khiến cơ thể khoẻ mạnh như thế nào, thì yên lặng và ở riêng một mình mỗi ngày cũng làm tươi mới linh hồn thể ấy. Những cách rèn luyện tâm linh này giúp ta làm tươi mới tâm trí và ủi phẳng những vết nhăn trong linh hồn. Hãy lên kế hoạch dành thời gian yên tĩnh mỗi ngày để gặp Chúa trong Lời Ngài và qua sự cầu nguyện.

Bạn có sẵn sàng tìm thêm thời gian để yên lặng và ở riêng một mình không?

Hãy lên kế hoạch thực hiện hai việc ấy. Đưa chúng vào lịch. Những công việc và trách nhiệm hằng ngày trong cuộc sống có thể chiếm hết thời gian của bạn và khiến bạn không thể dành thời gian để ở riêng với Đức Chúa Trời nếu bạn không quyết tâm.

Có thể bạn cần thêm thời gian yên lặng một mình để giải quyết những nghi ngờ hay tái lập những chiếc neo thuộc linh. Đó là việc Francis Schaeffer khi sinh thời đã làm trong giai đoạn quyết định của cuộc đời ông năm 1951. Ông lâm vào khủng hoảng gồm hai phần. Ông mô tả cuộc chiến của mình như sau:

Thứ nhất, tôi thấy dường như trong số nhiều người có quan điểm chính thống [tức là giáo lý chính thống theo Kinh Thánh] lại ít thấy thực tế của những điều Kinh Thánh nói rõ là kết quả hiển nhiên của Cơ Đốc giáo. Thứ hai, càng ngày tôi càng nhận thấy thực tế riêng của mình đã giảm đi so với những ngày đầu sau khi tin Chúa. Tôi thành thật thừa nhận rằng tôi đã phải quay về và suy nghĩ lại về toàn bộ quan điểm của mình.[23]

Đây là cơn khủng hoảng đủ nghiêm trọng để dành thêm thời gian yên lặng và ở riêng một mình. Trong những ngày tháng ấy, ông nói: "Tôi đi lên núi khi trời trong xanh và lúc trời mưa, tôi trở về và đi vào kho chứa cỏ trong căn nhà gỗ nơi mình ở. Tôi đi bộ, cầu nguyện và suy ngẫm về điều Thánh Kinh dạy, cũng như xem lại những lý do tôi tin

Chúa".²⁴ Dần dần, ông bắt đầu thấy nan đề của ông là ông không hiểu điều Thánh Kinh phán về ý nghĩa của công tác trọn vẹn của Đấng Christ cho đời sống hiện tại. Dần dần, mặt trời lại ló dạng và tiếng hát đã trở về trong tâm hồn ông. Những ngày yên lặng và ở một mình ấy chính là bước ngoặt quan trọng trong đời sống ông và là nền tảng cho chức vụ độc nhất và hiện đang nổi tiếng của ông, L'Abri, ở Thụy Điển.

Có lẽ bạn cần ở riêng với Đức Chúa Trời và giải quyết một số nan đề và thắc mắc của bản thân. Có thể bạn gặp khủng hoảng về niềm tin, cần thời gian để cầu nguyện, suy ngẫm Kinh Thánh, suy nghĩ sâu xa, và tra xét linh hồn. Quá nguy hiểm nếu bạn phớt lờ vấn đề hay giải quyết một cách hời hợt. Nếu cơ thể bạn gặp vấn đề nguy cấp, bạn sẽ dành thời gian để giải quyết. Hãy đối đãi với linh hồn mình giống như vậy.

Nhưng xin đừng nghĩ khoảng thời gian dành ra để yên lặng và ở riêng một mình là thời giờ chỉ dành để giải quyết những nghi ngờ hay nhu cầu thuộc linh cấp bách. Tập hồi ký của vị giáo sĩ người Mỹ đầu tiên, Adoniram Judson, kể câu chuyện sau:

> Một lần nọ, khi kiệt sức vì dịch thuật và thực sự cần nghỉ ngơi, ông đi lên đồi, vào trong một khu rừng rậm, cách xa khu vực có người ở...Ông đem theo Kinh Thánh, ngồi đọc dưới những gốc cây rừng, suy ngẫm và cầu nguyện, đến đêm ông trở về túp "lều tranh" của mình [một căn nhà bằng tre ông dựng ngoài bìa rừng].²⁵

Thật không tin được, Judson đã sống như thế suốt 40 ngày trong khu rừng nguy hiểm ở Burma. Nhưng người ta bảo: "Ông chỉ sống như thế *một thời gian*". Vì sao ông phá lệ để sống một thời gian dài trong yên lặng và tách biệt như vậy? Người viết tiểu sử của ông cho biết đó là "phương cách để trau dồi đạo đức, nhờ đó cả đời sống tương lai của ông hòa hợp hơn với tấm gương hoàn hảo của Cứu Chúa, Đấng ông tôn thờ".[26] Judson dành thời gian yên lặng và ở riêng một mình là để nghỉ ngơi, vì ích lợi cho tương lai và "vì mục đích tin kính". Lẽ nào bạn không nên bắt chước ông ấy (mặc dù khoảng 40 tiếng đồng hồ có lẽ thực tế với bạn hơn là 40 ngày)?

Bạn sẽ bắt đầu ngay bây giờ chứ?

Sẽ không dễ đưa khoảng thời gian dành cho việc yên lặng và ở riêng một mình vào lịch làm việc của bạn. Thế gian, xác thịt và Kẻ thù của linh hồn bạn sẽ tìm cách ngăn trở. Nhưng nếu bạn khép mình vào kỷ luật, bạn sẽ chỉ cảm thấy hối tiếc vì sao mình không bắt đầu sớm hơn.

Đừng mong đợi mỗi lần yên lặng và ở riêng một mình đều đem lại cùng một kết quả như bạn thấy trong đời sống của những người được nhắc đến ở đây trong lịch sử Cơ Đốc giáo. Không phải lúc nào việc ấy cũng đem lại những kết quả đầy kịch tính hay những cảm xúc mãnh liệt. Tuy nhiên, cũng như với tất cả những cách rèn luyện tâm linh khác, yên lặng và ở riêng một mình đem lại nhiều lợi ích cho bạn dù bạn thường kết thúc với cảm giác "bình thường". Ngược lại, gặp gỡ Chúa cách riêng tư đem lại niềm vui mà dù không phải lúc nào cũng rõ rệt, nhưng hầu như luôn luôn đem lại sự tươi mới.

Những lời của Jonathan Edwards là lời nhắc nhở thích hợp cho phần kết:

> Một số người thỉnh thoảng chịu tác động rất lớn khi ở trong cộng đồng; nhưng lại chẳng có gì chứng tỏ bị ảnh hưởng khi ở riêng, khi suy ngẫm sâu xa, khi cầu nguyện riêng tư và trò chuyện với Đức Chúa Trời lúc ở một mình, và khi tách biệt khỏi thế giới...Một Cơ Đốc nhân thật đương nhiên phải thích thú trong mối thông công tôn giáo và trò chuyện với các Cơ Đốc nhân khác, cũng như thấy tâm hồn mình chịu ảnh hưởng nhiều bởi những điều đó; nhưng người ấy cũng vui thích trong những lúc tách biệt khỏi mọi người để tương giao với Đức Chúa Trời trong nơi riêng tư. Và điều đó cũng đem lại những thuận lợi đặc biệt để người ấy điều chỉnh lại lòng mình, và tận hưởng cảm xúc. Tôn giáo chân chính làm cho con người muốn ở một mình trong nơi riêng tư để suy ngẫm và cầu nguyện...Chính bản chất của ân điển thật, tức là dù vẫn yêu mến cộng đồng Cơ Đốc, nhưng vẫn đặc biệt yêu thích sự yên tĩnh và tương giao riêng với Đức Chúa Trời.[27]

Bạn có kinh nghiệm 'ân điển thật', công việc của Đức Chúa Trời trong linh hồn bạn khiến bạn không chỉ vui thích trong mối thông công với dân sự Chúa, mà còn khiến bạn phải 'trò chuyện với Chúa trong những nơi vắng vẻ' không? Đức Chúa Trời tạo dựng chúng ta để có mối tương giao mật thiết với chính Ngài, nhưng trong Vườn Ê-đen, mối tương giao đó đã bị tội lỗi phá vỡ. Kể từ đó, "Tất cả chúng ta đều như chiên đi lạc; ai theo đường nấy" (Ê-sai 53:6). Chúng ta "đều đã phạm tội, thiếu mất vinh quang của Đức Chúa Trời" (Rô 3:23), vì vậy chúng ta đi theo ý riêng và không quan tâm nhiều đến việc nhận biết đường đến với Chúa và đến gần Ngài. Nhưng Đức Chúa Trời đã đến tìm A-đam trong vườn sau khi ông phạm tội thể nào, thì Ngài cũng đến tìm chúng ta thể ấy khi ban Con Ngài là Chúa Giê-xu "đến tìm và cứu kẻ bị hư mất" (Lu 19:10). Để cất đi ngăn trở là sự chống nghịch của chúng ta với Đức Chúa Trời và phục hồi mối tương giao với Cha, Chúa Giê-xu đã hiến thân mình trên thập tự giá thay cho chúng ta trước mặt Đức Chúa Trời và nhận lấy sự đoán phạt mà chúng ta đáng nhận vì tội lỗi mình. Như sứ đồ Phi-e-rơ đã nói "Chính Đấng Christ cũng đã vì tội lỗi chịu chết một lần đủ cả, là Đấng công chính thay cho kẻ bất chính, để đem chúng ta đến cùng Đức Chúa Trời" (1 Phi 3:18). Đức Chúa Trời khiến Chúa Giê-xu sống lại để chứng tỏ Ngài chấp nhận sự chết của Giê-xu vì người khác. Và Đức Chúa Trời cho thấy Ngài vui lòng để Chúa Giê-xu đem chúng ta đến với Ngài khi mời gọi chúng ta đến cùng Ngài trong danh Chúa Giê-xu. Tất cả những ai sẽ từ bỏ con đường riêng của mình mà đặt đức tin nơi Chúa Giê-xu để được Đức Chúa Trời chấp nhận, đều được tiếp đón vào cõi đời đời. Những ai đến với Cha qua Chúa Giê-xu đều nhận lãnh Đức Thánh Linh, Đấng làm cho họ sống động với Đức Chúa Trời và khiến họ kêu lên "Abba! Cha!" (Rô 8:15). Và vì vậy những người biết Đức Chúa Trời cảm nhận tiếng kêu từ trong lòng do Thánh Linh thôi thúc, khao khát thờ phượng Ngài với dân sự Ngài, muốn nói về những điều thuộc về Đức

Chúa Trời trong 'sự thông công' với người khác, và vui thích khi 'trò chuyện riêng với Chúa'.

Bạn có cam kết rèn luyện tâm linh qua sự yên lặng và ở riêng một mình không?

Nếu bạn đã nếm trải ân điển cứu chuộc của Đức Chúa Trời, thì theo lời Edwards, sự yên lặng và ở riêng một mình là 'niềm vui', là một suối nguồn đem lại sự tỉnh táo, vui mừng và sự đổi mới không bao giờ kết thúc. Nếu tôi yên lặng và ở riêng một mình, tôi sẽ đánh cược với bạn hai triệu rúp để có được kinh nghiệm đó.

Chương 11

11 | Viết Nhật Ký...
Để Luyện Tập Lòng Tin Kính

Lợi ích hiện tại của việc rèn luyện tâm linh là một đời sống hữu ích, kết quả, được Chúa ban phước và thỏa mãn. Nếu bạn tham gia rèn luyện tâm linh, thì những phước hạnh của sự tin kính sẽ tiếp tục theo bạn vào tận cõi đời đời. Dù nhiều người dành rất nhiều thời gian để luyện tập thân thể hơn tâm linh, nhưng tôi tớ xuất sắc của Chúa Giê-xu Christ thì nhận ra rằng rèn luyện tâm linh mới là điều ưu tiên.

JOHN MACARTHUR JR.

So với những cách rèn luyện tâm linh khác, viết nhật ký có vẻ hấp dẫn hơn hẳn đối với những ai nghe đến. Một trong những lý do là vì viết nhật ký kết hợp Kinh Thánh và đời sống hằng ngày với nhau, giống như nơi gặp nhau giữa hai con sông lớn. Và vì hành trình trên dòng sông cuộc sống của mỗi Cơ Đốc nhân có những khúc quanh co và hiểm nguy mà họ chưa khám phá trên đường đến Thiên thành, nên nhật ký ghi lại hành trình ấy là điều hấp dẫn đối với tinh thần mạo hiểm trong sự tăng trưởng Cơ Đốc.

Giải thích Viết Nhật Ký

Nhật ký (journal – đồng nghĩa với chữ *diary*[1]) là nơi (hữu hình hoặc dưới dạng kỹ thuật số) người ta ghi lại thông tin quan trọng đối với cá nhân họ để lưu giữ hoặc nghiên cứu. Là một Cơ Đốc nhân, nhật ký là nơi bạn ghi lại những công việc và phương cách Đức Chúa Trời hành động trong đời sống bạn. Bạn cũng có thể ghi lại những sự kiện hằng ngày, các mối quan hệ cá nhân trong nhật ký. Nhật ký cũng có thể là một quyển tập ghi lại những hiểu biết sâu sắc bạn nhận được trong Kinh Thánh, và/hoặc danh sách những nan đề cầu nguyện. Đó có thể là nơi bạn ghi lại những suy nghĩ có tính dưỡng linh bất chợt hay những tư tưởng lan man về thần học. Nhật ký là một trong những nơi tốt nhất để vẽ đồ thị về sự tiến bộ của bạn trong những cách rèn luyện tâm linh khác và cũng là nơi giúp bạn tự khai trình về những mục tiêu của mình.

Đan xen vào những bài viết và sự kiện trên mặt vải là những sợi vải đầy màu sắc của những tư tưởng và cảm xúc của bạn. Cách bạn phản ứng trước những vấn đề này và cách bạn hiểu về chúng từ góc nhìn thuộc linh của riêng bạn, cũng nói lên trọng tâm của việc viết nhật ký.

Phải chăng Cơ Đốc nhân phải viết nhật ký để tăng trưởng ngày càng giống Chúa Giê-xu Christ hơn không? Không phải, trong Kinh Thánh không hề bắt buộc người theo Chúa phải viết nhật ký. Thật ra, tôi chưa từng đọc hay nghe ai quả quyết như thế. Trong số những người giống Đấng Christ nhất trong lịch sử, có nhiều người viết nhật ký, và cũng nhiều người nam người nữ tin kính tương tự lại không viết.

Vậy thì việc viết nhật ký có cơ sở Kinh Thánh nào không?

Một mặt, không như cầu nguyện, viết nhật ký chắc chắn không phải là kết quả tự nhiên trực tiếp từ Phúc âm. Kinh Thánh chứng minh rằng tất cả những người nhận biết Chúa qua Phúc âm đều sẽ cầu nguyện vì Thánh Linh khiến họ kêu lên "Abba! Cha!" (Rô 8:15). Sự cứu rỗi qua Phúc âm của Đấng Christ cũng khiến hết thảy những người theo đạo khao khát Lời Đức Chúa Trời. Nhưng không thể nói rằng Phúc âm luôn tạo ra những môn đồ của Chúa Giê-xu là những người viết nhật ký thuộc linh. Sự khẳng định phi lý như thế không nhất thiết ngụ ý rằng trong suốt lịch sử, không có ai mù chữ cả đời từng cải đạo, vì họ không thể viết nhật ký.

Mặt khác, có điều gì đó rất giống với cái trước đây được gọi là viết nhật ký mà chúng ta thấy trong Kinh Thánh. Vua Đa-vít trút đổ linh hồn ra với Đức Chúa Trời trong các cuộn Thi Thiên, viết lặp đi lặp lại những điều như "Đức Giê-hô-va ôi, xin nghiêng tai nhậm lời con, vì con đang khốn cùng và thiếu thốn" (Thi 86:1). Những tiếng kêu như vầy giống với lời cầu xin chân thành của tín hữu ngày nay viết trong nhật ký. Khi tiên tri Giê-rê-mi bộc lộ với Chúa nỗi đau sâu thẳm của ông về sự sụp đổ Giê-ru-sa-lem trong Ca Thương, ông cũng đang làm điều không khác gì mấy với các Cơ Đốc nhân đương đại, những người đánh máy những cảm xúc của mình với Chúa vào tập tin xử lý văn bản có tên "Nhật ký". Dĩ nhiên, không như những lời của Đa-vít và Giê-rê-mi trong Kinh Thánh, không có tác phẩm nào của tín hữu ngày nay được linh hứng cả. Nhưng ví dụ về những người viết ra lời cầu nguyện, những suy gẫm, thắc mắc, v.v… của họ cung cấp sự xác nhận của Kinh Thánh nhằm khuyến khích Cơ Đốc nhân ngày nay nghĩ đến giá trị của việc làm tương tự trong nhật ký.

Kể từ khi con người biết viết, họ đã viết về những điều quan trọng nhất đối với họ. Do đó, dân sự Đức Chúa Trời đã ghi lại những suy nghĩ của họ về những điều thuộc về Đức Chúa Trời, và họ đã làm điều đó theo cách na ná với điều ngày nay gọi là nhật ký. Nhà thần học thế kỷ IV Augustine trải lòng mình trên những trang tác phẩm *Confessions* nổi tiếng. Jonathan Edwards thấy thói quen này thật hữu ích trong việc giúp khả năng tư duy trở nên sắc bén và bồi bổ tâm linh đến nỗi cùng lúc ông giữ nhiều loại nhật ký và sổ tay khác nhau (chẳng hạn "Miscellanies" và "Notes on Scripture"). Cho dù trong cái gọi là *nhật ký, sổ tay, sổ ghi chép*, hay tên gọi gì khác, Cơ Đốc nhân cũng là những người chép sử không thể nín lặng về đời sống tâm linh của họ.

Chúng ta cần biết rõ rằng Chúa Giê-xu không sống và chết cho tội nhân để khiến chúng ta trở thành những người viết nhật ký. Ngài đến để giải hòa chúng ta với Đức Chúa Trời. Nhưng một khi chúng ta được hòa thuận với Đức Chúa Trời qua sự ăn năn và đức tin vào Chúa Giê-xu và vào điều Ngài đã làm cho chúng ta, thì nhật ký có thể là một công cụ tuyệt vời để suy nghĩ về và noi theo cuộc đời và sự chết của Chúa Giê-xu, như hàng triệu người được hòa thuận với Đức Chúa Trời trong suốt lịch sử đã nhận thấy như vậy. Đặc biệt, nhật ký là nơi suy ngẫm Lời Chúa và sự giàu có của ân điển Ngài dành cho chúng ta trong Phúc âm của Chúa Giê-xu Christ, và cách chúng ta tiến tới để tận hưởng sự giàu có này.

Khi đọc chương này, hãy xem xét những lý do có trong Kinh Thánh và những lý do về mặt lịch sử khi cùng với con dân Chúa rèn luyện tâm linh qua cách viết nhật ký 'để luyện tập lòng tin kính'. Hãy nhớ, mục tiêu chính của việc trở nên giống Chúa Giê-xu hơn là lý do chính để bắt đầu bất kỳ cách rèn luyện tâm linh nào, kể cả cách này. Với mục tiêu rõ ràng ấy, hãy suy nghĩ lời của Maurice Roberts của Vương quốc Anh nói về việc viết nhật ký.

Người ta vẫn nhận ra sự hợp lý của hoạt động này khi cảm thấy được thôi thúc phải bắt chước Đấng Christ bằng cả tấm lòng và đời sống. Không ai ghi lại những lời than thở thầm kín, những nỗi sợ hãi, tội lỗi, những trải nghiệm, những sự chu cấp và khát vọng của mình trừ khi người ấy tin rằng hành động ấy có giá trị giúp mình tiến bộ về mặt thuộc linh. Chính niềm tin này đã khiến các tiền nhân có thói quen ghi nhật ký. Chúng tôi mong thói quen này sẽ được khôi phục và bảo vệ.[2]

Giá Trị Của Nhật Ký

Viết nhật ký không chỉ thúc đẩy sự tăng trưởng thuộc linh nhờ vào những điểm tốt của nó, mà đây còn là sự trợ giúp có giá trị cho những khía cạnh khác trong đời sống thuộc linh.

Giúp ta đánh giá và hiểu bản thân

Trong Rô-ma 12:3, mỗi Cơ Đốc nhân được khuyên bảo: "đừng nghĩ quá cao về chính mình, nhưng phải suy nghĩ đúng mực, tùy theo lượng đức tin mà Đức Chúa Trời đã ban cho từng người". Viết nhật ký chắc chắn không bảo đảm sẽ bảo vệ chúng ta không tự lừa dối hoặc tự hạ thấp bản thân. Nhưng phương pháp đơn giản là ghi lại những sự kiện quan trọng trong cuộc đời tôi và và ghi chú phản ứng của tôi trước những sự kiện ấy giúp tôi tra xét chính mình dưới ánh sáng Kinh Thánh một cách kỹ càng hơn nhiều nếu không viết nhật ký.

Đây không phải là một tiểu tiết hay một nhu cầu nhỏ trong đời sống chúng ta. Không có nhà thần học nào qua mặt được John Calvin về tinh thần xem Đức Chúa Trời là trung tâm, nhưng ngay trang đầu tác phẩm vĩ đại *Institutes*, ông đã viết: "Không biết mình thì không thể biết Đức Chúa Trời".[3] Ông giải thích, nhờ nhận biết chính mình và thực trạng của mình, chúng ta mới hết lòng tìm kiếm Đức Chúa Trời. Nhật ký có thể là phương tiện để qua đó Đức Thánh Linh chỉ cho chúng ta thấy những lĩnh vực tội lỗi hay yếu đuối trong con người mình, sự vô nghĩa của con đường chúng ta đã chọn, thấu hiểu những động cơ của chúng ta hoặc những điều khác có thể biến những trang nhật ký thành bàn thờ nơi chúng ta tìm kiếm Đức Chúa Trời.

Vào năm 1803, tại cuộc họp của "Xã Hội Chiết Trung (Eclectic Society)", nơi các mục sư Tin lành ở Luân Đôn gặp nhau hàng tuần để rèn luyện tâm trí và làm cho mối thông công giữa họ thêm sâu sắc hơn qua việc thảo luận những vấn đề thần học, Josiah Pratt lưu ý đến giá trị của việc viết nhật ký nhằm tự tra xét bản thân.

> Thói quen viết nhật ký giúp phát huy tính thận trọng. Nhiều người đang sống một cách mạo hiểm. Họ rơi vào một số thói quen tôn giáo nào đó: và có lẽ không phải chịu cám dỗ mạnh mẽ. Họ thường đi nhà thờ, dự thánh lễ, và giữ giờ thờ phượng gia đình. Hằng ngày, họ đọc Kinh Thánh và cầu nguyện riêng. Nhưng chỉ vậy thôi. Họ gần như không biết con người bên trong của mình tăng trưởng hay suy yếu. Vì thế, họ là những Cơ Đốc nhân tăng trưởng cực kỳ chậm. Họ không lưu tâm đến những sự vận hành của tội lỗi như đáng phải lưu tâm, và vì thế họ cũng chẳng tìm kiếm ân điển. Họ không lưu tâm đến những cảm xúc tuyệt diệu của ân điển, thế nên họ cũng chẳng trau dồi và nuôi dưỡng chúng. Vậy thì, quyển nhật ký sẽ nâng tiêu chuẩn lên cho những người này, bằng cách kích thích tính thận trọng của họ.[4]

Một trong những cách giúp chúng ta lưu tâm đến 'sự phát triển hay suy yếu của con người bên trong' thông qua việc viết nhật ký là nhờ quan sát những khuôn mẫu trước đây chưa từng có trong đời sống của bạn. Khi tôi xem lại những mục đã viết trong nhật ký trong một tháng, sáu tháng, hay một năm, tôi thường có cái nhìn khách quan hơn về bản thân và những điều đã xảy ra. Tôi có thể phân tích tư tưởng và hành động của mình mà không bị cảm xúc chi phối như khi sự kiện xảy ra. Từ cái nhìn ấy, tôi có thể dễ dàng thấy rõ mình đang tiến bộ hay tuột dốc về mặt thuộc linh trong một lĩnh vực cụ thể nào đó.

Tuy nhiên, viết nhật ký không phải là thời gian để tập trung vào bản thân. Đó cũng không phải là lý do để bào chữa cho việc tập trung vào bản thân mà không quan tâm gì đến thế giới đang thiếu thốn. Viết về những tín đồ Thanh giáo và mối quan hệ xã hội của họ, Edmund S. Morgan trích dẫn bài viết trong nhật ký của một thanh niên tin kính Chúa trong lúc bệnh tật và đã qua đời vào cuối những năm 1600. Trong đó, chàng thanh niên đánh giá không biết liệu anh đã thể hiện tình yêu với người khác đủ chưa. Rồi Morgan cho biết:

> Việc nhiều tín đồ Thanh giáo viết nhật ký kiểu như vậy giải thích lý do họ đeo đuổi những đức hạnh liên quan đến mối liên hệ xã hội: Nhật ký là quyển sổ chi tiêu, trong đó đánh dấu những tài sản và các khoản nợ của linh hồn về phương diện đức tin. Khi mở những quyển sổ này ra, họ ghi lại những lần sa ngã bằng lối diễn đạt thích hợp của sự ăn năn và xem xét chúng với những bằng chứng của đức tin. Cotton Mather đặt mục tiêu mỗi ngày phải ghi được một hành động tốt vào nhật ký.[5]

Nếu được dùng đúng cách, thay vì khiến chúng ta chú tâm vào bản thân nhiều hơn, nhật ký có thể là phương tiện để đẩy chúng ta đến chỗ hành động vì người khác.

Nhật ký có thể là chiếc gương qua đó chúng ta nhìn thấy rõ hơn thái độ, tư tưởng, lời nói và hành động của mình. Vì chúng ta sẽ phải khai trình mỗi một điều đó trong ngày phán xét, nên việc làm khôn ngoan là hãy đánh giá chúng bằng *bất kỳ* phương tiện nào ngay hôm nay.

Giúp ta suy ngẫm

Như tôi đã đề cập trong chương 3, tôi tin rằng suy ngẫm Kinh Thánh là một nhu cầu dưỡng linh lớn nhất của đa số Cơ Đốc nhân (đối chiếu Giôs 1:9; Thi 1:1-3; 2 Ti 2:7). Tuy nhiên, suy ngẫm có ý nghĩa đòi hỏi sự tập trung thường không có được trong một xã hội với tốc độ phát triển nhanh cũng như bị tác động bởi các phương tiện truyền thông như xã hội của chúng ta. Có lẽ sự đóng góp có giá trị nhất vào việc theo đuổi lòng tin kính từ việc viết nhật ký như một cách rèn luyện tâm linh là giúp cho việc suy ngẫm Kinh Thánh được dễ dàng, nhất là khả năng tập trung cao vào bản văn Kinh Thánh.

Tôi có đọc một câu chuyện kể về một người New England tin rằng chẳng có nơi nào trên thế giới có sương mù dày đặc như vùng duyên hải quê anh. Một lần trong lúc sửa mái nhà, anh bảo rằng mình đã ở giữa một đám sương dày đặc đến nỗi anh bước ra khỏi mái nhà lúc nào không biết, "lạc trong sương mù". Không có bút trong tay, cũng không có bàn phím trước mặt, tôi sẽ lạc mất mình trong sự suy ngẫm đến nỗi bắt đầu kết hợp ý nghĩ mông lung này với ý nghĩ mông lung khác cho đến khi lạc trong đám sương mù mộng tưởng thay vì suy nghĩ trong ánh sáng của Kinh Thánh. Rèn luyện việc viết xuống những suy nghĩ của mình trong nhật ký giúp tôi tập trung.

Ngồi xuống với giấy và bút hoặc các ngón tay lướt trên bàn phím còn khiến tôi thêm mong đợi khi ngẫm nghĩ về Đức Chúa Trời và Lời Ngài trong phân đoạn trước mắt tôi. Hồi còn đi học, tôi luôn nghe tốt hơn khi vừa nghe vừa ghi chú. Tôi cũng làm thế khi nghe giảng; tôi chú ý lắng nghe hơn khi ghi lại những ý quan trọng trong sứ điệp. Đó cũng là nguyên tắc viết nhật ký. Khi tôi ghi lại trong nhật ký những điều mình suy ngẫm về một phân đoạn trong Kinh Thánh, tôi có thể tập trung tốt hơn vào bản văn và nhận thấy việc suy ngẫm hữu ích hơn.

Bày tỏ suy nghĩ và tình cảm đối với Chúa

Dù tình bạn có thân thiết đến đâu hay hôn nhân có mật thiết đến thế nào, thì không phải lúc nào chúng ta cũng có thể nói cho người khác biết suy nghĩ của mình. Thỉnh thoảng cảm xúc của chúng ta trở nên mãnh liệt và suy nghĩ của chúng ta mạnh mẽ đến nỗi thúc đẩy chúng ta phải tìm cách biểu lộ ra. Cha chúng ta luôn có mặt và sẵn sàng lắng nghe. Thi Thiên 62:8 chép: "Hãy dốc đổ nỗi lòng mình ra trước mặt Ngài". Nhật ký là nơi chúng ta có thể bày tỏ lòng mình, nơi chúng ta có thể hoàn toàn tự do dốc đổ mọi nỗi niềm trước mặt Chúa.

Vì tư tưởng và tình cảm của con người nằm giữa hai thái cực vui vẻ và chán nản, nên chúng ta có thể mong đợi tìm thấy cả hai trong những trang nhật ký. Đó là điều ta nhìn thấy ở mọi trang nhật ký nổi tiếng trong lịch sử hội thánh. Xin lưu ý chiều sâu David Brainerd ghi lại trong nhật ký:

> Chúa nhật, 16 tháng 12 năm 1744. Tâm trạng chán nản đến nỗi chẳng biết sống thế nào. Tôi thật sự chỉ muốn chết; linh hồn tôi chìm trong dòng nước sâu và những cơn lũ sẵn sàng làm tôi chết đuối. Tôi bị ám ảnh nhiều đến nỗi linh hồn tôi cảm thấy kinh khiếp. Tôi không thể tập trung tư tưởng để cầu nguyện dù chỉ trong một phút mà không dao động và phân tâm. Điều đó khiến tôi cảm thấy vô cùng xấu hổ vì mình không sống cho Chúa. Tôi không nghi ngờ về tình trạng của mình, nhưng lẽ ra tôi phải vui mừng phiêu lưu trong cõi đời đời (theo như sự hiểu biết của mình). Dù sắp giảng cho người da đỏ ở Bắc Mỹ, nhưng linh hồn tôi rất sầu thảm. Tôi chán nản đến mức không hy vọng mình làm được điều gì tốt đẹp, và bị đẩy đến đường cùng. Tôi chẳng biết phải nói gì, cũng không biết đi đường nào.[6]

Nhưng một thời gian ngắn sau đó, ông bày tỏ niềm vui sâu sắc trong nhật ký của mình:

> Chúa nhật, 17 tháng 2 năm 1745. Tôi nghĩ trong đời mình hiếm khi tôi có thể đem ân điển miễn phí của Đức Chúa Trời đến với tội nhân đang hư mất một cách tự do và thẳng thắn đến như vậy. Về sau, tôi có thể chân thành mời con cái Đức Chúa Trời đến một cách mới mẻ và uống nguồn nước sự sống để từ đó họ nhận được sự thỏa mãn không thể nói nên lời mà xưa nay chưa biết đến. Đó là thời gian rất dễ chịu đối với tôi. Rất nhiều nước mắt đã đổ ra trong hội thánh và tôi biết chắc Thánh Linh của Đức Chúa

Trời đang ngự nơi đây, khiến những tội nhân đáng thương nhận biết nhu cầu cần đến Đấng Christ. Đến tối, tôi cảm thấy bình tĩnh và thoải mái, dù rất mệt. Tôi đã cảm nhận sự tuyệt vời và vinh quang của Đức Chúa Trời và linh hồn tôi vui mừng vì Ngài là "Chúa trên muôn loài, phước hạnh đến đời đời"; nhưng phải tiếp quá nhiều khách, tôi chỉ muốn được ở riêng với Đức Chúa Trời. Ôi, tôi có thể mãi mãi cảm tạ Đức Chúa Trời vì lòng thương xót Ngài bày tỏ trong ngày hôm nay, Ngài là Đấng đã "nhậm lời tôi trong niềm vui sướng của lòng tôi".[7]

Có lẽ bạn cũng như tôi, đọc những lời Brainerd viết mà cảm thấy chẳng giống với kinh nghiệm riêng của mình. Ông ấy kỳ quặc quá chăng? Phải chăng trình độ thuộc linh của ông quá cao mà những Cơ Đốc nhân như tôi không thể với tới? Sự khác biệt giữa kinh nghiệm với Chúa của ông và của tôi có phải chỉ là do sự khác biệt về thời đại không? Vì tôi không thể viết ra những cảm xúc của mình đối với Chúa như ông đã làm, nên có phải tôi mới là người khác thường không?

Tôi nghĩ mỗi con cái của Đức Chúa Trời đều có thể kinh nghiệm nhiều hơn những gì Brainerd bày tỏ ở đây, và nhật ký có thể giúp chúng ta làm điều đó. Maurice Roberts giải thích:

> Nhật ký thuộc linh sẽ giúp đời sống tình cảm của con cái Chúa thêm sâu nhiệm và thiêng liêng hơn. Sâu nhiệm hơn về mặt tình cảm trong những vấn đề quan trọng của niềm tin đem lại giá trị rất lớn cho chúng ta. Cảm xúc con người trong thời đại của chúng ta không đủ sâu sắc. Những nhân

vật trong Kinh Thánh tuôn tràn giọt lệ, thở than, rên xiết, và thỉnh thoảng vui sướng như điên. Họ say mê với chính ý nghĩ về Đức Chúa Trời. Họ đam mê Chúa Cứu Thế Giê-xu – thân vị, chức vụ, danh thánh, tư cách, lời nói và việc làm của Ngài. Thật đáng xấu hổ khi chúng ta quá lạnh lùng, bất động, vô cảm, mặc những gì Đức Chúa Trời đã làm vì chúng ta và cho chúng ta trong Đấng Christ...Viết nhật ký sẽ giúp chúng ta sửa sai trong lĩnh vực này.[8]

Chúng ta thường có khuynh hướng *cảm thấy* sâu sắc nhất về điều chúng ta *suy nghĩ* sâu xa nhất. Bằng cách làm cho chúng ta chậm lại và thúc giục chúng ta suy nghĩ sâu xa hơn về những điều thuộc về Đức Chúa Trời, nhật ký giúp chúng ta cảm nhận một cách sâu sắc hơn về chúng. Viết nhật ký cho chúng ta cơ hội để làm cho những mảng màu xám mơ hồ trong tâm trí và tấm lòng của chúng ta trở nên trắng đen rõ ràng. Rồi chúng ta có thể dễ dàng bày tỏ với Đức Chúa Trời những ý nghĩ cùng cảm xúc đó.

Giúp ghi nhớ việc Chúa làm

Nhiều người nghĩ Đức Chúa Trời không ban phước nhiều cho họ cho đến khi họ phải chuyển đến một địa chỉ mới! Cũng vậy, chúng ta có khuynh hướng quên đi bao nhiêu lần Đức Chúa Trời đã nhậm lời cầu nguyện đặc biệt, chu cấp đúng lúc và làm những công việc lạ lùng trong đời sống chúng ta. Nhưng có một chỗ để tổng hợp tất cả những ký ức ấy sẽ giúp chúng ta không lãng quên chúng.

Nhật ký giúp ích cho chúng ta giống như A-sáp trong Thi Thiên 77:11-12: "Con sẽ nhớ mãi công việc của Đức Giê-hô-va, nhớ đến các phép lạ của Ngài thuở xưa; cũng sẽ suy ngẫm về mọi công tác Chúa, và suy tư về những công việc của Ngài". Ngay cả các vua Y-sơ-ra-ên cũng được Chúa truyền dặn phải chép lại một bản sao Luật pháp Môi-se để giúp họ nhớ lại những việc Đức Chúa Trời đã nói và làm trong đời sống các tộc trưởng (Phục 17:18).[9]

Lời chứng của Luci Shaw, góa phụ của Nhà xuất bản Cơ Đốc Harold Shaw, cho thấy nhật ký không chỉ hữu ích mà còn *cần thiết* trong việc ghi nhớ sự tể trị của Chúa trong cuộc đời bạn.

> Suốt cuộc đời tôi luôn nghĩ sẽ viết nhật ký. Nhưng tôi chưa bao giờ làm thế cho đến cách đây vài năm, khi việc phát hiện ra chồng tôi, Harold, bị ung thư đã bất ngờ đẩy chúng tôi vào kinh nghiệm học hỏi đầy căng thẳng, đối diện với những điều trước giờ chúng tôi chưa từng gặp. Đương đầu với những quyết định đau đớn, chúng tôi đã gào lên với Chúa: "Ngài ở đâu khi chúng con lâm vào cảnh trạng này?" Bất ngờ tôi nhận ra rằng, nếu không ghi lại những gì đang xảy ra, tôi sẽ quên mất. Những sự kiện, chi tiết và con người xuất hiện trong những ngày tháng đầy đau đớn ấy sẽ dễ dàng phai nhòa trong ký ức tôi. Vì thế tôi bắt đầu ghi lại tất cả.[10]

Francis Bacon nói cách thẳng thắn rằng: "Nếu một người ít ghi chép, thì phải có một trí nhớ cực tốt".[11]

Một trong những lợi ích lớn nhất của việc ghi lại những công việc Chúa làm là khích lệ chúng ta trong đức tin và trong sự cầu nguyện. C. H. Spurgeon, diễn giả dũng cảm của giáo hội Báp-tít Anh quốc cuối những năm 1800, đã nói: "Đôi lúc, khi trong đầu xuất hiện những tư tưởng nghi ngờ, tôi thường nói: 'Bây giờ tôi chẳng dám nghi ngờ là có Đức Chúa Trời hay không vì tôi đã có thể xem lại nhật ký của mình và nói rằng vào ngày đó, trong cơn gian truân tôi đã quỳ gối trước Chúa và trước khi tôi đứng lên, Ngài đã đáp lời tôi'".[12]

Stephen Charnock, tác giả quyển sách kinh điển *The Existence and Attributes of God* (tạm dịch: *Sự tồn tại và những thuộc tính của Đức Chúa Trời*) đã nói: "Nhớ lại những phước hạnh trước đây là một việc đáng làm khi chúng ta tiếp tục cầu xin những phước hạnh mới".[13] Nhật ký là một trong những cách tốt nhất để nhớ lại một cách sinh động "những phước hạnh trước đây" mà Chúa đã ban.

Giúp tạo nên và duy trì di sản thuộc linh

Viết nhật ký là phương cách hiệu quả để dạy cho con cái chúng ta những điều thuộc về Đức Chúa Trời và truyền lại đức tin của chúng ta cho thế hệ tương lai (xem Phục 6:4-7, 2 Ti 1:5).

Những gì chúng ta viết ngày hôm nay có thể đem lại tác động thuộc linh phi thường trong tương lai. Bố tôi mất đột ngột vào ngày 20 tháng 8 năm 1985. Ông là giám đốc đài phát thanh ở một thị trấn nhỏ. Mỗi buổi sáng ông chủ trì chương trình phát thanh âm nhạc truyền thống và tin tức địa phương trong 30 phút. Tôi tìm thấy trên bàn làm việc của ông tài liệu bồi linh ông sử dụng trong chương trình phát thanh cuối cùng. Ông đã đọc lời bài thánh ca của William Cowper: "Chúa Hành động Cách Lạ lùng". Nhìn thấy chữ ký của ông và dòng ngày tháng "19/8/85" bên cạnh những dòng chữ bày tỏ niềm tin này đã đem lại sự yên ủi và sức mạnh thuộc linh cho tôi hơn bất kỳ lời nói nào từ người khác. Sau khi bố tôi qua đời, cây đàn ghi-ta cũ của ông là một trong những tài sản quý giá nhất đối với tôi. Những ngày đầu ông làm phát thanh viên là thời điểm hầu hết mọi chương trình trên đài phát thanh đều phát sóng trực tiếp. Ông có một chương trình của riêng ông rất được hâm mộ, trong đó ông chơi ghi-ta và hát. Vào ngày lễ Tạ ơn đầu tiên không có bố, tôi lục lọi trong chiếc hộp đựng đàn và tìm thấy hơn chục lá thư đóng dấu bưu điện khoảng vài ngày sau khi tôi ra đời. Đó là những lá thư thính giả gửi đến để chung vui cùng bố vì mẹ và tôi đã sống sót sau ca sinh khó. Họ lưu ý rằng chắc hẳn ông rất tự hào về tôi và nhiều người nhắc lại những lời ông nói trên đài về lòng biết ơn Chúa vì đã cho tôi ra đời được bình an. Tôi ngồi trên sàn nhà, bên chiếc hộp đàn đang mở cùng với những mẩu di sản ấy của mình mà nước mắt tuôn rơi với lòng biết ơn Chúa vì những gì còn lại từ cuộc đời của bố tôi. Giá như ông ghi lại cho tôi hành trình bước đi với Chúa của mình nhiều hơn trong nhật ký thì quý báu biết bao nhiêu.

Bạn biết được bao nhiêu tên và họ của tám ông bà cố mình? Tôi đã hỏi câu này với hàng trăm người, và kinh nghiệm cho thấy trong mười người thì chỉ có một người biết tên của ba ông bà cố. Cách đây một trăm năm - chỉ 1200 tháng - có lẽ họ còn sống động như bạn ngay lúc này. Nhưng mặc cho cả một đời lao động và tích cóp, không có đứa cháu trực tiếp nào của họ - những người chắc chắn quan tâm đến họ - biết tên của họ, chứ đừng nói đến điều gì khác. Rồi một trăm năm sau, đến lượt bạn. Bạn sẽ để lại dấu vết gì của đời mình? Ngoại trừ những bức hình bạn chụp và những điều bạn viết, không có điều gì ngoài những hồ sơ pháp lý và những thứ tương tự suốt nhiều thập niên của đời bạn trên đất này. Và vì sự thay đổi trong kỹ thuật công nghệ, nên không chắc liệu con cháu bạn sẽ có thể truy cập các bức ảnh của bạn hay không. Vì vậy những gì bạn viết, ở những nơi như nhật ký, có thể là di sản còn lại lâu nhất về hành trình của bạn trên đất này.

Ngoài ra, ảnh hưởng quan trọng nhất bạn để lại trên con cái và thế hệ tương lai về phương diện thuộc linh có thể là qua những thứ như nhật ký. Ví dụ: câu chuyện cải đạo của bạn có được ghi lại ở đâu không? Còn những lần Chúa nhậm lời cách ấn tượng hoặc những bước ngoặc thuộc linh quan trọng trong đời sống bạn thì sao? Những câu chuyện về ân điển của Chúa trong đời sống gia đình nên được lưu lại. Có thể bạn có con hay cháu hiện đang xa cách Chúa và không quan tâm đến lời chứng của bạn, nhưng một ngày nào đó chúng có thể trở lại cùng Chúa nhờ đọc nhật ký của bạn. Có thể Chúa cũng vui lòng sử dụng lời làm chứng về sự cứu rỗi của bạn với Đấng Christ là trọng tâm, hoặc những suy ngẫm của bạn về Chúa Giê-xu và Kinh Thánh, để đem con cháu bạn đến với Ngài. Những con cháu đó có thể là những đứa trẻ bạn chưa bao giờ ôm chúng và có thể ba mẹ chúng không dạy cho chúng về Đức Chúa Trời. Tất cả đều nhờ chúng đọc lịch sử gia đình. Tôi biết điều này là có thật.

Đừng bao giờ đánh giá thấp sức mạnh của việc ghi lại hành trình đức tin, đóng vai trò như nang thời gian[14] về phương diện thuộc linh. Tác giả Thi Thiên 102:18 nhận biết điều đó khi ông nói về kinh nghiệm của mình với Chúa: "Hãy ghi lại điều nầy cho thế hệ mai sau, để một dân tộc trong tương lai sẽ ca ngợi Đức Giê-hô-va".

Giúp làm sáng tỏ và nói lên những hiểu biết sâu sắc

Một câu ngạn ngữ xưa nói rằng các tư tưởng sẽ tự gỡ rối khi phát ra qua môi miệng và qua các đầu ngón tay. Theo Francis Bacon, đọc sách tạo nên một con người hiểu biết, đối thoại tạo nên một con người sẵn sàng, *viết lách* tạo nên một con người *chính xác*. Tôi khám phá ra rằng nếu ghi lại những suy ngẫm của mình trong giờ tĩnh nguyện với Chúa, thì những suy nghĩ ấy sẽ lưu lại trong tôi lâu hơn. Không viết nhật ký, đến cuối ngày tôi thường chỉ nhớ được chút ít trong giờ tĩnh nguyện.

George Müller, nhà vô địch về đức tin và sự cầu nguyện, đã dùng nhật ký để nói lên những hiểu biết sâu sắc về Kinh Thánh và những suy nghĩ về Đức Chúa Trời:

> Ngày 22 tháng 7 năm 1838. Tối nay tôi đang đi dạo trong khu vườn nhỏ của mình, suy ngẫm Hê-bơ-rơ 13:8: "Đức Chúa Giê-xu Christ, hôm qua, ngày nay và cho đến đời đời không hề thay đổi". Trong khi suy ngẫm về tình yêu,

quyền năng, sự khôn ngoan không đổi dời của Ngài và đưa tất cả những điều đó vào lời câu nguyện cho bản thân mình; trong khi áp dụng tình yêu, quyền năng, và sự khôn ngoan không dời đổi của Ngài vào hoàn cảnh thế tục và thuộc linh hiện tại của mình – ngay lập tức nhu cầu hiện tại về trại trẻ mồ côi hiện ra trong tâm trí tôi. Tôi liền tự nhủ: "Cho đến nay, bằng tình yêu và quyền năng của Ngài, Chúa Giê-xu vẫn chu cấp cho tôi mọi thứ tôi cần để lo cho trẻ mồ côi, thì cũng bằng tình yêu và quyền năng không dời đổi ấy, Ngài sẽ chu cấp cho tôi mọi điều tôi cần trong tương lai". Sự vui mừng tràn ngập linh hồn khi tôi nhận ra tính bất biến của Cứu Chúa yêu dấu của chúng ta. Khoảng một phút sau, có người gửi cho tôi một lá thư kèm theo tờ ngân phiếu 20 bảng. Trong thư viết: "Ông có thể dùng số tiền này cho Scriptural Knowledge Society (tạm dịch: Hiệp Hội Kiến Thức Kinh Thánh) của ông, hoặc Trại Trẻ mồ côi, hay trong công tác và sự nghiệp nào Chúa hướng dẫn ông theo lời cầu xin của ông. Đây không phải là số tiền lớn, nhưng là sự chu cấp đủ cho nhu cầu cấp thiết ngày hôm nay; và Chúa cũng thường chu cấp cho những nhu cầu cấp bách trong ngày hôm nay mà thôi. Ngày mai sẽ có sự hỗ trợ đủ dùng cho ngày mai".[15]

Khi những hiểu biết sâu sắc tôi nhận được qua giờ tĩnh nguyện được gắn chặt vào tâm trí nhờ viết nhật ký, thì tôi cũng có thể dễ dàng sử dụng những hiểu biết này sau đó trong lúc trò chuyện, tư vấn, khích lệ và làm chứng (xem 1 Phi 3:15).

Giúp xác định mục tiêu và thứ tự ưu tiên

Nhật ký là cách hiệu quả để nhắc chúng ta những việc chúng ta muốn làm và muốn nhấn mạnh. Một số người lập danh sách những mục tiêu và thứ tự ưu tiên vào nhật ký và xem lại mỗi ngày. Tôi thường vẽ một hình chữ nhật nhỏ ở đầu mỗi mục ghi vào nhật ký trong vòng nhiều năm (cho đến khi tôi dùng thiết bị số để nhắc nhở). Với một đường ngang và hai đường thẳng đứng, tôi chia hình chữ nhật thành sáu hình vuông nhỏ. Mỗi ô vuông tượng trưng cho một mục tiêu thuộc linh cụ thể tôi muốn làm mỗi ngày, chẳng hạn như khích lệ ít nhất một người. Trước khi viết nhật ký cho một ngày, tôi lật lại trang nhật ký hôm trước và tô màu những ô vuông thích hợp tương ứng với những mục tiêu đã hoàn thành trong ngày. Đây không phải là chủ nghĩa hình thức vì không có yêu cầu nội tại hay ngoại tại nào buộc tôi làm những điều này. Tôi muốn hình thành những thói quen và phẩm chất cá tính như một cách tiến đến mục tiêu trở nên giống Đấng Christ hơn (xem Phil 3:12-16) và tôi dùng những ký hiệu nhắc nhở trong nhật ký để giúp tôi.

Những quyết tâm mà Jonathan Edwards đưa ra khi ông còn trẻ vẫn được rất nhiều Cơ Đốc nhân ngày nay biết đến. Chúng bao gồm 70 quyết tâm liên quan đến việc sử dụng thì giờ, sự điều độ trong ăn uống, tăng trưởng trong ân điển, sự tiết dục, và những vấn đề khác.[16] Những quyết tâm này còn nhiều hơn những cam kết nửa vời mà ngày nay người ta thường lập vào năm mới. Chúng trở thành những mục tiêu và ưu tiên trong suốt cuộc đời Edwards. Điều ít người biết đến là cách ông lượng giá đức hạnh của mình mỗi ngày qua những cam kết này và ghi kết quả vào nhật ký. Vào đêm trước Giáng Sinh năm 1722, ông viết: "Có những tư tưởng cao hơn bình thường về sự cao cả của Đấng Christ và Vương quốc của Ngài. Tôi quyết định theo dõi vào cuối mỗi tháng số lần vi phạm cam kết của mình, để biết tôi vi phạm nhiều hơn hay ít hơn. Bắt đầu từ hôm nay, và sẽ đếm số lần tôi vi phạm cam kết theo từng tuần, từng tháng và từng năm, bắt đầu từ ngày đầu tiên của năm mới".[17] Một ví dụ khác về cách dùng nhật ký theo cách này của ông được tìm thấy trong bài viết vào ngày 5 tháng 1: "Một chút bù lại sau một thời gian dài ngu xuẩn khủng khiếp trong việc đọc Kinh Thánh. Tuần này, thật không may, chỉ thu được rất ít: và lý do là gì?—quá thờ ơ và lười biếng, nếu cứ tiếp tục lâu hơn, tôi thấy rằng những tội lỗi khác sẽ bắt đầu tự phơi bày ra".[18] Nhiều năm sau, Edwards nhận ra rằng ông đã quá dựa vào nỗ lực bản thân để thực hiện những quyết tâm của mình. Nhận thức đó không khiến ông đổi ý, cũng không khiến ông từ bỏ bất kỳ cách rèn luyện tâm linh nào liên quan đến chúng, nhất là những cách liên quan đến việc viết lách. Như nhà viết tiểu sử George Marsden, người đoạt giải thưởng Edwards, đã nói: "Một Edwards chín chắn trưởng thành nhìn lại sự nghiêm khắc này, xem đó là đòi hỏi 'phụ thuộc quá nhiều vào sức riêng: mà sau đó trở thành điều thiệt hại lớn cho tôi'. Nhưng ông không hề từ bỏ niềm tin vào giá trị của những phương cách rèn luyện tâm linh nghiêm khắc, như được bộc lộ trong tác phẩm sau này của ông, *Life of Brainerd*"[19] (tạm dịch: *Cuộc đời của Brainerd*).

Điều Edwards thay đổi là tìm kiếm và nhờ cậy nhiều hơn vào quyền năng của Đức Thánh Linh trong việc rèn luyện tâm linh để trở nên giống Đấng Christ hơn.

Nhà truyền giảng xuyên đại dương của phong trào Đại Tỉnh Thức Thứ Nhất (First Great Awakening), George Whitefield, rất nổi tiếng vì phong cách giảng đạo đầy nhiệt huyết và rất độc đáo của ông. Giống như người cùng thời với mình là Edwards, *Nhật ký* của Whitefield cho thấy mức độ thuộc linh của ông ít ra cũng sâu nhiệm như ảnh hưởng sâu rộng của ông. Quyển nhật ký bắt đầu bằng danh sách các tiêu chí mỗi đêm ông dùng để tự xét mình.

Tôi có:

- Tha thiết trong sự cầu nguyện không?
- Dùng những thì giờ đã định để cầu nguyện không?
- Thốt lên những lời cầu nguyện bất ngờ vào mỗi giờ không?
- Xem xét sau hoặc trước mỗi cuộc trò chuyện hay hành động có chủ ý để xem điều đó có làm vinh hiển danh Chúa không?
- Dâng lời tạ ơn ngay sau mỗi niềm vui nhận được không?
- Lên kế hoạch làm việc trong ngày không?
- Đơn sơ và được nhớ đến trong mọi sự không?
- Nhiệt tình trong công việc và chủ động làm hết sức có thể không?

- Hiền lành, vui vẻ, hòa nhã trong mọi lời nói hoặc việc làm không?
- Tự mãn, kiêu ngạo, không trong sáng hoặc khiến người khác ganh tỵ không?
- Được người ta nhớ đến trong cách ăn uống? Trong thái độ biết ơn? Điều độ trong ngủ nghỉ không?
- Dành thời gian để cảm ơn theo những nguyên tắc luật pháp (của William) không?
- Siêng năng trong học tập?
- Nghĩ hay nói những lời cay độc với ai không?
- Xưng hết tội chưa?[20]

Bài viết mỗi ngày trong *Nhật ký* của Whitefield gồm 2 phần, mỗi phần một trang. Ở trang đầu, ông liệt kê những hoạt động cụ thể trong ngày, rồi đánh giá từng hoạt động theo 15 câu hỏi trên. Ở trang thứ hai, theo người viết tiểu sử của ông là Arnold Dallimore cho biết: "Ông ghi lại hoạt động bất thường nào xảy ra trong ngày, nhưng trên hết, bày tỏ con người bên trong của ông. Những khao khát của linh hồn ông, việc tra xét những động cơ, tự trách về sai phạm nhỏ nhất và dâng lên Chúa những lời ngợi khen, đều được ông ghi lại một cách chân thật".[21]

Làm thế nào những người như Edwards và Whitefield có thể trở nên giống hình ảnh Đấng Christ một cách phi thường như vậy? Một phần bí quyết của họ là giữ kỷ luật tâm linh trong việc viết nhật ký để tự chịu trách nhiệm về những mục tiêu và ưu tiên thuộc linh của mình. Trước khi đưa ra tất cả những lý do vì sao chúng ta không thể trở nên tin kính như họ, chúng ta hãy thử làm điều họ đã làm.

Giúp duy trì những cách rèn luyện tâm linh khác

Nhật ký là nơi tôi ghi lại tiến bộ của mình trong tất cả các cách rèn luyện tâm linh. Chẳng hạn, tôi cũng dùng một số ô vuông nhỏ đã nói ở trên để giúp tôi tự chịu trách nhiệm với những kỷ luật như ghi nhớ Lời Chúa. Tôi rất dễ trở nên lười biếng và bỏ qua việc ghi nhớ Lời Chúa, là điều Kinh Thánh cho biết rất hữu ích đối với sự thánh khiết (Thi 119:11). Một khi tôi quay lại với thói quen không học thuộc Lời Chúa, thì tôi lại cứ *không* học. Tuy nhiên, khi tôi có người nhắc nhở hằng ngày như quyển nhật ký, nhắc nhở tôi 'rèn luyện bản thân để luyện tập lòng tin kính', thì tôi có thể dễ dàng lấy lại đà học thuộc Lời Chúa.

Xác thịt, khuynh hướng tội lỗi tự nhiên của chúng ta, không giúp chúng ta tăng trưởng tâm linh. Nếu chúng ta không 'nhờ Thánh Linh' *hành động* để 'làm cho chết các việc của thân thể' (Rô 8:13), thì chúng ta sẽ tiến rất chậm trong sự tin kính. Nếu chúng ta không tìm những phương cách *thực tiễn* để chiến đấu chống lại khuynh hướng lười biếng thuộc linh thâm căn cố đế, và cầu xin quyền năng của Thánh Linh hành động trên những phương cách đó, thì chúng ta sẽ không lập mình trên nền đức tin (Giu-đe 20); và sẽ trôi giạt vào tình trạng lộn xộn thuộc linh.

Maurice Roberts khẳng định thực tế này trong bài viết 'Các thánh đồ đâu cả rồi?'

> Sẽ chẳng có sự tăng trưởng đáng kể nào trong sự thánh khiết Cơ Đốc nếu chúng ta không cố gắng đắc thắng sự chán ghét bẩm sinh đối với những bài tập tâm linh. Ông cha chúng ta đã lưu giữ những quyển nhật ký chân thật, ghi lại những cuộc chiến tâm linh của họ. Thomas Shepherd, được gọi là Cha Hành Hương (Pilgrim Father - tên dành cho tín đồ Thanh giáo Anh, đến Mỹ năm 1620 và thành lập khu kiều dân Plymouth ở bang Massachusets - ND) và là người sáng lập Đại học Harvard, đã viết trong nhật ký: "Đôi khi tôi cảm thấy thà chết còn hơn cầu nguyện". Tất cả chúng ta đều như vậy. Nhưng sự thành thật này không phải là chuyện bình thường. Những con người ấy leo lên cao như vậy chỉ khi họ lao động bằng mồ hôi và nước mắt để nuôi dưỡng linh hồn mình. Cũng vậy, chúng ta phải 'tự rèn tập lòng tin kính' (1 Ti 4:7).[22]

Nhà truyền giáo Jim Elliot đã dùng quyển nhật ký hiện đang rất nổi tiếng của ông để tưới mát cho việc thực hành kỷ luật tâm linh trong đời sống khi con nước của lòng nhiệt thành đối với điều ấy chảy chậm lại. Vào ngày 20 tháng 11 năm 1955, chưa tới hai tháng trước khi ông bị giết bởi những người da đỏ ở Ecuador, ông viết:

> Sau khi đọc vài phần trong quyển *Behind the Ranges* (tạm dịch: *Phía sau những rặng núi*), tôi quyết tâm làm một điều gì đó cho đời sống cầu nguyện của mình. Khi học tiếng Tây Ban Nha, tôi bỏ đọc Kinh Thánh tiếng Anh và không còn giữ thói quen đọc sách dưỡng linh nữa. Tôi chưa bao giờ quay lại thói quen đó. Dịch và chuẩn bị cho những bài học

Kinh Thánh hằng ngày không đủ để ban năng lực cho linh hồn tôi. Tôi nhớ, cầu nguyện khi còn độc thân là điều rất khó vì tâm trí tôi luôn nhớ đến Betty. Giờ đây, thật khó ra khỏi giường vào mỗi buổi sáng. Tôi đã cam kết về việc này từ trước nhưng lại không làm theo. Ngày mai phải làm lại – thay quần áo lúc sáu giờ sáng, và học các Thư tín trước bữa ăn sáng. Vì thế, xin giúp con, Chúa ôi!²³

Rõ ràng trước đây khao khát đem lại sức sống mới cho đời sống cầu nguyện đã dấy lên trong tâm trí và tình cảm của Elliot rất nhiều lần. Tuy nhiên, chuyển tải sự khao khát ấy vào trang giấy giống như chiếc kênh dẫn nước vào tua-bin, để rồi cái trước đây vốn là một khao khát hay thay đổi nay đã bắt đầu tạo ra sức mạnh nhờ sự giúp đỡ của Chúa.

Ghi lại những niềm vui và sự tự do, tôi kinh nghiệm được qua những cách rèn luyện tâm linh cũng là một cách viết nhật ký giúp tôi duy trì những kỷ luật ấy. Khi xem lại nhật ký và đọc những dòng chữ của mình viết về niềm vui sướng không thể tả trong việc chia sẻ Phúc âm cho những người lớn tuổi chưa từng nghe về Chúa Giê-xu trong rừng rậm ở Kenya, hay khi giảng và nhìn thấy các em thiếu niên người Brazil ăn năn tội có liên quan đến thuyết thông linh, thì tôi lại quyết tâm duy trì kỷ luật truyền giảng trong các dự án truyền giáo ngoài nước bằng mọi giá. Xem lại cảm giác đắc thắng tôi ghi lại trong ngày kiêng ăn giúp tôi khao khát có thêm một ngày đại tiệc thuộc linh như thế nữa.

Theo định nghĩa, đời sống Cơ Đốc là một điều gì đó sống động. Nếu chúng ta nghĩ rèn luyện tiếp thu Lời Chúa là thức ăn và cầu nguyện là hơi thở, thì nhiều Cơ Đốc nhân xem việc viết nhật ký là trái tim. Đối với họ, việc viết nhật ký bơm máu duy trì sự sống vào từng cách rèn luyện tâm linh có liên hệ với nó.

Những Cách Viết Nhật Ký

Thực hiện như thế nào? "Cách bạn đang viết nhật ký là cách đúng đắn...Chẳng có nguyên tắc nào cho việc viết nhật ký cả!"[24] Nói cách khác, phương pháp nào bạn thấy mang tính giáo dục nhất và hữu ích nhất để luyện tập lòng tin kính là cách bạn nên áp dụng. Điều này áp dụng cho nội dung, hình thức, độ dài và tần suất viết nhật ký. Vì vậy, trong khi Cơ Đốc nhân này thường viết nhật ký trên máy vi tính hai hoặc ba lần mỗi tuần, chỉ ghi lại những suy ngẫm Kinh Thánh ngắn gọn, thì một môn đồ khác của Chúa Giê-xu lại thường viết ra những lời cầu nguyện dài bằng cây bút mực vào quyển tập bìa da hầu như mỗi ngày. Cả hai cách viết đều có giá trị miễn là chúng giúp người viết đến gần Chúa hơn và trở nên giống Đấng Christ.

Hôm nay, tôi vào một hiệu sách Cơ Đốc địa phương và thấy ít nhất một chục loại sổ có thể dùng làm nhật ký. Có những quyển bìa bọc vải và bìa mềm. Một số quyển được in những tư tưởng có tính dưỡng linh hay những câu trích dẫn truyền cảm hứng trên từng trang. Có những quyển chỉ có những trang trống với các tiêu đề như "Vấn Đề Cầu Nguyện" và "Những Điều Học Được từ Kinh Thánh". Nhiều hiệu sách thế tục bày bán những quyển sổ rất đẹp có gáy mạ vàng với nhiều trang trắng, cũng như những quyển sổ kiểu cách hơn mà chúng ta đều có thể dùng làm nhật ký.

Nhiều Cơ Đốc nhân thấy dùng quyển sổ ghi chép hằng ngày hoặc giấy in thông thường là cách thực tế nhất. Trong khi một số người thích dùng quyển sổ tay đóng gáy xoắn, thì tôi thấy loại sổ có thể lấy rời từng trang hiệu quả hơn. Ngoài chuyện giá thành rẻ hơn, việc dùng giấy thường giúp bạn không bị hạn chế khi viết nhật ký do khoảng trống cố định trong những quyển nhật ký in sẵn tạo ra. Mặt khác, một số người thấy viết nhật ký vào những quyển sổ đẹp giúp họ thấy đặc biệt có hứng thú để trung tín giữ kỷ luật này. (Động cơ này có tác dụng ngược đối với một số người khi họ cảm thấy như thế những bài viết của mình quá phàm tục so với một quyển sổ đẹp đẽ như thế. Họ bắt đầu ít viết lại và rồi ngưng hẳn).

Một lý do khác tôi thích kiểu sổ có thể lấy rời từng tờ là vì tính tiện lợi. Mặc dù việc đem theo một quyển sách hay một quyển tập gáy xoắn để viết nhật ký cũng thuận tiện, nhưng sẽ tiện lợi hơn nếu chỉ đem theo một vài trang giấy. Những trang nhật ký của tôi có khổ 21x13cm[25] và rất vừa để kẹp vào Kinh Thánh, đựng trong tập tài liệu, kẹp trong sách hay gần như bất cứ thứ gì tôi đem theo. Điều đó có nghĩa là tôi có thể ghi lại ngay bất kỳ sự hiểu biết, ý nghĩ quan trọng, cuộc trò chuyện, câu trích dẫn, v.v...nào chợt đến với mình. Điều này dẫn đến một thuận lợi khác so với sổ đóng gáy hoặc gáy xoắn, đó là tôi có thể dễ dàng quay ngược lại các trang đầu để bỏ vào thêm các trang mới, bản sao, bản in và những thứ khác. Ngoài ra, nhật ký là những tờ giấy rời còn cho phép tôi có thể đánh máy bài viết của mình rồi in ra nếu muốn. Nhưng nói thế thôi, tôi xin nhắc lại câu cách ngôn này: "Cách đúng là cách bạn đang dùng để viết nhật ký". Hãy dùng phương pháp nào bạn thấy thích hợp nhất với mình.

Phương tiện bạn dùng để ghi chép lên giấy cũng sẽ ảnh hưởng đến hình thức bạn chọn. Tôi thích viết nhật ký bằng trình xử lý văn bản. Vì tôi đánh máy nhanh hơn viết, và còn vì đánh máy sẽ dễ đọc hơn khi in ra. Tuy nhiên, thường thời gian viết nhật ký của tôi diễn ra khi tôi không thể hoặc không thích dùng thiết bị kỹ thuật số, vì vậy tôi thích viết tay bằng cây bút bơm mực loại tốt.[26] Một số người chỉ thích viết nhật ký bằng tay vì nó tự nhiên và dễ diễn đạt hơn. Dù tôi là người rất mê viết bơm mực và sử dụng nó mỗi ngày, nhưng tôi thấy tốc độ và những thuận lợi khác của phương pháp kỹ thuật số thường khiến tôi muốn viết nhật ký thường xuyên hơn.

Sự phát triển không ngừng của kỹ thuật công nghệ chắc chắn sẽ dẫn đến sự gia tăng tương ứng trong việc sử dụng những tính năng của nó vào việc viết nhật ký. Internet và công nghệ cá nhân đã cung cấp vô số nguồn giúp đỡ để viết nhật ký. Nếu bạn thấy một số trong những cách đó có thể giúp bạn tăng trưởng trong ân điển và lòng tin kính, thì hãy sử dụng chúng. Nếu bạn không thấy chúng hữu ích thì đừng ép mình phải thích nghi. Cho dù tốc độ hay số lượng những cải tiến về công nghệ liên quan đến cách rèn luyện tâm linh này có như thế nào, bạn sẽ vẫn có thể viết nhật ký bằng những dụng cụ đơn giản nhất là giấy và viết.

Mỗi ngày, khi bắt đầu viết nhật ký, hãy cố gắng liệt kê một câu hay ý tưởng bạn thấy ấn tượng nhất trong lúc đọc Kinh Thánh. Suy ngẫm câu đó trong vài phút, rồi ghi lại hiểu biết cũng như suy nghĩ của bạn. Từ đó, hãy nghĩ đến việc thêm vào những sự kiện gần đây trong đời sống bạn, cũng như những cảm xúc và phản ứng của bạn trước những sự kiện ấy, những lời cầu nguyện ngắn, những niềm vui, thành công, thất bại, lời trích dẫn, v.v.

Đừng nghĩ "viết nhật ký chính thức" (không có cái như thế!) có nghĩa là bạn phải viết đủ số dòng nhất định mỗi ngày, hay là phải viết vào số ngày nhất định mỗi tuần. Hễ khi nào thời gian giữa các lần viết nhật ký của tôi quá lâu, thì tôi tự kỷ luật mình phải viết mỗi ngày ít nhất một câu. Chắc hẳn, câu duy nhất ấy sẽ tự biến thành một đoạn hay một trang nhật ký, vì vấn đề lớn nhất của tôi là làm sao bắt đầu. Một khi đã viết, tôi vui vì đã bắt đầu và thường không gặp khó khăn để viết một vài dòng, nếu không nhiều hơn.

Đừng lo lắng về việc cố gắng "theo kịp". Những biến cố quan trọng trong cuộc đời - tức loại trải nghiệm chúng ta luôn muốn ghi lại - thường đòi hỏi quá nhiều thời gian để ghi chép vào nhật ký. Những sự kiện kéo dài lâu ngày hoặc gồm quá nhiều chi tiết có thể khiến chúng ta cảm thấy nặng nề khi viết lại. Chúa không muốn việc ghi lại toàn bộ cuộc đời bạn như một cách rèn luyện tâm linh là một gánh nặng, nhưng là để ban phước cho bạn và là phương tiện đem đến cho bạn niềm vui cùng sự tin kính.

Áp Dụng Thêm

Cũng như với tất cả các cách rèn luyện khác, viết nhật ký luôn có ích dù bạn thực hiện ở mức độ nào.

Viết nhật ký luôn đem lại lợi ích dù bạn nghĩ mình viết, sáng tác hay chính tả tốt như thế nào. Dù bạn không viết mỗi ngày, dù bạn viết ít hay nhiều, dù linh hồn bạn có bay lên như tác giả Thi Thiên hay nặng nề lê lết từ suy nghĩ này đến suy nghĩ khác, thì viết nhật ký đều có thể giúp bạn tăng trưởng trong ân điển.

Cũng như với tất cả các cách rèn luyện khác, viết nhật ký đòi hỏi sự kiên trì trong những lúc khô khan.

Sự mới lạ trong việc viết nhật ký sẽ nhanh chóng biến mất. Sẽ có những ngày bạn "mất cảm hứng" thuộc linh. Những lúc khác bạn chẳng nhận được hiểu biết sâu sắc nào từ Kinh Thánh hay trong kinh nghiệm với Chúa đáng để ghi lại. Dù viết ít hoặc chẳng viết gì cả vào ngày đã định hay trong một thời gian dài cũng không có vấn đề gì, nhưng xin nhớ rằng bạn phải dần dần vượt qua được rào cản này để tận hưởng những lợi ích lâu dài của việc viết nhật ký. Nói cách khác, đừng từ bỏ kỷ luật này chỉ vì hứng thú của ngày đầu tiên dần dần tiêu biến. Điều đó sẽ xảy ra. Hãy chuẩn bị đối diện với nó, nhưng cũng hãy chuẩn bị để kiên trì thực hiện kỷ luật này.[27]

Cũng như tất cả các cách rèn luyện khác, bạn phải bắt đầu viết nhật ký trước khi kinh nghiệm giá trị của nó.

Mục sư người Ai-len Thomas Houston quản nhiệm một hội thánh Trưởng lão ở Knockbracken, County Down (gần Belfast ngày nay) suốt 54 năm trong những năm 1800. Khi bắt đầu chức vụ, ông cũng bắt đầu viết nhật ký, mà ông gọi là "Nhật ký những việc Chúa giải quyết và chu cấp cho một tội nhân bất xứng nhất". Trong bài viết ngày 8 tháng 4 năm 1828, ông tiết lộ cuộc tranh chiến bên trong đến việc bắt đầu kỷ luật viết nhật ký của ông:

> Trong một khoảng thời gian đáng kể, tôi đã quyết tâm ghi lại những lần Cha Thiên thượng giải quyết nan đề và phù hộ cho tôi, thế nhưng, do thiếu cái mà tôi cho là cơ hội thuận tiện, và vì lý do tôi e là nguyên nhân lớn hơn, tức lười biếng thuộc linh, mà tôi đã bỏ bê nó cho đến nay. Lần đầu tiên khi tôi bắt đầu nghĩ đến vấn đề này, rất nhiều chướng ngại hiện lên trong tâm trí tôi để lừa dối tôi khiến tôi không muốn viết nhật ký. Nào là điều đó sẽ khiến tôi kiêu ngạo thuộc linh; sẽ khiến mọi người lấy mình đánh giá mình; và vì không dễ xác định giữa hành động của tâm linh và công việc tự nhiên của lương tâm chưa được đổi mới hay những mưu kế của Kẻ Lừa Dối, nên sẽ rất nguy hiểm nếu đưa ra những xét đoán không chính xác. Những điều này cùng với các lý do khác khiến tôi chần chừ không quyết định về vấn đề này. Cách đây không lâu, tôi đã hoàn toàn vượt qua những trở ngại đó và giờ tôi nghĩ rằng việc ghi chép này giúp ích rất nhiều cho cá nhân người viết, cho họ tư liệu để cầu nguyện và tự tra xét mình và là vật kỷ niệm sự thành tín của Đức Chúa Trời.[28]

Có lẽ bạn có thể đồng cảm với tranh chiến của Houston. Hàng triệu người muốn bắt đầu đi bộ, chạy bộ, đạp xe, hay một hình thức tập thể dục khác nhưng chẳng bao giờ thực hiện thế nào, thì cũng có rất nhiều người muốn bắt đầu bài tập thuộc linh là viết nhật ký nhưng không bao giờ thực hiện được thể ấy. Nghe có vẻ thú vị, và bạn tin rằng nó có giá trị, nhưng bạn chẳng viết được chữ nào trên giấy hay trên màn hình máy tính. Không hề là vấn đề thiếu thời gian hay thiếu 'cơ hội thuận tiện' như lời Houston. Mà trong sâu thẳm tấm lòng chúng ta biết 'nguyên nhân lớn hơn' chắc chắn là 'sự lười biếng thuộc linh' đã đeo bám làm nhụt chí của vị mục sư người Ai-len này. Hãy xem việc viết nhật ký không chỉ là cách để xây dựng một 'vật kỷ niệm về sự thành tín của Đức Chúa Trời' trong đời sống bạn, mà quan trọng hơn là 'để luyện tập lòng tin kính'.

Chương 12

12 | Học Hỏi...
Để Luyện Tập Lòng Tin Kính

Chúng ta phải đối diện với thực tế là ngày hôm nay có nhiều người nổi danh vì cẩu thả trong cách sống. Thái độ này cũng xuất hiện trong hội thánh. Chúng ta có tự do, tiền bạc, chúng ta sống tương đối xa hoa. Kết quả là, chúng ta chẳng có kỷ luật gì cả. Tiếng đàn vi-ô-lông sẽ như thế nào nếu các dây đàn đều bị chùng, không căng, không "có kỷ luật"?

A.W. Tozer

Cách đây nhiều năm, tôi quản nhiệm một hội thánh gần trung tâm hành chính của một hạt (quận) với hai trường đại học cỡ nhỏ. Một trường là cơ sở giáo dục chính của hệ phái Tin lành lớn nhất bang. Nổi tiếng đào tạo ra những sinh viên sốt sắng hầu việc Vương quốc Đấng Christ, trường đại học này luôn đứng đầu hàng chục trường khác trong hệ phái về số lượng cựu sinh viên trên cánh đồng truyền giáo. Tuy nhiên, một lời phàn nàn tôi thường nghe từ phía các sinh viên ngành tôn giáo lại liên quan đến sự thiếu nhiệt tình thuộc linh của một số giáo sư trong trường. Đối với nhiều sinh viên, những giáo sư này là những người có bộ não thần học quá khổ, nhưng tấm lòng lại quá nhỏ bé, lạnh nhạt. Tất cả chúng ta đều nghe về những giáo viên hay diễn giả có thể giữ chặt Câu lạc bộ Mensa (câu lạc bộ dành cho những người có chỉ số thông minh cao - ND) về phương diện thần học nhưng lại thiếu nhiệt huyết khiến niềm tin Cơ Đốc của họ có vẻ khô khan và cũ rích như mặt trong của quả bóng rổ. Nhưng điều đó nghe chẳng giống Chúa Giê-xu hay ngay cả sứ đồ Phao-lô phải không nào?

Trong những năm chức vụ ấy, có lần một chấp sự trong hội thánh đã nói với tôi: "Tôi chẳng bao giờ thích đến trường, và tôi không muốn học cái gì cả khi đến nhà thờ". Có điều gì đó cũng không giống Chúa Giê-xu trong thái độ này, đúng không ạ?

Vì sao chúng ta nghĩ rằng mình phải chọn một trong hai? Vì sao nhiều Cơ Đốc nhân sống như thể có người bảo họ: "Ngày hôm nay hãy chọn đấng các ngươi sẽ phục vụ: học tập hay suy gẫm"? Tôi cho rằng càng tăng trưởng giống Đấng Christ, thì chúng ta sẽ càng đeo đuổi sự hiểu biết đầy trọn và tấm lòng trọn vẹn, và chúng ta sẽ càng tỏa ra cả ánh sáng lẫn sức nóng thuộc linh.

Nếu bị buộc phải chọn một điều trổi hơn điều kia, thì chúng ta phải chọn tấm lòng nóng cháy. Nếu có chân lý trong đầu mà không có trong lòng (tức là biết lẽ thật nhưng không tin và không kinh nghiệm quyền năng của lẽ thật) thì không có mối liên hệ đúng đắn với Đức Chúa Trời. Giống người Pha-ri-si, không có đức tin thì việc hiểu biết lẽ thật sẽ chỉ khiến chúng ta thêm mặc cảm tội lỗi khi đứng trước

Ngài trong ngày phán xét. Nhưng nếu chúng ta hiểu và lòng chúng ta đáp ứng đúng đắn với Phúc âm, thì đến cuối cùng chúng ta sẽ được cứu, cho dù sự hiểu biết của chúng ta về các tín lý khác có thể nông cạn hay mù mờ. Tôi không chỉ chọn cho mình điều thứ hai, mà còn muốn bầy chiên mình chăn cũng chọn điều đó. Đưa tàu xuất bến khó hơn điều chỉnh một chiếc tàu trôi chệch hướng trên biển.

Nhưng chúng ta hãy xuất bến *và đi đúng hướng.* Cơ Đốc nhân phải nhận biết rằng một ngọn lửa không thể cháy nếu thiếu nhiên liệu thế nào, thì tấm lòng nóng cháy cũng sẽ không được nhen lên nếu cái đầu rỗng tuếch thể ấy. Chúng ta không được tự mãn khi giống những người mà Kinh Thánh lên án là có 'lòng sốt sắng về Đức Chúa Trời, nhưng...không phải theo trí khôn' (Rô 10:2)

Phải chăng như thế có nghĩa là chúng ta phải thông minh uyên bác thì mới có thể trở thành Cơ Đốc nhân? Hoàn toàn không! Nhưng điều đó có nghĩa là để giống Chúa Giê-xu, chúng ta phải trở thành những người học trò, thậm chí giống như Ngài thuở mới 12 tuổi, 'ngồi giữa các giáo sư Do Thái giáo, vừa nghe vừa hỏi. Tất cả những người nghe Ngài đều kinh ngạc về sự hiểu biết và những lời đối đáp của Ngài' (Lu 2:46-47). Phải chăng như thế có nghĩa là để trở thành Cơ Đốc nhân "hạng nhất" chúng ta phải có vài tấm bằng treo trên tường? Dĩ nhiên là không. Mà điều đó có nghĩa là chúng ta phải rèn luyện bản thân để trở thành những học trò muốn học hỏi như Chúa Giê-xu. Ngài tự học Kinh Thánh rất giỏi ngoài những giờ học nghiêm túc với các ra-bi. Điều này khiến đối thủ của Ngài lấy làm kinh ngạc: "Người nầy chưa từng học, làm sao lại biết được Kinh Thánh?" (Giăng 7:15).

Nghiên cứu chữ *môn đồ* được dùng trong Tân Ước cho thấy từ này không chỉ có nghĩa là 'môn đồ' của Đấng Christ mà còn có nghĩa là 'người học'. Bạn có phải là người học theo Chúa Giê-xu không? Để đi theo Đấng Christ và trở nên giống Ngài hơn, chúng ta phải rèn luyện tâm linh qua việc học hỏi.

Học Hỏi Là Đặc Điểm Của Người Khôn Ngoan

Theo một sách trong Kinh Thánh, được đặc biệt viết ra để cho chúng ta sự khôn ngoan thực tiễn, một trong những đặc điểm của người khôn ngoan là khát khao học hỏi. Châm Ngôn 9:9 cho biết: "Hãy trao cơ hội cho người khôn ngoan, người sẽ khôn ngoan hơn; hãy dạy dỗ người công chính, người sẽ tăng thêm tri thức". Người khôn ngoan và công chính không bao giờ thấy mình đủ khôn ngoan hay tri thức. Những người không chịu học hỏi hay kiêu ngạo về việc học của mình chỉ phô bày sự nông cạn của họ. Người khôn ngoan thật luôn khiêm nhường vì họ biết vẫn còn rất nhiều điều họ phải học. Và theo câu Kinh Thánh này, người khôn ngoan và công chính là những người chịu học hỏi. Họ có thể học từ bất cứ ai, không kể tuổi tác hay lý lịch. Hãy chỉ dẫn họ, thì họ 'sẽ khôn ngoan hơn và tăng thêm tri thức'.

Những người khôn ngoan theo tiêu chuẩn Kinh Thánh luôn tìm cách học hỏi.

Châm Ngôn 10:14 cho biết: "Người khôn ngoan tích lũy tri thức". Từ ngữ Hê-bơ-rơ ở đây có nghĩa là 'tích lũy như báu vật'. Người khôn ngoan thích học hỏi vì họ nhận biết rằng tri thức giống như tài sản quý giá.

Tôi đã gặp một người biết tích luỹ kiến thức cho dù người đó sống ở một nơi kiến thức khan hiếm như kim cương. Trong chuyến đi truyền giáo ở Kenya mà tôi đã đề cập đến trong chương 2, người thông dịch cho tôi là một giáo viên ngoài ba mươi tuổi tên là Bernard. Anh sống ở phía sau một cửa hàng vốn là một trong bốn tòa cao ốc của cộng đồng Kilema. Mỗi ngày, anh đi bộ gần chục ki-lô-mét vào rừng, đến ngôi trường cấp hai xây bằng gạch nung để dạy học. Anh trở về nhà trong "cái hộp" 7,2m2 nơi anh sống với vợ và một đứa con trai mới sinh. Một chiếc giường đôi kê sát tường với tấm màn ngăn "phòng ngủ" và phần còn lại của cái hộp. Đằng trước chỉ có một chiếc bàn nhỏ với một cái ghế. Điều khiến tôi thấy thú vị nhất là thứ anh treo trên những bức tường xi măng. Trên mỗi bức vách đều có treo nhiều trang tạp chí cũ hay hình ảnh cắt ra từ những tờ lịch cũ. Đó là tất những gì anh có để đọc. Dù đã tin Chúa nhiều năm nhưng anh nghèo quá không đủ tiền mua một quyển Kinh Thánh. Những quyển sách duy nhất anh có được là vài quyển sách giáo khoa xài rồi trong trường. Vì thế, khi ẵm con trên tay đi tới đi lui để ru con ngủ, anh đọc những chữ viết trên các trang báo đó không biết lần thứ bao nhiêu.

Trong khi ngồi ăn ở bàn hay nằm trên giường, anh nhìn những bức tranh in hình những con người và nơi chốn xa xôi kia và suy nghĩ về họ.

Khi đứng trong cái hộp bê tông ấy, ngắm khoảng hai chục bức tranh đã phai màu và những trang báo ố vàng, tôi nhận ra rằng đứng trước mặt mình là một người khôn ngoan. Bernard hiểu rằng tri thức thực sự giống như một báu vật hiếm có. Dù khan hiếm hơn vàng, nhưng anh đã tích lũy tất cả những gì anh có. Đó là thái độ của những người khôn ngoan vì 'người khôn ngoan tích lũy tri thức'. (Tiện thể nói thêm, từ đó một số người trong hội thánh của chúng tôi đã gửi cho Bernard những thùng sách và đặt mua vài tờ báo cho anh).

Xin lưu ý Châm Ngôn 18:15: "Lòng người thông sáng đón nhận tri thức, tai người khôn ngoan tìm kiếm sự hiểu biết". Người khôn ngoan không chỉ 'đón nhận' tri thức mà còn 'tìm kiếm' nó. Họ khao khát học hỏi và tự kỷ luật mình để tìm kiếm cơ hội học hỏi.

Một câu Châm Ngôn khác đáng lưu ý là lời khuyên trong 23:12: "Hãy chuyên tâm về lời khuyên dạy, và lắng tai nghe các lời tri thức". Dù trước đây bạn được dạy dỗ nhiều đến đâu, hay có kiến thức rộng thế nào - nhất là hiểu biết về Đức Chúa Trời, Đấng Christ, Kinh Thánh, và đời sống Cơ Đốc - và cho dù bạn tự cho mình là thông minh hay chậm chạp ra sao, thì bạn vẫn cần phải chuyên tâm học hỏi, vì bạn chưa biết hết tất cả.

Học hỏi là sự rèn luyện suốt đời, vì rèn luyện tâm linh là đặc điểm của người khôn ngoan. Samuel Hopkins, một trong những người viết tiểu sử đầu tiên của Jonathan Edwards, đã nói rằng khi ông gặp Edwards, ông bị ấn tượng bởi con người đã hai mươi năm trong chức vụ vẫn "khao khát tìm kiếm tri thức một cách hiếm thấy, để theo đuổi điều mà ông không tiếc công sức hay tiền của. Ông đọc tất cả các loại sách tìm được, nhất là sách thần học, với hy vọng có thể giúp ích cho mình trong việc đeo đuổi tri thức".[1] Không phủ nhận Edwards có một trí tuệ tuyệt vời, nhưng ông chưa bao giờ thôi dùng nó để học hỏi. Chính điều đó, cùng với lòng nhiệt thành không kém, đã giúp ông trở thành người khôn ngoan và vĩ đại trong Nước Đức Chúa Trời.

Đặc điểm của người khôn ngoan thật là không ngừng khao khát học hỏi.

Thực Thi Điều Răn Lớn Nhất

Chúa Giê-xu cho biết một phần điều răn lớn nhất của Đức Chúa Trời là "Ngươi phải hết...tâm trí...mà kính mến Chúa là Đức Chúa Trời ngươi" (Mác 12:29-30). Điều Chúa mong muốn nhất nơi bạn chính là tình yêu của bạn. Và một trong những cách Ngài muốn bạn bày tỏ tình yêu và sự vâng phục Ngài là học hỏi với lòng tin kính. Đức Chúa Trời được tôn cao khi chúng ta dùng tâm trí Ngài tạo dựng để học biết về Ngài, đường lối Ngài, Lời Ngài và thế giới của Ngài.

Tiếc thay, nhiều Cơ Đốc nhân không gắn liền việc học hỏi với tình yêu đối với Chúa. Trên thực tế, chúng ta đang sống trong một thời đại cực kỳ kháng tri thức. Điều này nghe có vẻ lạ dưới ánh sáng của kho thông tin vô tận có thể tiếp cận được qua Internet; giáo dục trực tuyến phát triển và có mặt ở khắp nơi; những tiến bộ về kỹ thuật công nghệ hầu như mỗi ngày đến hoa mắt; và một thực tế rằng có nhiều bằng cấp sau đại học được trao giải hơn bao giờ hết. Có lẽ đúng là vì những sự kiện như thế mà người ta – kể cả người Cơ Đốc – càng ghét những thứ thuộc về trí tuệ. Trẻ thông minh có thể không được yêu mến chỉ vì chúng thông minh. Chúng bị xua đuổi như 'những kẻ ngu ngốc', còn 'kẻ học kém' lại được xã hội chú ý. Văn hóa của chúng ta tôn vinh thể chất hơn trí tuệ. Chẳng ai đem bán những tờ áp phích về những kỹ sư hay kiến trúc sư phần mềm nổi tiếng, những nhà thần học hàng đầu còn ít được chú ý hơn. Thay vào đó, chúng ta bán áp phích có hình các cầu thủ, một vài người trong bọn họ có thể làm mọi thứ với quả bóng trừ việc viết tên lên quả bóng và đọc xem nó hiệu gì. Một số ứng cử viên chính trị được mô tả là quá thông minh nên khó có thể được bầu, cứ như thể chúng ta không muốn những con người có tư duy lên nắm chính quyền. Trong hội thánh, chúng ta muốn mọi thứ phải 'thích hợp' và chúng ta có khuynh hướng xem nhẹ thần học và giáo lý, cho rằng chúng cực kỳ không thích hợp.

Thuyết duy lý trí là một học thuyết sai lầm, nhưng kháng tri thức cũng sai lầm không kém. Chúng ta phải yêu mến Chúa với tất cả tâm trí cũng như với tất cả tấm lòng, linh hồn và sức lực. Làm sao những điều đó có thể hòa hợp với nhau được? Theo lời R. C. Sproul, nhà tư tưởng Cơ Đốc đương thời: "Đức Chúa Trời tạo dựng chúng ta với sự hòa hợp giữa lòng và trí, tư tưởng và hành động...Càng biết nhiều về Ngài chúng ta càng yêu mến Ngài. Càng yêu mến Ngài chúng ta càng muốn biết thêm về Ngài. Để đứng vào vị trí trung tâm trong lòng chúng ta, trước hết, Ngài phải là trung tâm trong tâm trí chúng ta. Hiểu biết tôn giáo là điều kiện tiên quyết để có được tình cảm tôn giáo và hành động vâng phục".[2]

Nếu chúng ta không yêu Đức Chúa Trời bằng một tâm trí tăng trưởng, thì chúng ta sẽ là những phiên bản Cơ Đốc của người Sa-ma-ri, là người mà Chúa Giê-xu phán: "Các ngươi thờ phượng Đấng các ngươi không biết" (Giăng 4:22).

Học Hỏi - Điều Thiết Yếu Để Gia Tăng Lòng Tin Kính

Đời sống Cơ Đốc bắt đầu với việc học hỏi - học biết Phúc âm. Không ai được giải hòa với Đức Chúa Trời nếu không học biết về Ngài và sứ điệp của Ngài cho thế gian, sứ điệp về tin tốt lành được gọi là Phúc âm. Để nhận biết Chúa, con người phải học biết rằng có một Đức Chúa Trời (xem Hê 11:6), rằng họ đã vi phạm luật của Chúa, rằng họ cần được giải hòa với Ngài. Họ phải biết rằng Chúa Giê-xu, Con Đức Chúa Trời, đã đến để thực hiện việc giải hòa đó, và Ngài đã thực hiện bằng đời sống vô tội và sự chết trên cây thập tự thế cho tội nhân. Họ phải biết về sự sống lại của Ngài trong thân thể và nhu cầu ăn năn tội của họ, tin nhận Chúa Giê-xu và những việc

Ngài đã làm. Nếu con người không học biết những điều này, "chưa nghe nói về Ngài thì làm thế nào mà tin" (Rô 10:14).

Không ai tin nhận Chúa Giê-xu nếu không được nghe câu chuyện của Ngài và ít nhất có sự hiểu biết tối thiểu về câu chuyện đó. Không ai yêu Chúa Giê-xu nếu không biết về Ngài. Và như chúng ta không thể *tin nhận* và *yêu mến* Đấng chúng ta *không biết gì* cả thể nào, thì chúng ta cũng không thể *tăng trưởng* trong đức tin và lòng yêu mến Ngài thể ấy nếu chúng ta không *học biết* về Ngài nhiều hơn. Chúng ta sẽ không *tăng trưởng* nhiều trong sự tin kính nếu không *biết* tin kính nghĩa là gì. Chúng ta sẽ không thể trở nên giống Đấng Christ hơn nếu không biết về Đấng Christ nhiều hơn.

Martyn Lloyd-Jones, nhà giảng đạo người Anh thế kỷ XX, đã nhắc nhở chúng ta: "Đừng bao giờ quên rằng sứ điệp của Kinh Thánh chủ yếu nhắm vào tâm trí, vào nhận thức".[3] Lẽ thật của Đức Chúa Trời phải được hiểu trước khi được áp dụng. Lời Đức Chúa Trời phải đi vào đầu chúng ta trước khi thay đổi tấm lòng và đời sống chúng ta. Đó là lý do sứ đồ Phao-lô nói "Đừng *rập khuôn* theo đời này, nhưng phải được biến hóa bởi sự đổi mới của *tâm trí* mình" (Rô 12:2, chữ in nghiêng nhằm nhấn mạnh). Sự biến hoá của tấm lòng và đời sống để giống Đấng Christ – tức là tăng trưởng trong sự tin kính - bao gồm sự đổi mới của tâm trí mà không thể có được nếu không học hỏi.

Giả sử có ai đó cho bạn một quyển sách về sự cầu nguyện và nói "quyển sách này sẽ làm thay đổi cuộc đời bạn!" Nhưng khi nhìn quyển sách, bạn nhận ra sách được viết bằng ngôn ngữ bạn không thể đọc. Bạn có thể giữ quyển sách hay nhất về sự cầu nguyện từng được viết, nhưng nếu bạn không thể hiểu nội dung của sách, thì chẳng ích lợi gì cho bạn. Không biết ngôn ngữ đó thì bạn không thể học biết về sự cầu nguyện và tăng trưởng giống Đấng Christ từ quyển sách đó. Tuy nhiên, có một chút khác biệt giữa việc không tăng trưởng trong sự tin kính vì bạn *không thể* đọc quyển sách đó và việc không tăng trưởng vì bạn *không chịu* đọc quyển sách đó. Nếu không cam kết học hỏi một cách có kỷ luật, thì việc không tăng trưởng ở cả hai trường hợp đều như nhau.

Không một ai sẽ tăng trưởng và tận hưởng những phước hạnh từ lời dạy Kinh Thánh nếu người đó không học Kinh Thánh. Jonathan Edwards nói cách rõ ràng rằng: "Không thể có việc một người nhìn biết lẽ thật hoặc tính ưu việt của bất kỳ tín lý trong Phúc âm mà không biết tín lý đó là gì. Một người không thể nhìn thấy tính ưu việt lạ lùng và tình yêu của Đấng Christ trong những việc Ngài đã làm cho tội nhân, nếu người ấy không trước nhất biết những điều đó".[4]

Người ta có thể trung tín nhóm thờ phượng, phục vụ Chúa trong và qua hội thánh một cách hăng hái, dâng hiến cho công việc Chúa cách rời rộng, và ao ước sống giống Chúa trong mọi phương diện của cuộc sống - nhưng hết năm này đến năm khác, không tăng trưởng bao nhiêu trong sự tin kính. Làm thế nào những người yêu Chúa Giê-xu và có Thánh Linh Đức Chúa Trời ngự trong lòng lại có thể như thế? Trong nhiều trường hợp, đó là vì họ dành ít năng lực tâm trí cho loại học hỏi quan trọng nhất, là học về Đức Chúa Trời và những điều thuộc về Ngài. Không ai tăng trưởng giống Đấng Christ mà không học biết về Đấng Christ - Đấng Christ như thế nào, họ phải nghiên cứu ra sao, tại sao học biết Đấng Christ lại quan trọng, học biết về Ngài dẫn đến đâu, và nhiều điều khác nữa. Không một ai kinh nghiệm sự ngọt ngào của sự gần gũi hơn và giống Đấng Christ hơn nếu người đó không trước tiên được giới thiệu về những điều như vậy. Edwards nói chính xác và rõ ràng: "Người ấy không thể nếm biết sự ngọt ngào và tính ưu việt của những việc như thế ở trong thiên thượng nếu trước tiên người ấy không có khái niệm rằng có những việc như thế".[5]

Nếu bạn biết ít *về* sự tin kính, thì bạn sẽ tăng trưởng ít *trong* sự tin kính. Để biết sự tin kính đòi hỏi phải có kỷ luật trong việc học hỏi.

Học Hỏi Chủ Yếu Là Qua Sự Rèn Luyện, Không Phải Do Tình Cờ

Mọi quả bóng bụi bặm càng bám bụi nhiều hơn khi lăn lâu dưới giường thế nào, thì đầu óc con người cũng thu nhận được ít nhất một chút kiến thức khi nó lăn lâu trên đất thế ấy. Nhưng chúng ta không nên nghĩ rằng mình sẽ học được sự khôn ngoan thật chỉ nhờ sống lâu ngày dài tháng trên đất. Gióp 32:9 nhận xét: "Không phải người có tuổi nào cũng khôn ngoan". Bạn không nghe nói "già mà ngu" sao? Chỉ tuổi tác và kinh nghiệm thôi không giúp bạn trưởng thành về thuộc linh. Trở nên giống Chúa Giê-xu không xảy ra một cách ngẫu nhiên hay tự động qua mỗi lần sinh nhật. Sự tin kính, theo 1 Ti-mô-thê 4:7, đòi hỏi sự rèn luyện một cách thận trọng.

Những người không *cố gắng* học hỏi sẽ chỉ nhận được kiến thức Kinh Thánh và thuộc linh cách tình cờ hay bởi thuận tiện. Thỉnh thoảng họ nghe được sự kiện hay nguyên tắc Kinh Thánh từ ai đó và nhận được sự dạy dỗ từ đó. Lâu lâu họ sẽ đột ngột có chút hứng thú một chút về một chủ đề nào đó. Nhưng đó không phải là cách rèn tập lòng tin kính. Rèn luyện việc học hỏi biến đổi những người học tùy hứng thành những người học *có chủ đích*.

Dĩ nhiên, làm người học kiểu 'tình cờ và thuận tiện' thì dễ hơn rất nhiều so với làm người học có chủ đích. Đó là khuynh hướng bẩm sinh của chúng ta. Và truyền hình càng làm khuynh hướng ấy tăng lên. Xem ti-vi hay video thì dễ hơn nhiều so với việc chọn một quyển sách hay, đọc những gì viết trong đó, hình dung trong tâm trí và liên hệ với đời sống. Truyền hình quyết định giùm bạn điều gì sẽ được đưa ra, nói với bạn, chỉ cho bạn thấy những hình ảnh của chính nó, và cho bạn biết nó muốn tác động thế nào đến đời sống bạn, nếu có. So với truyền hình, sách vở là một đòi hỏi quá đáng đối với trí óc thời hiện đại. Than ôi, cần phải có *kỷ luật* để trở thành một người chủ động học hỏi.

Nếu không rèn luyện để làm một người học có chủ đích, thì chúng ta không chỉ không học được những điều thúc đẩy lòng tin kính, mà điều chúng ta học được do tình cờ sẽ không đem lại lợi ích thật sự hoặc rất ít. Ví dụ, nếu không rèn luyện thì không ai học các sách trong Kinh Thánh. Chắc chắn, hầu hết những người đi nhà thờ lâu năm có thể đọc tên một vài sách, nhưng chỉ có thể đọc ngẫu nhiên. Vì vậy, hầu hết những người đi nhà thờ thậm chí không thể kể tên các sách Đức Chúa Trời linh cảm, đừng nói đến nội dung của sách. Mặt khác, họ và con cái họ, chắc chắn có thể kể tên nhiều nhãn hàng bia, rượu và rượu vang như họ kể tên các sách trong Kinh Thánh. Có phải là do họ cố gắng học không? Có lẽ không. Nhiều Cơ Đốc nhân không chỉ có thể kể nhiều nhãn hàng mà còn có thể nhớ chúng được sản xuất ở đâu hoặc nhớ các chi tiết khác, mà chưa từng uống một giọt nào. Bằng cách nào? Chỉ là do tình cờ, vì việc quảng cáo giúp họ học thuộc cách dễ dàng. Nếu bạn không tin, hãy thử với nhóm nhỏ trong hội thánh. Hãy thử với con trẻ của bạn, những đứa chưa từng uống bia rượu. *Bạn làm thế nào?* Học hỏi chủ yếu do tình cờ không dẫn đến sự tin kính. Chúng ta phải trở thành những người học có chủ đích và kỷ luật nếu muốn trở nên giống Chúa Giê-xu.

Nói đến trẻ con, trong quyển *What Every Christian Should Know: Combating the Erosion of Christian Knowledge in our Generation* (tạm dịch: *Điều mọi Cơ Đốc nhân cần biết: Chống lại sự xói mòn kiến thức Cơ Đốc trong thời đại chúng ta*), các tác giả Jo Lewis và Gordon Palmer cho biết lý do những người trẻ không phải là những người học có chủ đích là vì bố mẹ chúng không phải những người học có chủ đích.

Những người trẻ không phải những người hay đọc sách. Điều này không có gì ngạc nhiên vì bố mẹ chúng hiếm khi đánh giá cao việc đọc sách. Tại một trường đại học Cơ Đốc, một phần năm sinh viên nói bố mẹ họ chưa từng đọc sách cho họ nghe. Không đọc sách một phần là hậu quả của xu hướng hướng nghiệp mạnh mẽ của người Mỹ: bố mẹ không đọc sách vì dường như đọc sách là điều không thực tế. Họ quan tâm đến việc "con tôi có biết điều khiển máy tính và tìm được việc làm không?" Đó là nỗi ám ảnh của người Mỹ. Những phụ huynh này chưa từng học để mà học, nên con cái họ cũng vậy. Bằng cách này, giá trị của giáo dục đã bị làm cho suy yếu và bị thương trường cho là chỉ có giá trị tương đối. Vì thế hậu quả là những người trẻ ít đọc sách thì cũng không đọc Kinh Thánh. Một nhà nghiên cứu khám phá ra rằng "trong các hội thánh Tin lành mạnh mẽ nhất, người ta cảm thấy cần phải đọc Kinh Thánh mỗi ngày, nhưng chỉ khoảng 15% làm được như vậy". Chúng ta cũng cần biết rằng, người lớn cũng chịu nhiều áp lực giống như giới trẻ. Nếu họ xem ti-vi, nghe nhạc nhẹ trên ra-đi-ô và đi xem những bộ phim nổi tiếng, họ cũng sẽ bị tiêm nhiễm những giá trị nhắm vào các em thiếu niên. Kết quả là nhiều thanh niên trong độ tuổi từ 20-30, ở một mức độ nào đó, cũng bị "cùn" khả năng đọc, hiểu Kinh Thánh như thành phần trẻ hơn.[6]

Thánh Kinh chép: "Thưa anh em, về sự hiểu biết, đừng nên như trẻ con; nhưng về điều ác, hãy nên như trẻ con. Về sự hiểu biết, hãy nên như người trưởng thành" (1 Cô 14:20). Để có được điều này, những người học tình cờ và vì thuận tiện phải trở thành người học có chủ đích và có kỷ luật.

Học Bằng Nhiều Cách

Vì một số người gặp những khó khăn chính đáng trong việc đọc, nên tôi xin liệt kê một số phương pháp học khác, là những phương pháp mà người học tiến bộ nhờ đọc sách cũng sẽ yêu thích. Trước tiên, tôi thành thật khuyên bạn nên nghe sách nói. Thật dễ lắng nghe trong lúc bạn chuẩn bị cho một ngày mới, khi đang di chuyển trên phương tiện công cộng, đang lái xe, đang di chuyển đường xa, đang tập thể dục, hay làm việc quanh quẩn trong nhà. Điều này cũng đúng đối với băng hình và băng ghi âm qua Internet cũng như các chương trình dạy Kinh Thánh trên đài phát thanh Cơ Đốc. Chỉ cần bảo đảm rằng bạn đang nghe một mục vụ đáng tin cậy, chứ không phải chỉ nghe ai đó có phong cách nói chuyện bạn yêu thích. Đừng quên sử dụng sách hướng dẫn. Những sách này có sẵn trong các tư liệu sách Cơ Đốc và có thể hướng dẫn bạn nghiên cứu bất kỳ sách nào trong Kinh Thánh, nhiều chủ đề thực tiễn và có liên quan đến giáo lý, hoặc giúp bạn đào sâu hơn một quyển sách của một tác giả Cơ Đốc.[7]

Một trong những cách học ưa thích nhất của tôi là lên kế hoạch cho những buổi trò chuyện ý nghĩa và đặt những câu hỏi đã chuẩn bị sẵn với những Cơ Đốc nhân trưởng thành về mặt thuộc linh. Trong những tuần qua, đã hai lần tôi có cơ hội ngồi chung xe với một vài người giàu kinh nghiệm và tin kính Chúa mà tôi rất ngưỡng mộ. Trong cả hai lần, tôi đều học được vài bài học quý giá và cảm thấy tự tin rằng mình đã 'tận dụng thì giờ' (Êph 5:16). Tôi luôn

luôn đem theo bên mình nhiều danh sách những câu hỏi mà tôi thường thêm vào. Có cả danh sách những câu hỏi khi gặp gỡ người mới quen, cũng như khi nói chuyện với những anh chị em trong hội thánh, với trẻ con, thanh thiếu niên, người già, các bạn sinh viên, và nhiều đối tượng khác. Những câu hỏi này giúp tôi rất nhiều trong những cuộc trò chuyện được chuẩn bị trước lẫn tình cờ, và giảm thiểu số lần mà sau đó tôi cảm thấy như mình đã lãng phí một cơ hội.[8]

Dù đây là quyển sách nói về việc rèn luyện tâm linh cách *cá nhân*, nhưng tôi không thể không nói đến nhiều cơ hội học hỏi chắc chắn có sẵn cho bạn qua những cách rèn luyện tâm linh với cá nhân khác trong hội thánh địa phương, nhất là qua các lớp học và nhóm nhỏ. Nếu chương này thôi thúc bạn khép mình vào kỷ luật hơn nữa trong việc học tập có chủ đích, thì hãy nói với Mục sư của bạn về vai trò của hội thánh trong việc giúp bạn học hỏi 'để luyện tập lòng tin kính'.

Tuy nói vậy nhưng tôi vẫn muốn quay lại nhấn mạnh cách học qua việc đọc sách. Tôi luôn luôn thấy rằng những Cơ Đốc nhân trưởng thành luôn là những Cơ Đốc nhân chịu đọc sách. Đối với một số người, đọc sách là thói quen khó hình thành. Những người khác thì thích đọc, nhưng vì những đòi hỏi trong công việc hoặc vì có con nhỏ và chúng rất hiếu động nên dường như họ không có thời gian để đọc. Nhưng tôi xin khích lệ bạn tìm thì giờ để đọc sách, dù chỉ đọc *mỗi ngày một trang*.[9] Jean Fleming, tác giả quyển *Finding Focus in a Whirlwind World* (tạm dịch: *Tìm sự tập trung trong một thế giới xoay chuyển như gió lốc*) và là mẹ của 3 người con đã trưởng thành và nhiều cháu nội ngoại, nói với tôi rằng cô thấy những phụ nữ không dành được ít nhất một khoảng thời gian nào đó trong cuộc sống cho việc rèn luyện tâm linh - gồm cả đọc sách - thì khi có con, họ sẽ khó làm được dù có nhiều thời gian hơn.[10] Tôi có thể nghĩ đến bốn người phụ nữ trong hội thánh nơi tôi quản nhiệm, mỗi người có ít nhất bốn đứa con nhỏ nhưng vẫn có thể đọc sách. Một người trong số đó quyết tâm dành thì giờ đọc ít nhất mỗi ngày một trang và dù mất đến vài tuần nhưng cô cũng đã đọc xong quyển sách quan trọng về đời sống giống Đấng Christ và nhận được nhiều lợi ích cho đời sống thuộc linh của mình. Một người khác đọc bộ sách gồm hai quyển, là một hồi ký với hơn 900 trang trong nhiều tháng. Người thứ ba đọc đều đặn một loạt những quyển sách quý giá mỗi năm và thậm chí còn viết một quyển sổ tay cho các giáo viên lớp Thánh Kinh hè về chủ đề chia sẻ Phúc âm cho thiếu nhi theo phương thức Đức Chúa Trời là trọng tâm. Khi nghĩ đến việc mỗi người phụ nữ này đều thực hiện một cam kết tiêu tốn thời gian đó là dạy con ở nhà, thì bạn sẽ nhận ra rằng hầu như bất cứ ai biết khép mình vào kỷ luật đủ cũng có thể tăng trưởng về mặt thuộc linh qua việc đọc sách.

Thế nhưng, với sự hấp dẫn ngày càng nhiều từ các phương tiện giải trí và băng video ở khắp mọi nơi, ngày càng ít người thích đọc sách, cho dù dưới hình thức gì. Tôi rút ra một học thuyết vì sao có nhiều người như vậy. Đối với họ, 'đọc sách' luôn gợi lên những ký ức về việc bị ép đọc những quyển sách giáo khoa chán phèo về những môn học họ không hề thích thú. Nói cách khác, với họ, định nghĩa về 'đọc sách' là tự ép mình dán mắt vào tài liệu khó hiểu hoặc tẻ nhạt không hề hấp dẫn đối với bạn. Nếu đó là ý nghĩa của 'đọc sách', thì không có gì ngạc nhiên khi nhiều người không khao khát đọc sách. Bạn có muốn đọc lại sách giáo khoa khoa học lớp 7 không? Với nhiều người, đó là hình ảnh luôn hiện ra trong đầu khi nói đến đọc sách, và họ tin rằng có một số người yêu thích loại hoạt động đó, còn một số khác – như họ chẳng hạn - thì không. Dĩ nhiên, điều này có nghĩa là họ không bao giờ tận hưởng sự thú vị của cái mà người thích đọc sách gọi là 'sách hay'. Họ chưa hề đọc quyển sách (1) được viết hay và (2) nói về đề tài hấp dẫn họ. Điểm bắt đầu với những người này là giúp họ tìm được quyển sách hấp dẫn nói về đề tài họ muốn thảo luận, gồm có thể thao, thú tiêu khiển, và những sở thích đặc biệt khác. Khi họ bắt đầu tìm thấy niềm vui trong việc đọc sách, hãy giúp họ tìm một quyển sách hay có nội dung gần giống với Lời Chúa và nếp sống Cơ Đốc càng sớm càng tốt. Một phương pháp hữu hiệu khác nữa là áp dụng hoạt động tôi được nhìn thấy tại một hội thánh thu hút hàng trăm người đọc các sách Cơ Đốc. Họ tập hợp thành các nhóm nhỏ để đọc sách chung với nhau, sau mỗi đoạn thì dừng lại thảo luận. Không đọc sách bạn sẽ đánh mất nhiều thứ, còn rèn luyện việc đọc sách bạn sẽ nhận được rất nhiều.

Hãy tự kỷ luật bản thân để học hỏi qua việc đọc sách, và hãy chọn sách cách cẩn thận. Cả đời bạn chỉ có thể đọc được tương đối vài quyển, vì thế hãy đọc những quyển sách hay nhất. Giả sử từ giờ đến lúc qua đời, mỗi năm bạn phải đọc 10 quyển. Nếu bạn sống đến tám mươi tuổi, thì bạn sẽ đọc được bao nhiêu quyển sách? Thậm chí nếu bạn đọc nhiều hơn hay ít hơn một chút, thì tổng cộng cũng không đọc được quá nhiều, nhất là khi so với hàng trăm quyển sách được xuất bản mỗi ngày ở Mỹ. Nói cách khác, số sách được xuất bản mỗi ngày tại Hoa Kỳ nhiều hơn số sách bạn muốn đọc trước khi qua đời nhiều lần. Vì vậy, đừng lãng phí thời gian đọc những quyển sách mà đọc xong bạn sẽ hối tiếc khi nhìn lại từ cái nhìn của cõi đời đời. Tôi tin rằng đọc sách cũng là để giải trí. Không phải chỉ đọc những sách có tính mô phạm hay thậm chí thần học. Một số quyển bạn đọc chỉ để thư giãn và làm khoan khoái tâm hồn. Nhưng ngay cả những quyển sách như thế cũng phải có tính gây dựng và trong một phương diện nào đó giúp bạn yêu Chúa với cả tâm trí.

Áp Dụng Thêm

Bạn có sẵn sàng tự rèn luyện để trở thành người học có chủ đích không?

Tôi đọc một bài viết ngắn về nhà toán học vĩ đại người Hy Lạp Euclid (Ơ-clit), tác giả của bộ nghiên cứu hình học thuộc dạng "khủng" gồm 13 quyển. "Nhưng Ptolemy đệ I, vua Ai Cập, ước ao học biết về chủ đề đó mà không phải đọc nhiều sách như vậy. Là một vị vua, ông đã quen với cuộc sống dễ dàng nhờ có đầy tớ phục vụ, nên ông hỏi liệu có con đường tắt nào để có thể am hiểu tường tận về hình học không.

Euclid trả lời gọn lỏn: "Trong sự học, chẳng có con đường trải thảm nào cả".[11]

Trong sự tin kính cũng vậy, nó đòi hỏi phải có sự rèn luyện, sự rèn luyện của một người học có chủ đích. Bạn có sẵn sàng cầu nguyện xin Chúa ban ơn và có những nỗ lực cần thiết để phá vỡ thói quen học kiểu tình cờ và chỉ học khi thuận tiện hay không?

Bạn sẽ bắt đầu từ đâu?

Bạn sẽ bắt đầu 'chuyên tâm về lời khuyên dạy' và tích lũy tri thức bằng cách nào? Bạn sẽ chấm dứt thói quen nào và bắt đầu thói quen nào? Trong cuộc sống bạn có chỗ nào dành cho phương pháp học tập mà trước đây bạn đã bỏ qua không? Còn việc đọc sách thì sao? Có loại sách nào bạn nên ngừng đọc vì nó chẳng giúp ích cho việc gây dựng đời sống bạn hoặc vì nó không xứng nằm trong danh sách những quyển sách bạn cần đọc không? Bạn có cần cam kết 'đọc mỗi ngày một trang' để không thất bại trong việc học hỏi như một cách rèn luyện tâm linh không?

Khi nào bạn bắt đầu?

Bạn định khi nào bắt đầu? Hãy áp dụng nguyên tắc trong Châm Ngôn 13:4: "Lòng kẻ lười biếng thèm muốn mà chẳng được gì, còn lòng người siêng năng sẽ được thỏa mãn". Câu này cho biết tất cả mọi người đều khao khát một điều gì đó, nhưng chỉ có người siêng năng mới được thỏa mãn vì họ tự kỷ luật bản thân để thực hiện một điều gì đó, trong khi kẻ lười biếng thì không. Việc mọi người 'đều khao khát' học điều gì đó và mọi Cơ Đốc nhân đều mong muốn trở nên giống Chúa Giê-xu là ước muốn chính đáng. Nhưng chỉ những người chăm chỉ tự rèn luyện để học hỏi mới được thoả mãn.

Trên hết, xin nhớ rằng học phải có mục tiêu. Mục tiêu là để trở nên giống Đấng Christ. Trong Ma-thi-ơ 11:28-29 Chúa Giê-xu phán: "Hỡi những ai mệt mỏi và gánh nặng, hãy đến với Ta, Ta sẽ cho các ngươi được an nghỉ. Ta có lòng nhu mì, khiêm nhường; hãy gánh lấy ách của Ta và *học* theo *Ta* thì linh hồn các ngươi sẽ được an nghỉ". Có một thứ kiến thức sai lầm hay nông cạn sinh ra 'kiêu căng' (1 Cô 8:1), nhưng học hỏi với lòng tin kính dẫn đến đời sống tin kính. John Milton, tác giả người Anh đã sáng tác bài thơ cổ điển *Paradise Lost* (tạm dịch: *Thiên Đàng Bị Đánh Mất*) đã viết: "Mục tiêu của việc học hỏi là để biết Đức Chúa Trời và qua sự hiểu biết ấy mà yêu mến Ngài và bắt chước Ngài".[12] Nguyện xin Đức Chúa Trời ban cho chúng ta lòng khao khát tri thức không bao giờ được thoả mãn, đưa chúng ta đến chỗ càng yêu mến Ngài hơn và khiến chúng ta càng trở nên giống Chúa Cứu Thế Giê-xu hơn.

Chương 13

13 | Kiên Trì Rèn Luyện...
Để Luyện Tập Lòng Tin Kính

Chúng ta phải sống có kỷ luật, và phải sống có kỷ luật quanh năm chứ không phải chỉ trong một giai đoạn nào đó. Lúc nào tôi cũng phải khép mình vào kỷ luật.

Martyn Lloyd-Jones

Như thường lệ, một tuần làm việc bắt đầu từ bình minh ngày thứ Hai. Có rất ít thời gian dành cho việc tắm rửa, thay quần áo, ăn uống, chuẩn bị cho bọn trẻ và ra khỏi nhà. Từ đó trở đi, cả ngày chỉ có chạy. Đưa bọn trẻ tới trường, chạy việc lặt vặt, làm việc trong nhà cho đến khi đón bọn trẻ về. Còn không thì cũng vật lộn với tình trạng giao thông để đi làm vào đầu ngày, rồi cặm cụi không ngơi cho đến khi hòa vào dòng xe cộ đó một lần nữa để trở về.

Về đến nhà, thường là sau một hay hai lần dừng lại vội vàng, nhưng cần thiết trên đường về, bạn càng lúc càng thấy việc nhét bữa ăn vào lò vi sóng trong khi vội vã thay đồ để thực hiện các trách nhiệm buổi tối là chuyện bình thường. Mỗi tuần, một hoặc hai tối giúp con học bài. Một tối khác cả gia đình phải đi nhóm. Một tối khác chịu trách nhiệm trực cho ai đó. Kế đến, thỉnh thoảng có tối phải ở lại công ty muộn hoặc đem việc về nhà làm, đi công tác hoặc làm việc nhà. Đừng quên còn có những buổi tối phải giúp con làm bài tập, tham gia hoạt động cộng đồng, học thêm cái gì đó, đi mua sắm và công tác xã hội.

Áp lực của những người làm cha làm mẹ đơn thân, người đang có xung đột trong gia đình, bệnh tật, căng thẳng trong công việc, phải làm hai việc, căng thẳng về tài chính,v.v...có thể làm cho tất cả những việc này thêm căng thẳng.

Nghe có quen không? Phải chăng đời sống bạn là lời xác nhận cho những cuộc khảo sát nói với chúng ta rằng việc tận hưởng những giây phút rảnh rỗi đã giảm cách đáng kể trong thế hệ vừa qua, bất chấp tất cả những thiết bị tiết kiệm sức lao động và những tiến bộ về kỹ thuật?

Rồi bạn đọc sách, những quyển sách khích lệ bạn thực hành những cách rèn luyện tâm linh và bạn cảm thấy mình giống một nghệ sĩ xiếc tung hứng trên dây kiệt sức, loạng choạng, cố gắng giữ một tá ly thủy tinh gia truyền trong không trung, trong khi người khác cứ muốn ném cho bạn thêm nửa chục nữa.

Với người mới bắt đầu, thật nhẹ nhõm phần nào khi nhận biết rằng hầu hết các cách rèn luyện tâm linh được ủng hộ trong quyển này có thể được thực hành chung với phần tĩnh nguyện. Ví dụ, khi bạn ở riêng với Chúa (yên lặng và tách biệt), bạn có thể thích thú với một hay nhiều hình thức tiếp thu Kinh Thánh, cũng như cầu nguyện và thờ phượng. Cùng lúc, bạn có thể viết nhật ký hoặc đọc sách Cơ

Đốc. Tất cả những hoạt động này có thể diễn ra trong thời gian kiêng ăn và cho thấy cách quản lý thời gian hiệu quả. Cách rèn luyện tâm linh cá nhân duy nhất được trình bày trong sách này mà không được thực hành chung với những hoạt động khác là chứng đạo và phục vụ.

Tôi rút ra kết luận rằng, gần như không có ngoại lệ, người tin kính là một người bận rộn. Người tin kính hết lòng tận tụy với Đức Chúa Trời và người xung quanh, và điều đó dẫn đến một cuộc sống dư dật. Dù không bao giờ chạy cuống cuồng, nhưng Chúa Giê-xu là một Người bận rộn. Hãy đọc Phúc âm Mác và lưu ý xem bao nhiêu lần chữ *tức thì (lập tức)* mô tả sự chuyển tiếp từ sự kiện này sang sự kiện khác trong cuộc đời Chúa Giê-xu. Chúng ta thấy thỉnh thoảng Ngài làm việc cả ngày và thậm chí đến tối mịt, rồi thức dậy trước khi rạng đông để cầu nguyện và đi đến nơi kế tiếp để thi hành chức vụ. Các sách Phúc âm ghi lại thi thoảng có những đêm Ngài chẳng ngủ chút nào. Kinh Thánh cho biết Ngài mệt mỏi, mệt mỏi đến mức có thể ngủ trên một chiếc thuyền không mui. Gần như ngày nào đám đông cũng xô lấn Ngài. Ai cũng muốn có thời gian ở với Ngài và la hét ầm ĩ để thu hút sự chú ý của Ngài. Không ai trong chúng ta biết được 'sự căng thẳng trong công việc' như loại căng thẳng Ngài liên tục trải qua. Nếu đời sống của Chúa Giê-xu, cũng như của Phao-lô, được đo lường bằng tiêu chuẩn 'đời sống quân bình' theo cách nghĩ của nhiều Cơ Đốc nhân ngày nay, thì Chúa Cứu Thế và Phao-lô sẽ bị xem là những người tham công tiếc việc, phạm tội bỏ bê thân thể của mình. Kinh

Thánh xác nhận điều con người nhận xét: lười biếng chẳng bao giờ dẫn đến sự tin kính.

Tất cả những điều này nói lên rằng Đức Chúa Trời làm cho những người bận rộn trở thành những người giống Đấng Christ, và Ngài làm điều đó qua các cách rèn luyện tâm linh theo Kinh Thánh. Những cách rèn luyện này không chỉ dành cho những Cơ Đốc nhân có nhiều thời gian rảnh (họ đâu cả rồi?), mà chúng là phương tiện Đức Chúa Trời ban cho để nhờ đó các tín hữu bận rộn trở nên giống Đấng Christ. Đức Chúa Trời ban ân điển làm thay đổi cuộc đời cho những người lái ta-xi, những người mẹ lo toan các công việc không tên, cho những ông bố quá tải trong công việc, cho những sinh viên nặng nề, bận rộn với đống bài tập và chương trình ngoại khóa, cho những ca sĩ kín lịch diễn, cho những người cha, người mẹ đơn thân với trách nhiệm nặng nề - nói tóm lại, cho tất cả các tín hữu – *qua* những cách Rèn luyện Tâm linh.

Nhưng làm sao chúng ta có thể duy trì nhịp độ? Một mặt, những thứ tự ưu tiên mâu thuẫn nhau thường trở nên sáng tỏ trong khi chúng ta thực hành các cách rèn luyện tâm linh. Càng lớn, bạn càng có khuynh hướng chồng chất trách nhiệm như những con hàu. Việc có thêm con và sự lớn lên của chúng đòi hỏi bạn phải chú ý nhiều hơn đến đời sống của chúng trong hội thánh, trong trường học, trong việc tập luyện thể thao, việc học hành và đi lại. Được thăng chức trong công việc đem đến nhiều cam kết cũng như cơ hội. Sự tích lũy hàng hóa và tài sản qua nhiều năm tháng thường khiến bạn phải thêm thời gian để bảo trì. Kết quả là cuộc sống bạn sẽ đòi hỏi sự đánh giá những ưu tiên theo định kỳ. Có lẽ qua sự rèn luyện việc tiếp thu Lời Chúa, hoặc cầu nguyện, thờ phượng, hay yên lặng và ở riêng với Ngài, hoặc viết nhật ký, Đức Thánh Linh có thể cho bạn biết những hoạt động nào là 'những con hàu' cần cắt bỏ đi. Thay vì thêm gánh nặng, các cách rèn luyện tâm linh thật sự là một trong những cách Đức Chúa Trời dùng để giúp bạn nhẹ gánh và lướt đi êm ái hơn.

Dù đánh giá những thứ tự ưu tiên cách nhất quán, người tin kính vẫn là một người bận rộn. Và người bận rộn cũng là người bị cám dỗ mãnh liệt nhất để rèn luyện những kỷ luật dẫn đến sự tin kính. Không rèn luyện những kỷ luật tâm linh chúng ta sẽ không trở thành người tin kính, nhưng nếu không *kiên trì* rèn luyện chúng ta cũng không thể trở thành người tin kính được. Ngay cả 'con rùa' của sự kiên trì chậm chạp, vất vả lê từng bước trong rèn luyện tâm linh vẫn tiến bộ hơn con 'thỏ' của sự rèn luyện đôi lúc xuất sắc nhưng nhìn chung là thiếu kiên định.

Làm sao chúng ta có thể kiên trì rèn luyện lòng tin kính? Khi những cảm xúc thường xuất hiện lúc bắt đầu rèn luyện tâm linh đã tàn lụi, làm sao để chúng ta giữ lòng trung tín? Có ba điều được nói đến cách ngắn gọn cho đến lúc này lại là điều không thể thiếu nhằm giúp bạn kiên trì rèn luyện tâm linh: vai trò của Đức Thánh Linh, vai trò của sự thông công, và vai trò của sự tranh chiến trong đời sống Cơ Đốc.

Vai Trò Của Đức Thánh Linh

Chúng ta phải liên tục nhắc mình rằng dù hết sức siêng năng trong trách nhiệm rèn luyện bản thân 'để rèn tập lòng tin kính', chúng ta vẫn không thể khiến mình giống Chúa Giê-xu hơn. Đức Thánh Linh sẽ làm điều đó, hành động qua các cách rèn luyện để đem chúng ta đến gần Chúa Giê-xu hơn và khiến chúng ta giống Ngài hơn. Bất kỳ sự nhấn mạnh nào về rèn luyện tâm linh cũng đều có nguy cơ bỏ qua yếu tố quan trọng này. Như D.A.Carson cảnh báo: "Điều mọi người thường hàm ý khi nói đến 'rèn luyện tâm linh' là những cách rèn luyện nhằm làm vững mạnh đời sống tâm linh. Tuy nhiên, từ quan điểm Cơ Đốc, hoàn toàn không thể làm cho đời sống thuộc linh mạnh mẽ nếu không có Đức Thánh Linh và phục tùng sự chỉ dẫn cùng với quyền năng biến đổi của Ngài".[1]

Trong quyển *The Discpline of Grace* (tạm dịch: *Kỷ Luật Của Ân Điển*), Jerry Bridge đồng ý rằng:

> Cám dỗ chính trong cách tự rèn luyện để có được sự thánh khiết là nhờ cậy các phương cách rèn luyện tâm linh thay vì Đức Thánh Linh. Tôi tin vào những cách rèn luyện tâm linh. Tôi tìm cách thực hành chúng...Nhưng những cách rèn luyện này không phải là nguồn sức thuộc linh. Cứu Chúa Giê-xu Christ mới là nguồn sức thuộc linh, và chính chức vụ của Đức Thánh Linh ứng dụng sức mạnh của Ngài vào đời sống chúng ta.[2]

Nơi nào Đức Thánh Linh ngự trị, thì sự hiện diện của Ngài sẽ khiến chúng ta khao khát sự thánh khiết. Nhiệm vụ chính của Ngài là làm sáng danh Đấng Christ (Giăng 16:14-15), và chính Ngài là Đấng ban cho tín hữu sự khao khát trở nên giống Đấng Christ. Bản chất tự nhiên của chúng ta không có niềm khao khát ấy. Nhưng trong người Cơ Đốc, Thánh Linh của Đức Chúa Trời bắt đầu thực hiện ý muốn của Đức Chúa Trời là khiến con cái Ngài trở nên giống như Con Ngài (Rô 8:29). Và Ngài là Đấng đã bắt đầu công việc tốt đẹp này trong đời sống người tín hữu 'sẽ làm trọn việc ấy cho đến ngày của Chúa Cứu Thế Giê-xu' (Phil 1:6).

Vậy vai trò của Đức Thánh Linh là sản sinh trong lòng chúng ta niềm khát khao và năng lực để giữ những kỷ luật dẫn đến sự tin kính. Việc Ngài phát triển điều này trong mỗi tín hữu được nói rõ trong 2 Ti-mô-thê 1:7 "vì Đức Chúa Trời không ban cho chúng ta tinh thần nhút nhát, nhưng tinh thần mạnh mẽ, có tình yêu thương và tự chủ". Vậy, dù khuynh hướng tự nhiên của bạn hay tâm tánh bạn có hướng đến những thói quen có trật tự và kỷ luật hay không thì sự hiện diện siêu nhiên của Đức Thánh Linh trong lòng bạn sẽ trang bị cho bạn đủ 'tinh thần...tự chủ' siêu nhiên để bạn vâng phục mạng lệnh 'tự luyện tập lòng tin kính'.

Đó là lý do vào những lúc bạn bị cám dỗ từ bỏ Cơ Đốc giáo, hay không muốn làm con cái của Chúa nữa hoặc từ bỏ những cách rèn luyện tâm linh vì cho rằng lãng phí thời gian, thì bạn vẫn không thể làm được. Suy cho cùng, điều đó không hoàn toàn là kết quả của ân tứ thuộc linh hoặc quyết tâm của bạn; mà đó là công việc của Đức Thánh Linh khiến bạn kiên trì. Những lúc bạn lười biếng và chẳng chút nhiệt tình với bất kỳ cách rèn luyện tâm linh nào, hay khi bạn liên tục không giữ một kỷ luật cụ thể nào đó như vẫn thường làm, thì chính Đức Thánh Linh là Đấng thôi thúc bạn rèn luyện trở lại cho dù bạn cảm thấy thế nào. Nếu dựa vào bản thân, hẳn là bạn đã từ bỏ những phương tiện duy trì ân điển của Chúa từ lâu rồi, nhưng Đức Thánh Linh giữ cho bạn trung tín bằng cách ban ân điển để bạn kiên trì rèn luyện.

Theo Ga-la-ti 5:23, tự chủ là sản phẩm trực tiếp, hay 'quả' của sự điều khiển của Đức Thánh Linh trong đời sống người tín hữu. Và khi Cơ Đốc nhân thể hiện sự tự chủ của Đức Thánh Linh qua việc thực hiện các cách rèn luyện tâm linh, thì kết quả là tiến bộ trong sự tin kính.

Để minh họa vai trò của Đức Thánh Linh trong việc giúp đỡ con cái Đức Chúa Trời kiên trì rèn luyện tâm linh để đạt được sự tin kính, một nhà văn đương thời kể về cuộc tranh chiến và thành công của ông trong Kỷ luật cầu nguyện.

> Gần đây tôi đọc lại câu chuyện về người phụ nữ một ngày nọ quyết định cam kết cầu nguyện và lương tâm tôi như bị cắn rứt. Nhưng tôi biết rõ bản thân mình đủ để thấy rằng, ngoài quyết tâm, cần phải có điều gì đó nữa. Tôi bắt đầu cầu nguyện về việc cầu nguyện. Tôi nói với Chúa những khao khát bị thất bại của mình, những cảm giác thận trọng đến mệt nhoài về việc cố gắng thử lại, cảm giác thất bại khi cố gắng kỷ luật hơn và đều đặn hơn. Từ lời cầu nguyện đơn giản ấy, tôi phát hiện một điều bất ngờ đang xảy ra: Tôi được kéo vào trong sự hiện diện của Đấng có

quyền năng, vượt trội hơn tôi nhiều, để giữ tôi gần Ngài. Tôi thấy mình chuyển hướng một cách tinh tế từ việc tập trung vào nỗ lực của bản thân sang quyền năng của Chúa, từ nghiêm khắc sang ân điển, từ cứng ngắc sang mối quan hệ. Tôi cũng sớm nhận ra rằng điều này xảy ra một cách đều đặn. Tôi cầu nguyện nhiều hơn, bớt lo lắng về quy trình và phương pháp hơn, và tôi thấy mình năng động hơn. Tôi nhận thấy một cách mới mẻ rằng Đức Chúa Trời quan tâm đến chúng ta đến nỗi chính Ngài giúp chúng ta cầu nguyện. Khi chúng ta "không biết phải cầu nguyện điều gì cho đúng...chính Thánh Linh dùng những sự thở than không thể diễn tả bằng lời mà cầu thay cho chúng ta" (Rô 8:26).[3]

Kinh Thánh không giải thích cách vận hành của sự huyền nhiệm trong công tác Đức Thánh Linh làm cho chúng ta. Một mặt là cách Ngài thôi thúc chúng ta cầu nguyện (hoặc việc thực hành bất kỳ cách rèn luyện tâm linh nào khác) và dạy chúng ta cầu nguyện, một mặt là trách nhiệm của chúng ta. Đây là điều chúng ta không thể hiểu thấu. Nhưng có hai điều rất rõ ràng: (1) Đức Thánh Linh sẽ luôn thành tín để giúp đỡ mỗi người được Đức Chúa Trời chọn lựa kiên trì đến cuối cùng trong những kỷ luật ấy để khiến chúng ta trở nên giống Đấng Christ, và (2) chúng ta không được cứng lòng, nhưng phải đáp ứng với sự thôi thúc của Ngài nếu muốn trở thành người tin kính.

Vai Trò Của Mối Thông Công

Đừng ai đọc những cách rèn luyện này rồi tưởng rằng nhờ thực hành chúng cách riêng tư, tách rời khỏi các tín hữu khác, mà người đó có thể trở nên giống Đấng Christ, thậm chí có lẽ còn hơn những Cơ Đốc nhân khác là những thành viên năng nổ trong Thân Thể Đấng Christ. Cho rằng rèn luyện tâm linh là một phần của nếp sống Cơ Đốc không liên quan đến mối thông công với các tín hữu là cách suy nghĩ không đúng với Kinh Thánh.

Đo lường sự tiến bộ trong quá trình trở nên giống Đấng Christ chỉ dựa vào sự tăng trưởng trong mối thông công với Chúa thì chưa đủ. Trưởng thành thuộc linh còn bao gồm trưởng thành trong mối thông công với con cái Đức Chúa Trời. Sứ đồ Giăng đặt hai điều này cạnh nhau trong 1 Giăng 1:3: "Chúng tôi lấy điều đã thấy, đã nghe mà công bố cho anh em để anh em có được sự tương giao với chúng tôi; còn chúng tôi vẫn có sự tương giao với Đức Chúa Cha, và với Con Ngài là Đức Chúa Jêsus Christ". Mối thông công theo Tân Ước là thông công với Đức Chúa Trời Ba Ngôi và với con cái Ngài. Sự trưởng thành của Chúa Giê-xu khi Ngài làm người bao gồm sự tăng trưởng làm đẹp lòng cả Đức Chúa Trời lẫn người ta (Lu 2:52) thế nào, thì sự trưởng thành thuộc linh của những người muốn trở nên giống Chúa Giê-xu cũng như vậy.

Một lý do rõ ràng khác mà chúng ta không thể rèn luyện tâm linh và trở thành ẩn sĩ thuộc linh là vì nhiều cách rèn luyện theo Kinh Thánh, như thờ phượng chung, hiệp một trong sự cầu nguyện, giữ lễ Tiệc Thánh, phục vụ các môn đồ khác, v.v... không thể được thực hiện một mình. Ngoài ra, một trong những mục đích Đức Chúa Trời muốn có trong sự thông công là để hỗ trợ các cách rèn luyện tâm linh cá nhân và kích thích tăng trưởng trong sự tin kính qua những cách rèn luyện tâm linh đó. Chẳng hạn, học Lời Chúa một mình là kỷ luật Đức Chúa Trời ban cho để chúng ta tăng trưởng trong ân điển thể nào, thì học Lời Chúa chung với các tín hữu khác cũng để giúp chúng ta tăng trưởng thể ấy. Chắc chắn một số cách rèn luyện tâm linh không phải để áp dụng trong tập thể, nhưng không hề có nghĩa là chúng có thể được áp dụng mà không cần đến mối thông công [4] trong cộng đồng Giao Ước Mới.

Nhưng có một lý do khiến chúng ta dễ dàng tách việc rèn luyện tâm linh ra khỏi sinh hoạt trong hội thánh địa phương về mặt tinh thần là Các Cơ Đốc nhân thường không có khả năng phân biệt giữa giao tiếp xã hội và sự thông công. Dù giao tiếp xã hội vừa là một phần vừa là bối cảnh của sự thông công, nhưng hoàn toàn có khả năng chỉ có giao tiếp về mặt xã hội mà không có mối thông công. Giao tiếp xã hội bao gồm việc chia sẻ về đời sống con người trên đời này theo những cách phổ biến với tín hữu lẫn người chưa tin. Mối thông công Cơ Đốc, chữ *koinonia*[5] trong Tân Ước, bao gồm việc nói về Chúa, về những điều thuộc về Chúa, và về cuộc sống từ quan điểm Cơ Đốc độc nhất. Đừng hiểu lầm điều này: giao tiếp xã hội là quà tặng của Đức Chúa Trời, là tài sản quý giá đối với hội thánh và cần thiết để có đời sống thuộc linh lành mạnh. Nhưng tôi quan sát thấy rằng chúng ta tham dự vào mối thông công thật sự ít hơn rất nhiều so với chúng ta nghĩ - ngay cả trong hội thánh. Rất thường, giao tiếp xã hội trở thành *vật thay thế* cho mối thông công. Khi đó, việc rèn luyện tâm linh trở nên cực nhọc và sự tăng trưởng trong ân điển cũng bị ức chế.

Vấn đề giống như thế này: hai, ba Cơ Đốc nhân có thể ngồi với nhau hàng giờ, chỉ nói về tin tức, thời tiết, thể thao, công việc và gia đình (đó là giao tiếp về mặt xã hội) mà hoàn toàn quên mất rằng họ cần phải chuyện trò về những vấn đề thuộc linh. Tôi không có ý nói rằng các Cơ Đốc nhân gặp nhau là phải đề cập đến những câu Kinh Thánh, những lời cầu nguyện mới được Chúa nhậm, hay những điều bạn nhận được được trong giờ tĩnh nguyện hôm nay. Nhưng tôi thấy rằng nhiều Cơ Đốc nhân tận hiến lại độc lập trong việc rèn luyện tâm linh đến nỗi gần như họ không bao giờ nói về những điều đó với các tín hữu khác. Và nếu không có sự tương tác cá nhân về những sở thích, nan đề chung và những khát vọng môn đồ hoá, thì đời sống thuộc linh của chúng ta sẽ bị suy nhược. Rồi sau khi trò chuyện xong, hoàn toàn là giao tiếp xã hội, nhưng chúng ta nói chúng ta có sự thông công tốt đẹp. Chỉ những người có Thánh Linh của Đức Chúa Trời ngự trong lòng mới có thể có bữa tiệc phong phú của *koinonia*, nhưng chúng ta thường chỉ bằng lòng với loại thức ăn nhanh của giao tiếp xã hội mà ngay cả thế gian cũng kinh nghiệm được.

Chúng ta cần giữ kỷ luật làm gương và nói về Chúa Cứu Thế cho những người *chưa tin* Chúa thể nào, thì chúng ta cũng cần giữ kỷ luật ấy đối với *các tín hữu* thể ấy. Không giống kỷ luật truyền giảng, là sự chia sẻ về cuộc đời Đấng Christ theo một hướng, mối thông công là sự giao thông hai chiều của đời sống thuộc linh. J. I. Packer định nghĩa thông công là "tìm cách chia sẻ những gì Đức Chúa Trời đã bày tỏ về chính Ngài cho người khác, là phương tiện để tìm kiếm sức lực, sự tươi mới và hướng dẫn cho linh hồn của chính mình".[6] Chúng ta có thể tận hưởng trái của mối thông công này trong bất kỳ bối cảnh nào có sự tập hợp của Cơ Đốc nhân - thờ phượng, phục vụ, ăn uống, giải trí, mua sắm, đi lại, cầu nguyện, v.v. Khi chúng ta sống giống Đấng Christ khi gặp gỡ nhau, là chúng ta cũng khích lệ nhau trong đời sống Cơ Đốc. Khi chúng ta nói giống Đấng Christ và nói về những vấn đề thuộc linh, là chúng ta cũng khuyến khích nhau hướng đến sự tin kính.

Ê-phê-sô 4:16 mô tả việc gây dựng lẫn nhau này khi chép rằng "cả thân thể kết hợp và gắn chặt với nhau bởi những dây liên kết hỗ trợ. Khi mỗi phần hoạt động một cách thích hợp thì thân thể được tăng trưởng, và tự gây dựng trong tình yêu thương". Khi lớn lên trong ân điển, chúng ta có thể góp phần cách đúng đắn vào việc "mỗi phần hoạt động một cách thích hợp". Khi tập thể tín hữu "tự gây dựng trong tình yêu thương", thì mỗi Cơ Đốc nhân cũng được gây dựng trong sự tin kính. Nói một cách thẳng thắn, khi mỗi tín hữu tư rèn tập lòng tin kính, thì tăng trưởng thuộc linh của người đó sẽ giúp gây dựng cả tập thể tín hữu - nhưng chỉ khi người tín hữu ấy có sự thông công với người khác. Khi tập thể Cơ Đốc nhân được gây dựng, thì sức mạnh của mối thông công ngày càng gia tăng cũng góp phần vào sự tăng trưởng tâm linh của cá nhân tín hữu đó và khích lệ họ đeo đuổi sự tin kính thông qua những cách rèn luyện tâm linh. Thực hành những cách rèn luyện tâm linh cá nhân theo Kinh Thánh sẽ làm mạnh thêm mối thông công giữa các tín hữu. Sự thông công phù hợp với Kinh Thánh sẽ củng cố việc giữ các Kỷ luật Tâm linh.

Nhưng không có mối thông công thật, thì ngay cả Cơ Đốc nhân hăng say nhất trong việc rèn luyện tâm linh cũng sẽ không phát triển một cách quân bình theo đúng Kinh Thánh. Tác giả thư Hê-bơ-rơ 3:13 cảnh báo: "Nhưng hằng ngày anh em hãy khuyên bảo nhau, đang khi còn gọi là 'ngày nay', để không một ai trong anh em bị tội lỗi lừa dối mà cứng lòng". 'Khuyên bảo nhau' đòi hỏi phải có sự thông công. Khi chúng ta rút khỏi sự bảo vệ thuộc linh Đức Chúa Trời đặt để trong mối thông công, chúng ta rất dễ bị tội lỗi lừa dối. Một số người bị tội lỗi lừa dối dễ dàng nhất là những người giữ nhiều loại kỷ luật tâm linh cá nhân một cách cứng ngắc. Tôi biết có những người học Kinh Thánh và cầu nguyện cách cá nhân nhiều đến nỗi tin rằng họ chẳng cần ai trong số những con người 'thiếu thuộc linh' trong hội thánh. Khi không có ảnh hưởng có tính hòa trộn của những ân tứ, hiểu biết và kinh nghiệm của các tín hữu khác, thì những người theo chủ nghĩa biệt lập này tự tin khẳng định những quan điểm méo mó về Kinh Thánh, ban phát 'lời Đức Chúa Trời' cho mọi người, và cố biện minh cho cả loại tội lỗi gớm ghiếc vì họ tự cho mình có đời sống thuộc linh cao. Rõ ràng, đây là những trường hợp cực đoan, nhưng chúng cho thấy ngay cả những người sốt sắng giữ kỷ luật tâm linh một cách nghiêm khắc nhất cũng cần đến ân điển mà Chúa muốn dành cho họ chỉ qua hội thánh địa phương.

Thomas Watson, tín đồ Thanh giáo khuyên chúng ta: "Hãy giao thông với các thánh đồ, vì sự tư vấn, cầu nguyện và tấm gương thánh khiết của họ có thể là phương tiện giúp bạn trở nên thánh khiết".[7]

Vai Trò Của Sự Tranh Chiến

Mặc dù 'tin cậy' và 'nghỉ ngơi'' là những giá trị cốt lõi của đời sống Cơ Đốc, nhưng 'kỷ luật' và 'tranh chiến' cũng vậy. Nhiều thế lực chống lại sự tiến bộ thuộc linh của những người vẫn còn ở phía bên đây của thiên đàng. Giờ đây, đường lối của Đấng Christ không phải lúc nào cũng là sự tranh chiến bên trong, hay mỗi giây đều là một cuộc chiến, nhưng cũng không phải là suốt đời không có sự chống đối nào. Vậy, đừng bị lừa mà nghĩ rằng nếu bạn nếm biết ân điển Đức Chúa Trời ban qua sự rèn luyện tâm linh thì đời sống Cơ Đốc của bạn sẽ trở nên dễ dàng.

Nghe có vẻ lạ, nhưng tôi muốn báo cho bạn biết về thực tế của cuộc chiến trong đời sống Cơ Đốc để khích lệ bạn, nhất là khi bạn thấy khó thực hành các cách rèn luyện tâm linh. Trong lúc đang viết đoạn văn trước tôi nhận được cuộc gọi của một người phụ nữ đã tin Chúa khoảng ba năm. Cô tỏ ra thất vọng về thất bại thuộc linh gần đây và thắc mắc không biết những anh em khác trong hội thánh là những người trông trưởng thành thuộc linh có chiến đấu với cuộc chiến nào 'đẫm máu' như cô không. Một sự nhắc nhở tươi mới và kịp thời rằng *tất cả* các Cơ Đốc nhân tranh chiến giống như cô đều đem lại sự yên ủi và hi vọng. Ước mong bạn cũng cảm thấy như vậy khi đọc chương này.

Vậy hãy tránh xa những kẻ dạy rằng nếu bạn làm theo một số bước nào đó hoặc có một kinh nghiệm cụ thể nào đó, thì bạn có thể được giải phóng khỏi mọi cuộc chiến chống lại những tội lỗi ngăn cản bạn trở nên thánh khiết. Những lời hứa như là 'cây gậy và củ cà rốt' thuộc linh, luôn luôn dẫn bạn bước tới nhưng chẳng bao giờ cho bạn sự thỏa mãn.

Ngược lại, chúng ta có thể nhìn thấy trong câu chủ đề của quyển sách này rằng tranh chiến sẽ luôn đi theo sự rèn luyện tâm linh và tấn tới trong sự tin kính. Nói đến sự tin kính được đề cập ở 1 Ti 4:7-8, sứ đồ Phao-lô viết trong câu 10: "Chúng ta khổ nhọc và tranh đấu cho điều này". Những chữ *khổ nhọc* và *tranh đấu* cho biết việc trở nên giống Đấng Christ không chỉ là 'thuận phục và để Chúa hành động' như một số người nói. Trong tiếng Hy Lạp, chữ được dịch là "'i>khổ nhọc' có nghĩa là 'làm cho đến khi rã rời'. Từ tiếng Anh của chúng ta *agonize (khổ sở)* được dịch từ chữ có nghĩa là *đấu tranh* ở đây. Từ này có nghĩa đen là 'tranh chiến'. Phải chăng điều này nghe giống thần học của việc làm thay vì của ân điển? Có phải ý tôi muốn nói rằng dù chúng ta bắt đầu đời sống Cơ Đốc nhờ Đức Thánh Linh, nhưng chúng ta phải trở nên thánh khiết nhờ việc làm của xác thịt không (Gal 3:3)? Thật vô lý! Đây cũng là sự cân bằng xuyên suốt sự dạy dỗ của Tân Ước về tăng trưởng thuộc linh. Tiến bộ trong đời sống Cơ Đốc không phải chỉ nhờ công việc của Đức Thánh Linh, cũng không nhờ việc làm của chúng ta mà thôi, mà là kết quả của việc chúng ta đáp ứng với ân điển mà Đức Thánh Linh đã khởi sự và duy trì. Như đã nói trong chương 1, kinh nghiệm của chúng ta về sự tăng trưởng giống Đấng Christ sẽ diễn ra như đã xảy đến với Phao-lô. Ông nói rằng: "Tôi ra sức làm việc và chiến đấu với cả năng lực mà Ngài hành động một cách mạnh mẽ trong tôi" (Côl 1:29). Chính Phao-lô đã ra sức làm việc và chiến đấu, nhưng 'cuộc chiến' của ông tùy vào năng lực của Đức Thánh Linh hành động (nghĩa đen là 'vật lộn') trong ông. Phần đầu của chương này nói đến vai trò của Đức Thánh Linh trong việc giúp chúng ta trung tín giữ kỷ luật và qua đó sản sinh trong chúng ta bản tính của Đấng Christ. Nhưng chúng ta phải nhớ rằng chân lý này khác với thực tế về sự tranh chiến mà người tín hữu, dù đã được tha thứ nhưng vẫn còn vết nhơ của tội lỗi, sẽ gặp phải trong quá trình trở nên giống Chúa Cứu Thế Giê-xu.

Đây là sự dạy dỗ rất rõ ràng trong Tân Ước. Lời Chúa cảnh báo chúng ta về thế gian, xác thịt, ma quỷ và cách chúng thường xuyên chống phá chúng ta. Kinh Thánh cho biết vì bộ ba chống đối này mà chúng ta sẽ phải chiến đấu để đắc thắng tội lỗi ngày nào chúng ta còn sống trong thân thể này.

Trong khi chúng ta còn ở trong thế gian, chúng ta sẽ liên tục chịu áp lực của *thế gian*. Chúa Giê-xu nhắc nhở chúng ta rằng thế gian ghét Ngài, và sẽ ghét chúng ta nếu chúng ta kỷ luật bản thân để theo Ngài (Giăng 15:18-19). Giăng khuyên chúng ta 'Chớ yêu thế gian' (1 Giăng 2:15). Rồi ông tiếp tục cảnh báo về những dục vọng của xác thịt, ham muốn của mắt và sự kiêu ngạo của đời đều là những thứ thuộc về thế gian. Và không có trải nghiệm nào có thể giúp bạn vĩnh viễn thoát khỏi những cám dỗ của đời này trừ khi chúng ta lìa đời.

Một trong những phân đoạn Tân Ước rõ ràng hơn về thực tế của cuộc chiến thuộc linh liên quan đến cuộc chiến chống lại *xác thịt*, là xu hướng về tội lỗi trong lòng chúng ta. Ga-la-ti 5:17 cho biết một thực tế trần trụi: "Vì xác thịt có những dục vọng trái ngược với Thánh Linh, và Thánh Linh có những ước muốn trái ngược với xác thịt; hai bên đối nghịch nhau như vậy, nên anh em không làm được điều mình muốn". Thỉnh thoảng, chúng ta chẳng gặp trở ngại gì trong việc vâng lời Đức Chúa Trời. Có những lúc niềm vui lớn nhất của bạn là được đắm chìm trong Lời Chúa. Đôi khi bạn có những kinh nghiệm trong sự cầu nguyện đến nỗi bạn mong chúng không bao giờ kết thúc. Nhưng cũng có nhiều lúc bạn phải chiến đấu để rèn luyện tâm linh. Đức Thánh Linh sẽ thôi thúc bạn trở nên giống Chúa Cứu Thế và rèn luyện tâm linh, nhưng xác thịt của bạn sẽ đứng lên phản đối. Đó là vì 'hai bên đối nghịch nhau'. Nhưng dù đôi khi bạn gặp khó khăn và phải tranh chiến để khép mình vào kỷ luật, thì tự kỷ luật không phải là tự trừng phạt. Ngược lại, đó là cố gắng làm điều bạn thực sự muốn làm, nhờ Đức Thánh Linh thôi thúc. Tranh chiến xảy ra khi 'xác thịt có những dục vọng trái ngược với Thánh Linh,...nên anh em không làm được điều mình muốn'. Nhưng thay vì nghĩ đến việc lao vào cuộc chiến như một cách tự trừng phạt mình, thì cách làm phù hợp hơn với Kinh Thánh là xem việc rèn luyện tâm linh như một cách để '[gieo] cho Thánh Linh' như Ga-la-ti 6:8 khuyên bảo. Nhưng Kinh Thánh cho biết xác thịt có những dục vọng trái ngược với Thánh Linh, và điều này xác nhận rằng khi còn sống trong thân thể này thì không có một kinh nghiệm thuộc linh nào có thể vĩnh viễn giải phóng bạn khỏi tình trạng căng thẳng giữa xác thịt và thánh Linh.

Ngoài thế gian và xác thịt, bạn còn có một Kẻ thù riêng quyết tâm làm bạn thất bại trong việc rèn luyện tâm linh, đó là *Ma quỷ*. Sứ đồ Phi-e-rơ nhắc chúng ta: "Hãy tiết độ và tỉnh thức; kẻ thù anh em là ma quỷ, như sư tử gầm thét, đang rình rập chung quanh anh em, tìm người để cắn nuốt" (1 Phi 5:8). Nếu có kinh nghiệm nào đó có thể giúp chúng ta vĩnh viễn tránh được mọi cuộc chiến thuộc linh, thì vì sao Phi-e-rơ không nói cho chúng ta biết mà lại khuyên chúng ta phải tỉnh thức? Tại sao trong Ê-phê-sô chương 6 Phao-lô bảo chúng ta phải mặc lấy những khí giới của Đức Chúa Trời? Đó là vì chúng ta đang trong một trận chiến, một sự xung đột, một cuộc vật lộn. Và cuộc chiến này không có ngày nghỉ nào cả.

Vậy thì, chiến thắng ở đâu? Sự đắc thắng thế gian, xác thịt và ma quỷ một lần và mãi mãi đã được Chúa Cứu Thế Giê-xu giành lấy từ lâu. Chúng ta gián tiếp đón nhận chiến thắng ấy qua Đức Thánh Linh. Về phần Ngài, Ngài gìn giữ chúng ta trong ân điển của Đức Chúa Trời. Nhưng như đã nói, một phần trong sự gìn giữ ấy là ban cho chúng ta ân điển để chúng ta trung tín. Về phần chúng ta, chúng ta vác cây thập tự tranh chiến của mình và theo Đấng Christ, theo đuổi tiến trình trở nên giống Đấng Christ bằng các cách Rèn luyện Tâm linh. Chiến thắng chúng ta thực sự kinh nghiệm trong đời sống hằng ngày đối với những thế lực chống lại bước tiến của chúng ta trong việc Rèn luyện Tâm linh sẽ đến *khi chúng ta thực hành Kỷ luật Tâm linh*. Nói cách khác, nhờ *kiên trì Rèn luyện Tâm linh,* chúng ta chắc chắn sẽ kinh nghiệm sự đắc thắng *các kẻ thù* ngăn trở chúng ta giữ những kỷ luật ấy. Nếu đầu hàng những kẻ thù này và không rèn luyện, thì chiến thắng sẽ không bao giờ đến. Nhưng nếu sử dụng những vũ khí thuộc linh, thì Đức Chúa Trời sẽ ban ân điển và sức lực để chúng ta chiến thắng bội phần hơn. Một ngày kia, mọi tranh chiến sẽ chấm dứt, mọi lời hứa sẽ được ứng nghiệm và các cách rèn luyện tâm linh sẽ không còn cần thiết nữa, vì cuối cùng "chúng ta sẽ giống như Ngài, vì chúng ta sẽ thấy Ngài như Ngài vốn có vậy" (1 Giăng 3:2). Vì thế, hãy đối mặt với cuộc chiến này bằng quyết tâm được nung nóng bởi Thánh Linh, vì chúng ta sẽ kinh nghiệm như người Thanh giáo đã kinh nghiệm với câu khẩu hiệu *"Vincit qui patitur* – ai chịu khổ người đó sẽ chiến thắng".[8]

J. I. Packer khuyên: "Vậy, chúng ta cần nhớ rằng bất kỳ ý nghĩ nào về việc thoát khỏi xung đột, bên ngoài hoặc bên trong, trên con đường đeo đuổi sự thánh khiết trong đời này đều là một giấc mơ hão huyền chỉ khiến chúng ta vỡ mộng và nản chí khi tỉnh ngộ. Thay vào đó, điều chúng ta cần biết là bất kỳ sự thánh khiết thật sự nào trong chúng ta cũng phải luôn ở dưới ngọn lửa thù địch, như Chúa chúng ta đã từng trải qua".[9]

Đức Thánh Linh, là mối thông công chân thật, và việc nhận biết cuộc chiến đang diễn ra trong đời sống Cơ Đốc sẽ giúp bạn kiên trì rèn luyện tâm linh. Nếu không kiên trì, việc rèn luyện tâm linh chẳng đi đến đâu và cũng không có kết quả gì. Hãy lưu ý cách sự kiên trì nối kết kỷ luật, hay tiết độ, với sự tin kính trong 2 Phi-e-rơ 1:6: "Thêm cho tri thức tính tiết chế, thêm cho tiết chế tính kiên nhẫn, thêm cho kiên nhẫn lòng tin kính". Nếu không có sự kiên trì giữa hai điều trên, thì mối liên hệ giữa sự tiết chế trong việc rèn luyện tâm linh và lòng tin kính giống như viên pin đầy năng lượng, nhưng được nối cách lỏng lẻo với chiếc bóng đèn, nên bóng đèn chỉ tạo ra ánh sáng chập chờn và không hoàn toàn ích lợi. Nhưng khi có sự kết nối chặt chẽ giữa hai bộ phận, bóng đèn sẽ chiếu sáng mạnh mẽ. Cũng vậy, sự sáng trong đời sống Đấng Christ sẽ chiếu sáng mạnh mẽ hơn qua bạn khi bạn kiên trì hơn trong việc rèn luyện tâm linh.

Áp Dụng Thêm

Bạn có muốn trở thành người tin kính không? Vậy hãy rèn luyện tâm linh trong ánh sáng của cõi đời đời.

Tôi biết có một người cầu nguyện như thế này: "Ôi lạy Chúa, xin dán cõi đời đời lên nhãn cầu của con!" Thử hình dung chúng ta sẽ có những thay đổi gì trong việc sử dụng thì giờ và đưa ra những quyết định trong cuộc đời nếu chúng ta nhìn mọi việc bằng cái nhìn của cõi đời đời. Rất nhiều điều có vẻ cấp bách đột ngột trở nên tầm thường. Và nhiều điều nằm ở cột 'từ từ rồi làm' trong danh sách ưu tiên của chúng ta sẽ nhanh chóng trở thành quan trọng. Việc rèn luyện tâm linh, qua cặp mắt có dán nhãn cõi đời đời, trở thành ưu tiên vô giá vì sự liên kết chặt chẽ của nó với lòng tin kính.

Rèn luyện tâm linh với cái nhìn của cõi đời đời luôn luôn là kế hoạch của Đức Chúa Trời. Quyển sách này được viết dựa trên những lời của 1 Ti-mô-thê 4:7 "tự luyện tập lòng tin kính" và tiếp theo là câu 8, "vì sự luyện tập thân thể chỉ ích lợi đôi phần, còn sự tin kính ích lợi mọi mặt, vì có lời hứa cho đời nầy và cả đời sau nữa". Chỉ xem việc rèn luyện tâm linh từ cái nhìn thực dụng, tạm thời thì thật thiển cận. Chúng ta cần nghĩ xa hơn về những kỷ luật ấy thay vì chỉ quan tâm chúng đem lại lợi ích gì cho mình ngày hôm nay hay thậm chí trong đời này. Lòng tin kính được nuôi dưỡng bằng sự rèn tập 'có lời hứa' đáng được đeo đuổi trong 'đời này' là điều chắc chắn. Nhưng tốt nhất nên nhìn giá trị của lòng tin kính, và việc thực hành những kỷ luật tâm linh kèm theo, trong ánh sáng rõ ràng của cõi đời đời.

Dù bạn có biết hay không, thì mọi việc bạn làm đều dành cho cõi đời đời. Không có điều gì chỉ có ảnh hưởng trong đời này. Kinh Thánh cho biết rõ điều này khi dạy rằng cuối cùng chúng ta phải giải trình trước mặt Chúa về cách sống của mình (xem Rô 14:12) và hoặc được thưởng, hoặc mất phần thưởng tùy thuộc vào từng việc chúng ta làm trong đời này (xem 1 Cô 3:10-15). Theo lời Thomas Brooks, một tín đồ Thanh giáo, vì sức nặng của toàn cõi đời đời treo trên đầu sợi dây thời gian mỏng manh, nên chúng ta hãy sử dụng thì giờ của mình sao cho không chỉ sinh lợi trong đời này mà còn giúp ta có sự chuẩn bị tốt nhất cho cõi đời đời. Không có điều gì giúp chúng ta có sự chuẩn bị tốt hơn trong cuộc sống trên đất này cũng như cuộc sống đời sau bằng việc trung tín thực hành các cách rèn luyện tâm linh.

Bạn có muốn thành người tin kính không? Chẳng có cách nào khác ngoài việc rèn luyện tâm linh.

Con đường dẫn đến lòng tin kính đã được Thánh Kinh chỉ ra một cách rõ ràng. Bạn có muốn trở thành người tin kính không? Vậy, Chúa phán trong 1 Ti-mô-thê 4:7: "Hãy tự luyện tập lòng tin kính". Đó là phương cách duy nhất.

Không có đường tắt đến với sự tin kính. Nhưng xác thịt muốn tìm con đường khác dễ hơn con đường đi qua cách rèn luyện tâm linh và lên tiếng phản đối: "Tại sao Cơ Đốc nhân không thể sống theo kiểu tùy cơ ứng biến và tự nhiên hơn? Tất cả những gì các người nói về kỷ luật bản thân nghe có vẻ luật pháp, quân đội và khó khăn hơn những gì tôi nghĩ về việc trở nên giống Đấng Christ. Tôi chỉ muốn làm điều đó *một cách tùy hứng*!

John Guest đáp trả cám dỗ này rất hay:

> 'Kỷ luật' đã trở thành một từ dơ bẩn trong nền văn hóa của chúng ta...Tôi biết đối với nhiều nhóm người, tôi đang nói dị giáo, nhưng sự tùy hứng đã được đánh giá quá cao. Người 'tùy hứng' nhún vai coi khinh kỷ luật cũng giống như một nông dân đi ra lượm trứng. Khi đi ngang qua sân để đến chuồng gà, ông thấy chiếc máy bơm có lỗ rò. Ông dừng lại để sửa. Chiếc máy ấy cần một vòng đệm mới, thế là ông qua kho để lấy. Nhưng trên đường đi ông thấy vựa cỏ khô cần được sửa lại cho ngay, vậy là ông đi tìm cái chĩa. Bên cạnh cái chĩa là cây chổi bị gãy cán. Ông nghĩ: "Mình phải ghi chú để nhớ mua cái cán chổi khi ra thành phố,..."
>
> Đến đây, bạn có thể thấy rõ người nông dân sẽ không lượm trứng, dường như ông cũng không hoàn thành bất cứ việc gì ông đã bắt đầu làm. Ông hoàn toàn tùy hứng nhưng khó lòng được tự do. Ông ấy bị giam cầm bởi chính sự tùy hứng, không gò bó của mình.
>
> Thực tế của vấn đề đó là kỷ luật là cách duy nhất để đạt đến sự tự do; đó là phạm vi cần thiết cho sự tự phát.[10]

Một ngày của người nông dân ấy có làm bạn nhớ đến đời sống thuộc linh của mình – tự phát nhưng rời rạc – không? Bạn có chuyển từ việc này sang việc khác mà gần như chẳng thu được hiệu quả gì hay chẳng lớn lên chút nào trong ân điển không? Hiển nhiên chúng ta không muốn bị gò bó, nhưng sự tự do không có kỷ luật chỉ là sự tự do bề ngoài. Tôi có vài người bạn có khả năng ứng tấu những giai điệu rất hay bằng cây keyboard hay ghi-ta. Nhưng lý do duy nhất họ có thể chơi 'một cách ngẫu hứng' như vậy là vì họ đã luyện chạy gam và những bài tập cơ bản khác một cách có kỷ luật trong suốt nhiều năm. Chúa Giê-xu có thể sống 'tự phát' về mặt thuộc linh như vậy vì thực chất Ngài là con người có kỷ luật thuộc linh nhất từng sống trên đất. Nếu muốn sống theo kiểu tùy hứng, thì đừng làm gì cả. Nhưng nếu bạn muốn sự tự do phát huy *hiệu quả* trong đời sống Cơ Đốc, thì bạn phải trau dồi sự tự do bằng một đức tin được rèn luyện qua kỷ luật thuộc linh.

Đối với nhiều tín hữu, và có lẽ là hầu hết tín hữu, thất bại trong việc rèn luyện tâm linh không phải vì cớ khát vọng tự do, mà là vì tranh chiến với thời gian. Nhưng nếu bạn muốn trở thành người tin kính, bạn phải đối diện với thực tế là bạn sẽ luôn luôn bận rộn. Bạn không thể làm điều Chúa muốn, ấy là, hết lòng, hết linh hồn, hết trí, hết sức yêu mến Chúa và yêu người lân cận như mình (Mác 12:29-31) trong thời gian rảnh rỗi. Yêu mến Đức Chúa Trời và người khác bằng lời nói và việc làm sẽ khiến bạn bận rộn. Nói vậy không có nghĩa là Đức Chúa Trời muốn chúng ta sống một cách cuồng nhiệt, mà khẳng định rằng người tin kính không bao giờ là những kẻ lười biếng.

Vậy nếu bạn đang tự nhủ sẽ rèn luyện tâm linh khi có thêm thời gian, thì bạn sẽ không bao giờ làm được. Trong một tấm thiệp gửi cho vợ chồng tôi, Jean Fleming viết: "Tôi từng nghĩ: 'Khi nào đời sống ổn định, mình sẽ...' Nhưng giờ thì tôi biết rằng cuộc sống *chẳng bao giờ* ổn định lâu. Hễ điều gì tôi muốn làm thì phải làm dù cuộc sống chưa ổn định". Đó là một nhận thức tuyệt vời đối với việc thế tục. Vì đời sống không bao giờ thực sự ổn định, và vì chúng ta sẽ luôn luôn cảm thấy như thể chúng ta có nhiều việc để làm hơn lượng thời gian cần để làm, nên nếu muốn tấn tới trong sự tin kính qua các cách rèn luyện tâm linh, thì chúng ta phải làm điều đó bây giờ, với tình trạng cuộc sống hiện tại.

Trong những năm tôi học cấp hai và cấp ba, bất cứ ai thích môn bóng rổ đều muốn giống như Pete Maravich. Được mệnh danh là 'Pete súng lục', Maravich ghi được nhiều điểm hơn bất kỳ ai trong lịch sử trường đại học và là cầu thủ bóng rổ khiến người ta phấn khích nhất vào thời ấy. Trước đó, những cú rê bóng giữa hai chân và chuyền bóng phía sau lưng chỉ là để biểu diễn. Maravich đã biến chúng thành chuyện thường thấy. Sau khi kết thúc sự nghiệp, anh được đưa vào Nhà Lưu danh của Hiệp hội Bóng rổ Quốc gia với dòng chữ "có lẽ là cầu thủ tài năng ở vị trí tấn công sáng tạo tuyệt vời nhất trong lịch sử".[11] Anh tin nhận Chúa khi ngoài ba mươi và đột ngột qua đời vào tháng 1 năm 1988 do đột quỵ vào năm 40 tuổi.

Một năm trước khi anh qua đời, Maravich phát biểu trong một cuộc phỏng vấn:

> Bí quyết để có được khả năng như ngày hôm nay là tập luyện. Tôi tập đi tập lại rất nhiều lần. Tôi hoàn toàn tận hiến cho thể thao. Tôi cố gắng hết sức và bằng mọi cách có thể để trau dồi các kỹ năng của mình cho đến mức hoàn

hảo. Nó giống như một nỗi ám ảnh và tôi đã được đền đáp trong sự nghiệp của mình. Nhưng trong đời sống thì tôi không chắc. Giá mà trước đây tôi tận hiến như vậy trong đức tin của mình, là điều mà tôi đang làm đây, thì chắc tôi đã trở thành một người tốt hơn.[12]

Nhờ kỷ luật bản thân trong việc luyện tập ném, chuyền và rê bóng, mà Pete Maravich đã trở thành một trong những cầu thủ bóng rổ vĩ đại nhất. Bất chấp tất cả tiền tài và danh vọng mà sự nghiệp thể thao đã mang lại cho anh, cuối cùng anh vẫn hối tiếc vì đã dành sự tập luyện mang lại hiệu quả cao như vậy cho một việc không phải là đức tin nơi Đấng Christ. Bạn có sẵn sàng rèn luyện bản thân theo cách Maravich ước gì anh đã làm không? Bạn có sẵn sàng 'tự luyện tập lòng tin kính' như cách anh ấy sẵn sàng luyện tập chơi bóng rổ không? Lòng tin kính có ý nghĩa với bạn như bóng rổ từng có ý nghĩa với Pete Maravich không?

Rèn luyện đã đem lại cho Maravich một chỗ đứng trong Nhà Lưu Danh, nhưng không có sự rèn luyện nào đem lại cho bất kỳ ai một nơi trong thiên đàng. Chỉ có Chúa Giê-xu mới có một cuộc đời xứng đáng với thiên đàng. Vì Ngài sẵn sàng nhận lấy trên thập tự giá điều cuộc đời chúng ta đáng nhận - đó là sự trừng phạt của Chúa vì tội lỗi - nên chúng ta có thể nhận lấy thiên đàng xứng đáng dành cho Ngài. Mọi niềm vui, sự tha tội, sự tự do, sự sáng, tình yêu thương và tất cả những gì thuộc về *Chúa* trên thiên đàng, được hứa ban cho những người từ bỏ niềm hy vọng tự rèn luyện để vào thiên đàng, nhưng lấy đức tin bám lấy Đấng Christ.

Một trong những dấu hiệu chắc chắn nhất chứng tỏ một người bám vào Đấng Christ là ngày càng khao khát được biết Chúa rõ hơn và trở nên giống Ngài càng hơn. Đây là ý nghĩa của lòng tin kính mà những môn đồ thật của Chúa Giê-xu nhiệt thành theo đuổi. Đấng Christ là con đường duy nhất đến với Đức Chúa Trời thể nào, thì rèn luyện tâm linh với trọng tâm là Đấng Christ cũng là con đường duy nhất để có được lòng tin kính thể ấy. Bạn có sẵn sàng 'tự luyện tập lòng tin kính' không? Bạn sẽ bắt đầu tại đâu và khi nào?

Giới Thiệu Về Tác Giả

DON WHITNEY là giáo sư môn đời sống tâm linh theo Kinh Thánh và là phó chủ nhiệm khoa của Viện Thần học Báp-tít Nam Phương (Southern Baptist Theological Seminary) ở Louisville, Kentucky, kể từ 2005. Trước đó, ông giữ chức vụ tương tự trong mười năm (người đầu tiên giữ chức vụ đó trong sáu viện thần học của Southern Baptist) tại Viện Thần học Báp-tít Midwestern (Midwestern Baptist Theological Seminary) tại thành phố Kansas, bang Missouri. Ông là người sáng lập và là giám đốc của Center for Biblical Spirituality (tạm dịch Trung tâm dạy về Đời Sống Tâm Linh Theo Kinh Thánh). Don là diễn giả thường xuyên của các hội thánh, các kỳ bồi linh, và hội nghị ở Hoa Kỳ và hải ngoại.

Don sinh trưởng tại Osceola, bang Arkansas, nơi ông tiếp nhận Chúa Giê-xu là Cứu Chúa của mình. Ông tích cực tham gia thể thao suốt những năm trung học và đại học và làm việc tại đài phát thanh nơi cha ông làm giám đốc.

Sau khi tốt nghiệp Đại học Bang Arkansas, Don dự định học xong trường luật và theo đuổi nghề phát thanh viên tin tức thể thao. Khi đang theo học tại khoa Luật trường đại học Arkansas, ông nhận được sự kêu gọi của Chúa để đi rao giảng Phúc âm của Chúa Giê-xu Christ. Ông ghi danh học tại Viện Thần học Southwestern Baptist (Southern Baptist Theological Seminary) ở Fort Worth, bang Texas, và tốt nghiệp cao học mục vụ (Master of divinity) năm 1979. Năm

1987, Don hoàn tất học vị tiến sĩ mục vụ (Doctor of ministry) tại Trinity Evangelical Divinity School ở Deerfield, bang Illinois. Ông nhận bằng Tiến sĩ Thần học (PhD in Theology) tại University of the Free State ở Nam Phi năm 2013.

Trước khi làm giáo sư viện thần học, Don là Mục sư tại Hội thánh Báp-tít Glenfield ở Glen Ellyn bang Illinois (ngoại ô thành phố Chicago) trong mười lăm năm. Ông thi hành mục vụ chăn bầy trong các hội thánh địa phương tổng cộng hai mươi bốn năm.

Ông là tác giả của quyển *Spiritual Disciplines for the Christian Life* (Rèn Luyện Tâm Linh trong Nếp Sống Cơ Đốc), bao gồm phần hướng dẫn nghiên cứu. Ông cũng là tác giả của các quyển *How Can I Be Sure I'm a Christian?* (Làm Sao Biết Chắc Tôi là một Cơ Đốc nhân?), *Spiritual Discplines Within the Church* (Rèn Luyện Tâm Linh trong Hội Thánh), *Ten Questions to Diagnose Your Spiritual Health* (Mười Câu Hỏi Chẩn Đoán Sức Khỏe Tâm Linh), *Simplify Your Spiritual Life* (Đơn Giản Hóa Đời Sống Tâm Linh) và *Family Worship* (Thờ Phượng trong Gia Đình). Ông có sở thích phục chế và sử dụng những cây bút máy cũ.

Don sống cùng vợ là Caffy trong ngôi nhà gần Louisville. Caffy thường dạy cho vợ của các sinh viên thần học, là một nghệ sĩ làm việc tại gia, người vẽ tranh tường, và vẽ tranh minh họa. Bà cũng rất thích làm vườn và nuôi ong. Ông bà có một người con là Laurelen Christiana.

Địa chỉ trang web của Don là www.BiblicalSpirituality.org. Bạn có thể tìm hiểu về ông trên Twitter @DonWhitney và trên Facebook.

Chú Thích

1 | Rèn Luyện Tâm Linh...Để Luyện Tập Lòng Tin Kính

¹ Tôi viết hoa cụm từ 'Rèn luyện Tâm linh' trong sách này để độc giả chú ý thuật ngữ này là chủ đề của sách, và để giúp độc giả khi nói đến Rèn Luyện Tâm Linh thì nghĩ đến một nhóm những cách thực hành có trong Kinh Thánh.

² Quyển sách tôi viết về các cách rèn luyện tâm linh với người khác là *Spiritual Discipline Within the Church: Participating Fully in the Body of Christ* (Chicago: Moody, 1966).

³ D. A. Carson, "What Is the Gospel? – Revisited", trong *For the Fame of God's Name: Essay in Honor of John Piper* (Wheaton, IL: Crossway, 2010), 164-165.

⁴ Chữ in nghiêng nhằm nhấn mạnh.

⁵ Tom Landry, Ray Stedman trích trong *Preaching Today* (Carol Stream, IL: *Christianity Today*, k.n.), cuộn băng số 25.

⁶ Thật ra, bản New American Standard Bible dịch câu này là "Vì Đức Chúa Trời không ban cho chúng ta tinh thần nhút nhát, mà là tinh thần mạnh mẽ, yêu thương và *kỷ luật*" (từ in nghiêng nhằm nhấn mạnh).

⁷ Nhà thơ Anh quốc nổi tiếng Samuel Taylor Coleridge (1772-1834) được nhiều người biết đến với bài thơ "The Rime of the Ancient Mariner" và "Kubla Khan".

[8] William Barclay, *The Gospel of Mathew* (Philadelphia, PA: Westminster, 1958), t.1, 284.

[9] "Quy tắc 10.000 giờ" là một chương trong quyển sách bán chạy nhất của Malcolm Gladwell, *Outliers: The Story of Success* (New York: Little, Brown, 2008, 35-67), đã giúp cho nghiên cứu của Tiến sĩ K. Anders Ericsson, giáo sư tâm lý học tại Florida State University, trở nên nổi tiếng.

[10] Elisabeth Elliot, được trích trong *Christianity Today*, ngày 4 tháng 11 năm 1988, trang 33, chữ in nghiêng nhằm nhấn mạnh.

2 | Tiếp Thu Lời Chúa...Để Rèn Luyện Tâm Linh

[1] Mặc dù ra-đi-ô làn sóng ngắn phổ biến ở hải ngoại, nhưng hầu hết những người Mỹ đều không có và hiếm khi nghĩ đến. Nhưng chúng ta cũng có thể nghe nhiều giáo viên dạy Kinh Thánh hay nhất trên Internet hoặc qua đài phát thanh truyền thống ở Hoa Kỳ hầu như ở khắp nơi trên thế giới (kể cả Hoa Kỳ) qua đài phát thanh có làn sóng ngắn mạnh, dù tín hiệu chất lượng kém.

[2] Jeremiah Burroughs, *Gospel Worship* (1648; reprint, Ligonier, PA: Soli Deo Gloria Publication, 1990), 200.

[3] George Gallup, *100 Questions and Answers: Religion in America* (Princeton Religious Research Center, 1989), được trích dẫn trong *USA Today*, Ngày 1 Tháng Hai, 1990.

[4] Bookstore Journal, được trích trong *Discipleship Journal*, kỳ 52, 10.

⁵ John Blanchard, *How to Enjoy Your Bible* (Colchester, England: Evangelical Press, 1984), 104.

⁶ Tìm kiếm trên Internet "dành bao nhiêu thời gian xem tivi", đặc biệt lưu ý những khảo sát về cách sử dụng thời gian được cung cấp bởi Số liệu thống kê của Cục Lao động Hoa Kỳ, cho thấy nhiều nghiên cứu khác nhau cũng xác nhận điều này.

⁷ Robert L. Sumner, *The Wonder of the Word of God* (Murfreesboro, TN: Biblical Evangelism Press, 1963), 12.

⁸ Jerry Bridges, *The Practice of Godliness* (Colorado Springs, CO: NavPress, 1983), 51.

⁹ R. C. Sproul, *Knowing Scripture* (Downers Grove, IL: InterVarsity Press, 1977), 17.

¹⁰ Nếu bạn không biết chắc tham chiếu là gì hoặc cách sử dụng chúng, thì hãy hỏi Mục sư hoặc một Cơ Đốc nhân trưởng thành khác.

¹¹ Geoffrey Thomas, *Reading the Bible* (Edinburgh, Scotland: The Banner of Truth Trust, 1980), 22.

3 | Tiếp Thu Lời Chúa...Để Rèn Luyện Tâm Linh

¹ Jerry Bridges, The Discipline of Grace: God's Role and Our Role in the Pursuit of Holiness (Colorado Spring, CO: NavPress, 1994), 175.

² Thomas Watson, "How We May Read the Scriptures with Most Spiritual Profit," trong *Puritans Sermons* (1674; reprint, Wheaton, IL: Richard Owen Roberts, 1981), t.2, 62.

³ Thomas Brooks, trích trong quyển *The Banner of Truth*, Tháng 2 năm 1989, 26.

⁴ Roger Steer, ed., *Spiritual Secrets of George Müller* (Wheaton, IL: Harold Shaw Publishers; và Robesonia, PA: OMF Books, 1985), 62-63.

⁵ Elisabeth D. Dodds, *Marriage to a Difficult Man: The "Uncommon Union" of Jonathan and Sarah Edwards* (Philadelphia, PA: Westminster, 1971), 67-68.

⁶ Kinh Thánh ám chỉ 3 đối tượng suy ngẫm phổ biến. Đối tượng được nhắc đến nhiều hơn cả là suy ngẫm nội dung của chính Kinh Thánh. Đối tượng suy ngẫm thứ hai là công việc của Đức Chúa Trời, mà có thể bao gồm cả công trình sáng tạo và sự quan phòng của Ngài. Mặc dù chúng ta không cần phải có Kinh Thánh trong tay mới có thể chìm đắm trong vinh hiển của Đức Chúa Trời trong ánh tịch dương hay kỹ năng sáng tạo của Đức Chúa Trời trong một đóa hướng dương, mà suy ngẫm của chúng ta về sự sáng tạo phải luôn luôn dựa trên Lời Chúa. Chúng ta có thể nhận biết sự quan phòng của Chúa ở mức độ nào đó qua những hoàn cảnh, nhưng hiểu biết hữu hạn của chúng ta về đường lối Ngài phải được dẫn dắt bởi Lời Ngài. Thứ ba, Kinh Thánh nói đến việc suy ngẫm những thuộc tính của Ngài. Mặc dù chúng ta cố gắng giải thích những thuộc tính đó phần nào qua những công việc của Ngài, nhưng chúng chỉ được bày tỏ một cách hoàn toàn trong Kinh Thánh. Điều tôi muốn nói là Kinh Thánh không giới hạn phạm vi suy ngẫm là chỉ trong

Kinh Thánh. Tuy nhiên, mọi sự suy ngẫm phải tập trung vào những điều đã được bày tỏ trong Kinh Thánh hoặc những điều đã được Thánh Kinh cho biết. Bảng dưới đây liệt kê tất cả các câu Kinh Thánh nói rõ ràng về các đối tượng suy ngẫm:

Lời Đức Chúa Trời:	Giô-suê 1:8, "luật pháp ấy"
	Thi Thiên 1:2: "về luật pháp của Đức Giê-hô-va"
	Thi 119:15: "kỷ cương Chúa"
	Thi 119:15: "đường lối của Ngài."
	Thi 119:23: "luật lệ Ngài"
	Thi 119:48: "các luật lệ Ngài"
	Thi 119:78: "kỷ cương Chúa"
	Thi 119:97: "luật pháp Chúa."
	Thi 119:99: "các chứng ước Chúa"
	Thi 119:148: "lời Chúa"
Công việc của Đức Chúa Trời	Thi 77:12 "mọi công tác của Chúa"
	Thi 77:12 "những công việc của Ngài"
	Thi 119:27 "các công việc kỳ diệu của Ngài"
	Thi 143:5: "Mọi việc Chúa làm"
	Thi 143:5: "Công việc của tay Ngài"
Thuộc tính của Đức Chúa Trời:	Thi 63:6: "Ngài"
	Thi 145:5: "sự oai nghi rực rỡ, đầy vinh quang của Chúa."

⁷ Phương pháp này sẽ khó áp dụng hơn đối với một số phần trong Kinh Thánh, chẳng hạn phần lớn sách Châm Ngôn, trong đó các câu riêng lẻ thường là một khái niệm độc lập chứ không phải thuộc một phân đoạn. Khi gặp những phần như vậy, bạn phải dựa vào một trong những phương pháp đã được nói đến để chọn bản văn suy ngẫm.

[8] Donald S. Whitney, *Simplify Your Spiritual Life: Spiritual Discipline for the Overwhelmed* (Colorado Springs, CO: NavPress, 2003), 163-164.

[9] Điều này không ngụ ý rằng đây là danh sách đầy đủ các phương pháp suy ngẫm Kinh Thánh.

[10] Muốn biết thêm về cách cầu nguyện dựa trên phân đoạn Kinh Thánh, đọc "Praying Scripture" trong Whitney, *Simplify Your Spiritual Life: Spiritual Discipline for the Overwhelmed*, 80-81.

[11] Dr. Andrew Davis, *An Approach to Extended Memorization of Scripture* (Durham, NC: First Baptist Church, k.n.), 2.

[12] Jonathan Edwards, "Personal Narrative", in *Letters and Personal Writings*, t.16 của bộ *The Works of Jonathan Edwards*, bt. George S. Claghorn (New Haven, CT: Yale University Press, 1998), 794. Có sẵn tại Edwards.yale.edu.

[13] Có nhiều nguồn tài liệu tốt về bản đồ tư duy hiện có sẵn, nhưng nguồn kinh điển có lẽ là *The Mind Map Book: How to Use Radiant Thinking to Maximize Your Brain's Untapped Potential* của Tony Buzan and Barry Buzan (New York: Plume, 1996).

[14] Maurice Roberts, *"O the Depth!"* The Banner of Truth, July 1990, 2.

[15] Edwards, *"Personal Narrative"*, 798.

¹⁶ Charles Spurgeon, "Memoir of Thomas Watson", trong Thomas Watson, *A Body of Divinity* (Edinburgh, Scotland: The Banner of Truth Trust, 1962, reprint, 1993), vii.

¹⁷ Watson, 65.

¹⁸ William Bridge, *The Works of the Reverend William Bridge* (tái bản, 1845; tái bản, Beaver Falls, PA: Soli Deo Gloria, 1989), t.3,126.

¹⁹ Bridge, 152.

²⁰ Bridge, 135.

²¹ Richard Baxter, *The Practical Works of Richard Baxter : Select Treatises* (Grand Rapids, MI: Baker Book House, 1981), 90.

²² J. I. Packer, lời tựa cho quyển *Knowing Scripture* của tác giả R. C. Sproul, (Downers Grove, IL: InterVarsity Press, 1979), 9-10.

4 | Cầu nguyện...Để Luyện tập lòng tin kính

¹ Tại đây tôi chân thành giới thiệu, đặc biệt cho những người mẹ có con nhỏ - hai trang nói về "Do What You Can" trong tác phẩm của Donald S. Whitney, *Simplify Your Spiritual Life: spiritual Discipline for the Overwhelmed* (Clorado Springs, CO: NavPress, 2003), 157-158.

² John Blanchard, comp., *Gathered Gold: A Treasury of Quotations for Christians* (Welwyn, Hertfordshire, England: Evangelical Press, 1984), 227.

³ John Piper, *Desiring God: Meditations of a Christian Hedonist* (Portland, OR: Multnomah, 1986), 147.

⁴ Andrew Murray (1828-1917) là một Cơ Đốc nhân sùng đạo, và là tác giả của khoảng 240 xuất bản phẩm, hầu hết đều liên quan đến đời sống tâm linh và nếp sống thánh khiết. Nhiều tác phẩm phản chiếu quan điểm của cái gọi là thần học Keswick mà tôi không hoàn toàn đồng ý. Nhưng có nhiều điểm hay trong *With Christ in the School of Prayer*, được trích dẫn ở đây và là một trong những tác phẩm nổi tiếng nhất của Murray.

⁵ Andrew Murray, trích trong *Christianity Today*, Ngày 5 Tháng Hai, 1990, 38.

⁶ Khi tôi nói đáp ứng với điều Chúa bảo, tôi không ám chỉ ý nghĩa thần bí nào đó của việc Chúa phán, cũng không ám chỉ những từ ngữ nào đó chúng ta tưởng tượng Chúa đang nói, mà tôi muốn nói đến Kinh Thánh.

⁷ Đây là một cách trình bày khác của "Phương pháp suy ngẫm #9: Cầu nguyện theo bản văn" mà tôi đã giới thiệu trong chương trước. Sau khi thực hiện phương pháp cầu nguyện đơn giản theo Kinh Thánh này hầu như mỗi ngày trong gần ba mươi năm, tôi có thể xác nhận rằng không điều gì nhen lại tấm lòng lạnh giá đối với sự cầu nguyện của tôi một cách nhanh chóng và kiên định bằng sự kết hợp của ngọn lửa của lời Chúa (xem Giê 23:29) và sự cầu nguyện.

⁸ Richard Baxter, *The Practical Works of Richard Baxter: Select Treatises* (Grand Rapids, MI: Baker Book House, 1981), 103.

⁹ John Owen, trích trong *The Banner of Truth*, Tháng Tám - Tháng Chín, 1986, 58.

¹⁰ Matthew Henry, *Matthew Henry's Commentary on the Whole Bible* (Old Tappan, NJ: Revell, k.n.), t.3, 255.

¹¹ Thomas Manton, *The Complete Works of Thomas Manton* (tái bản, Worthington, PA: Maranatha Publications, k.n.), 272-273.

¹² W. Farmer, "Memoir of the Author", trong William Bates, *The Whole Works of the Rev. W. Bates*, sắp xếp và cải biên W. Farmer (tái bản, Harrisburg, PA: Sprinkle, 1990), t.1, viii.

¹³ William Bates, *The Whole Works of the Rev. W. Bates*, sắp xếp và cải biên W.Farmer (tái bản, Harrisburg, PA: Sprinkle, 1990), t.3, 130.

¹⁴ William Bridge, *The Works of the Reverend William Bridge* (tái bản, 1845; reprint, Beaver Falls, PA: Soli Deo Gloria, 1989), t.3, 132, 154.

¹⁵ Peter Toon, *From Mind to Heart: Christian Meditation Today* (Grand Rapids, MI: Baker Book House, 1987), 93.

¹⁶ Thuật ngữ tương tự ngày nay là 'theo kinh nghiệm'.

[17] Roger Steer, bt. *Spiritual Secrets of George Müller* (Wheaton, IL: Harold Shaw Publishers; và Robesonia, PA: OMF Books, 1985), 60-62, in nghiêng nhằm nhấn mạnh.

[18] Andrew Murray, *With Christ in the School of Prayer* (Old Tappan, NJ : Spire Books, 1975), 33.

[19] C . H. Spurgeon, "Thought-Reading Extraordinary," *Metropolitan Tabernacle Pulpit* (London: Passmore and Alabaster, 1885; tái bản, Pasadena, TX: Pilgrim Publications, 1973), t.30, 539-540.

[20] Piper, 150-151, được phép sử dụng.

[21] Roger Steer, *George Müller: Delighted in God!* (Wheaton, IL: Harold Shaw, 1975), 310.

[22] C. H. Spurgeon, "Prayer— The Forerunner of Mercy," in *New Park Street Pulpit* (London: Passmore and Alabaster, 1858; tái bản, Pasadena, TX: Pilgrim Publications, 1981), t.3, 251.

[23] J. C. Ryle, *A Call to Prayer* (Grand Rapids, MI: Baker Book House, 1979), 35.

5 | Thờ phượng...Để Luyện tập lòng tin kính

[1] Trong chương này, tôi sẽ chỉ nói đến sự thờ phượng chung và riêng, và nhấn mạnh sự thờ phượng riêng. Muốn xem phần trình bày ngắn gọn về phương diện thực tiễn, lịch sử và Kinh Thánh của chủ đề sự thờ phượng trong gia đình, xem Donald S. Whitney, Family Worship: In the Bible, In

History, and In Your Home (Shepherdsville, KY: The Center for Biblical Spirituality, 2005).

² Theo Ê-phê-sô 5:19 và Cô-lô-se 3:16, chúng ta nên hát 'thi thiên, thánh ca và những linh khúc'.

³ Phải nắm được ý nghĩa của điều này. Một cách để đánh giá sự thờ phượng của bạn có đúng với lẽ thật Kinh Thánh hay không là đánh giá từng tiết mục trong sự thờ phượng: "Chỗ nào trong Kinh Thánh Chúa bảo chúng ta phải làm điều này khi thờ phượng?"

⁴ John Piper, *Desiring God: Meditations of a Christian Hedonist* (Portland, OR: Multnomah, 1986), 70.

⁵ Piper, 72-73, được phép sử dụng.

⁶ David Clarkson, *The Works of David Clarkson* (London: James Nichol, 1864; reprint, Edinburgh, Scotland: The Banner of Truth Trust, 1988), t.3, 193-194.

⁷ John Blanchard, comp., *Gathered Gold: A Treasury of Quotations for Christians* (Welwyn, Hertfordshire, England: Evangelical Press, 1984), 342.

⁸ Geoffrey Thomas, "Worship in Spirit," *The Banner of Truth*, Tháng Tám - Tháng Chín, 1987, 8.

⁹ John Blanchard, comp., *More Gathered Gold: A Treasury of Quotations for Christians* (Welwyn, Hertfordshire, England: Evangelical Press, 1986), 344.

¹⁰ Clarkson, 2S09.

6 | Chứng đạo...Để Luyện tập lòng tin kính

[1] J. I. Packer, *Evangelism and the Sovereignty of God* (Downers Grove, IL: InterVarsity, 1979), 37-57.

[2] George Barna, được trích trong *Discipleship Journal*, kỳ 49, 40.

[3] C. H. Spurgeon, "Tearful Sowing and Joyful Reaping," trong *Metropolitan Tabernacle Pulpit* (London: Passmore and Alabaster, 1869; tái bản, Pasadena, TX: Pilgrim Publications,1970), t.15, 237.

[4] Joseph Clark, trích trong Ernest C. Reisinger, *Today's Evangelism: Its Message and Methods* (Phillipsburg, NJ: Craig Press, 1982), 142-143.

7 | Phục vụ...Để Luyện tập lòng tin kính

[1] Christopher Cobert, *Orphans Preferred* (New York, NY: Broadway Books, 2004), 84.

[2] Dietrich Bonhoeffer, *The Cost of Discipleship*, bd. R. H. Fuller (1937; New York: Macmillan, 1963), 99.

[3] E. M. Bounds, *The Essentials of Prayer* (Grand Rapids, MI: Baker Book House, 1979), 19.

[4] C. H. Spurgeon, "Serving the Lord with Gladness," trong *Metropolitan Tabernacle Pulpit* (London: Passmore and Alabaster, 1868; tái bản, Pasadena, TX: Pilgrim Publications, 1989), vol.13, 495-496.

⁵ John Blanchard, tập hợp, *More Gathered Gold* (Welwyn, Hertfordshire, England: Evangelical Press, 1986), 291.

⁶ Jerry White, *Choosing Plan A in a Plan B World* (Colorado Springs, CO: NavPress, 1986), 97.

⁷ A. W. Tozer, *Signposts: A Collection of Sayings from A. W. Tozer*, comp. Harry Verploegh (Wheaton, IL: Victor, 1988), 183.

⁸ Tozer, 183.

8 | Quản lý...Để Luyện tập lòng tin kính

¹ Jonathan Edwards, "The Preciousness of Time and the Importance of Redeeming It", trong *Sermons and Discourses*, 1743-1758, t.25 trong bộ *The Works of Jonathan Edwards*, bt. Wilson H. Kimnach (New Haven, CT: Yale University Press, 2006), 243-260. Có sẵn tại Edwards.yale.edu.

² Herbert Lockyer, *Last Words of Saints and Sinners* (Grand Rapids, MI: Kregel, 1969), 133.

³ Lockyer, 132.

⁴ Jonathan Edwards, "Resolutions", trong *Letters and Personal Writings*, t.16 trpng bộ *The Works of Jonathan Edwards*, bt. George S. Claghorn (New Haven, CT: Yale University Press, 2006), 755. Có sẵn tại Edwards.yale.edu.

[5] Richard Baxter, *The Practical Works of Richard Baxter* gồm 4 tập, *A Christian Directory* (1673; reprint, Ligonier, PA: Soli Deo Gloria Publications, 1990), t.1, 237.

[6] Wayne Watts, *The Gift of Giving* (Colorado Springs, CO: NavPress, 1982), 35-36.

[7] Khác với ấn bản đầu tiên, trong ấn bản này, tôi thường cố gắng không đề cập các thông tin bằng thống kê gần đây để hỗ trợ những lời tuyên bố khái quát. Những dữ liệu "mới đây" được công bố sẽ sớm trở thành "cũ". Trong hầu hết các trường hợp, độc giả có thể tìm nhanh trên Internet thông tin mới nhất về vấn đề đó.

[8] Robert Rodenmeyer, trích trong John Blanchard, comp., *Gathered Gold: A Treasury of Quotations for Christians* (Welwyn, Hertfordshire, England: Evangelical Press, 1984), 113.

[9] Roger Steer, ed., *The George Müller Treasury* (Westchester, IL: Crossway Books, 1987), 183.

[10] Roger Steer, ed., *Spiritual Secrets of George Müller* (Wheaton, IL: Harold Shaw; và Robesonia, PA: OMF Books, 1985), 103.

[11] Ngày 23 tháng 6 năm 1989

9 | Kiêng Ăn…Để Luyện tập lòng tin kính

[1] Ví dụ, 1 Cô-rinh-tô 7:5 nói đến cặp vợ chồng cùng quyết định tạm ngưng quan hệ tình dục 'để chuyên việc cầu nguyện'.

² D. Martyn Lloyd-Jones, *Studies in the Sermon on the Mount* (Grand Rapids, MI: Eerdmans, 1960), vol. 1, 38.

³ Những người mà sức khỏe đòi hỏi phải luôn luôn có những bữa ăn cân đối về dinh dưỡng có thể kiêng ăn một phần bằng cách ăn bữa ăn cân đối dinh dưỡng nhưng không ăn nhiều như thường lệ. Những người khác có thể ăn một loại thức ăn đơn giản, chẳng hạn bánh mì hoặc cơm, để đảm bảo sức khỏe mà không hưởng thụ quá nhiều trong việc ăn uống. Trong tất cả những trường hợp này, mục tiêu là tiếp nhận lượng dinh dưỡng cần thiết tối thiểu để không ảnh hưởng sức khỏe, nếu được, mà ít ra vẫn có cảm giác khao khát hay ao ước điều gì đó khác. Như chúng ta sẽ thấy, người đang kiêng ăn *muốn* cảm nhận sự khao khát hay ao ước nhiều hơn nữa vì đây là đầy tớ cho mục đích tâm linh của sự kiêng ăn.

⁴ Vì người ban luật pháp vĩ đại (Môi-se) và nhà tiên tri vĩ đại (Ê-li) đều có trải nghiệm kiêng ăn siêu nhiên, nên cũng hợp lý khi cho rằng sự kiêng ăn của Chúa Giê-xu trong Ma-thi-ơ 4/ Lu-ca 4 cũng là kiêng ăn siêu nhiên. Nhưng bản văn Kinh Thánh không nói rõ điều này.

⁵ R. D. Chatham, *Fasting: A Biblical-Historical Study* (South Plainfield, NJ: Bridge, 1987), 96-97, 161-181.

⁶ John Piper, *A Hunger for God: Desiring God Through Fasting and Prayer* (Wheaton, IL: Crossway, 1997; 2013), 17.

⁷ Andy Anderson, *Fasting Changed My Life* (Nashville, TN: Broadman, 1977), trang 47-48.

⁸ Hoặc, với những người không thể kiêng ăn bình thường, thì phần tiếp theo sẽ giải thích tại sao điều quan trọng là họ vẫn cảm nhận mức độ thèm muốn thêm thức ăn hoặc thức ăn ngon hơn mà không đe dọa sức khỏe.

⁹ Piper, 48.

¹⁰ John Calvin, *Institutes of the Christian Religion*, bt. John T. McNeil, trans. và phụ lục bởi by Ford Lewis Battles (Philadelphia, PA: Westminster, 1960), t.2, 1242.

¹¹ Piper, 25.

¹² Arthur Wallis, *God's Chosen Fast* (Fort Washington, PA: Christian Literature Crusade, 1968), 42.

¹³ Wallis, 43.

¹⁴ Jonathan Edwards, *The Life and Diary of David Brainerd*, t.7 của bộ *The Works of Jonathan Edwards*, bt. Norman Pettit (1749; tái bản, New Haven, CT: Yale University Press, 1985), 162. Có sẵn tại Edwards.yale.edu.

¹⁵ Edwards, 162.

¹⁶ Edwards, 169.

¹⁷ Edwards, 169-170.

¹⁸ Thomas Boston, *The Complete Works of The Late Rev. Thomas Boston, Ettrick*, bt. Samuel M'Millan (London: William Tegg and Company, 1853; reprint,Wheaton, IL: Richard Owen Roberts, 1980), t.11, 347.

¹⁹ Calvin, 1243-1244.

[20] David R. Smith, *Fasting: A Neglected Discipline* (Fort Washington, PA: Christian Literature Crusade, 1954; Pb. American, 1969), 46-47.

[21] Piper, 51-52.

[22] Piper, 14.

[23] Smith, 44.

[24] John Piper, *A Hunger for God: Desiring God Through Fasting and Prayer* (Wheaton, IL: Crossway, 1997; 2013).

[25] Matthew Henry, *A Commentary on the Whole Bible* (New York: Funk and Wagnalls, k.n.), t.4, 1478.

[26] Piper, 48.

10 | Yên lặng và Riêng Tư...Để Luyện tập lòng tin kính

[1] Anton Chekhov, "The Bet," in *Introduction to Literature* (New York: Rinehart and Company, 1948), t.2, 474-480.

[2] Như đã nói trong ngữ cảnh tương tự ở chương 1, muốn biết thêm về các cách rèn luyện tâm linh với người khác, xem Donald S. Whitney, *Spiritual Discipline Within the Church: Participating Fully in the Body of Christ* (Chicago: Moody, 1996).

[3] Jean Fleming, *Finding Focus in a Whirlwind World* (Dallas: Roper Press, 1991), 73.

[4] Jonathan Edwards, "On Sarah Pierpont", trong *Letters and Personal Writings*, t.16 của bộ *The Works of Jonathan*

Edwards, bt. George S. Claghorn (New Haven, Conn.: Yale Universoty Press, 1998), 789-790. Có sẵn tại Edwards.yale.edu.

[5] George Whitefield, *Journals* (Edinburgh, Scotland: The Banner of Truth Trust, 1738-1741; reprint, 1985), 263-264.

[6] Jonathan Edwards, *The Life and Diary of David Brainerd*, t.7 của bộ *The Works of Jonathan Edwards*, bt. Norman Pettit (1749: tái bản, New Haven, CT: Yale University Press, 1985), 165, in nghiêng nhằm nhấn mạnh. Có sẵn tại Edwards.yale.edu.

[7] C. H. Spurgeon, "Solitude, Silence, Submission", trong *Metropolitan Tabernacle Pulpit* (London: Passmore and Alabaster, 1896; tái bản, Pasadena, TX: Pilgrim Publications, 1976), t.42, 266.

[8] John Pollack, *Billy Graham: The Authorized Biography* (London: Hodder and Stoughton, 1966), 80-81.

[9] John Owen, *The Works of John Owen* (London: Johnstone andHunter, 1850-1853; tái bản, Edinburgh, Scotland: The Banner of Truth Trust, 1965), t.5, 455.

[10] Dr. and Mrs. Howard Taylor, *Hudson Taylor and the China Inland Mission: The Growth of a Work of God* (Singapore: China Inland Mission, 1918; pb. đặc biệt nhân dịp kỷ niệm, Singapore: Overseas Missionary Fellowship, 1988), 31-32.

¹¹ Rob Plummer, một người bạn và là đồng nghiệp, nghi ngờ ý tưởng cho rằng yên lặng và tách biệt tự thân chúng là những cách rèn luyện tâm linh theo Kinh Thánh, nhưng được trình bày trong Kinh Thánh như là ngữ cảnh mà các tín hữu thực hành kỷ luật tâm linh. Vì về cơ bản, đây là sự khác biệt về mặt ngữ nghĩa và không ảnh hưởng đến việc thực hành thật sự hai điều này như tôi trình bày, nên tôi không lo ngại về phương pháp này. Xem Robert L. Plummer, "Are the Spiritual Disciplines of Silence and Solitude Really Biblical?" *Southern Baptist Journal of Theology* 10/4 (Winter 2006): 4-12.

¹² Austin Phelps, *The Still Hour or Communion with God* (1859;reprint, Edinburgh, Scotland: The Banner of Truth Trust, 1974), 64.

¹³ Từ bài thánh ca "Take My Life and Let It Be", in nghiêng nhằm nhấn mạnh.

¹⁴ John Blanchard, comp., *More Gathered Gold: A Treasury of Quotations for Christians* (Welwyn, Hertfordshire, England: Evangelical Press, 1986), 295.

¹⁵ Tại www.biblicalspirituality.org, tìm "Suggested Schedule for Four Consecutive Hours of Silence & Solitude". Nếu không có ít ra là kế hoạch làm việc chung để điều khiển thời gian, thì nhiều người sẽ có khuynh hướng trôi giạt theo sự vu vơ vô ích.

[16] A. W. Tozer, *The Best of A. W. Tozer: 52 Favorite Chapters*, sưu tập bởi Warren Wiersbe (Grand Rapids, MI: Baker, 1978), 151.

[17] Xem chương "Have a Real Prayer Closet" trong tác phẩm của tôi *Simplify Your Spiritual Life: Spiritual Disciplines for the Overwhelmed* (Colorado Springs, CO: NavPress, 2003), 87-88.

[18] Jonathan Edwards, "Personal Narrative", trong *Letters and Personal Writings*, t.16 của bộ *The Works of Jonathan Edwards*, bt. George S. Claghorn (New Haven, Conn.: Yale University Press, 1998), 798. Có sẵn tại Edwards.yale.edu.

[19] Edwards, "Personal Narrative", 801.

[20] Betty Lee Skinner, *Daws: The Story of Dawson Trotman , Founder of the Navigators* (Grand Rapids, MI: Zondervan, 1974), 257.

[21] Arnold Dallimore, *George Whitefield: The Life and Times of the Great Evangelist of the Eighteenth-Century Revival*, t.1 (Westchester, IL: Conerstone, 1979), 239.

[22] Tozer, 151-152.

[23] Francis Schaeffer, *True Spirituality* (Wheaton, IL: Tyndale House Publishers, 1971), ix.

[24] Schaeffer, ix.

²⁵ Francis Wayland, *A Memoir of the Life and Labors of the Rev. Adoniram Judson, D.D.* (London: James Nisbet and Company, 1853), t.1, 435.

²⁶ Wayland, 437.

²⁷ Jonathan Edwards, *Religious Affections*, t.2 của bộ *The Works of Jonathan Edwards*, bt. John E. Smith (1754; New Haven, Conn.: Yale University Press, 1959), 374, 376. Có sẵn tại Edwards.yale.edu.

11 | Viết Nhật Ký...Để Luyện tập lòng tin kính

¹ Về mặt lịch sử, dường như có sự phân biệt nào đó giữa nhật ký (journal) và sổ ghi chép (dairy), nhưng không nhiều. Ví dụ, một trong những quyển sổ ghi chép nổi tiếng nhất trong lịch sử Cơ Đốc giáo là sổ ghi chép của David Brainerd, những đoạn trích đã xuất hiện trong quyển sách này và sẽ xuất hiện trong phần sau của chương này. Ngoài *sổ ghi chép*, Brainerd cũng viết *nhật ký*. Sự khác biệt duy nhất dường như là sổ ghi chép chỉ dùng cho mục đích dưỡng linh cá nhân, còn nhật ký thì để xuất bản như một báo cáo truyền giáo chi tiết của Brainerd gửi cho hội truyền giáo ở Scốt-len đã hỗ trợ tài chính cho ông. Vì vậy, Brainerd không đưa vào nhật ký một số mục ghi chép hoàn toàn mang tính cá nhân hoặc không nằm trong mối quan tâm của hội truyền giáo. Ngày nay, cái chúng ta gọi là nhật ký, vì nó thường là tài liệu riêng tư, có lẽ rất giống với cái ngày trước gọi là sổ ghi chép. Một lần nữa, dù có sự phân biệt về tên gọi, nhưng trong thực

tế có nhiều sự trùng lắp về định nghĩa giữa hai thuật ngữ này và hầu như không có sự khác biệt quan trọng.

[2] Maurice Roberts, "Are We Becoming Reformed Men?" *The Banner of Truth*, số 330, Tháng Ba 1991, 5.

[3] John Calvin, *Institutes of the Christian Religion*, bt. John T. McNeil, bd. và phụ lục bởi Ford Lewis Battles (Philadelphia, PA: Westminster, 1960), t.2, 35.

[4] Josiah H. Pratt, ed., *The Thought of the Evangelical Leaders* (James Nisbet, 1856; tái bản, Edinburgh, Scotland: The Banner of Truth Trust, 1978), 305.

[5] Edmund S. Morgan, *The Puritan Family* (New York: Harper & Row, 1966), 5.

[6] Jonathan Edwards, ed., *The Life and Diary of David Brainerd*, t.7 của bộ *The Works of Jonathan Edwards*, bt. Norman Pettit (1974; reprint, New Haven, CT: Yale University Press, 1985), 278. Có sẵn tại Edwards.yale.edu.

[7] Edwards, 287-288

[8] Roberts, 6.

[9] Tương tự với trách nhiệm sao chép lại của các vua, việc chép lại từng chữ một nguyên cả chương hoặc các sách trong Kinh Thánh vào nhật ký của bạn có thể là thói quen hữu ích và là một phương pháp thưởng thức từ từ bản văn Kinh Thánh.

[10] LaVonne Neff, và cs., bt., *Practical Christianity* (Wheaton, IL: Tyndale House, 1987), 310.

¹¹ Ralph Woods, bt., *A Treasury of the Familiar* (Chicago, IL: Peoples Book Club, 1945), 14.

¹² C. H. Spurgeon, *Autobiography, Volume 1: The Early Years, 1834-1859,* Pb. hiệu đính gồm 2 tập, sưu tập bởi Susannah Spurgeon và Joseph Harrald (Edinburgh, Scotland: The Banner of Truth Trust, 1962), 122.

¹³ Stephen Charnock, *The Existence and Attributes of God* (Robert Carter and Brothers, 1853; tái bản, Grand Rapids, MI: Baker Book House, 1979), t.1, 277.

¹⁴ ND: Nang thời gian: hộp dùng để chứa đựng những vật phẩm nào đó mang tính đặc trưng, tiêu biểu của một thời kỳ nào đó trong lịch sử. Những người thuộc thế hệ sau có thể hiểu được về thời kỳ ấy khi xem xét các vật dụng được cất trong hộp này. Tương tự, nang thời gian thuộc linh là việc ghi chép lại những sự kiện quan trọng trong hành trình thuộc linh của bạn với Chúa trong một khoảng thời gian nhất định, và sau này, bạn có thể nhìn lại.

¹⁵ Roger Steer, ed., *The George Müller Treasury* (Westchester , IL: Crossway Books, 1987), 55-56.

¹⁶ Jonathan Edwards, "Resolutions" trong *Letters and Personal Writings*, t.16 của bộ *The Works of Jonathan Edwards*, bt. George S. Claghorn (New Haven, Conn.: Yale University Press, 1998), 753-759. Có sẵn tại Edwards.yale.edu

¹⁷ Edwards, "Resolutions", 760.

[18] Edwards, "Resolutions", 760.

[19] George M. Marsden, *Jonathan Edwards: A Life* (New Haven and London: Yale University Press, 2003), 53.

[20] Arnold Dallimore, *George Whitefleld: The Life and Times of the Great Evangelist of the Eighteenth-Century Revival*, t.1 (Westchester, IL: Crossway Books, 1979), 80.

[21] Dallimore, 80-81.

[22] Maurice Roberts, "Where Have the Saints Gone?" *The Banner of Truth*, Tháng Mười 1988, 4.

[23] Elisabeth Elliot, ed., *The Journals of Jim Elliot* (Old Tappan, NJ: Fleming H. Revell, 1978), 474.

[24] Ronald Klug, *How to Keep a Spiritual Journal* (Nashville, TN: Thomas Nelson, 1982), 58.

[25] Đây là khổ giấy chuẩn $8^{1/2}$" x 11" được cắt đôi. Điều này nghĩa là tôi không phải mua giấy đặc biệt để viết nhật ký.

[26] Xem chương "Journal with a Fountain Pen" trong quyển sách của tôi *Simplify Your Spiritual Life: Spiritual Discipline for the Overwhelmed* (Colorado Springs, CO: NavPress, 2003), 104-105.

[27] Muốn biết danh sách xoay vòng những ý tưởng về chủ đề viết nhật ký, xem chương "Use Journal Prompts, Part 1" và "Use Journal Prompts, Part 2" trong quyển *Simplify Your Spiritual Life*, 100-103.

²⁸ Edward Donnelly, bt., "The Diary of Thomas Houston of Knockbracken," *The Banner of Truth*, Tháng Tám-Tháng Chín 1989, 11-12.

12 | Học Hỏi...Để Luyện tập lòng tin kính

¹ Samuel Hopkins, "The Life and Character of the Late Reverend Mr. Jonathan Edwards", trong *Jonathan Edwards: A Profile*, bt. David Levin (New York: Hill and Wang, 1969), 40.

² R. C. Sproul, "Burning Hearts Are Not Nourished by Empty Heads," *Christianity Today*, Ngày 3 Tháng Chín 1982, 100.

³ John Blanchard, comp., *Gathered Gold: A Treasury of Quotations for Christians* (Welwyn, Hertfordshire, England: Evangelical Press, 1984), 203.

⁴ Jonathan Edwards, "The Importance and Advantage of a Thorough Knowledge of Divine Truth" trong *Sermons and Discourses*, 1739-1742, t.22 của bộ *The Works of Jonathan Edwards*, bt. Harry S. Stout (New Haven, Conn.: Yale University Press, 2003), 789. Có sẵn tại Edwards.yale.edu.

⁵ Edwards, "The Importance and Advantage of a Thorough Knowledge of Divine Truth", 789.

⁶ Jo H. Lewis và Gordon A. Palmer, *What Every Christian Should Know* (Wheaton, IL: Victor Books, 1990), 80, 82.

⁷ Ví dụ, nhà xuất bản quyển sách này (tiếng Anh) cũng có sẵn sách hướng dẫn riêng có thể sử dụng cá nhân hoặc trong nhóm nhỏ

⁸ Muốn biết thêm, xem "Collect Great Questions" trong quyển *Simplify Your Spiritual Life: Spiritual Disciplines for the Overwhelmed* (Colorado Springs, CO: NavPress, 2003), 113-114.

⁹ Tôi triển khai thêm ý này một chút trong "Read One Page Per Day" trong quyển *Simplify Your Spiritual Life*, 111-112.

¹⁰ Lời chứng của Jean về cuộc chiến của chính cô trong đời sống tâm linh khi cô có ba con nhỏ được ghi lại trong "Do What You Can" trong *Simplify Your Spiritual Life*, 157-158.

¹¹ Paul Thigpen, "No Royal Road to Wisdom," *Discipleship Journal*, số 29 (1984), 7.

¹² Trích trong *Discipleship Journal*, số 23 (1984), 16.

13 | Kiên trì Rèn Luyện...Để Luyện tập lòng tin kính

¹ D. A. Carson, "Spiritual Discipline," *Themelios* 36, no.3 (November 2011): 5. http://themelios.thegospelcoalition.org/article/spiritual-disciplines (truy cập ngày 27 tháng 9, 2013).

² Jerry Bridges, *The Discpline of Grace: God's Role and Our Role in the Pursuit of Holiness* (Colorado Springs, CO: NavPress, 2006), 135.

³ Timothy K. Jones, "What Can I Say?" *Christianity Today*, Ngày 5 tháng Mười Một 1990, 28.

⁴ Trong các đoạn tiếp theo, mặc dù tôi chủ yếu mô tả sự thông công ở *hình thức trò chuyện*, nhưng cách dùng thuật ngữ *thông công* trong toàn bộ phần này nói chung ám chỉ sự tham gia tích cực vào mọi phương diện của hội thánh địa phương, đặc biệt là sự thờ phượng của hội chúng với trọng tâm là giảng Kinh Thánh, cầu nguyện, ngợi khen, và các thánh lễ. Tôi cũng nói đến các khía cạnh trong sinh hoạt của một hội thánh vững mạnh ngoài sự thờ phượng, chẳng hạn như phục vụ, truyền giảng, dạy dỗ, và các hoạt động khác. Tất cả những điều này bổ sung cho việc thực hành các kỷ luật tâm linh cá nhân và giữ vai trò riêng biệt trong việc theo đuổi sự tin kính. Vai trò của các cách rèn luyện tâm linh của hội chúng được trình bày chi tiết hơn trong quyển sách của tôi *Spiritual Disciplines Within the Church: Participating Fully in the Body of Christ* (Chicago: Moody, 1996).

⁵ Tân Ước trước tiên được viết bằng tiếng Hy Lạp, và *koinonia* là từ Hy Lạp thường được dịch là 'thông công' trong Anh ngữ.

⁶ J. I. Packer, *God's Words: Studies of Key Bible Themes* (Downers Grove, IL: Inter Varsity Press,1981), 195.

⁷ Thomas Watson, *A Body of Divinity* (1692; tái bản, Edinburgh, Scotland: The Banner of Truth Trust, 1970), 249.

⁸ John Geree, *The Character of an Old English Puritane or Nonconformist* (1646), trích trong J. I. Packer, *A Quest for Godliness: The Puritan Vision of the Christian Life* (Wheaton, IL: Crossway Books, 1990), 23.

⁹ J. I. Packer, *Keep in Step with the Spirit* (Old Tappan, NJ: Fleming H. Revell, 1984),111.

¹⁰ John Guest, "Wrong-Headed Spontaneity," *Christianity Today*, Ngày 23 Tháng Tư 1990, 33.

¹¹ http://www.hoophall.com/hall-of-famers/tag/peter-p-pete-maravich (truy cập ngày 4 tháng 10, 2013).

¹² Được Larry King trích dẫn trong "A Brilliant Baseball Mind That Deserves Recognition; Big Bucks by the Book", *USA Today*, Ngày 18 Tháng Một 1988, 2D.

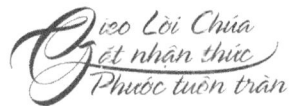

Gieo Lời Chúa
Kết nhận thức
Phước tuôn tràn

Công ty sách Cơ Đốc **Văn Phẩm Hạt Giống** chính thức ra đời vào tháng 4/2016 nhằm đáp ứng nhu cầu cấp thiết về văn phẩm Cơ Đốc có giá trị dành cho Cơ Đốc nhân người Việt với một sứ mệnh rõ ràng.

Văn Phẩm Hạt Giống sẽ cung cấp những văn phẩm Cơ Đốc:

- Có **giá trị cao, trung thành với sự dạy dỗ của Kinh Thánh, phù hợp** với nhu cầu và bối cảnh của các cộng đồng người Việt trong và ngoài nước.
- Nhằm **trang bị** từng cá nhân tín hữu Việt Nam **tăng trưởng đức tin** và **phát triển Vương Quốc Đức Chúa Trời.**

Tên gọi Hạt Giống vốn được truyền cảm hứng từ lời Chúa trong Mác 4:4. Lời của Đức Chúa Trời - Hạt Giống cứu rỗi - sẽ được những Cơ Đốc nhân gieo ra và trở lên lớn mạnh trong lòng người tin nhận.

Khi cho ra đời những văn phẩm có giá trị, chúng tôi ao ước chính mình sẽ là những người gieo trồng, kẻ tưới trong nhà Đức Chúa Trời. Chính Đức Chúa Trời sẽ hành động trong lòng độc giả khiến đời sống họ được biến đổi, lớn lên trong đức tin, được phước dư dật và đem phước hạnh ấy đến cho người khác (1 Cô 3:5-9).

Với mong muốn phát hành nhiều hơn nữa những cuốn sách chất lượng, có giá trị tới cộng đồng, chúng tôi luôn cần sự cầu thay, giúp đỡ, nhận xét và đóng góp quý báu cho từng cuốn sách đã được xuất bản. Những lời làm chứng, chia sẻ về sự biến đổi đời sống trong năng quyền của Chúa khi quý vị đọc những cuốn sách này cũng sẽ là nguồn khích lệ lớn lao cho chúng tôi tiếp tục sứ mệnh của mình. Mọi tâm tình, ý kiến đóng góp, chia sẻ xin gửi cho chúng tôi theo địa chỉ:

nhabientap@vanphamhatgiong.com

hoặc chia sẻ với chúng tôi trên trang Facebook **Văn Phẩm Hạt Giống**.

Rất mong được đón nhận!

CÁC SÁCH ĐÃ XUẤT BẢN

Quý độc giả có thể xem thông tin chi tiết về từng sách trên Website: *http://vanphamhatgiong.com/vi/cua-hang/*
hoặc trên FB Page *Văn Phẩm Hạt Giống*

CÁC SÁCH SẮP XUẤT BẢN

1. **Giải Nghĩa Tân Ước của Tyndale: Gia-cơ** (Douglas J. Moo)
2. **Bảy Định Luật của Sự Giảng Dạy** (John Milton Gregory)
3. **Noi Gương Chúa Giê-xu** (Một số Mục sư Việt Nam)
4. **Giải Nghĩa Áp Dụng: Phục Truyền Luật Lệ Ký** - 3 tập (Daniel I. Block)
5. **Những Cuộc Chiến của Người Tin Chúa** (Vaughan Roberts)
6. **Kinh Thánh: Câu Chuyện Lớn của Đức Chúa Trời** (David Helm)

Liên hệ mua sách:

- **E-mail:** info@vanphamhatgiong.com
- **Website:** http://vanphamhatgiong.com
- **Mua sách trên trang lulu.com:** http://www.lulu.com/spotlight/Van_Pham_Hat_Giong
- **Facebook Page:** Văn Phẩm Hạt Giống

www.ingramcontent.com/pod-product-compliance
Lightning Source LLC
Chambersburg PA
CBHW051030160426
43193CB00010B/895